வாடாமல்லி

சு. சமுத்திரம்

பரிசல்

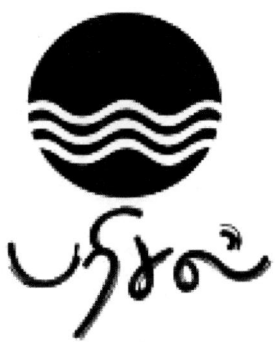

தலைப்பு	:	**வாடாமல்லி**
ஆசிரியர்	:	**சு. சமுத்திரம்**
பரிசல் பதிப்பு	:	டிசம்பர் 2022
நூல் வடிவம்	:	1/8 டெமி
பக்கங்கள்	:	312
வெளியீடு	:	**பரிசல் புத்தக நிலையம்** P பிளாக், 235 MGR முதல் தெரு, MMDA காலனி, அரும்பாக்கம், சென்னை - 600 106 செல்: 9382853646 8825767500
ISBN No.	:	978-93-91949-32-7
மின்னஞ்சல்	:	parisalbooks2021@gmail.com
ஒளியச்சு	:	பபுரா கிராஃபிக்ஸ், நந்தனம்
வடிவமைப்பு	:	இராமசுப்ரமணிய ராஜா, சென்னை-35. பேசி: 97102 33021
அச்சகம்	:	ASX Printers, Chennai -5,
விலை	:	**ரூ.300/-**

என்னுரை

மானுடம் என்றதுமே, நமக்கு ஆண், பெண் என்ற இரட்டைப்பிறவிகளே நினைவுக்கு வருகிறது. 'இதோ, நாங்கள் மூன்றாவது பிறவியாக நடமாடுகிறோம்' என்று ஆண் உடம்பில் பெண் மனதையும், பெண் உடம்பில் ஆண் மனதையும் தாங்கி நிற்கும் மானுடப் பிறவிகள், நம் கண்ணில் பட்டாலும் கருத்தில் பதிவதில்லை... உடல் ஊனமுற்றோருக்கும் மற்ற பலவீன பிறவினருக்கும் பச்சாதாபப்படும் நாம், இந்த அப்பாவிகளைப் பார்த்ததுமே சிரிக்கிறோம்... இவர்களைப் பயங்கரப் பிறவிகள் என்று அனுமானித்து ஒதுங்கிக் கொள்கிறோம்...

எனது இளமைக் காலத்தில் டெல்லியில் உள்ள அலிகளை பிள்ளை பிடிப்பவர்களாகக் கருதி நானும் ஒதுங்கி இருக்கிறேன்... ஆனாலும் ஏழு, எட்டு ஆண்டுகளுக்கு முன்பு கடலூருக்கு அருகேயுள்ள மஞ்சக்குப்பம் என்ற கிராமத்தில் கூவாகத்தில் நடப்பது மாதிரியான அலிகளின் கூத்தாண்டவர் விழாவைக் காணும் வாய்ப்பு எனக்குக் கிட்டியது.... அப்போது தென்னாற்காடு மாவட்ட மக்கள் தொடர்பு அதிகாரியாகப் பணியாற்றிய திரு.சுபாஸ் அவர்களோடு, அங்கே சென்றதும், அலி தோழர்களிடம் அல்லது தோழியரிடம் உரையாடியது இன்னும் மனதில் ஆணி குத்தியதுபோலவே வலிக்கிறது.... இந்த அப்பாவிகள் படும் பாட்டையும், அவர்கள் கேலிப் பொருட்களாய், - உண்டு கொழுத்தோரின் நேரப் போக்குகளாய் ஆகிப்போனதையும், அவர்கள் மூலமே கேட்டு ஆடிப் போனேன்... இத்தகைய கூத்தாண்டவர் விழாக்களை இன்னும் நமது பத்திரிகைகள் "ஜாலி செய்திகளாகவே" பிரசுரிக்கின்றன... இந்த அலி ஜீவன்களுக்கு நம்மைப் போலவே உணர்வுகள் இருப்பதையும், நம்மை விட அதிகமான குடும்ப பாசம் வைத்திருப்பதையும் நாம் ஏனோ அங்கீகரிப்பதில்லை...

அலிகளைப் பார்த்த ஒரு வாரத்தில், ஒரு பத்திரிகைக்கு இவர்களின் பிரச்சினையை கருப் பொருளாக்கி ஒரு சிறுகதை எழுதி அனுப்பினேன். எனது எல்லாக் கதைகளையும் பிரசுரிக்கும் அந்தப் பத்திரிகை, இந்தக் கதையை பிரசுரிக்கவில்லை... கேட்டபோது கதை தொலைந்துவிட்டதாக அறிவிக்கப்பட்டது... இன்னொரு நகலை அனுப்பலாமா என்று கேட்டால், மழுப்பலான பதிலே கிடைத்தது.... எனக்கும் புரிந்துவிட்டது... அலிகளின் செக்ஸ் வாழ்க்கையை சித்திரிக்காத அந்தக் கதையைப் பிரசுரிக்க அந்தப் பத்திரிகைக்கு மனம் இல்லை... ஒரு வேளை புனிதக் காதல்களில் மூழ்கடிக்கப்பட்டிருக்கும் வாசகர்கள் இந்தக் கதையை ரசிக்கமாட்டார்கள் என்ற பயமும் ஏற்பட்டிருக்கலாம்...

என்றாலும், அலிகளைப் பார்க்கும் போதெல்லாம் என் மனம் அலைக்கழிந்தது. இவர்களை வைத்து தனியாக ஒரு நாவல் எழுதி அப்படியே பிரசுரிக்க வேண்டுமென்று, ஒரு எண்ணம் ஏற்பட்டது. இதற்காக சென்னை துறைமுகத்திற்கு அருகே 'சேரிக்குள் சேரியான' சாக்கடை பகுதிக்குள் வாழும் அலிகளைச் சந்திக்கச் சென்றேன்... ஆரம்பத்தில் என்னை 'பகடி'... அதாவது 'கபடதாரி' என்று நினைத்து - அவர்கள் பேச மறுத்தார்கள்... கால் மணி நேரத்தில், அவர்கள் மீது நான் கொண்டிருக்கும் ஆத்மார்த்தமான மனிதநேயத்தை புரிந்துகொண்டனர். ஒவ்வொரு அலியும், தத்தம் சோகக் கதையான சேலை உடுத்தல், சூடுபடல், குடும்பத்திலிருந்து பிரிதல், ஐம்பது ரூபாய்க்கு சோரம் போதல், போலீஸ் சித்ரவதை போன்றவற்றைக் கண்ணீரும், கம்பலையுமாகத் தெரிவித்தார்கள். இவர்களை மட்டும் அலிகளின் பிரதிநிதிகளாக எடுத்துக் கொள்ளாமல், வடசென்னையில் காய்கறி வியாபாரம் செய்யும் அலிகளையும் சந்தித்தேன்... வீட்டோடு லுங்கி கட்டி வாழும் அலிகளையும், பம்பாய், சென்னை நகரங்களில் இருந்து விடுமுறையாக வந்த அலிகளையும் கண்டேன். அவர்களின் கதைகளையும் கேட்டேன். நினைத்துப் பாருங்கள் - பதினாறு வயதில் - குடும்பத்தோடு ஒட்டி இருக்கவேண்டிய பருவத்தில், ஒரு மனிதப்பிறவியை சூடு போட்டு துரத்தினால் அந்தப் பாழும் மனம் என்ன பாடுபடும்?...

இந்தப்பின்னணியில், இவர்களுக்கு இத்தகைய பிறவிப்பாவம் எப்படி ஏற்படுகிறது என்பதைக் கண்டறிய பல எம்.பி.பி.எஸ்.

டாக்டர்களிடம் கேட்டேன். அவர்களுக்கு 'ஹெர்மா புராடக்' என்ற வார்த்தையைத் தான் சொல்லத் தெரிந்ததே தவிர சரியாக விளக்கத் தெரியவில்லை. இது குறித்து சரியான விஞ்ஞானப் புத்தகமும் நான் அறிந்தவரை வெளிவந்ததாகத் தெரியவில்லை. ஆனாலும் நான் பின்வாங்காமல் எனது உறவினர்களான டாக்டர் ராஜ்குமார், டாக்டர் கலைவாணன் ஆகியோரை அணுகினேன். அவர்களும் மேற்கொண்டு பல புத்தகங்களைப் படித்து, அம்மாவின் கருவிலேயே அலிகள் உருவாகும் விதத்தை எடுத்துரைத்தார்கள்...

வடசென்னையில் வாழும் என் நண்பர் பேராசிரியர் சுப்பிரமணியன், தாவரஇயலில் நிபுணர். இயற்கை, அனைத்து உயிரினங்களையும் எப்படி குறைந்த சக்தியில் வைக்க முயற்சிக்கிறதென்றும், இந்த முயற்சியை முறியடிக்க உயிர் இனங்கள் எப்படி தனது சந்ததியை அவசர அவசரமாய் விருத்தி செய்கின்றன என்பதையும் விளக்கினார். இந்த 'கண்ணாம்பூச்சி' ஆட்டத்தில் அலிகள் அரவான்களாக இருக்கலாம் என்று கருத்து தெரிவித்தார். இந்தச் சமயத்தில் எனது உறவினர் திரு. வைகுண்டம் மேலும் பல வித்தியாசமான அலிகளோடு என்னைப் பேட்டி காணச் செய்தார்...

தினமலரின் தலைமை செய்தியாளர் திரு.நூருல்லா, அலிகள் பற்றி தாம் எழுதிய ஒரு புத்தகத்தை எனக்குத் தந்து உதவினார். அதோடு அவர்களைப்பற்றி தனக்குத் தெரிந்த விவரங்களையும் எடுத்துரைத்தார்.

நான் டெல்லியில் பல ஆண்டுகள் வாழ்ந்தது இந்த நாவலுக்கு வலுவூட்டியிருக்கிறது. இவர்களை மனிதப் பிறவிகள் என்று முதன் முதலில் அங்கீகரித்த தலைவர் அன்னை இந்திராகாந்தி என்று டெல்லி அலிகள் மூலமாகவே கேள்விப்பட்டேன். இவர்களுக்குக் குடியிருப்புக்களைக் கட்டிக் கொடுத்தவரும் அன்னை இந்திராவே!

இவர்கள் டெல்லியில் பல வீடுகளின் முன்னால் ஆடிப்பாடுவதை பல தடவை நான் பார்த்திருக்கிறேன். ஆகையால் அன்னை இந்திரா சுடப்பட்டபோது, நன்றி விசுவாசத்துக்கு முதலிடம் கொடுக்கும் இந்த அலிகள், கூட்டங்கூட்டமாகக் கூடி பாடி அழுததையும், அன்னை இந்திராவின் கொலையை அடுத்து டெல்லியில் நடைபெற்ற கொடூரமான கலவரங்களின்போது, இந்த அலிகள் பல மனித உயிர்களைக் காப்பாற்றிய முயற்சிகளையும் நேரில் பார்த்த

எனது டெல்லி நண்பர்கள் மூலம் நான் கேள்விப்பட்டேன். அலிகளின் மனிதநேயத்திற்கு இந்த நிகழ்ச்சிகளை ஒரு உரைகல்லாக இந்நாவலில் சித்தரித்திருக்கிறேன்.

இந்தப்பின்னணியில்,நாவலுக்கான நான்கு அத்தியாயங்களை எழுதிவிட்டேன்... திடீரென்று ஒரு எண்ணம் ஏற்பட்டது. இது வெறுமனே ஒரு நாவலாக வந்தால் ஆயிரக்கணக்கானவர்களை மட்டுமே சென்றடையும்... அதோடு ஒரு மாமூல் போலீஸ்காரரிடமிருந்து எந்த வகையிலும் வித்தியாசப்படாத இன்றைய திறன் ஆய்வாளர்களால், இந்த நாவல் வாசகச் சிந்தனையில் இருந்து அகற்றப்படலாம்... இயற்கையைப் போல் குறைந்த சக்தி நாவல்களையே பராமரிக்கும் நமது இலக்கியவாதிகளோடு ஒரு யுத்தம் நடத்த வேண்டுமானால் அது பிரபல பத்திரிகை மூலமாகவே முடியும் என்பதை உணர்ந்தேன். இப்படி நினைத்தபோது என் மனதில் முதலாவதாகவும், முடிவாகவும் நின்றது 'ஆனந்தவிகடன்' பத்திரிகை மட்டுமே. அதன் ஆசிரியர் திரு.எஸ்.பாலசுப்ரமணியன் அவர்களுக்கு கதைச் சுருக்கத்தோடு கடிதம் எழுதினேன். சிறிதுகால இடைவெளியில் பச்சைக்கொடி காட்டினார்கள்!

விகடனில் தொடர்கதையாக வந்த இந்த 'வாடாமல்லி' வாசகர் மத்தியில் வெற்றி பெற்றதாக அறிகிறேன். இதற்கு அரும்பணி ஆற்றியதோடு இந்த நாவலுக்கு 'சுருங்கச் சொல்லி விளங்கவைக்கும்' முன்னுரையை எழுதிக் கொடுத்த ஆசிரியர் திரு. பாலசுப்ரமணியன் அவர்களுக்கு நான் நன்றிக்கடன் பட்டுள்ளேன்.இதேபோல் ஒவ்வொரு அத்தியாயம் வெளியாகும் போதும் அதன் தாக்கம் குறித்து என்னிடம் தெரியப்படுத்திய விகடனின் பத்திரிகையாளர்களான தோழர்கள் சுந்தரம், வி.எஸ்.வி ஆகியோருக்கு என் நன்றி உரித்தாகும். இந்தப் படைப்பிற்கு 'வாடாமல்லி' என்று பெயர் வைத்த எனது அலுவலகத் தோழரும், இலக்கியவாதியுமான திரு சந்தானத்தை இந்த நேரத்தில் நன்றியோடு நினைத்துக்கொள்கிறேன்.

எத்தனையோ படைப்புக்கள் காத்திருந்த போதிலும் இதைப் பெரிய மனதோடு கேட்டு வாங்கிப் பிரசுரிக்கும் 'வானதி பதிப்பக' அதிபர் திரு. திருநாவுக்கரசு அவர்களுக்கும், அவரது புதல்வர் திரு. இராமநாதன் அவர்களுக்கும் நான் நன்றியுடையேன்... அழகான முகப்பு ஓவியம் தீட்டிய அரஸ் அவர்களுக்கும் என் நன்றி!

நாவல் வேறு... தொடர்கதை வேறு... விகடனில் வெளியான தொடர்கதையை எப்படி நாவல் ஆக்கலாம் என்று அரும்பெரும் கருத்துக்களை அள்ளித் தந்ததோடு, அருமையான ஆய்வுரையைத் தந்திருக்கும் பேராசிரியர், டாக்டர் ராம. குருநாதனுக்கு நன்றிக்கடன் பட்டுள்ளேன். இதேபோல் தொடர்கதையை நாவலாக்கும் பணியில் நான் சோம்பிக் கிடந்தபோது என்னை உரிமையோடு தட்டியும், 'திட்டியும்' நாவலாக்க வைத்த எனது பால்யதோழர் தேசிய முழக்கம் தர்மலிங்கம் அவர்களுக்கு நான் நன்றிக்கடனை திருப்பிச் செலுத்துவது என்பது கடினம்.

விகடனில் வந்த 'வாடாமல்லி' தொடர்கதையை நாவலாக்கி, கூடவே சில அத்தியாயங்களையும் இணைத்து உருவாக்கிய இந்த நாவல், வாசகர்களாகிய உங்களிடையே உலாவருகிறது... முதல் மூன்று அத்தியாயங்களை சமூகப் பொறுப்போடு படித்தால், இதர அத்தியாயங்கள் உங்களை ஈர்த்துவிடும்... ஏற்கனவே ஒரு சில வெளிநாட்டுப் பத்திரிகையாளரும், தொலைக் காட்சியினரும் என்னைப் பேட்டி கண்டுவிட்டு சென்றிருக்கிறார்கள்.

இது, அலிகளைப் பற்றி மட்டும் எழுதிய நாவல் அல்ல! ஒரு அலியைப் பிறப்பித்த பெற்றோர் படும்பாட்டையும் அந்தக் குடும்பம் கெடும் கேட்டையும் சித்திரிக்கும் நாவல். இதைப் படித்து முடித்ததும் இந்த அப்பாவி ஜீவன்களுக்காக ஒரு நிமிடம் உங்களுக்கு வருந்தத் தோன்றினால் அது இந்த நாவலின் வெற்றி! இவர்களுக்கு ஏதாவது தொண்டாற்ற வேண்டும் என்று உங்களுக்குத் தோன்றினால் அது என் வெற்றி! வானதி பதிப்பகத்தின் வெற்றி! விகடனின் வெற்றி! எல்லாவற்றிற்கும் மேலாய் மனித நேயத்தின் வெற்றி!

நெ.9,ஐஐ-வது குறுக்குத் தெரு,
டாக்டர் ராதாகிருஷ்ணன் நகர்,
சென்னை-600041 **சு. சமுத்திரம்**

இரண்டாவது பதிப்பு முன்னுரை

மானுடத்தின் மூன்றாவது பரிமாணமான அலிகளைப் பற்றிய இந்த 'வாடாமல்லி' நாவல் இரண்டாவது பதிப்பாக வாசகத் தோழர்களை நோக்கி வலம் வருகிறது. எழுத்தாளன் என்ற முறையில் எனக்குப் பெரும் அளவிற்கும், அலித்தோழர்களுக்கு சிறிய அளவில் கிடைத்தும் உள்ள ஒரு நல்ல செய்தியின் பின்னணியில் இந்த இரண்டாம் பதிப்பு வெளிவருகிறது. அமரர் ஆதித்தனாரின் ஐம்பதினாயிரம் ரூபாய் 'இலக்கிய விருது,' இந்த நாவலுக்குக் கிடைத்தது... டாக்டர் ஔவை நடராசன் டாக்டர் பொற்கோ, ராணி ஆசிரியர் மாரிசாமி ஆகியோரைக் கொண்ட நடுவர் குழு இந்த நாவலைத் தேர்ந்தெடுத்தது. சென்னையில் ராணி - சீதை அரங்கில் இந்த விருதை முதல்வர் கலைஞர் அவர்கள் எனக்கு வழங்கினார்கள். எனக்கு அன்றுமுதல் இன்றுவரை தம்பிரான் தோழராக விளங்கும் திருமிகு சிவந்தி ஆதித்தன் அவர்கள் இந்த விழாவில் என்னைப்பற்றி மிக உயர்வாகக் குறிப்பிட்டபோது மிகவும் நெகிழ்ந்து போனேன். அதே சமயம் இந்த நாவலை உடனடியாய் வெளியிட்டு எனது பரிந்துரைகள் அனைத்தையும் ஏற்றுக்கொண்ட வானதி பதிப்பக உரிமையாளர் பெரியவர் திருநாவுக்கரசு அவர்களுக்கு நன்றி சொல்லாத குற்றத்தையும் செய்துவிட்டேன். என்றாலும் இவர் இதைப் பெரிதாக எடுத்துக்கொள்ளாத பெருந்தகை. ஆனாலும் இன்றும் என் மனம் கேட்கவில்லை.

அமரர் ஆதித்தனார் அவர்களின் மூலம்தான் எளிய, இனிமையான தமிழைக் கற்றுக் கொண்டு என் படைப்புகளில் அதைப் பயன்படுத்தினேன். ஆகையால் 'ஆதித்தனார் விருது,' கிடைத்தது ஒரு வகையில் பொருத்தமே... விழா மேடையில் நான் அறிவித்ததுபோல், பரிசுத் தொகையில் பத்தாயிரம் ரூபாயை அலித் தோழர்களின் நலவாழ்விற்காக ஒதுக்கி இருக்கிறேன். இந்தப் பணம் கடலில் 'கரைத்த காயம்,' என்று சில நண்பர்கள் சொன்னதால் இந்தப் பணத்தையே மூலதனமாக வைத்து

அலிகளுக்கும், அவர்களைப்போல் நலிந்தோர்க்கும் ஒரு அறக்கட்டளை உருவாக்கிக் கொண்டிருக்கிறோம்... அது முழுமையான வடிவம் பெற இன்னும் நாளும், நேரமும் கூடி வரவில்லை...

இந்த நாவல் வந்தபிறகுதான் பல சிந்தனையாளர்களுக்கு அலிகளைப் பற்றி நல்லவிதமான ஒரு கண்ணோட்டம் வந்திருக்கிறது. இன்னும் சில எழுத்தாளர்கள் இந்த நாவலைப் பற்றிக் குறிப்பிடாமலே தாங்கள் ஏதோ அலிகளைப்பற்றி முதல் முயற்சியாய் எழுதப் போவதாக தம்பட்டம் அடித்துக் கொண்டிருக்கிறார்கள்... என்றாலும் இது இந்த நாவலின் வெற்றிதான். இந்த நாவல் மண்ணுக்குள் வேராக இருந்து அந்த வேரைவிடப் பெரிய அடிமரத்தையும் கிளைகளையும் தோற்றுவித்தால் அதுவும் ஒரு வெற்றிதான்... ஆங்காங்கே அலிகளைப்பற்றிய விஞ்ஞானப் பூர்வமான கட்டுரைகளும், செய்திப்படங்களும், மனிதாபிமான சித்தரிப்பும் இந்த நாவலுக்குப் பிறகுதான் ஏற்பட்டுள்ளன... இது ஒரு ஆரோக்கியமான சங்கதி... கூவாகத்தில் ஆண்டுக்கொரு தடவை கூடும் அலிகளுக்கு, காமக் களியாட்டங்கள்தான் பெரிது என்பது போல் சித்திரிக்கும் பத்திரிகைகள்கூட இப்போது அவர்களுடைய பிரச்சினைகளை முதல் தடவையாக வெளியிட்டுள்ளன... அதேசமயம் இவர்களைப்பற்றி இப்படி முதல் தடவையாக ஒரு நாவல் வந்திருக்கிறது என்று சொல்வதற்கு அந்தப் பத்திரிகைகளுக்கு விசாலமான மனம் இல்லை...

கூவாகத்தில் கூடிய அலித் தோழர்களுக்காக ஒரு விழா நடந்திருக்கிறது... இவர்களைப் பற்றி முதல்தடவையாக மனித நேயத்துடன் எழுதிய எழுத்தாளனைப் பேசுவதற்கு அழைக்க வேண்டுமென்று விழாக்காரர்களுக்குத் தோன்ற வில்லை... ஆனாலும் அலிகளுக்கு அழகுப் போட்டி நடத்தி விழாவை விகாரமாக்கியவர்கள் அழைத்திருந்தாலும் நான் போயிருக்க மாட்டேன்...

ஏழைகளைப்பற்றி எழுதுகிற ஒரு எழுத்தாளனுக்கு பரிசு கிடைத்தாலும் அதேசமயம் அந்த ஏழைகள் முன்னேறாமல் இருப்பதையும் கண்கூடாகப் பார்க்கிறோம்... ஆகையால் இந்தப் பரிசுகள் ஏழ்மையின் வெற்றியே தவிர ஏழைகளின் வெற்றி அல்ல... இதேபோல் இந்த நாவலுக்குக் கிடைத்த பரிசும், பேரும் அலித்தன்மையின் வெற்றியே தவிர அலிகளின் வெற்றி அல்ல

என்றே கருதுகிறேன். இப்படிக் கருதுவதற்குக் காரணமும் இருக்கிறது. சோதனைக்குழாய் குழந்தைகள் பிறப்பிக்கப் படுகிறார்கள்.

செம்மறி ஆட்டிலிருந்து அதன் நகலான இன்னொரு செம்மறி ஆடு உருவாக்கப்படுகிறது. பெற்றோர் இல்லாமலேயே நகல் மனிதர்களை உருவாக்கும் வேண்டாத வேலையிலும் விஞ்ஞானிகள் ஈடுபட்டிருக்கிறார்கள். ஆனால் இதே இந்த விஞ்ஞானிகளுக்கு அலிகள் ஏன் இப்படி உருவாகிறார்கள் என்று ஆழமாக ஆய்வு செய்ய நேரமில்லை... கேட்டால் 'குரோமோசோம் கோளாறு' என்று ஒரு வார்த்தையில் சொல்லி விடுவார்கள். இன்றைய விஞ்ஞான பொற்காலத்தில் இந்தக் கோளாறுகளைச் சரிப்படுத்த வேண்டுமென்ற மனிதாபிமானம் எவருக்கும் ஏற்பட வில்லை... இதுதான் இன்றைய நடைமுறை... இது மாறும் என்று நம்புவோமாக...

'ஆனந்தவிகடனில்,' இது தொடர்கதையாக வந்த போதும், பின்னர் இது நூலாக வடிவம் எடுத்தபோதும் அருமையான படம் வரைந்த ஓவியர் அரஸ் அவர்களுக்கு மீண்டும் நன்றியைத் தெரிவித்துக் கொள்கிறேன். இந்த நாவலை 'இந்தியா டுடேயில்' விமர்சித்த பேராசிரியர் சு.வேங்கட்ராமன், 'சுபமங்களாவில்,' விமர்சித்த கோபாலி, எனது தோழர்களான செம்மலர், தாமரை, தீக்கதிர் உள்ளிட்ட அனைவருக்கும் நான் நன்றிக்கடன் பட்டவன்... இந்த நாவலை அச்சுப்பிழை திருத்துவதிலிருந்து இரண்டாம் பதிப்புக்கு முன்னுரை எழுதவேண்டுமென்று என்னை வற்புறுத்தியவரும், இந்த நாவலோடு இரண்டறக் கலந்த என் தேசியத் தோழர் தர்மலிங்கம் அவர்களுக்கும், இந்த நூல் சிறப்பாக வெளிவரத் துணை நின்ற பெரியவர் திருநாவுக்கரசு அவர்களின் திருமகன்களான ராமு, சோமு ஆகியோருக்கும் செலுத்த வேண்டிய நன்றிக்கடன் என்னிடம் அதிகமாகவே உள்ளது... இதற்கு முன்னுரை எழுதிய விகடன் ஆசிரியர் எஸ். பாலசுப்பிரமணியன், ஆய்வுரை எழுதிய டாக்டர் இராமகுருநாதன், இந்த நாவலை விமர்சித்து கடிதங்கள் எழுதிய ஏராளமான வாசகத் தோழர்கள் அத்தனை பேருக்கும் என் நன்றி உரித்தாகுக... இந்தப் படைப்பை பாலக்காடு பல்கலைக்கழகத்தில் பாடநூலாக்கக் காரணமான அந்தப் பல்கலைக்கழகத்தின் தமிழ்த் துறைத் தலைவர் பேராசிரியர்

ராசாராம் அவர்களுக்கும் நன்றியுடையேன். இந்த நாவலுக்கு ஆய்வு நிகழ்ச்சி வைத்த தமிழ்நாடு முற்போக்கு எழுத்தாளர் சங்க வடசென்னைக் கிளைத் தோழர்களையும், கோவை மாவட்டத்தில் இதற்கு ஆய்வரங்கம் நடத்திய சக எழுத்தாளர் தோழர் சுப்ரபாரதி மணியனுக்கும், அந்த அரங்கில் ஆய்வுக்கட்டுரை படித்த கோவையில் வாழும் ஞானியான பழனிச்சாமி அவர்களையும், உரையாற்றிய தோழர் பழனிச்சாமி உள்ளிட்ட அனைவரையும் இதோ இந்தத் தருணத்தில் நினைத்துப் பார்க்கிறேன்...

இதன் மூன்றாவது பதிப்பும், வானதி மூலம் விரைவில் வெளிவரப் போவது நிச்சயம்... அப்போது எனது மூன்றாவது முன்னுரையில் அலிகளுக்கான அறக்கட்டளை செய்யும் சேவகம் பற்றியும், இந்த நாவல் அகில இந்திய அளவில் திரைப்படமாக வந்துள்ளதையும் நான் குறிப்பிடாமலேயே வாசகர்கள் அறிந்துகொள்ளும் சூழலும், அனைத்திற்கும் மேலாக பாவப்பட்ட அலித்தோழர்களின் வாழ்க்கையில் ஒரு ஆரோக்கியமான மாறுதலும் ஏற்படுமென்று நம்புகிறேன். இந்த நம்பிக்கை நனவாக வாசகத் தோழர்களாகிய நீங்கள் வாய்ச்சொல் அருள வேண்டுமென்றும் கேட்டுக் கொள்கிறேன்...

4-5-1997 தோழமையுடன்,
சென்னை - 41 சு. சமுத்திரம்

முன்னுரை

எஸ். பாலசுப்ரமணியன்
ஆசிரியர்: ஆனந்தவிகடன்

காலம் காலமாக சமூகத்தில் ஒடுக்கப்பட்டு வரும் பிரிவில் ஒன்றான அலிகளை மையமாக வைத்து விகடனில் ஒரு நாவல் எழுத திரு. சு. சமுத்திரம் விருப்பம் தெரிவித்தபோது உடனே சம்மதம் தெரிவித்தேன். காரணம், மிகவும் பரிதாபத்துக்குரிய இவர்கள் வாழ்க்கையில் சந்திக்க நேரிடும் இன்னல்களும், துயரங்களும் ஒரு நாவல் மூலமாக வாசகர்களின் கவனத்துக்கு எடுத்துச் செல்ல வேண்டும் என்ற விருப்பம்தான்.

எதிர்பார்த்தது போலவே விகடனில் 'வாடா மல்லி' தொடர் வெளியானபோது வாசகர்களின் பாராட்டுக்களை அது ஏகமனதாகப் பெற்றது. சுயம்புவின் கதாபாத்திரம், வாசகர்களிடம் பெரும் பாதிப்பை ஏற்படுத்தியது. வெவ்வேறு சூழ்நிலைகளில் சுயம்பு சந்திக்க நேரிட்ட கஷ்டங்களும், அவமானங்களும் படிப்பவர்களின் மனம் கசிய வைத்தது.

எடுத்துக்கொண்ட கருவை மேலோட்டமாக விரிவு படுத்தி எழுதாமல் அதன் உள்ளே புகுந்து, புறப்பட்டு வந்திருக்கிறார் சு. சமுத்திரம். இதற்காக நிறைய ஆராய்ச்சி செய்திருக்கிறார். நிறைய பேரை சந்தித்திருக்கிறார். நாவலா சிரியரின் அந்த உண்மையான உழைப்பு நல்ல பலன் அளித்திருக்கிறது என்பதற்கு நாவல் பெற்ற வெற்றியே சாட்சி

இந்தத் தொடர் இப்போது நூலாக வெளிவந்திருப்பதில் நான் பெரு மகிழ்ச்சி அடைகிறேன்.

சு. சமுத்திரத்தின் இலக்கியப் பணி மேலும் தொடர்ந்து, அவர் இதுமாதிரியான புதுமைப் படைப்புகளில் நிறைய ஈடுபட்டு வெற்றி பெற என் நல்வாழ்த்துக்கள்.

20-11-93　　　　　　　　　　　எஸ். பாலசுப்ரமணியன்
சென்னை - 600 002.

அணிந்துரை

டாக்டர் பேராசிரியர் இராம. குருநாதன்

ஒரு குடும்பத்தில் ஒருவனோ, ஒருத்தியோ அலியாக மாறுகிறார்கள் என்பதைக் கண்முன் கொண்டு வருவோம்! அக்குடும்பம் என்ன பாடுபடும்? - 'நெல்லுல சாவியாகி, முட்டையிலே கூமுட்டையாகி ஆணிலேயும் சேராமல் பெண்ணிலேயும் சேராமல் அலியாகிப்போன இளைஞன் ஒருவனின் கதைதான் இது.

வண்ணமும் வடிவமும் (?) இருந்து உயிர்ப்பு அற்ற காகித மலர்களாக உலவும் அலிகளின் அவல வாழ்வு வித்தியாசமான பார்வையில் சொல்லப்பட்டிருக்கிறது.

அலிகள், ஆண்பாலா? பெண்பாலா? இவர்களை எப்பாலில் கூறுவது?. எத்திணையில் கூறுவது? என்ற ஆராய்ச்சி மிகப் பழங்காலத்தில் நிலவி வந்துள்ளது. உயர்திணையில் கூறுவது பால் வழுவமைதி! சேனாவரையர் 'பெண்மை திரிதலும் உண்டேனும், ஆண்மை திரிதல் பெரும்பான்மை' என்று தொல்காப்பியத் தொடர் ஒன்றிற்குப் பொருள் விரிப்பர். பெண்மை குறைந்து, ஆண்தன்மை மிக்கதை அலி என்ற சொல்லாலும், ஆண்தன்மை குறைந்து பெண்தன்மை மிக்கதைப் பேடி என்ற சொல்லாலும் குறிப்பர்.

கூத்துக்களில் ஒருவகையான பேடிக்கூத்து பற்றிச் சிலப்பதிகாரம் கூறுகிறது. ஆண்மை திரிந்த பெண்மைக் கோலத்துக்கூத்தாகும் இது. பெண் தன்மை மிகுந்து ஆண் தன்மை குறைத்தவனைப் பேடி என்கிறது நாலடியார்.

புராண இதிகாச காலங்களிலிருந்தே அலிகளும் பேடிகளும் இருந்துள்ளனர். அரவான், அர்ச்சுனன் மற்றும் பேடியோடு

கலவியில் ஈடுபட்ட கண்ணன், பேடிக்கூத்து ஆடிய மன்மதன் எனப் பட்டியல் நீளும்,

அலிகள் வீரஞ்செறிந்தவர்களாக வாழ முடியும் என்பதற்கு வரலாற்றுச் சான்றாக இருந்தவன் மாலிக்காபூர்!

இவ்வாறு கடவுள் முதல் மனிதர்வரை அலிகள்பற்றிய வாழ்க்கை அவ்வப்போது புராண இதிகாச வரலாற்று நிகழ்ச்சிகளில் இடம்பெற்றுள்ளது. ஷேக்ஸ்பியரது நாடகங்கள் ஒருசிலவற்றில் அலிகள் நாடக மாந்தராகியுள்ளனர்.

தம் தமிழ் இலக்கியத்துள்ளும் அலிகள் வாழ்க்கையைச் சிலர், குறுநாவலாகவும், கவிதையாகவும் தீட்டிக் காட்டியுள்ளனர். எழுத்தாளர் சு. சமூத்திரத்தின் இப்புதினம் அலிகள் வாழ்க்கையை முழுப்பார்வையுடன் காட்டும் புதினமாகும். இந் நாவலில், சுயம்புவை 'வாடாமல்லி'யாகக் காட்டுகிறார். குடும்ப வாழ்க்கை, பொதுவாழ்க்கை, தனிப்பட்ட வாழ்க்கை என்ற மூன்றிலுமாக அழுந்தி வாடி வதங்கிய சுயம்புவை 'வாடாமல்லி'யாக வழங்கியுள்ளார்.

சுயம்புவிடம், பத்துவயது முதலே காணப்பட்ட இயல்பு, பொறியியல் கல்லூரிக்குப் போன புதிதில் அவன் தன்னை உணர்ந்த நிலை, பின் அவனுள் இருக்கும் ஏதோ ஒருணர்வு-அவன் தனியே இனங் குறிக்கப்படல்-பேருந்தில் செல்லும்போது, கல்லூரி கலாட்டாவின்போது கிராம மக்களின் பார்வையில் படும்போது, குடும்பத்தில் சகோதரி திருமணத்தின்போது, காவல்காரர்களின் கண்ணில் படும்போது - இப்படிச் சென்ற இடங்களில் எல்லாம் அவனது பண்பைக் காட்டுவதாக இருப்பது எது? என்பதை அவனுள் ஏற்படும் பாலின மாற்றத்தினூடே விரியும் நிகழ்ச்சிகளாகச் சித்திரித்துக் காட்டுவதில் வெற்றி பெற்றுள்ளார். படைப்பாளர்.

கல்லூரியில், ஆண்களின் வேங்கைத்தனமான உடம்பை வேட்கைத் தளமாய் வேடிக்கையோடு பார்ப்பதும், பெண்களோடு பெண்ணாக ஒட்டி நிற்பதும் சுயம்புவை அலியாகவும், பெண்மை அவாவும் பேடி யாகவும் (Hermaphrodite) ஆகிய இரு நிலைகளுக்கும் -ஆளானதைக் காண முடிகிறது. கிராமத்துப் பெண்கள் பார்வையில் 'பொம்பளைக் கள்ளனாகவே' தெரிகிறான் சுயம்பு,

பெண்மையைச் சிறையிட்ட, ஆண் உடம்பு பூண்ட சுயம்புவின் வாழ்க்கை நடப்பியல்படக் கூறப்பட்டுள்ளது.

சுயம்பு சேலை கட்டிப் பார்ப்பதும், தன்னை பொம்பளை எனக் குடும்பத்தாரிடம் கூறிக்கொள்வதும்-அக்குடும்பத்தில் ஏற்பட்ட ஒரு மகாராஷ்டிர பூகம்பம்.

சுயம்புவை விரும்பும் உறவுப் பெண்ணிடத்துக்கூடக் காதலைப் பேசாமல், நெற்றிவகிடு எடுப்பது, சேலை கட்டுவது ஆகிய இவற்றையே பேசித் தன்னை அவள் இனமாகக் கருதுவதும், கல்லூரி நண்பனான ‘டேவிட்’ டிடம், சுயம்பு, கைக்கிளை உணர்வு கொள்வதும், சகோதரி திருமணம் நடக்க இருந்த சூழ்நிலையில் கதவைத் தாழிட்டுக்கொண்டு யாருக்கும் தெரியாமல் சேலை கட்டிக்கொள்வதும், நகைகள் அணிந்துகொள்வதுமான அவனுடைய அகப்புற மாற்றங்கள் பாலின மாற்றத்தை மெல்ல மெல்ல வெளிப்படுத்துதற்கான அறிகுறிகள். இவற்றின் எதிரொலியாக, தன் சகோதரிக்கு நடக்க இருந்த மணநாளன்று, மணமகன் வீட்டாரிடம் தன்னைப் பெண்ணுக்குத் தங்கச்சி என்று பறைசாற்றிக் கொண்டவன். அவர்களிடம், சில சமயம் பேண்ட் ‘போடுவேன்; சில சமயம் சேலை கட்டுவேன், ரெண்டுமே பிடிக்கும் என்கிறான். விளைவு? அவனுடைய சகோதரி, தன் திருமணம் நின்றுபோனதே என்று கவலைப்படாமல், சுயம்பு இப்படி, ‘மாறிவிட்டதற்காக’ வருந்தித் தற்கொலை செய்துகொள்வது ஓர் அசலான பார்வை

சுயம்புவிடம் காணப்பட்ட இந்தப் போக்கு. சுயம்புவின் அண்ணி கோமளம் தன கணவன் ஆறுமுக பாண்டியிடம், உளவியலான அச்சத்தை ஏற்படுத்த, கணவனும் சுயம்பு போலவே இருந்துவிடுவானோ என எண்ணி, ‘பெண்டாட்டியிடம் புருஷனாக இருக்கோ மான்னு பாருங்கோ’ என்று சொல்லவைப்பது இயற்கை யானது.

வீட்டைப் பிரிந்த சுயம்பு, சென்னை சென்று அலிக் கூட்டத்தாரோடு கலந்து விடுகிறாள். அவர்கள் பார்வையில், சுயம்பு, ‘பானையா மாறுமுன்னே எடுத்து வந்துவிட்ட பச்சை மண்!” கதை டெல்லிவரை நீள்கிறது. அலிகளோடு அலிகளாய் டெல்லியில் அவனும் ஒருவன்....! அங்கு, அலிகளின் தர்பாரை நடத்திக் கொண்டிருந்த அல்/விராணி கங்காதேவியின் கரையில்லாச் சொத்துக்கு வாரிசாகிறான் சுயம்பு, சுயம்பு ‘மேகலை’ என்று பெயர் சூட்டப் பெறுகிறான். இதுநாள் வரை கண்ணீர் சிந்திய அவலச் சுரப்பி, அலிகளின் அவலம் தீர்க்கும் அமுதசுரபி யாகியது!

அலிகளின் வாழ்க்கையை இவ்வளவு துல்லியமாகக் காட்டிவிட முடியுமா? அவர்களின் பண்பாட்டையும், சமுதாயத்தில் சரியாகக் காலூன்றாத அவர்களின் அவல நிலையையும் இவ்வாறு எழுத முடியுமா? முயன்றிருக்கிறார் சமுத்திரம்; வெற்றியும் பெற்றிருக்கிறார். அலிகள் வசிக்கும் இடங்கள், சூழ்நிலைகள், விழாச் சடங்குகள் ஆகியவை நன்கு உணர்த்தப்பட்டுள்ளன. அலிகளைப்பற்றிய சமுதாயப் பொறுப்புணர்ச்சியும், மனிதநேயமும் மிகுந்த அக்கறையோடு இந்நாவலில் கூறப்பட்டுள்ளன. டேவிட், பச்சையம்மா ஆகியோர் அலிகள் பற்றி ஆங்காங்கே கூறியிருப்பது இரக்கத்தை வரவழைப்பதாகும். அதேபோல், டி.வி.யில் சுயம்பு, அலிகள் சார்பில் பேசுவதும் சமூகத்தில் அப்பிரிவினர் மதிக்கப்பட வேண்டும் என்பதை உணர்த்துகிறது.

தோழர் சு. சமுத்திரத்தின் புதினம் இப்படித்தான் இருக்கும் என்று முத்திரை குத்திவிடலாம். கிராமியப் பின்னணியைப் பகட்டாகப் புனையாமல், பட்டவர்த்தனமாகக் கூறுவது இவருக்குக் கைவந்த கலை. அசலுக்கு அணிகலன் பூட்டிப் பார்க்காதது இவரது நடை. இவர் தமிழ்ப் புதின உலகில் தனியாக மணக்கும் 'காட்டுச் செடி'. அதன் வாசம், இவருக்குத் தொலைதூரப் பார்வையையும் தந்துள்ளதை இப்புதினத்தால் அறியலாம்.

வாடாமல்லி நாவலில் வரும் அலி என்ற வார்த்தைக்கு பதிலாக திருநங்கை என்ற வார்த்தையை வாசகர்கள் திருத்தி படிக்க வேண்டுகிறேன். புதிய பதிப்பை வெளியிடும் பரிசல் புத்தக நிலையத்தாருக்கு வாழ்த்துகள்,

இவற்றின் அடிப்படையில், தமிழில் ஒரு புதிய கருப் பொருளைச் சமூகச் சிந்தனையோடு அணுகிய இவருக்கு, 'தமிழ் கூறும் நல்லுலகம்' நன்றி சொல்ல வேண்டும்.

இராம. குருநாதன்

வாடாமல்லி

1

சுயம்பு அந்த சூட்கேஸைப் பிடித்துக் கொண்டிருந்த விதம், அதுவே அவனைக் கெளவிக்கொண்டிருப்பது போல் தோன்றியது.

ஒரு கையால் பிடிக்க வேண்டிய சூட்கேஸை முதுகில் சார்த்தி வைத்துக்கொண்டு பின்புறமாய் இரண்டு கைகளையும் தோள் வழியாய்க் கீழே கொண்டுபோய், அதன் சின்னப் பிடியில் பெரிய 'பிடி' போட்டு, எதுவும் பிடிபடாதவன் போல், அந்தத் தார்ச்சாலையில் குறுக்கும் நெடுக்குமாய் அலைமோதினான். சிறிது நேரத்தில் பெட்டியைப் பிடித்த இரு கரங்களையும் விடுவித்து, தலையில் வைத்தபோது அந்தப் பெட்டி கீழே விழுந்து சத்தம் போட்டது. அது புரியாமலே, அவன் அங்குமிங்குமாய்ச் சுற்றினான். பிறகு மீண்டும், இரு கரங்களையும் பின்புறமாய்க் கொண்டுபோய், விரல்களை மடக்கிக் கொண்டான். பெட்டியை மீண்டும் பிடித்திருப்பதாக அவனுக்கு ஒரு அனுமானம்.

மேற்கும், கிழக்குமாய், போய்க்கொண்டிருந்த அந்தத் தார்ச்சாலையைப் போலவே, அதேகனத்தில் அந்தகாரமான இருள். அந்தப் பகுதி முழுவதையும் ஆட்டி வைத்துக் கொண்டிருந்த அசுரத்தனமான இருள். பேய் இரைச்சலான காற்று. அதற்கு ஏற்றாற்போல் பேய்த்தனமாய் ஆடும் சவுக்கு மரங்கள். தொலைவிலுள்ள ஒரு குட்டையில் 'அய்யோ... அய்யோ' என்பது மாதிரியான தவளைக் கத்தல்கள். அந்தப் பகுதி முழுவதுமே, மேலே கறுப்புக் குகைபோன்ற ஆகாய மூடியால் அடைபட்டிருப்பது போன்ற தோற்றம்... பல்வேறு மரங்கள், இருட்கோடுகளாய், இருளின் அடர்த்தியை கூட்டிக் கொண்டிருந்தன. ஆனாலும் ஆங்காங்கே மின்மினிப் பூச்சிகள் சின்னச் சின்ன ஒளி முத்துக்களைச் சிதறிக்கொண்டிருந்தன.

அவ்வப்போது மேகம் சினந்து காட்டிய உயரவாக்கிலான மின்னல் பல்வரிசையின் ஒளி பட்டு தரையில் கிடந்த சில ஜரிகைக் காகிதங்கள் ஒளி வடிவில் ஒளிர்ந்தன.

சுயம்பு, தலையை மேலும் கீழுமாய் பக்கவாட்டிலும் ஆட்டிக் கொண்டான். உடம்புக்குள் சிறைப்பட்ட ஏதோ ஒன்றை விடுவிக்கப் போவதுபோல், வாயகல, நின்ற இடத்திலேயே நின்றான். பின்னர் அந்த 'ஏதோ ஒன்றுக்குள்' சிறைப்பட்ட மேனிக்காக விடுதலைப் போராட்டம் நடத்துவதுபோல் அங்குமிங்குமாய் தன்னை உதறிக் கொண்டான். அந்த உடம்பிற்கும் தனக்கும் சம்பந்தம் இல்லை என்பதுபோல் தலையை தனிப்படுத்திக் காண்பித்தான். கைகளை ஒன்றுடன் ஒன்று மோத விட்டான். உதடுகளைக் கடித்துக்கொண்டான். பிறகு அப்படியே அங்குலம் அங்குலமாய்க் குனிந்து தலை எது, கால் எது என்று கண்டுபிடிக்க முடியாதபடி, குயிலாய்க் கீழே கிடந்தான். அதுவும் அந்தச் சாலையின் நடுப்பகுதியிலேயே. அப்படியாவது எந்த லாரியோ, அல்லது காரோ தன்மீது மோதி, தலையைச் சக்கரத்தோடு கொண்டு போகட்டும் என்பது மாதிரியான முடக்கம்.

தொலைதூரத்தில் ஒளி தோன்றியது. மிகச் சின்னதாய்த் தோன்றிய அந்த ஒளி, சிறிது நேரத்தில் மேலே நெற்றிக் கண்ணாகவும், கீழே சாதாரணக் கண்களாகவும் காட்டின. அவை நெருங்க நெருங்க, தாலாட்டு மாதிரியான ஒரு சத்தம். சிறிது நேரத்தில் அதற்கு மாறான சப்தமாகவும் ஒலித்தது. அந்த மூன்று ஒளிக் குவியல்களும் ஒரு பெரிய உருவத்தை இழுத்துக்கொண்டு வருவதுபோல் தோன்றியது.

சுயம்பு அப்படியே உட்கார்ந்திருந்தான் - வருவது வரட்டும், தருவது தரட்டும் என்பது மாதிரி. ஆனாலும் அந்த மரண நெருக்கத்தில் அக்காவின் நினைவு. அண்ணன் பிள்ளைகளின் ஞாபகம். அம்மாவைப் பற்றிய தாகம். அண்ணனிடம் திட்டு வாங்க வேண்டுமென்ற ஆசை. அப்பாவிடம், சாட்டைக் கம்பால் அடிவாங்கி, தான் செய்த காரியத்திற்குத் தண்டனையை ஏற்றுக்கொள்ள வேண்டும் என்ற மாறுவேடமோ அல்லது சுயவேடமோ போட்ட மன உளைச்சல்கள்...

குவியலாய்க் கிடந்த சுயம்பு, மீண்டும் மானுடமாய் மீண்டதுபோல், வளைந்து வளைந்து எழுந்தான். தொலைவில் வருவதை அடையாளம் கண்டுபிடித்து, கண்களை

அகலமாக்கியபடியே சாலையின் ஓரத்திற்கு வந்தான். அவனை நெருங்கிவிட்ட அந்தப் பெரிய உருவம், அவனைப் பொருட்படுத்தாமல் ஓடியது... ஆனாலும் லேசாய் நிற்பதுபோல் ஒரு பாவலாக் காட்டியது. கீழே நிற்பவர்கள் தாவி, தன் மீது விழக்கூடாது என்பதற்காக, எல்லாப் பேருந்துகளும் செய்வது போன்ற பாவலாதான். அவன், அதன் அருகே நெருங்கிப் போனபோது, அது பாவலாவை பாய்ச்சலாக்கியது. ஆனாலும், நடுச்சாலையில் எதையோ ஒன்றைக் கண்டு, அது நின்றது. மனிதர் என்றால் நின்றிருக்காது. ஆனால் அது ஒரு அழகான சூட்கேஸ். அதை 'லக்கேஜாக்காமல்' போவது அந்தப் பேருந்துக்குப் பிடிக்கவில்லை. இதற்குள், அவன் எக்கி எக்கி ஓடி அந்தப் பேருந்தின் முன்னால் போய் நின்றான். ஓட்டுநர், தன்னைப் பார்க்காமல் கீழே பார்ப்பதைப் பார்த்து அவனும் தனது பார்வையை அவர் பார்வையில் தொடர விட்டான். அது தன்னுடைய சூட்கேஸ்தான் என்று அரை நிமிடத்தில் அனுமானித்து, அதைத் தூக்கி மார்போடணைத்துக் கொண்டு நிமிர்ந்தபோது பேருந்து உறுமியது. அவன் அந்தப் பெட்டியை இரு கையாலும் தூக்கியபடியே சைகை செய்தான் - அதை ஓட்டுனருக்குக் கொடுக்கப் போவது போல். உடனே "ஏறுய்யா சீக்கிரம்" என்ற முகமறியாச் சத்தம். அவன் அந்தப் பெட்டியை மீண்டும் பின்புறமாய் வளைத்துப் பிடித்துக்கொண்டு பேருந்தின் பக்கத்து முன் வாசலில் நுழையாமல், பின்வாசலை நோக்கி நிதானமாக நடந்தான். இந்த மாதிரிச் சமயங்களில் எல்லாப் பேருந்துகளுக்கும் எப்படிப்பட்ட கோபம் வருமோ, அப்படிப்பட்ட கோபத்தில் அந்தப் பேருந்தும் உறுமியபடியே ஓடப்போனது. கொஞ்சம் ஓடியது. உடனே அவன் அதன் பின்னால் தலைதெறிக்க ஓடி, பின் வாசலைக் கடந்து, முன் வாசலில் முதல் படியை மிதித்தபோது, 'ஒப்பன் வீட்டு பஸ்ஸுன்னு ஒனக்கு நெனப்பா' என்று ஒரு குரல் சத்தம் போட்டபோது, அது தன்னைத்தானோ என்பதுபோல் டிரைவர் பஸ்ஸை நிறுத்தினான். மீண்டும் 'ஏறய்யா' என்ற ஒரு உள்ளிருப்பு அதட்டல். அதன் ஆகர்ஷண சக்தியால் ஈர்க்கப்பட்டவன் போல், பெட்டியை ஒரு கைக்கு மாற்றிக் கொண்டு, அந்தப் பேருந்துக்கு தார்ச்சாலை போட்டது மாதிரியான கருப்புக் கைப்பிடியைக் கைப்பற்றியபடியே உள்ளே போனான்.

அந்தப் பேருந்துக்குள், பயணிகள் ஆண்வாரியாகவும், பெண்வாரியாகவும், அர்த்தநாரீசுவரவாரியாகவும் மண்டிக் கிடந்தார்கள். மூன்று ஆண்வரிசை இருக்கைகளில் ஆண் பெண் ஜோடிகள். ஒன்றில் இன்னொருவரும் உட்காரலாம் என்பது மாதியான 'நெருக்கம்'. இன்னொன்றில் ஆண் ஆசாமி கீழே விழப்போவது மாதிரியான இட நெருக்கடி. மற்ற இருக்கைகளில் பல்வேறு வகையான தொப்பிகள், குல்லாய்கள், வெறுந்தலைகள், மொட்டைத் தலைகள், முடி அழகுகள். மகளிர் பகுதியிலும், இதே விகிதாச்சாரம். ஒருத்தி குளிருக்காக உடம்பைத் தலையோடு சேர்த்து முக்காடு போட்டு முன்னிருக்கையின் பின்புறக் கம்பிக்கு அப்பாலும், பாதி உடம்பைப் போட்டிருந்த விதம், பதினாறு முழப் பட்டுப் புடவையை நீள வாக்கில் மடித்து அந்தக் கம்பியில் தொங்கப் போட்டதுபோல் இருந்தது. இன்னொருத்தியான, இளஞ்சிட்டு, ஜன்னலோர இருக்கையில் தனித்திருந்து தூங்காமல் தூங்கி சுகம் பெற்றுக் கொண்டிருந்தாள். ஒரு கிழவியம்மா, தனது இருக்கைக்கு முன் பக்கமுள்ள இருக்கையில் கம்பியில் சாய்ந்து தூங்கிக் கொண்டிருந்த ஒரு சிறுமியின் சடையைப் பற்றுக்கோலாய் பற்றியபடியே தூக்கத்தில் தலையை மேலும் கீழும் போட்டாள். இதனால் அந்தச் சிறுமியின் தலை கீழும் மேலுமாய் ஆடியது. ஆனாலும், இருவருக்கும் 'சடைத் தனமான' தூக்கம். ஒரு தாய்க்காரி அக்கம் பக்கம் பார்த்த படி, மகளின் மாராப்பை அகலப்படுத்தி விட்டாள்.

மங்கலான விளக்கில், அந்தப் பேருந்துக்குள் இருந்த தூங்காத கண்கள் அத்தனையும் ஒரு கையில், சூட்கேஸைத் தூக்கிப் பிடித்துக்கொண்டு மறு கையால் மேல் கம்பியைப் பிடித்துத் தடுமாறிய அவன் மீது மொய்த்தன. அவன் ஓரளவு தன்னை நிலைப்படுத்தியபோது, பாதிக் கண்கள் திரும்பின. ஆனாலும், மீதிக் கண்கள் அவன் உட்காருவது வரை, திசை மாறப் போவதில்லை என்பது போல், ஒரு மனிதநேய வீச்சோடு, அவன்மீது நிலை கொண்டன. அவனோ, பார்த்த கண்களைப் பார்க்காமல், பாராத கண்களையே பார்த்தான். ஆண் வரிசையில், அவன் கண் போகவில்லை. தாய்க்குலத்தின் வரிசையையே மாறிமாறிப் பார்த்தான். அந்த இளஞ்சிட்டு தனித்திருந்த இடத்தைத் தனித்துப் பார்த்தான். பேருந்தின் குலுக்கலுக்கு ஏற்பக் குலுங்கிய உடம்பைக் கட்டுப்பாட்டிற்குள் வைத்துக் கொண்டே, மேல் கம்பியைப் பிடித்த கையை

அதன்மேல் சக்கரம்போல் உருள வைத்துக்கொண்டு, இடத்தைக் கண்டுவிட்ட திருப்தியில் கால்களை நகர்த்தினான். இந்த இளஞ்சிட்டின் இருக்கை அருகே வந்ததும் மேல்பிடியைச் சட்டென்று விட்டுவிட்டு, தடுமாற்றத்துடன், அந்த இருக்கையின் பிடியைப் பற்றிக் கொண்டே, அவள் பக்கத்தில் உட்கார்ந்தான். சும்மா 'சிவனே' என்று உட்காரவில்லை. உட்கார்ந்த வேகத்திலேயே, அவளின் இரட்டைச் சடைப் பின்னலுக்கு மேல் இன்னொரு இரட்டைச் சடை போல் காட்சியளித்த பூப்பின்னலை உற்று உற்றுப் பார்த்தான். முல்லைப்பூ பின்னல். பிறகு ஆச்சரியம் தாங்காமல் அவள் காதுகளில் வெள்ளை மீன் வடிவத்தில் தொங்கிய தொங்கட்டான்களைச் சிறிது நெருங்கிப் பார்த்தான். அவளாலோ, அல்லது அவளின் அலங்காரத்தாலோ ஈர்க்கப்பட்டவன்போல் அவள் உச்சந்தலையின் மத்தியில் பொருத்தப்பட்ட ஒரு சிவப்பு வளைவையும் சிறிது நேரம் பார்த்தான்.

அந்தப் பேருந்தின் ஓட்டுநர், திரும்பிப் பார்த்தார். பிறகு வலது பக்கமுள்ள வெளிக்கண்ணாடியில் தொலைக்காட்சிப் பெட்டியைப் பார்ப்பதுபோல் பார்த்தபடியே வண்டியை ஓட்டினார். 'ஒலியும் ஒளியுமோ - அல்லது அவை, தேவையற்ற காட்சியோ'... அவர் தனது எதிர்பார்ப்புக் கூடக்கூட, பேருந்தின் வேகத்தைக் குறைத்துக் கொண்டிருந்தார். இதேபோல் 'விழித்திருக்கும்' பயணிகளும் அந்த இருக்கையை எதிர்பார்ப்போடும் ஏக்கத்தோடும் பார்த்தார்கள். 'காலம் கலிகாலம். கண்ணு முன்னாலேயே நடக்குது' என்று ஒரு தாத்தா, பாட்டிக்குச் சொல்லிக் கொண்டிருந்தார். அதேசமயம், பாட்டி, அவர் தன்னைப் பார்க்காமல் எங்கேயோ பார்க்கிறாரே என்பது மாதிரி அவர் தலையைத் தன் பக்கம் திருப்பிவிட்டாள். பலர், அவனும் அவளும் மேற்கொண்டு என்ன செய்யப் போகிறார்கள் என்பது போல் ஆவலுடன் காத்திருந்தார்கள். அவர்களின் கண்களுக்கு மட்டும் பேசும் சக்தியிருந்தால் அவன் பக்கத்தில் தூங்கிக் கொண்டிருந்தவளின் காதில், 'இன்னுமா தூக்கம்?... 'இதுக்குமா தூக்கம்?' என்று கத்தியிருப்பார்கள். ஒரு நடுத்தர ஜோடியின் வாட்ட சாட்டமான ஆண் பிறவி, தனது மனைவியைப் பார்த்து 'அங்கே பாரு... சொல்லி வச்சு தனித்தனியா பஸ்ல ஏறி, இப்போ ஒண்ணா உட்கார்ந்து உரசிக்கிட்டு' என்று அவர்களைப் பார்த்தபடியே பேசினார். மனைவி அவரது

கண்களைத் திருப்புவதற்காக, தலைமுடியைப் பிடித்திழுத்தாள். பிறகு 'நீங்கள் செய்யாததா? என்றாள். அப்புறம் உதட்டைக் கடித்துக் கொண்டே, 'நாம் செய்யா ததா?' என்று தன் பேச்சு சாசனத்திற்குத் தானே ஒரு திருத்தம் கொண்டு வந்தபோது-

ஜன்னல் கம்பிகளில் முகம் போட்டுக் கிடந்த அந்தப் பெண், ஏதோ ஒரு வாடை பட்டு அதை உணர்ந்தவள் போல் கண் விழித்தாள். பக்கத்தில் இருப்பவனை 'அண்ணனோ' என்பதுமாதிரி கண்களைக் கசக்கிப் பார்த்தாள். பிறகு அவன் இல்லை என்று அறிந்ததும், சட்டென்று எழுந்தாள். அப்படியும் அசைவற்று இருக்கும் அவனைப் பார்த்துவிட்டு, இந்த அநியாயத்தைப் பார்க்க யாரும் இல்லையா என்பதுபோல், சுற்று முற்றும் பார்த்தாள். பிறகு பின்பக்கமாய்த் திரும்பி, 'எண்ணா... எண்ணா' என்று கத்தினாள். அந்தப் பேருந்தின் 'கடைமடை' இருக்கையில் துள்ளித் துள்ளி விழுந்தும், தூக்கம் கலையாமல் கிடந்தவன், எத்தனையோ சத்தங்களுக்கு ஈடு கொடுத்தவன், இப்போது அலறியடித்து எழுந்தான். இதற்குள் அவளும் அந்த இடத்தை விட்டு, அவசர அவசரமாக வெளியே வரப் போனாள். ஆனால், அவனோ, இரண்டு கால்களையும் முன்னிருக்கையின் முதுகில் குவித்து வைத்துக்கொண்டு, அவளுக்கு வழியடைத்தான்.

அவள் குரலால், அத்தனை தூங்கிய கண்களும் இப்போது தத்தம் தலைகளில் தொங்குவதுபோல் எழுந்து நின்று குனிந்து பார்த்தன. கடைமடைப் பகுதியிலிருந்தவன் ஓடுகிற பேருந்துக்குள்ளேயே ஓடி, அதனால் சிறிது இடறி, அவள் பக்கம் போனான். அவள் உட்கார்ந்திருப்பவனை உஷ்ணமாகப் பார்த்தபோது-

ஓடி வந்தவன், உட்கார்ந்திருப்பவனை அவன் முடியைப் பிடித்தே தூக்கி நிறுத்தினான். அப்படி நிறுத்தப் பட்டவனுக்குக் கால் விநாடிகூட கருணை காட்டாமல் அவன் தலையை முன்னிருக்கைக் கம்பியில் போட்டுப் போட்டு மோதவிட்டான். அவனும் ரத்தச் சோட்டோடு அடித்தவன் இழுத்த இழுப்பிற்கு உடன்பட்டபோது, இவன் அவன் தலைமுடியைப் பிடித்து பின்புறமாக வளைத்து, தனக்கு வசதியாக வைத்துக்கொண்டு, அவன் மூக்கையும் வாயையும் சேர்த்துக் குத்தினான். காலை மடக்கி வைத்து, வயிற்றில் உதைத்தான். ஆனால், அடிபட்டவனோ எந்த எதிர்ப்பையும் காட்டவில்லை - 'இன்னும் அடி' என்பது போல்.

எல்லோரும் 'அச்சோ' போட்டார்களே தவிர, அசைய வில்லை. ஓட்டுநர், வண்டியைச் சீராக விட்டபடியே கண்ணாடியில் சண்டைக் காட்சிகளைப் பார்த்தார். இன்னும் உச்சக்கட்டம் வரவில்லை என்றும், அப்படி வந்தால்தான் நிழல் முகங்களை விட்டுவிட்டு, நிஜமுகங்களைப் பார்க்க வேண்டும் என்ற நிதானம். ஆனாலும், இடது பக்க வரிசையில் உட்கார்ந்திருந்த அதே நடுத்தர வயது மனிதரால் பொறுக்க முடியவில்லை. மனைவி பிடித்திழுத்த கையை இன்னொரு கையால் விலக்கிவிட்டு, அடிதடி இடத்திற்குப் பாய்ந்தார். அடித்தவனுக்கும் அடிபட்டவனுக்கும் இடையில் நின்று கொண்டே அதட்டினார்.

"ஏய்யா இப்படி மிருகமாகுறே... என்னன்னு விசாரிக்காமல் இப்படியா எடுத்த உடனே அடிக்கறது?"

"ஒங்க பெண்டாட்டி பக்கத்திலே இப்படி ஒருத்தன் ஒட்கார்ந்தா, நீங்க பொறுப்பீங்களா?"

"ஏங்க இங்க வாங்க... அந்த ஆளு அறிவில்லாமப் பேசறான். நீங்களுமா அறிவில்லாம நிக்கறது?"

"இந்தாம்மா... அவன் இவன்னு பேசாதீங்க... இவன் ஒங்களை இப்படிப் பண்ணியிருந்தா..."

"பண்ணியுமாச்சு... குதிரையுமாச்சு... மொதல்ல அந்தப் பொண்ணை விசாரி... அவளே திட்டம் போட்டு சோடி சேரச் சொல்லியிருக்கலாம். இப்போ ஒன்னைப் பார்த்து பயத்துல அந்த அப்பாவியக் காட்டிக் கொடுக்கலாம். ஊரு ஒலகத்துல பார்க்கத்தானே செய்யுறோம்?"

இப்போது, அடித்தவன் உட்பட அத்தனைபேரும், அந்த இளஞ்சிட்டை சந்தேகமாய்ப் பார்த்தார்கள். அவளோ, முகத்தைக் கைகளால் மறைத்துக்கொண்டே, விம்மி விம்மி வெடிவெடியாய் அழுதாள். அவள் "உண்மை" சொல்லப் போகிறாள் என்று, எல்லோரும் அந்தரங்க விருப்பத்தோடு பார்த்தபோது, அவளோ, 'சத்தியமாய் எனக்கு எதுவும் தெரியாது. இவன் யாரோ? நான் யாரோ?' என்று மாறி மாறியும், மாற்றி மாற்றியும் சொல்லி ஒவ்வொரு சொல்லுக்கும் ஒவ்வொரு விதமாய் அழுதாள்.

அவனுக்கு - அதுதான் அவளருகே உட்கார்ந்து அடிவாங்கிய சுயம்புக்கு அழுகை தாங்க முடியவில்லை. நிலமை அவனுக்கு

புரிவது போலிருந்தது. அடித்தவனை ஏறிட்டு நோக்கிவிட்டு, அதே கண்களை அத்தனைபேர் மீதும் படரவிட்டு, அலங்கோலமாய் விக்கி விக்கிச் சொன்னான். ரத்தக்கசிவு வாயோடு, திக்கித் திக்கிச் சொன்னான்.

"அவள் யாருன்னு எனக்குத் தெரியாது... நானாத் தான் உட்கார்ந்தேன்."

அடித்தவன், மீண்டும் அவனை அடிக்கப் போன போது, அந்த நடுத்தர வயதுக்காரர் அவன் தலையைப் பிடித்துத் தனது கக்கத்திற்குள் வைத்துக் கொண்டார். அப்படியும் அவன் 'நாலு பேரு தப்பாய் நினைப்பாங்கன்னு நானே என் ஸிஸ்டர் பக்கத்தில உட்காரலே... இந்தப் பயல் என்னடான்னா... அநியாயம் செய்தவனை விட்டுவிட்டு... என்னை மடக்குறது என்ன நியாயம்?" என்று இயலாமையில் கத்தினான். அந்த அம்மா வேறு, புருஷன் பக்கத்தில் கோபத்தோடு வந்து, சட்டைக் காலரைப் பிடித்தாள். இதற்குள் அந்த நடுத்தரம் அடித்தவன் மீது போட்டிருந்த பிடியை விட்டுவிட்டு, அவன் முதுகை பொறு பொறு என்பதுபோல் தட்டிவிட்டு, அடிபட்டவனை கூர்மையாகப் பார்த்தார். மனைவியின் கையை மடக்கி, ஒரு கையில் வைத்துக்கொண்டே அவனை சட்டைக்காலரைப் பிடித்து கழுத்தோடு சேர்த்து இழுத்தார். உடனே ஒரு பயணி இப்போதுதான் வீரம் பிடர் பிடித்து உந்த 'இவன விடப்படாது' என்று இருந்த இடத்தில் இருந்தபடியே கத்தினார். அது காதில் விழாதது போல், கத்தியவரைப் பொருட்படுத்தாமல், தன்னை மொய்த்த மனைவியை மீண்டும் தள்ளிவிட்டபடியே, கைக்குள் அடக்கமாய் பிடி பட்டவனை மேலும் கீழுமாய் உலுக்கிவிட்டு புலன் விசாரணை செய்தார்.

"நீ யாருடா... ஏய் சொல்றியா இல்ல..."

அவன், அவர் மார்பில் விழப்போனான். அவர் சிறிது விலகிக்கொண்டே அதட்டினார்.

"நீ யாருடா?" "தெரியலே... எனக்கே தெரியலே..."

"இந்தக் கதையே வேண்டாம்... அப்பாவிப் பொண்ணுங்க மத்தியில சும்மா உட்காருவது மாதிரி உட்காருறது, அப்புறம் சுயரூபத்தைக் காட்டுறது... மாட்டிக்கிட்டா பைத்தியம் மாதிரி நடிக்கறது... மரியாதையாச் சொல்லு... ஒன் பேரு என்ன?"

"சுயம்பு."

“இந்தப் பேருக்குரிய அர்த்தம் உனக்குத் தெரியுமாடா அயோக்கியப் பயலே?... எந்த ஊரு? என்ன செய்யுறே?”

“நல்லாம்பட்டி...”

“சீ... எப்படிப்பட்ட பேர்ல இப்படிப்பட்ட பய... எங்கிருந்து வாறடா?”

“எஞ்சினீயரிங் காலேஜ்ல படிக்கேன்... ஊருக்குப் போறேன்...”

“எதுக்காகப் போறே?”

“பிடிக்கலே... பிடிக்கலே...”

“வயசுப் பொண்ணு பக்கத்துல உட்கார மட்டும் பிடிக்குதா?... சொல்லுடா? நீ ஒரு முழு ஆம்புளைப் பயல். எப்படிடா உட்காரலாம்? சொல்றியா, இல்ல முதுகுத் தோலை உரிக்கணுமா?”

அவர், சுயம்புவை உலுக்கிக் குலுக்கினார். அவனோ, இரு கரத்தாலும் கண்களை மூடிக்கொண்டான். தலையை பம்பரம்போல் சுழல விட்டான். அந்த மனிதரின் மார்பிலேயே முகம் போட்டு, அவர் கழுத்தைப் பற்றிக் கொண்டு அழுதான். பிறகு, மின்சாரம் ஒழுகும் சுவிட்சைத் தொட்டவன் போல் திடுக்கிட்டு, அவரிட மிருந்து விடுபட்டான். ‘வேணுமுன்னா என்னை போலீஸ்ல ஒப்படையுங்க... அவங்கதான் எல்லாரையும் அங்கேயே அடித்துக் கொல்வாங்களாமே... என்னையும் கொல்லட்டும்.’ என்று அப்பாவித்தனமாக சொல்வதுபோல் சொன்னான். மீண்டும் அழுதான். அந்த மனிதர், பிடி தளர, அவனைப் பார்த்தார். அவன் பார்த்த பார்வையில், அடித்தவனைத் தவிர, அத்தனைப் பயணிகளுக்கும் ஒரு அனுதாபம் ஏற்பட்டது. அந்தப் பெண்கூடத் தனது அழுகையை அடக்கிக்கொண்டு, அவனை அனுதாபமாகப் பார்த்தாள். சிலர் சத்தம் போட்டே பேசினார்கள். அவனைப் பார்த்தால் குற்றவாளியாக இருக்க முடியாது என்று ஒரு கட்சி. ஏதோ ‘ஒரு மாதிரி’ என்று ஒரு கட்சி. எல்லோருமே பேருந்து சீக்கிரம் போக வேண்டுமே என்ற ஒரே கட்சி. ஆகையால், அவனை ஒரு பிரச்சினையாகப் பார்த்தார்கள். அந்த நடுத்தர மனிதர் அவன் மேல் போட்ட பிடியை எடுத்துவிட்டு, அவனைக் கண்ணுங் கருத்துமாகப் பார்த்தார்.

அவனோ, எவரையும் பார்க்காமல், தன்னைத்தானே உள்நோக்கிப் பார்ப்பதுபோல் நின்றான். பிடரி வரை நீண்ட

முடி. காதுகளில் பாதியை மூடி அவற்றை உருமாற்றிக் காட்டிய கேசம். புதர்போல் மண்டிய உச்சி. நீளவாக்கில் போகாமலும், உருண்டு திரளாமலும் அவை இரண்டும் கலந்த முகம். செம்மண் நிறம். சிமெண்ட் நிற பாண்ட். அதற்குள் சொருகப்பட்டாலும், வெளியே இடுப்புச் சதையைக் காட்டும் நீலச்சட்டை. பதினெட்டு வயதைக் காட்டும் உடல். உச்சி முதல் பாதம்வரை ஒரு குழைவு. விகிதாச்சாரத்திற்குச் சற்று அதிகமான பிட்டம். பால் வடியும் முகம். ஆனால் அது கள்ளிப் பாலோ என்று சந்தேகிக்கும் அளவிற்கான மாறாட்டம். சில சில்லரைக் குறைகளுடன் கூடிய அழகுப் பையன்தான். அவன் அழுவது, அழகே அழுவது போலிருந்தது. இப்போது அடித்தவன்கூடப் பேசாமலிருந்தான். ஆனால், அங்குமிங்குமாய்க் கிடந்த சில தனிக்கட்டைகள் ஆஜராயின.

“போலீஸ் ஸ்டேஷன் இதோ வரப்போகுது... இவன ஒப்படைச்சிட்டு போயிடலாம்.”

போலீஸ் என்றதும், அந்தப் பேருந்து ‘சடன் பிரேக்கோடு’ நின்றது. ஓட்டுநர் இருக்கையிலிருந்தபடியே திரும்பி “ஏன்யா... நீ கண்டக்டர் வேலை செய்ய வந்தியா? இல்ல கள்ளக்காதலை ரசிக்கவந்தியா?” என்றார். அதற்குப் பிறகுதான், கண்டக்டருக்கும் சுரணை வந்தது. முடங்கிக் கிடக்கும் பறவையைப் பார்த்து, நிதானமாகவும் நம்பிக்கையோடும் நடக்கும் பூனைபோல் நடந்தார். சுயம்புவின் கையைப் பிடித்து வெளியே இழுத்தார். அவன் எந்த எதிர்ப்பும் காட்டாமல் இழுத்த இழுப்பிற்கு வந்ததில், அவருக்கு பயம் கலைந்தது. அதற்காக ஒரு சலுகை காட்டுவதுபோல், அவன் பெட்டியாகத்தானிருக்க வேண்டும் என்று அனுமானிக்கப் பட்டதைத் தூக்கி அவன் கையில் திணித்தார். அவன் முதுகில் கை வைத்தபடியே. அவனை நடத்தினார். பின்வாசலுக்குக் கொண்டு வந்து, ஒவ்வொரு படியாய் இறங்கி, இறங்கி, அவனையும் இறக்கி விட்டார். அவன் காட்டிய பார்வை தாங்கமாட்டாது மீண்டும் அவனை ஏற்றிவிடலாமா என்பதுபோல் விசிலை ஊதாமலேயே விட்டு வைத்தார். இதற்குள் பாதிப் பயணிகள் மிச்சம் மீதிகளின் மௌனச் சம்மதத்தோடு ‘சே... சே... நல்ல பஸ்ஸுய்யா...’ என்று முணுமுணுத்தார்கள். நடத்துநர் விசிலடித்தார். மனசாட்சியை பலவீனப்படுத்திக் கொண்டு பலமாகவே விசிலடித்தார். பேருந்து பேரிரைச்சலோடு பாய்ந்தது.

தரையில் கால் தட்ட நின்ற அவன் - அந்தச் சுயம்பு, கையிலிருந்து சூட்கேஸை வீசியடித்தான். அதுவும் அவன் மனம் போல் கிறீச்சிட்டது. அப்படியும் ஆத்திரம் தாங்காமல் அந்தப் பெட்டியைக் காலால் இடறினான். பின்னர் ரத்தக்கசிவுக் கால்களோடு அந்தப் பெட்டிமேல் உட்கார்ந்தான். அந்தக் காடே கதறுவதுபோல் கத்தினான்.

“எம்மா... என்னை எதுக்காக இப்படிப் பெத்தே? நான் யாரும்மா...யாரு?”

2

சுயம்பு, கத்திக் கத்திக் களைத்துப் போனான். அப்பாவையும், அம்மாவையும், திட்டித் திட்டி அலுத்துப் போனான்.

அந்தப் பெட்டிமேல் அவலத்தின் அவலமாக உட்கார்ந்திருந்தான். சவுக்குத் தோப்பில் ஊளையிட்டுக் கொண்டிருந்த நரிகள், அவன் இதுவரை கத்திய கத்தலை சக்தி வாய்ந்த ஒரு மிருகத்தின் கர்ஜனையாக நினைத்து அங்கு மிங்குமாய்ச் சிதறின. ஆனால் இப்போது அவன் தலையில் கைவைத்து, தானே தானாய், தன்னந்தனியாய் உட்கார்ந்திருப்பதை உணர்ந்து, கால் கிலோ மீட்டர் தொலைவு வரை நெருங்கி அவனைப் பார்த்து அரைவட்டம் போட்டன. ஆனாலும் அவன் அவ்வப்போது கத்தினான். ‘அம்மா’ என்ற கத்தல் ‘அப்பா’ என்ற அலறல். வார்த்தைகளை வரவழைத்தும், வந்தவற்றை வெளியே துப்புவதுபோலவும் அவன் கத்தியபோது பின்வாங்கும் நரிகள், அவன் அமைதியாகும் போது நெருங்கப் பார்த்தன. பொதுவாக ஆள் வாடைக்கே பயப்படும் அந்த நரிகள், அவனையும், ஒரு ஆறு மாதக் குழந்தையாக இளக்காரமாய்ப் பார்த்தன. எக்காளமாய் ஊளையிட்டன. என்றாலும் சுயம்பு இப்போது அந்தப் பெட்டி மேலே படுத்து கால்களைத் தரையில் போட்டுப் போட்டுக் குதிக்கவிட்டபோது, அந்த நரிகளுக்கு ஒரு பெரும் அச்சம். எதிர்த்திசையில் ஓடின.

இதற்குள், அந்தக் கொடூர இருளை இரண்டாய்க் கீறுவது போல், ஒரு லாரி ஒளிக்கற்றைகளோடு அங்கே வந்து லேசாய் நொண்டியடித்தது. சுயம்பு தன்னைத்தானே குறுக்கிக்கொண்டு ஈன முனங்கலாய் முனங்கியதைப் பார்த்த டிரைவர் ஆக்ஸிலேட்டரை அழுத்தினார். அவர் அனுமானப்படி, அவன் சரியான ஆக்ஸிடெண்ட் கேஸ்...

எந்த வண்டியோ அடித்துவிட்டுப் போய்விட்டது. எடுத்துப் போட்டு ஆஸ்பத்திரியில் சேர்த்தால் அப்போது பார்த்து போலீஸ் வரும். 'இதனால்தானே நடுராத்திரியில் துள்ளத் துடிக்க ரோட்டில் கிடக்கும் மனிதர்கள் மீதும் வண்டிகள் ஏறிக்கொண்டே ஓடுது...' லாரி டிரைவர் தன்னைத்தானே மெச்சிக்கொண்டார். அவன்மேல் லாரியை விடாமல், வண்டியை 'ஒடித்து' ஓட்டியதே, தான் செய்த மிகப்பெரிய சேவை என்பதுபோல், அந்த வாகனத்திற்குள் உட்கார்ந்த படியே ஓடி, பிறகு தலைமறைவானார்.

அந்த லாரியின் ஒளிக்கற்றைகளாலோ, அல்லது அது போட்ட தகர டப்பா சத்தத்தாலோ, சுயம்பு எழுந்தான். கால்களை மாற்றி மாற்றி, தரையில் மிதித்தான். அம்மாவை நேருக்கு நேராய்ப் பார்த்து இரண்டு திட்டுத் திட்ட வேண்டும் போலிருந்தது. தட்டிக் கேட்க அப்பா வந்தால், அவரையும் ஒரு கை பார்த்துவிட வேண்டும் என்ற கோபம்... கடும்கோபம்.

சுயம்பு, பெட்டியை எடுத்து வலது தோளில் போட்டுக் கொண்டான். அவலத்தை ஆத்திரம் துரத்த, அவன் எதிர் திசையை ஏக்கத்தோடு பார்த்தான். ஒரு ஒளி வட்டத்தைப் பார்த்துவிட்டு, அது வருவது வரைக்கும் காத்திருக்க விரும்பாததுபோல், அதை நோக்கி ஓடினான். அதன் மேல் மோதப்போவது போல், மூச்சு முட்ட, தாவினான். அந்த லாரி படாத பாடுபட்டு, அவன் மீது மோதாக் குறையாய் நின்றது. டிரைவர் கத்தினார். "உனக்கு அறிவிருக்கா? சைடுல நின்னு கையாட்டினால் நிறுத்த மாட்டேனா? சரி... சரி... ஏறு... காசு... இருக்குல்லா...

அந்த லாரியின், பின்பக்கம் உள்ளே இருப்பதைக் காட்டாத தார்ப்பாய் மேல், பத்துப் பதினைந்து பேர் ஒருவரை ஒருவர் ஆதரவாய்ப் பிடித்தபடி கும்பலாய்க் கிடந்தனர். டிரைவருக்குப் பின்னால் உள்ள நீண்ட பெஞ்சில் ஏழெட்டுப் பேர். இவர்கள் போதாது என்பது போல் கீழே, ஆறு பேர் மூட்டை முடிச்சுக்களாய் சுருங்கிக் கிடந்தார்கள். சுயம்புவை 'கேபினில்' ஏற்றுவதா, அல்லது பின்பக்கம் அனுப்புவதா என்று யோசித்த டிரைவர் அவனை அசைபோட்டுப் பார்த்தார், கேபினுக்குள் ஏற்றும்படி கிளீனருக்கு சைகை செய்தார். உடனே, அந்த வண்டிக்கு ஒரு காது இருப்பதுபோல், கதவு திறந்தது. சுயம்பு, டயர் சக்கரத்தில் கால் பதித்து மேலே ஏறிக் கொள்வதற்காக,

கிளீனர் கையை வெளிப்பக்கம் நீட்டினான். அந்த இருக்கை அறைக்குள் ஒளிர்ந்த விளக்கில் வெளியே தெரிந்த கையை சுயம்பு பார்த்தான். அது உருண்டு திரண்டு, ஒவ்வொரு விரலும் ஒரு இரும்புக் குச்சியாய்த் தெரிந்தது. அதைப் பற்றிக்கொள்ள ஆசையோடு கையை நீட்டிய சுயம்பு, பிறகு கூச்சத்தோடு, நீட்டிய கையை மடக்கிக் கொண்டான். ஆனாலும், கிளீனரின் கை அவனை 'கிளீனாக' உள்ளே இழுத்து பெஞ்சில் போட்டது. பிறகு அவனிடம் 'சகட்டு மேனிக்கு' இருபது ரூபாயை வாங்கி டிரைவரிடம் கொடுத்தது. அவர் அதை சிகரெட் மாதிரி உருட்டி, காதில் சொருகிக் கொண்டார். இப்படி இரண்டு காதுகளிலும் பல சொருகல்கள்.

அந்த லாரி, முன்னால் சூழ்ந்த இருளைக் கொலை செய்தபடியே ஓடியது. பின்னால், கூட்டத்தில் இடிபட்ட சுயம்பு, பாதி உடம்பைத் தனது மடிமேல் போட்டபடி தன் முகத்தை முகத்தால் இடித்துக்கொண்டு தூங்கியவனை, நோட்டம் போட்டான். அவன் உருண்டு திரண்ட தோளையும், வலைப் பனியனுக்குள் திமிறிக் கொண்டிருந்த மார்பையும் பார்த்து, தலையைத் தாழ்த்திக் கொண்டான். களைப்பில் தன் தலையை அவன் மார்புமீதும் சாத்திக் கொண்டான். ஒரு சில நிமிடங்கள், அந்த லாரி விட்டுவிட்டு வரும் மரம் செடி கொடிகள் போல், அவன் மன உளைச்சல்களும், நின்றுவிட்டது போன்ற ஏகாந்த உணர்வு. திடீரென்று பழைய உளைச்சல்களும் பஸ்ஸில் பட்ட பாடும் அவனுக்குள் புதிய சுமையாக கனத்தன. அந்த மனித நெருக்கடிக்குள் அங்குமிங்குமாய் நெளிந்தான். ஒவ்வொரு உராய்விலும் ஒருவிதமான கூச்சம். இனிமேலும் இருக்க முடியாத பதற்றம். அவன் அழுதழுது கத்தினான்.

"என்னை எறக்கிடுங்க... எறக்குறீங்களா... எழுந்து குதிக்கட்டுமா?"

டிரைவர், அவன் சொன்னதைக் காதில் போடாதது போல், வண்டியைப் போக வைத்தபோது, சுயம்பு இருக்கையைவிட்டு எழுந்தான். உடனே அவர் கோபமாக பிரேக்கை அழுத்திக் கொண்டு 'ஒப்பன் வீட்டு வண்டி மாதிரி ஏறுறது.. அப்புறம் ஒம்மா வீட்டு வண்டிமாதிரி இறங்குறதா? இந்தாடா மோகன்... இந்த சனியன்கிட்ட வாங்குன ரூபாய மூணு தடவை தலையை சுத்தி கொடுத்திடு... இந்தா ரூபா. சரியான சாவுக் கிராக்கி..." என்றார். அந்த மெட்ராஸ் டிரைவரிடம் ரூபாயை வாங்கிய

மதுரைக் கிளீனர் மோகன், ரூபாயும் கையுமாய் மூன்று தடவை, தனது தலையைச் சுற்றி உள்ளங்கைக்குள் வைத்துக் கொண்டு, சுயம்புவின் கையை சும்மாத் தொட்டுவிட்டு சந்தடிச் சாக்கில் அந்தப் பணத்தைப் பைக்குள் வைத்துக் கொண்டான். பிறகு, உள்ளங்கையை விரித்து சுயம்புவின் கையைப் பிடித்து இழுத்து அவனைக் கீழே குதிக்க விட்டான்.

சுயம்பு, போகிற லாரியைப் பொருட்படுத்தாமல் கூனிக் குறுகி நின்றான். ஓடுகிற லாரியிலிருந்து ஒன்று டமாரென்று கீழே விழுந்தது. அப்படிப் பிணமாய் விழுந்த சூட்கேஸை அவன் எடுத்துக்கொண்டான். வழக்கம்போல் அதைப் பின்புறமாய்க் கொண்டு வந்தான். பிறகு அதைத் தொப்பென்று போட்டுவிட்டு, ஆகாயத்தை அண்ணாந்து பார்த்தான். வாயிலும் தலையிலும் மாறி மாறி கைகளால் அடித்துக் கொண்டான். அடித்த களைப்பிலும், அடிபட்ட களைப்பிலும், சிறிது நிதானப்பட்டான். மீண்டும் பெட்டியைத் தூக்கிக்கொண்டு, நான்கு திக்கையும் பதினாறு கோணங்களாகப் பார்த்தான். எங்கேயாவது ஓடிப்போகலாமா? எப்படிப் போக முடியும்? பஸ்ஸில் கிடைத்தது மாதிரித்தான் உதை கிடைக்கும். லாரியிலிருந்து பெட்டியைத் தூக்கிப் போட்டது போலத்தான் தூக்கிப் போடுவார்கள். ‘அய்யோ... ஏன்தான் பிறந்தேனோ? எப்படித்தான் இப்படி ஆனேனோ?’

திடீரென்று அவனுள் ஒரு அசுர வேகம். அவன் நிலைக்கு அவன் காரணமில்லை என்ற கண்டுபிடிப்பு. அதற்குக் காரணமானவர்களைக் காண வேண்டுமென்று ஆவேசம். அக்காவின் கழுத்தைக் கட்டி ஆறுதல் பட வேண்டுமென்ற ஆசை. எந்த வீட்டில் பிறந்தானோ, அந்த வீட்டிற்குள்ளேயே முடங்கிக் கிடக்க வேண்டுமென்ற வைராக்கியம்.

சுயம்பு, மூர்க்கத்தனமாக நடந்தான். அந்த நடையில் பெட்டிச் சுமை பெரிதாகத் தெரியவில்லை. அந்தத் தார்ச் சாலையில் நடுப்பக்கமாகவே நடந்தான். ஓடினான். ஓடி ஓடி நடந்தான். நேரம் நீண்டாலும், அவன் உட்காரவில்லை. கால்களை நத்தை வேகத்திலாவது நகர்த்திக் கொண்டிருந்தான். அவன் வாய்மூச்சு காற்றோடு காற்றாய் கலந்தது. அவன், அவ்வப்போது போட்ட கூச்சல் நரிகளின் ஊளையோடு ஒரு ஊளையாகியது. செருப்பைத் தேய வைத்து, அதன்மேல் கால் தேய நடந்தான். காலதூர கனபரிமாணங்களைக் கடந்தவன்போல்,

நடப்பதற்காகவே நடப்பதுபோல், நடந்தான். 'துஷ்டனைக் கண்டால் தூர விலகு' என்பதுபோல் துஷ்டமிருகங்கள்கூட அவனைப் பார்த்துப் பதுங்கின. துஷ்டத் தனமான லாரிகள்கூட அவன் அருகே பரம சாதுவாகப் போயின. ஒரு காரில் போன இன்ஸ்பெக்டர் ஒருவர்கூட, 'ரிஸ்க்' எடுக்க விரும்பாதவர்போல், அவனைப் பார்த்து, திடுக்கிட்டு, மறுபக்கம் முகத்தைத் திருப்பிக் கொண்டு 'கண்டுக்காமலே' போனார். அவன், கொள்ளையடித்தவன் போலும், கொள்ளை அடிக்கப் பட்டவன் போலும், நடந்தான். சவுக்குக் காடுகளைத் தாண்டி, மொட்டை வெளிகளைக் கடந்து, மலை ரோட்டில் சரிந்து, கால்கள் இருப்பதே தெரியாமல், வலி என்ற வாதையில்லாமல், மூச்சு விடுவதே தெரியாமல், மூர்ச்சையாகாமலே நடந்தான். சித்தபுருஷன் போலவும் செத்தபுருஷன் போலவும் முப்பது கிலோ மீட்டருக்கு மேலே நடந்துவிட்டான். இந்த அசுர நடைக்கு சாட்சியாக கால்கள் வீங்கிப் போயிருந்தன. கண்கள் அபாயக் கலரில் எரிந்துகொண்டிருந்தன. பெட்டி உரசி, உரசி இடுப்பின் இரு பக்கமும் ரத்தக் கோடுகளைப் போட்டிருந்தன.

அந்தத் தேசிய நெடுஞ்சாலையிலிருந்து ஊருக்குப் பிரியும் கப்பிச்சாலை வழியாக ஊர் முனைக்கு வந்ததும், அவனுக்கு உதறல் வந்தது. அந்தப் பக்கமுள்ள சமூகக்காடு எதுவுமே இல்லாத சூன்யக் கருப்பாகத் தெரிந்தது. சூரிய ஒளியைக்கூட பிடித்துப்பிடித்து உண்டுவிட்டு, இருட்டு இருட்டாய் ஏப்பமிடும் ஆயிரக்கணக்கான கருவேல மரங்களின் அடிவாரங்களில் பல இடங்களில், 'காய்த்தால்' தொழில் மட்டும் நடந்து கொண்டிருந்தது. அவன், அந்தக் கருவேலங்காட்டைத் தாண்டி, ஆதி திராவிட மக்களின் தொகுப்பு வீடுகளின் பக்கம் வந்தான். அந்த வீடுகளை ஒரு குடும்பத்தில் பிறந்த மகன்களும் 'மகள்களும்' ஒட்டு மொத்தமாக ஆக்கிரமித்துக் கொண்டதால், அவை தேவைப்பட்ட, அதே இனமக்கள் கைவேறு கால் வேறாகத் தூங்கிக் கொண்டிருந்த புளியமர அடிவாரத்தின் வழியாக நடந்தான். அங்கிருந்து, மரமில்லாத ஒரு மொட்டை மலைக்கும், மழையில்லா அந்த ஊருக்குமிடையே 'ஓடும்' மணல்வாரிஓடை வழியாக, கால்களை நடத்தி கிழக்குப் பக்கம் சுற்றி, அங்கிருந்து மேற்குப் பக்கம் போனான். தெரு நாய்களின் குலைப்பையும் பொருட்படுத்தாமல் வேப்பமரம் கடை விரிக்க, 'வைக்கோல் படப்பு' வெள்ளைக் குகையாய்த் தோன்ற, தனது வீட்டருகே வந்தான். அந்த வீடு பண்ணைச் சேவகம் செய்யும்

ஓலை வீடாகவும் இல்லை; அல்லது பண்ணையார்த்தனத்தைக் காட்டும் பளிங்குக்கல் வீடாகவும் இல்லை. சுயசார்பைக் காட்டும் சுமாரான வீடு.

சுயம்பு, வீட்டுக்குள் நுழைய மனமில்லாமல் கூட்டுக்குள் நுழைய விரும்பாத கோழிக் குஞ்சு போல், அந்த வேப்ப மரத்தில் சாய்ந்து கிடந்தான். அப்போது எதிரித்தனமாய்க் குலைத்தபடியே அந்த வீட்டிலிருந்து ஒரு 'குட்டி ராஜபாளையம்' சீறி வந்தது. ஆறு மாதக்குட்டி. அவனைப் பார்த்ததும் செல்லமாய்ச் சிணுங்கியது. வாலை பின்கால்களுக்கு இடையே வைத்துக்கொண்டு தூசி படிந்த அவன் கால்களையும், கரங்களையும், நாக்கால் ஒட்டடை யடித்தது. பிறகு அவன் வருகையைச் சொல்வதற்காக, அவன் வீட்டை நோக்கி ஓடப்போனது. சுயம்பு கீழே குனிந்து, அந்தக் குட்டியை மார்போடு சேர்த்து அணைத்துக் கொண்டான். அது சத்தம் எழுப்பாமல் இருக்க அதன் இரண்டு தாடைகளையும் மூடி, அதன் முனையைப் பிடித்துக் கொண்டான்.

அந்த நாய்க்குட்டியின் சீற்றக் குலைப்பாலோ அல்லது செல்ல முனங்கலாலோ, ஏற்கெனவே இரவு முழுவதும் தூங்காமலும், விழித்திருக்காமலும், பாயில் சும்மா புரண்ட மரகதம், வெளியே வந்தாள். ஏதோ ஒரு புரியாத சுமையைப் பிறருக்குத் தெரியாமல் சுமப்பதுபோல் உச்சிமுடி சிலிர்த்து நிற்க நின்றாள். சுயம்புவிற்கு, நான்கு ஆண்டுகள் மூத்தவள். ஒரு வட்டத்திற்குள் அடங்கும் முகம். வெள்ளொளி வீசும் கண்கள். எப்போதும் சிரித்துக் கொண்டிருப்பது போன்ற தோரணை. அழுத்தம் திருத்தமான உடம்பு, தட்டையாக இல்லாமல், உருண்டு திரண்ட மார்பகம், பழுத்த - அதேசமயம், காயப் போடாத மிளகாய் நிறம்.

மரகதத்திற்கும், ஒரு பெரிய பிரச்சினை. அவளை, அத்தை மகனுக்கு கொடுப்பதா அல்லது தாய்மாமா மகனுக்குத் தாரை வார்ப்பதா என்று அப்பாவுக்கும் அம்மாவுக்கும் இடையே, நடுவர் இல்லாத ஒரு பட்டிமன்றம். ஆகையால் இப்போது இருவருமே பேசிக் கொள்வதில்லை. கடைசியில் மாமா மகன் இன்னொரு பெண்ணையும், அத்தை மகன் அடுத்த பெண்ணையும் கட்டிக் கொண்டதுதான் மிச்சம். உடனடியாக அப்பன்காரன் நாலைந்து பெரியவர்களோடு ஐம்பது கிலோ மீட்டருக்கு அப்பால் பேச்சு நடத்தப் போனார். மறுவாரமே, ஒரு ஜீப்பில் ஒரே ஒரு பெண்ணும், ஆறு ஆண்களும் ஒன்று திரண்டு

வந்து, அவளுக்குப் ‘பூ’ வைத்து விட்டுப் போய்விட்டார்கள். பெண் கொடுக்கல் - வாங்கலில், பெரும்பாலும் உள்ளூரைத் தாண்டாத அந்தச் “சுய மகரந்த சேர்க்கை” ஊராருக்கு இந்த ஐம்பது கிலோ மீட்டர் தூர மாப்பிள்ளையே ஒரு அதிசயம். ஆனால், மருவியவள் மரகதம்தான். மாப்பிள்ளை எப்படியோ? கூனோ? குருடோ? நொள்ளையோ? வெள்ளையோ? அவனது சொந்தக்காரர்கள் யாரும், இந்த ஊரில் இல்லாததால், அவன் எப்படி என்று அறிய முடியவில்லை. ஆகையால், முகமறியா ஒருத்தனிடம் முந்தானை விரிக்கப் போகிறோமே என்ற பயம். இடமறியா வீட்டில் இடறி விழப்போவது போன்ற தடுமாற்றம். இந்தச் சமயத்தில் தான், பதினைந்து நாட்களுக்கு முன்பு வந்த, தம்பி சுயம்பு, மாப்பிள்ளை ஊர் வழியாய்ப் போய் ‘பையனை’ப் பார்த்துவிட்டு வருவதாகச் சொல்லிவிட்டுப் போனான். ‘எக்கா, மாப்பிள்ளை மட்டும் எனக்குப் பிடிக்கலன்னா, இந்தக் கலியாணத்தையே நடத்த விடமாட்டேன். நீ எதுக்கும் கவலைப்பட வேண்டாம்” என்று சொல்லி விட்டுப் போனவன் இதோ திரும்பியிருக்கான்...

மரகதம், தம்பியைப் பார்த்து நாணத்துடன் சிரித்தாள். காதுகள் நிமிர தலை கவிழ்ந்து நின்று அவன் பக்கமாக, கண்களை மட்டும் உயர்த்தினாள். அப்படியும் அவன் பதில் பேசாமல் இருப்பதைப் பார்த்துவிட்டு ஆச்சரியத்தோடு நிமிர்ந்தாள். அவனைப் பார்க்கப் பார்க்க அவள் முகம், சுழிப்பானது; சுண்டிப்போனது. கால்கள் தம்பியை நோக்கித் தாமாய் நகர்ந்தன. என்ன கோலம் இது? முகத்தில் ரத்தக்கீறல்கள்; வாயில் ரத்தச் சிதைவுகள், மரகதம் பதறினாள்.

“தம்பி... தம்பி... என்னடா ஆச்சு? என்னடா ஆச்சு?”

வயதளவில் நான்கு ஆண்டுகள் இடையில் நின்றாலும், உறவளவில் முப்பதாண்டு இடைவெளி கொடுக்கும் தாய் மாதிரியான அக்காவைப் பார்த்ததும், சுயம்புவால் தாளமுடியவில்லை. அவள்மேல் காலற்றவன்போல் சாய்ந்தான். இதனால் நிலை தடுமாறிப் போன மரகதம், வேப்ப மரத்தூணைப் பிடித்து, தன்னைச் சரிக்கட்டிக் கொண்டபோது, அவன் அக்காவின் கழுத்தைக் கட்டிப் பிடித்துஅவள் தலைக்குமேல் தன் தலையைப் போட்டு, ‘அக்கா... அக்கா’ என்று அரற்றினான். அந்த ஒரே வார்த்தையில், தனது உடல், பொருள், உயிர், அத்தனையும் வைத்திருப்பதுபோல் ஓலமிட்டான். ஆரம்பத்தில்

செய்வதறியாது திக்குமுக்காடிய மரகதம், தன்னை, மனத்தாலும் நிலைப்படுத்திக் கொண்டாள். அவன், முதுகைத் தட்டிக் கொடுத்து, "எதுன்னாலும் அழாதடா..." என்று தைரியம் சொல்லியே, பயப்பட்டாள். உடனே ஒரு சிந்தனை. அந்த மாப்பிள்ளை பிடிக்காததை, அவன் இந்த வீட்டுக்கு வருவதைத் தடுக்க முடியாத இயலாமையில், தம்பி இப்படி அழுகிறானோ என்று ஒரு அனுமானம். அந்த நினைப்பும் அற்றுப்போக அவள், தம்பியின் முகத்தை முந்தானையால் துடைத்து, ரத்தக் கறைகளை அகற்றியபோது-

அந்த வீட்டு வாசலை அடைப்பதுபோல், நான்கைந்து பேர் ஒன்று திரண்டு நின்றார்கள். பிறகு ஒவ்வொருவராய் வெளியே வந்தார்கள். தாய் வெள்ளையம்மா, மகள் மரகதத்தைத் தள்ளிவிட்டு, மகனைத் தன் மார்பில் சாய்க்கப் போனாள். அவனோ அம்மாவைத் தள்ளி, விட்டு, அக்காமேல் மீண்டும் சாய்ந்தான். பழுத்த பனம்பழத்தைக் கொத்திப் போட்டதுபோல், முகத்தில் சின்னச் சின்னச் சுருக்கங்களைக் கொண்ட வெள்ளையம்மா, மகனைச் சுற்றிச் சுற்றியே வந்தாள். 'அய்யையோ... என் பிள்ளைக்கு என்ன ஆச்சோ?' என்று சராசரிக் குரலைவிட அதிகமாகக் கத்தினாள். எதுவும் புரியாமல் பக்கத்தில் நின்ற மூத்த மகன், ஆறுமுகப் பாண்டியின் கையைப் பிடித்து வைத்துக் கொண்டு, ஆறுதல் தேடுகிறவள் போல் அவனைப் பார்த்தாள். ஒரு குழந்தையை இடுப்பிலும் ஏழு வயதுப் பயலை கையிலும் வைத்துக்கொண்டு நின்ற கோமளம், மைத்துனனை வைத்த கண் வைத்தபடி பார்த்தாள். இதற்குள், இடுப்புக் குழந்தை அம்மாவின் கால் வழியாக இறங்கி, அண்ணன் பயல் உதயகுமாரின் தலையை ஆனந்தமாய் மிதித்து, சுயம்புவின் பக்கம் போய் 'செத்தப்பா, செத்தப்பா' என்றது இரண்டு வயதுக் குழந்தை. அப்போது அந்த வார்த்தை அபசகுனமாய் ஒலித்தது. தாய்க்காரி குழந்தையின் வாயை ஒரு கையால் மூடி மறுகையால் இழுத்துப் பிடித்தாள். ஆனால் அண்ணியிடம் இழுபட்ட அந்தக் குழந்தையை, சுயம்பு தன் பக்கமாய் இழுத்துக்கொண்டு அதன் தலையைத் தன்கழுத்திற்குள் வைத்துக்கொண்டு, 'நீ சொன்னது மாதிரி செத்துட்டேம்மா... சித்தப்பாவா செத்துட்டேன்' என்று அழுதான். அவன் அழுகைக்குத் தங்கைதான் காரணம் என்பதுபோல், ஏழு வயது உதயகுமார், எழுந்து போய், அதன் தலையைக் குட்டினான். குடும்பத்தினர் எல்லோரும் சுயம்புவை

அதிர்ந்து பார்த்தார்கள். ஆறுமுகப்பாண்டி, எதுவும் புரியாமல் மனைவி கோமளத்தைப் பார்க்க, பதிலுக்கு அவள் அவனையே பார்த்தாள். அந்த வேப்பமரத்திற்குச் சிறிது தொலைவில் உள்ள வாதமடக்கி மரத்தூரில் உட்கார்ந்திருந்த கணவனை ஓரங்கட்டிப் பார்த்தபடியே, வெள்ளையம்மா சாடையாகப் பேசினாள்.

“இப்படிக் குத்துக்கல்லு மாதிரி எதுக்காக நிற்கணும். பெத்த பிள்ளை பொறி கலங்கி வந்திருக்கான். என்னடா ஆச்சுன்னு ஒரு வார்த்தை கேட்கப்படாதா?”

பிள்ளையார், கையிலிருந்த சுருட்டு, விரல் இடுக்கை எரிப்பதை உணரவில்லை. அந்த இரண்டு விரல்களும் செந்நிறமாகி, பிறகு வெண்தழலாய் மாறியதை அறியவில்லை. வழக்கம்போல் கம்பீரம் கலையாமல், ‘பெரிய மகன்’ ஆறுமுகப் பாண்டியைப் பார்த்து, கேட்டார்.

“ஏண்டா பெரியவன்... இவன் எதுக்காக வந்தானாம்? எதுக்காவ அழுவறானாம்?

சுயம்பு அழுகையை நிறுத்தினான். அந்த வாதமடக்கி மரம்போல உறுதியாகவும், அதன் பட்டைகள் போலச் சிற்சில சுருக்கங்களாகவும் தோன்றிய தந்தையைக் குற்றம் சாட்டும் தோரணையில் பார்த்தான். பிறகு தந்தையைப் பார்க்காமலே, வீறாப்பாக பதிலளித்தான்.

“நான், இனிமேல் காலேஜுக்குப் போகமாட்டேன். போகமாட்டேன்னா போகமாட்டேன்...”

எல்லோரும் ஆடிப்போனார்கள். பிள்ளையார் அவன் பக்கத்தில் அதட்டலோடு வந்து நின்றார். ஆறுமுகப்பாண்டி கோபமாக ஏதோ பேசப்போக, அவன் மனைவி கோமளம் கணவனை இதமாகப் பிடித்துக்கொண்டாள். ‘பிளஸ்-ஒன்’ தங்கையை அந்த எதிர்கால எலெக்ட்ரானிக் எஞ்சினீயருடன் ‘கனெக்ஷன்’ கொடுக்க நினைத்திருப்பவள். ஆகையால் மைத்துனன்மீது ஒரு வாஞ்சை. பாம்பும் சாகாமல் பாம்படித்த கம்பும் நோகாமல் எப்படிப் பேசுவது என்று, அவள் யோசித்துக் கொண்டிருந்தபோது, பிள்ளையார், எங்கேயோ பார்த்தபடி அதட்டினார்.

“எருதுக்கு நோவாம். காக்கைக்குக் கொண்டாட்டமாம்... இப்போவாவது கண் குளிர்ந்து மனம் குளிர்ந்து மனம் குளிர்ந்தால் சரிதான்.”

பிள்ளையார் பார்த்த வைக்கற்போரிலிருந்து, அவரது தம்பியும், தம்பி பெண்டாட்டியும் விழுந்தடித்து ஓடினார்கள். தம்பிக்கும் அவருக்கும் தீராப் பகை. இருதடவை கோர்ட்டிற்குப் போனவர்கள். பிள்ளையார், பேசி முடித்ததும், மனைவிக்காரி வெள்ளையம்மா அவருக்கு ஒத்தாசை செய்தாள்.

"கொள்ளிக்கட்டைக் கண்ணுங்க, என் பிள்ளைமேல பட்டுப்பட்டு, பாவிப்பய பட்டுப் போயிட்டான்."

இன்னொரு 'பொம்பளச் சண்டையை' இழுக்க விரும்பாத பிள்ளையார் "சரி, சரி உள்ளே வாங்க" என்று அதட்டினார் அந்த அதிகாலையிலும் நகத்தைக் கடித்தபடி வெளியே இருந்து வந்த இளைய மகள் மோகனாவை அவர் பார்த்தார். ஆனாலும், அவள் அவர் மனதில் பதியவில்லை வேறொரு சமயமாக இருந்தால், இதே இந்தப் பிள்ளையார், அவளைக் கொழுக்கட்டை மாவாய்ப் பிசைந்திருப்பார்.

சுயம்புவை, மரகதம் கூட்டி வருவாள் என்ற அனுமானத்தில் எல்லோரும் உள்ளே போனார்கள். வாசலிலேயே நின்ற அம்மாவைப் பார்த்து, "உன் வேலையப் பார்த்துக்கிட்டுப் போம்மா... உன்னாலதான் இந்தக் கேடு" என்று சுயம்புவே அதட்டினான். உடனே வெள்ளையம்மாள், "அந்தப் பாவி மனுஷன் என்னைப் பழி வாங்குறதுக்காக கடைசிக் காலத்துல என் கண்ணுல காட்டப்படாதுன்னு, நான் பெத்த மவ மரகதத்த கண்காணாத எடத்துல, பாழுங்கிணத்துல தள்ளுறார்... நீயுமாடா அம்மாவை இப்படிப் பேசறே?" என்று புலம்பிக் கொண்டேநின்றாள். பிறகு மரகதம் 'போ... போ' என்பது மாதிரி கையாட்டியதால், அதில் ஏதாவது அர்த்தம் இருக்குமென்று உள்ளே போய்விட்டாள்.

மரகதம், தம்பியின் கையைப் பிடித்து, விரல்களுக்குச் சொடக்குப் போட்டாள். அவன் கலைந்த தலையைச் சரிப் படுத்தினாள். "எந்த வார்த்தை பேசுனாலும் காலேஜுக்கு போகமாட்டேன் என்கிற பேச்சு மட்டும் பேசாதடா" என்றாள். சுயம்புவும் அக்காவின் இரண்டுகைகளையும் எடுத்து தோளுக்கு போட்டபடியே மன்றாடினான்.

"எக்கா... என்னால காலேஜுக்கு போக முடியாதுக்கா, இந்தத் தங்கச்சியை கைவிடாதக்கா... ஆமுன்னு சொல்லுக்கா... அப்பதான் இந்தத் தங்கச்சி வீட்டுக்குள்ள வருவேக்கா..."

மரகதம் திகைத்துப் போனாள். என்ன பேசறான்... தங்கச்சி, தங்கச்சின்னு... என்ன வந்துட்டுது இவனுக்கு?

3

மரகதம், தம்பியின் இரண்டு கைகளையும், தனது ஒரு கையில் பிடித்து, வலுக்கட்டாயமாக இழுத்துக்கொண்டு வந்து, உள்ளறைக்குள் விட்டாள். சுவரோடு சுவராய் சாத்தி வைக்கப்பட்ட பனை நார்க்கட்டிலை, மல்லாக்கப் போட்டாள். சுயம்புவின் இரு தோள்களையும் இரு கைகளால் அழுத்தி, அவனைக் கட்டிலில் உட்கார வைத்தாள். அவனோ, பிரமை பிடித்தவன்போல், கண்கள் திறந்திருந்தும் பார்வை படாது, காதுகள் உயிர்த்திருந்தும் ஒலிகள் பதியாது, பித்துப் பிடித்தவனாய்க் கிடந்தான். மரகதம், அவன் முன்னால் நின்று கீழே குனிந்து அவனை உலுக்கினாள். "தம்பி... தம்பி... உனக்கு என்னடா ஆச்சு" என்று கேட்டபடியே அழப்போனாள். பிறகு அழுவது அவனை மேலும் பலவீனப்படுத்தும் என்று நினைத்தவள் போல், நிமிர்ந்து வேறு பக்கமாய் முகம் திரும்பி கண்களைத் துடைத்துவிட்டு அவன் கழுத்தை கைகளால் கோர்த்துக்கொண்டே "ஏய்... தம்பி, ஏய்... தம்பி" என்று அதட்டினாள். உடனே அவன் அக்காவின் தோள்களில் இரண்டு கைகளையும் தொங்கவிட்டு கழுத்தில் முகம் போட்டு மாங்கு மாங்கென்று அழுதான். "அக்கா... அக்கா... உருப்படாமப் போய்ட்டேனே அக்கா!"

மரகதம், அவன் முகத்தைத் தூக்கி நிமிர்த்தினாள். கண்களை முந்தானையால் துடைத்துவிட்டாள். பிறகு தழுதழுத்த குரலில் கேட்டாள்:

"என்னடா இப்படி திடுதிடுப்புனு வந்து நிக்கே, என் கண்ணே உனக்கு திருஷ்டி பட்டிருக்கும் போலுக்கடா... பேசுடா தம்பி..."

"எக்கா... இனிமே நான் காலேஜுக்கு போக மாட்டேக்கா..."

"அய்யய்யோ... எந்தப் பேச்சுப் பேசினாலும்... அந்தப் பேச்சு பேசாதே..."

சுயம்பு. அக்காவைத், தள்ளிப் போட்டுவிட்டு துள்ளி எழுந்தான். சுவர் மூலையில் தலையைச் சாய்த்தபடியே கத்தினான்.

"நான் போகமாட்டேன்... போகவேமாட்டேன்..."

மரகதம், தம்பியின் பக்கம் அடிமேல் அடிபோட்டு நடந்தாள். அவனை, மறுபுறமாய்த் திருப்பி, தன் தோளில் சாய்த்துக்கொண்டு கட்டிலுக்கு வந்தாள். அவன் முதுகைத் தடவிவிட்டாள். தோளைத் தட்டிக் கொடுத்தாள். முகத்தைத் துடைத்துவிட்டாள். தலையைக் கோதி விட்டாள். பிறகு கழுத்தை நீவிவிட்டபடியே உபதேசித்தாள்.

“நல்லா யோசிச்சுப் பாரு தம்பி... நம்ம குடும்பத்துலயே பெரிய படிப்புக்கு போற முதல் ஆளு நீதான்... அதுவும் ‘காரை வீட்டுக்காரன்’ மகன் கருப்பசாமிக்கு... அவுங்க வீட்டுல எவ்வளவோ முயற்சி செய்தும்... ஒரு லட்ச ரூபாய் கையில வெச்சுக்கிட்டு அலைஞ்சும்கூட, அவனுக்கு எஞ்ஜினியரிங்குல இடம் கிடைக்கல. ஆனா உனக்கு தானா கிடைச்சுருக்கு. இதனாலயே நம்ம ஊருல உன்னால நம்ம குடும்பத்துக்கு மதிப்பு. அந்த மதிப்ப குலைச்சுடாதடா. ஊரு உலகத்துல தம்பி படிச்சா, அண்ணன் பொருமுவான்... ஆனால் நம்மண்ணன் அப்படிப்பட்டவனா... அப்பாவும், அம்மாவும்...”

“அவங்க பேச்சைப் பேசாதக்கா... இப்படி என்ன பெத்துப் போட்ட அவங்கள என்ன செய்தாலும் தகும்.”

“உனக்குத் தெரியாதுடா... அப்பா மனசு ஒரு வேளை கல்லாயிருந்தாலும் அந்தக் கல்லுக்குள்ள தேரையா இருக்கறது நீதாண்டா... நீ காலேஜுக்கு போகும் போதெல்லாம், உன்னை எப்படி வாஞ்சையோட பாப்பார் தெரியுமா... ஊர்க்காரங்க உன்னப்பத்தி பெருமையா பேசும்போது... ‘அவன் கிடக்கான்னு...’ ஒப்புக்குச் சொல்லிக்கிட்டே, எப்படி சிரிப்பார் தெரியுமா... அதனால... அக்கா என்ன சொல்ல வந்தேன்னா...”

சுயம்பு, திடீரென்று அக்காவிடமிருந்து விடுபட்டு, கட்டிலில் இருந்து அப்படியே விழுந்தான். தரையில் அங்கு மிங்குமாய் புரண்டான். மோவாயைத் தூக்கி தூக்கி தரையில் இடித்தான். “அய்யோ... அய்யோ...” என்று கை கால்களைச் சுருக்கினான். நீட்டினான், மடக்கினான்.

மரகதம், இப்போது தானே பிரமை தட்டி நின்றாள். தம்பியின் படிப்பு நின்றுபோய்விடும் என்று நினைக்கக்கூட அவளால் முடியவில்லை. எப்படியோ சுதாரித்துக்கொண்டு அவன் அருகே மண்டியிட்டு உட்கார்ந்தபடியே “தம்பி... தம்பி...” என்றபோது-

வெள்ளையம்மா, உள்ளே வந்தாள். "அய்யோ... இங்க வந்து பாருங்களேன்" என்று சத்தம் போடப்போன அம்மாவின் வாயை மரகதம் கைகளால் பொத்தினாள். அப்போதும், அவள் பேசினாள். இதனால் தாய்க்காரியிடமிருந்து விதவிதமான - விநோதமான சத்தம் ஏற்பட்டது எப்படியோ, மகளிடமிருந்து விடுபட்டும் விடுவித்துக்கொண்டு, மகள் மெல்லப் பேசு என்று சைகை செய்த கையைத் தட்டிவிட்டபடியே அதற்கு எதிர்மாறான குரலில் பேசித் தீர்த்தாள்.

"ஒப்பன் புத்திதான ஒனக்கு இருக்கும்... எதுக்காக மெள்ளப் பேசணும்னே. இது ஊரு முழுக்க தெரிய வேண்டிய விஷயம்... எல்லாம் அந்த எரவாளி பய மகள் சீதாலட்சுமியோட வேல. இவங்கிட்டயும் நான் படிச்சுப் படிச்சு சொன்னேன். உச்சி காலத்துல அவள் சமாதிப் பக்கம் போகாதடா போகாதடான்னேன்... பாவிப் பய கேக்காம இப்ப வட்டியும் முதலுமா வாங்கிட்டு வந்துட்டான்."

"அந்தப் பாவப்பட்ட அக்காவை ஏம்மா வம்புக்கு இழுக்கே... பாவிமகள் சொல்லாம கொள்ளாம துள்ளத்துடிக்க செத்தவள்..."

"உனக்கு என்னடி தெரியும்... அப்படி சாகறவங்கதான் பேயா அலைவாவ... போன வருஷம் இறந்ததுலருந்து அந்த சீதாலட்சுமி கருவக் காட்டுல லாந்துனாள்... நானே ஒரு தடவ அவளப் பார்த்தேன்... ஊர்லயும் சொன்னாவ... ஆனா இப்போ அப்படி அவ லாந்துரது இல்ல. ஏன் தெரியுமா? அவள்தான், இவனைப் பிடிச்சுக்கிட்டு இவன் கூடயே காலேஜுக்குப் போறாளே... அப்புறம் அங்க இருக்க முடியாம இவன இங்க கூட்டிக்கிட்டு வந்துடுறாளே... நம்ம வீட்டுக்கு வரும்போதெல்லாம் இவன வாய்க்குவாய், தம்பி... தம்பின்னு சொன்ன... மூதேவி... இப்ப அவனையே 'தங்கச்சி... தங்கச்சி'ன்னு சொல்ல வச்சுட்டாள்..."

"இவன் அப்படி சொன்னான்னு உனக்கு எப்படிம்மா தெரியும்..."

"எல்லாம் நான் கேட்டுக்கிட்டுத்தான் இருந்தேன்... பூவம்மா மயினிகிட்ட சொல்லி திருநீர் போட்டா சரியாயிடும்... ஏல சுயம்பு வந்ததே வந்திய... உன் அண்ணன் பிள்ளைகளுக்கு, ஏதாவது இனிப்பு கினிப்பு வாங்கிட்டு வரப்படாதா..."

"எம்மா... மொதல்ல நீ இடத்தை காலி பண்ணு. தம்பி துஷ்டி கேக்கற நிலையில இருக்கான்... நீ எக்காளமாவா பேசுற... அம்மாக்காரியாம்... அம்மா... போம்மா."

"பாவி மொட்ட... என்ன பேச்சு பேசறாள். எனக்கு மட்டும் மனசு துடிக்காமலா இருக்கும்."

"உனக்கு வாய் துடிக்கிற அளவுக்கு மனசு துடிக்கல போம்மா."

மரகதம், அம்மாவின் முதுகைப் பிடித்து தள்ளித்தள்ளி, அவளை அந்த அறைக்கு வெளியே கொண்டுபோய் விட்டாள். அப்படியும் வெள்ளையம்மா காலஞ்சென்ற சீதாலட்சுமியை திட்டிக்கொண்டே உள்ளே வரப்போனாள். அதற்குள் மரகதம் கதவைத் தாளிட்டாள். பிறகு பித்துப் பிடித்து நின்ற சுயம்புவை தூக்கி நிறுத்தி, கட்டில் பக்கமாய் நகர்த்தி, அவனை உட்கார வைத்தாள், எதுவும் நடக்காததுபோல பேசினாள்.

"சரி... எப்ப சாப்பிட்டியோ... முதல்ல சாப்பிடுடா..."

"என்னை உள்ள இருந்து ஏதோ ஒன்னு தின்னுக்கிட்டே இருக்குக்கா... பாம்பு, தவளையைப் பிடிக்குமே அப்படி... காக்கா ஓணானைக் கொத்திக் கொத்தி விளையாடுமே அப்படி... என்னால எப்படிக்கா சாப்பிட முடியும்? எக்கா நான் காலேஜுக்கு போகமாட்டேன்... சரியா..."

மரகதம் அவனுடன் பேசவில்லை. ஊரே வியக்கும்படி படித்து எல்லோரிடமும் சகஜமாகப் பழகும் தம்பிக்கு இப்படிப்பட்ட ஒரு எண்ணம் எப்படி ஏற்பட்டிருக்கும் என்ற ஆராய்ச்சியில் ஈடுபட்டாள். அவன் உயர உயரப் போவதே கீழே விழுவதற்குத்தானோ என்று ஆயாசப்பட்டாள். கிட்டத்தட்ட சுயம்பு மாதிரியே அவள் விக்கித்து நின்றபோது, சுயம்பு அக்காவை உலுக்கினான்.

"எக்கா... எக்கா... உனக்கு பேசிமுடிச்ச மாப்பிள்ளைய பாத்துட்டு வராம போய்ட்டேன்... எனக்கு வந்த கோளாறுல, உனக்கு வந்த மாப்பிள்ளைய மறந்துட்டேனே. நானெல்லாம் ஒரு தம்பியா... ஆனா ஒண்ணுக்கா, காலேஜுக்கு போகாதது மாதிரி அங்கயும் போகமாட்டேன்னு நினைக்காத... நீ மட்டும் இனிமே என்ன காலேஜுக்குப் போகாதபடி பார்த்துக்க... நாளைக்கே போய் மாப்பிள்ளைய பாத்துட்டு வந்துடறேன்..."

மரகதத்திற்கு இப்போது தம்பியிடம் என்ன பேச வேண்டும் என்பது தெளிவாகிவிட்டது.

"உங்க அக்காவைப் பத்தி என்னடா நினைச்சுக் கிட்டே.... நீ காலேஜுக்குப் போகாம, நான் யாருக்கும் கழுத்தை நீட்டுவேன்னு நினைச்சியா... அதுதான் நடக்காது..."

"எக்கா... என்னக்கா சொல்லுற... அப்படியெல்லாம் தத்துபித்துன்னு பேசுனால... என்னால தாங்கிக்க முடியாது..."

"நீ காலேஜுக்கு போகாம இருந்தால்... அதமட்டும் என்னால தாங்கிக்க முடியுமா..."

"எக்கா. எக்கோ..."

"ஆமாடா இது ஒப்புக்குச் சொல்ற வார்த்தையில்லடா. நீ படிப்பை விட்டுட்டு உன்ன சீரழிய விட்டுட்டு... இந்த அக்காவால வேற ஊர்ல இருக்க முடியாதுடா..."

சுயம்பு விக்கித்துப் போனான். அக்காவை அப்படியே கட்டிப்பிடித்து கேவினான். அவளோ கால்களை நீட்டி தம்பியை மடியில் போட்டுக் கொண்டு, ஊரில் படித்து முன்னுக்கு வந்தவர்களின் கதைகளை சொல்லப் போனாள். இதில் அக்கா, அம்மாவானாள். தம்பி மகனானான்.

4

பிள்ளையார், தோட்டத்திற்கு போய் வந்ததன் அத்தாட்சியாய், தலையில் ஏறிக் கிடந்த ஒரு சுமை அகத்திக்கீரைக் கட்டை, தொப்பென்று முற்றத்தில் போட்டார். தலையில் பாம்பு மாதிரி சுருட்டி வைக்கப்பட்டிருந்த துண்டை எடுத்து ஒரு முனையைப் பிடித்து உதறியபடியே, சமையலறைத் திண்ணையில் உட்கார்ந்தார். பொதுவாக, தோட்டத்திற்குக் காலையில் போனால் அங்கேயே இரண்டு தேங்காய் பறித்து, வயித்த நிரப்பிக் கொள்பவர், மத்தியானம் சாப்பாட்டுச் சமயத்தில் மட்டும்தான் வருவார். ஆனால், இன்று தோட்டத்திற்குப் போன வேகத்திலேயே திரும்பிவிட்டார். எதிர் அறைப் படிக்கட்டில் லுங்கியும் பனியனுமாக இருந்த சுயம்புவை நோட்டம் விட்டபடியே, தட்டில் பழைய அரிசிச் சோற்றைத் தேங்காய்த் துவையலோடு பிசைந்து கொண்டிருந்த ஆறுமுகப்பாண்டியைப் பார்த்துக் கேட்டார்.

"ஏடே... பெரியவன்... இவன் இன்னும் போகலை? நான் என்னடா சொல்லிட்டுப் போனேன்? தோட்டத்துல இருந்து திரும்பும்போது, ஒண்ணு நான் இவன் கண்ணுல படப்படாது... இல்லாட்டா, நான் ஒங்க கண்ணுல பட மாட்டேன்னு சொன்னத மறந்திட்டியளா? செருக்கிமவன். 'கரிவலிச்சி' வாரான். பெரிய படிப்புன்னா கஷ்டமாத்தான் இருக்கும்... இந்த ஒரு மாதத்லயே ரெண்டு தடவை அவன் வரும்போதே எனக்கு சந்தேகம்... ஒவ்வொருத்திவள மாதிரி நான் வாக்குத்

தவறுற வம்சம் இல்லடா... இப்ப அவன் போறானா... இல்ல நான் போகணுமான்னு கேளு..."

தப்பித் தவறி ஒரு வார்த்தை வாயிலிருந்து விழுந்து விட்டாலும், அந்த ஒரு சொல்லில் நிற்கும் அப்பாவின் போக்கை அறிந்திருக்கும் ஆறுமுகப்பாண்டி, பாதிச் சோற்றைச் சாப்பிடாமலே கையைக் கழுவினான். இதற்குள், மரகதம் ஓடிவந்து தம்பியின் தோளில் பாண்ட் சட்டையைத் தொங்கப் போட்டு, அவனைத் தூக்கி விட்டாள்.

மரகதம், தம்பியை ஆடையை மாற்றிக்கொள்வதற்காக, பக்கத்து அறைக்குத் தள்ளிவிட்டாள். அவனும், அக்காவின் வார்த்தைக்கு மரியாதை கொடுப்பதுபோல் சிறிது நடந்து, மீண்டும் அவள் பக்கமே வந்தான். தலையை அங்குமிங்குமாய் ஆட்டி ஓலமிட்டான். அக்காவிடம் மௌனச் சம்மதமானவன், இப்போது மீண்டும் முருங்கை மரம் ஏறப்போவதுபோல் அபலத்தோடு பேசினான்.

"நான் போகமாட்டேன். காலேஜுக்குப் போக மாட்டேன். எனக்குப் பயமா இருக்கு... பயத்தைத் தாங்க முடியலை..."

"என்னடா பயம், பொல்லாத பயம்? நம்மள மீறி எப்படிடா பயம் வரும்? எங்கே... அக்கா முகத்தைப் பார்த்துச் சொல்லு... எப்படி பயம் வரும்...?"

சுயம்பு, அக்காமூலம் அனைவருக்கும் எதையோ ஒன்றைச் சொல்லப் போனான். அதற்குள், அவன் தந்தை பிள்ளையார், திண்ணையிலிருந்து துள்ளி எழுந்து சுவரில் சாத்தப்பட்ட சாட்டைக் கம்பை எடுத்தார். உடனே வெள்ளையம்மா, "இதுக்கு மட்டும் குறைச்சலில்லே. அவன் சுயமாவா பேசறான்? எல்லாம் அந்தப் பாழாப் போற பய பொண்டாட்டி சீதாலட்சுமி படுத்துற வேலை" என்றாள். உடனே அவர் மகன் மேல் குறிவைத்த சாட்டைக் கம்பை, மனைவிக்குக் குறியாக்கியபடியே கத்தினார்.

"எல்லாம் இந்தப் பொம்பளைங்க கொடுக்கிற இடம் தான்... செருக்கிமவன நல்ல வார்த்தையா சொல்லி துரத்துரதவிட்டுட்டு தாலாட்டுப் போடுறாளுவ, தாலாட்டு... எப்படி உருப்படுவான்? இப்ப சொல்றது தான் சொல்லு... அவனுக்குப் படிக்க முடியாட்டால் எந்தக் 'காட்டுக்காவது' ஓடிப் போகட்டும். இங்க வரப்படாது... நல்லாப் படிச்சு ஒவ்வொரு பரீட்சை லீவுலயும் ராசா மாதிரி வரட்டும்... நான் வேண்டாங்கலை. அப்படி இல்லாம, இப்படி வந்தால், ஒண்ணு இந்த வீட்ல அவன்

இருக்கணும். இல்லேன்னா நான் இருக்கணும்... சீதாலட்சுமி... படுத்துறாளாம்... ‘கரிவலிச்சு’... வந்திருக்கான்...

இந்தச் சமயத்தில் கோமளம் குறுக்கிட்டாள். முப்பது வயதுக்காரி. பெங்களூர் கத்திரிக்காய் மாதிரி சிறிது கரடு முரடான முகம். ஆனாலும், தென்னை இளமட்டை போன்ற அந்த நிறமும், அந்த லாவகமும், அவளுக்கு ஒரு கவர்ச்சியைக் கொடுத்தன. இப்போது வருங்காலத் தங்கையின் கணவன் என்ற உரிமையோடு, அவள் சுயம்புவை அதட்டினாள்:

“இவ்வளவு பணம் போட்டு உன்னை எதுக்காக படிக்க வைக்கோம்! இந்த மூணு மாதத்துல, ஹாஸ்டலுக்கே மாதா மாதம் எழுநூறு ரூபா ஆகியிருக்கு... புத்தகம், பீஸுன்னு தனியா மூவாயிரம்... ஒங்கப்பா, வீட்ல இருக்க வேண்டிய இந்த வயசுல, காட்ல கிடக்கார்... ஒங்க அண்ணன் காலையில வயலுக்குப் போயிட்டு ராத்திரிக்குத் தான் வருவாரு... இந்த ஊர... இன்னிக்குத்தான் பகலுல பாக்கறாரு... அதுவும்.. நீ வில்லடிக்கிறதால... நாங்க படுற பாட்டை நினைச்சுப் பார்த்தால், உனக்கு எப்படி படிக்க மனசு இல்லாமப் போகும்?”

எங்கேயும் தோன்றும், மாமியார் - மருமகள் மகா யுத்தம் அங்கேயும் தோன்றியது. வெள்ளையம்மா, மகன் மூலம் எச்சரித்தாள்.

“அவனே சித்தம் கலங்கி நிக்கான். இதுக்குமேல பேசக் கூடாதுன்னு சொல்லுடா...”

ஆறுமுகப்பாண்டிக்கு, தாயே பேசச் சொல்லிக் கொடுத்தது போலிருந்தது.

“எதுக்கும்மா சொல்லணும்? முழுத்த ஆம்பளைப்பயல்... ஓடுற பாம்பை பிடிக்கிற வயசு... காலேஜுக்குப் போகமாட்டேன், பயமா இருக்குன்னு சொன்னால், அவள் கேட்கக்கூடாதா? முட்டையிடுற கோழிக்குத்தான் பிட்டி வலிக்கும்... ஒன் மருமகள் நகையை அடகு வைச்சுத்தான் காலேஜுக்கு பணம் கட்டுனோம்...”

மரகதத்தால், மேற்கொண்டு பொறுக்க முடியவில்லை. அண்ணன், அண்ணி முகங்களைப் பார்க்காமலே பழையதைக் கிளப்பினாள்.

“இப்படி ஒரு விவகாரம் வரப்படாதுன்னுதான் அப்பா, தீர்த்து வெச்சுட்டார். தம்பிய படிக்க வைக்க வேண்டியது

அண்ணன் பொறுப்பு.அதுக்காக தன் பங்கு நிலத்துல ஆறு மரக்கால் விதப்பாட்டை விட்டுக் கொடுக்க வேண்டியது தம்பியோட பொறுப்புன்னு...''

''எழா மரகதம்... எனக்கும் அவனுக்கும் இடையில நெலமா குறுக்க நிக்கும்? அப்பா சொல்லிட்டார்னு இவன் தந்தாலும் இவன் பங்கு நெலத்தை நான் வாங்குவனா?''

''நீ சும்மா கெட அம்மாளு... இது எங்க வீட்டு விவகாரம்... அடுத்த வீட்டுக்குப் போறவளுக்கு என்ன வந்திட்டு?''

''எந்த வீட்டுக்குப் போனாலும் இவன் என் தம்பிதான்...''

பிள்ளையார், மகளுக்குக் குரல் கொடுத்தார். வயதுப்பெண், ஒருத்தி தனது திருமணத்தைப் பற்றி - அது நிச்சியிக்கப்பட்ட பிறகும் மறைமுகமாகக்கூட பேசக்கூடாது என்று நினைப்பவர். அது என்ன எந்த வீடு... மகள் அப்படிப் பேசியதில் கொதித்துப்போய் ஆவியானார்.

''என்னழா... வாய் ரொம்பத்தான் நீளுது... நூலப் போலச் சேலையாம். தாயைப் போல பிள்ளையாம்...''

தாய்க்காரி வெள்ளையம்மா, புருஷனுக்குப் பதிலடி கொடுக்க அதே விகிதாச்சாரத்திலான, வார்த்தைகளைத் தேடினாள். இதற்குள், மரகதம் அடங்கிவிட்டாள். அந்த அதட்டல் குரல் தனக்கும் சேர்த்துத்தான் என்பதைப் புரிந்த கோமளமும், லேசாய் வெளிப்பட்ட நாக்கைக்கூட உள்ளே இழுத்துக்கொண்டாள். மரகதம் வாயளவில் அடங்கினாலும் மனத்தளவில் வீறிட்டாள். கடந்த ஒன்பதாண்டு காலத்தில் முதல் மூன்று மாதங்களை மட்டும் 'போனஸாக' விட்டுவிட்டு, அண்ணிக்காரி, சொல்லுக்குச் சொல் 'அடுத்த வீட்டுக்குப் போறவள், என்று இடித்து இடித்துச் சொல்கிறாள் - இவள் என்னமோ இதே வீட்டில் பிறந்ததிலிருந்தே இருப்பவள்போல. இருபத்திரண்டு ஆண்டுகளாக எந்த வீட்டில் பிறந்தாளோ, நடமாடுகிறாளோ, அந்த வீட்டிலிருந்து, ஒரு ஒன்பது வருஷக் காரி, துரத்தப் பார்ப்பதைக் கண்டு மரகதம் மருண்டுபோனாள். அந்த வீட்டிலிருந்து அந்த ஊருக்கு 'அது' எப்படிப் பட்டதாக இருந்தாலும், போய்த் தொலைய வேண்டும் என்ற விரக்தி.

இப்போது ஆறுமுகப்பாண்டி தம்பியை உசுப்பினான்.

''சீக்கிரமாகச் சட்டையைப் போடுடா... இப்ப புறப்-பட்டாத்தான். பஸ்ஸப் பிடிச்சு, ரயிலைப் பிடிச்சு சாயங் காலத்துக்குள்ள போக முடியும்...''

சுயம்பு கையெடுத்துக் கும்பிட்டுப் புலம்பினான்:

“என்னால எதுவும் செய்ய முடியலே அண்ணே… என்னக் காப்பாத்து அண்ணே. எனக்கு படிப்பும் வேண்டாம் கிடிப்பும் வேண்டாம். வயலும் வேண்டாம். வாசலும் வேண்டாம்… உன் காலடியே போதும்…”

ஆறுமுகப்பாண்டி, அரண்டுபோய் நின்றபோது, பிள்ளையார் மீண்டும் போர்க்குரலில் பேசினார்.

“டேய் பெரியவன்… நான் போறேண்டா… திரும்பி வராத இடத்துக்கா போறேண்டா… உன் தங்கச்சி மரகதம் கலியாணத்தை நல்லா நடத்துடா…”

பிள்ளையார், துண்டை உதறினார். சுயம்பு, சும்மாவே இருந்தான். இதற்குள் மரகதம் அங்கேயே அவன் தலைக்குள் சட்டையை நுழைத்தாள். பாண்டை எடுத்து அவன் கால் பக்கம் கொண்டு போனாள். பிள்ளையாரோ, பேரப் பிள்ளைகளைக் கன்னத்தில் தட்டிவிட்டு, போகப்போவது போலிருந்தார். சுயம்புவால் பொறுக்க முடியவில்லை. சப்தம் போட்டுப் பேசினான்.

“போறதாய் இருந்தால், லுங்கியோடதான் போவேன்…”

அறைக்குள் போய் லுங்கியைக் கட்டிக்கொண்டு வெளியே வந்த தம்பியிடம், ஆறுமுகப்பாண்டி சூட்கேஸை நீட்டினான். பிறகு இடுப்பில் குழந்தையோடு நின்ற மனைவியிடம் சில ரூபாய் நோட்டுக்களை நீட்டினான். அவள், அவற்றைக் குழந்தையின் கையில் கொடுத்து மைத்துனனை நெருங்கி, அவனது சட்டைப் பைக்குள் குழந்தையின் ரூபாய்க் கரத்தை உள்ளே விட்டாள். அந்தக் குழந்தை ரூபாய் நோட்டைக் கொடுக்காமல், அவன் சட்டைப் பைக்குள் என்ன கிடைக்கும் என்பதுபோல் துழாவியது. உடனே அந்தக் குழந்தையின் கையைத் திருகி, அவளே ரூபாயைப் போட்டாள்.

சுயம்பு, திரும்பித் திரும்பி நடந்தான். வேப்பமரத்தைத் தாண்டி, அந்த வாதமடக்கிப் பக்கம் போனான். பெட்டியை அங்கேயே வைத்துவிட்டு அக்காவை நோக்கி ஓடி வந்தான். அவளைக் கட்டிப்பிடித்து, அவள் இரண்டு கைகளையும் தன் கரத்திற்குள் சங்கமமாக்கிக் கொண்டு, அவள் காதில் கிசுகிசுத்தான். உடனே அவள், அழவில்லையானால், விம்மினாள். தம்பியின் தலையைக் கோதிவிட்டபடியே, “என்

பிரச்சினையை விடுடா... நீதான் இப்ப எனக்குப் பிரச்சினை" என்றாள். பிறகு அவன் நெற்றியில் முத்தமிட்டு, அவனைத் திருப்பி விட்டாள். அம்மாக்காரி பார்வையால் கேட்டாள். அண்ணன், வார்த்தையாலே கேட்டான், எப்படிச் சொல்ல முடியும்? 'எக்கா... எக்கா... உன் மாப்பிள்ளை ஊருக்குப் போய் 'பையனைப் பார்த்துட்டுத் தான் இனிமேல், ஊருக்கு வருவேன். உனக்கு வாக்குக் கொடுத்ததை மறக்கலக்கா... எனக்குப் பிடிக்காட்டா இந்தக் கலியாணத்தை நடத்த விடமாட்டேங்கா" என்று தம்பி மீண்டும் சொல்லிவிட்டுப் போனதை எப்படிச் சொல்ல முடியும்? ஆனாலும் அவள், சத்தம் போட்டுத் தொலைவில் போன தம்பியைத் திரும்ப வைத்துப் பேசினாள்.

"அதுக்காக சீக்கிரமா ஊருக்கு வந்திடாதே... வேணுமுன்னா லெட்டர் போடு."

சுயம்பு, அக்காவை மலங்க மலங்கப் பார்த்துக் கொண்டே, தன் பாட்டுக்கு நடந்தான். அந்தப் பொது வழியில் நடந்தாலும், தான் மட்டுமே தனியாய் நடப்பது போல் நடந்தான். உடம்பைச் சுருட்டிச் சுருட்டி, சுருண்டு சுருண்டு நடந்தான். குழாயடிப் பக்கம் தண்ணீர் பிடித்துக் கொண்டிருந்த பெண்கள் கிசுகிசு பேசினார்கள். "என்ன வந்திட்டு இவனுக்கு? நம்மையே பார்த்துட்டு நிக்கான் பாரு? புட்டத்தை ஏன் இப்படி அசைச்சு அசைச்சு நடக்கான்? கையக் கால ஏன் டான்ஸ் ஆடுற மாதிரி கொண்டு போறான்? இதோ பாருடி, இந்த மலர்க்கொடிய காணல. அநேகமா இப்போ தோட்டத்துப் பக்கத்துல நிப்பாள்..."

அந்தக் குழாயடிப் பெண்களை ஒன்றிப் போய் பார்த்த சுயம்பு, மீண்டும் தன்னைத்தானே தூக்கிக் கொண்டு போவதுபோல் நடந்தான். அக்கம் பக்கத்துத் தேனீர்க் கடைக்காரர்களையோ, அவர்கள் குசலம் விசாரிப்பதையோ காதில் வாங்காமலே, பலியாடு போல, தன்னை யாரோ இழுத்துக் கொண்டு போவதுபோல் கழுத்தை நீட்டி நீட்டிப் போனான்.

சுயம்பு, அந்தக் கருவேலமரக் காட்டுப் பக்கம் நெருங்கிவிட்டான். முள்ளம் பன்றிகள் சிலிர்ப்பதுபோல், பச்சைப் பசேல் என்று இருந்த அந்தக்காடு, வெள்ளை வெள்ளையாய் சில பகுதிகளில் குற்றுயிரும் குலையுயிருமாய், பாதி வெட்டப்பட்ட மரப் பிணங்களாய்க் கிடப்பது மட்டுமே அவன் கண்ணுக்குத் தோன்றியது. பழையபடியும் வீட்டுக்குப்

போகலாமா என்று நினைப்பு. அப்போது அந்தக் காட்டின் பிதாமகன் - 'வாட்ச்மேன்' வீரபாண்டி வந்தான். வரும்போதே ஒப்பாரி போடாத குறையாகப் பேசிக்கொண்டே வந்தான்.

"படிச்சவன்னா ஊருக்குப் பிரயோசனப்படணும்... எல்லாப் படிச்ச பசங்க மாதிரி நீயும் பிரயோசனப்படலை. இந்த சமூகக் காடு செடியாய் இருக்கும்போதே உரமும் தண்ணியும் ஊத்துனவன் நான். அப்போ ஒரு துளி தண்ணியோ, ஒரு பிடி உரமோ ஊத்தாத பயலுவ எல்லாம், பட்டப்பகலுலேயே நான் வளர்த்த மரங்களை வெட்டுறாங்கன்னு போலீசுக்குப் போனால், அங்கே இருக்கிற இன்ஸ்பெக்டரு. 'என்னைமாதிரி நீ எப்படிடா காக்கிச் சட்டை போடலாம்'னு அடிக்க வாராரே தவிர, எத்தனை மரத்த எவன் எவன் வெட்டுனான்னு ஒரு கேள்வி இல்ல. கேப்பாரு இல்ல... நான் போலீசுக்குப் போயிட்டு வந்ததுலே இருந்து எல்லாருமே கருவேல மரங்கள வெட்டுறாங்க... கண்டிச்சால், நீயும் வெட்டேண்டான்னு சொல்றாங்க... ஆனாலும் என் கண்ணு முன்னாலயே கொழந்தைங்க மாதிரி கண்ணுக்குத் தெரியாமலே வளர்ந்த இந்த மரங்கள வெட்ட மனசு கேக்கலை. இந்த விஷயத்தை நான் விடப்போறதும் இல்ல... கலெக்டர்கிட்ட போகப் போறேன். ஒரு மனு எழுதிக் கொடு..."

சுயம்புவோ, வீரபாண்டியிடம் ஒரு மனுப் போட்டான்.

"மாமா, மாமா... எனக்கு காலேஜ் போகப் பிடிக்கல மாமா... வீட்டுல துரத்துறாங்க மாமா... ஒங்ககிட்டயே என்னை வேலைக்காரனா சேர்த்துக்குங்க மாமா..."

வீரபாண்டி, அதிர்ந்துபோனான். இப்போதுதான் அவனை முழுமையாக உற்றுப் பார்த்தான். படர்ந்த மார்பும், விரிந்த முகமும், அதற்கேற்ற கால் கைகளும் கொண்ட சுயம்பு, மெள்ள மெள்ள வேற்று ஆளாக மாறிக் கொண்டிருப்பதுபோல் தோன்றியது. ஒடுங்கிப் போய் நின்றவனின் முதுகைத் தட்டிக் கொடுத்துவிட்டு, வீரபாண்டி கண்ணை மூடினான். கல்வியால் கிடைக்கின்ற பம்மாத்தையும் ஊழல் பணத்தையும், அதனால் சுயம்புவிற்குச் சொந்தமாகப்போகும், காரையும் பங்களாவை யும் கண்காட்சி வர்ணனைபோல் சொல்லிக் கொண்டிருந் தான். கண்ணைத் திறந்தால், அங்கே சுயம்பு இல்லை.

சுயம்பு, அந்தச் சின்னப் பூந்தோட்டத்திற்கு அருகே வந்துவிட்டான். பம்ப்செட் தண்ணீர் கீழே இருந்து மேலே

குதித்துப் பாயும் காரைச் சுவர் வாய்க்காலில் கால் பதித்த படியே, மலர்க்கொடி பூத்தொடுப்பதைக் கண்டான். அங்கிருந்து காற்று கொண்டுவந்த பூ வாசனை அவன் மூக்கைத் துளைத்தது. மலர்க்கொடி கால்வாய் நீரைக் காலால் எற்றி எற்றி அடித்தபடியே வாழை நாரில் பூத்தொடுத்தாள். அவன் கண்ணில் படும்படியாய் அந்த மாலையைத் தூக்கிக் காட்டினாள். அவன் வருவான் என்று முன்குவிந்தும், வரமாட்டான் என்று பின் வளைந்தும் அல்லாடிக் கொண்டிருந்தாள்.

சுயம்பு, அவளை நோக்கி அக்கம் பக்கம் பார்க்காமலேயே, சர்வ சாதாரணமாக நடந்து வந்தான். அந்த நடைக்குப் பயந்து, அவள் மறையப் போனாள். ஆனாலும் கால்கள் நகரவில்லை. கண்களோ, அவனைக் கூப்பிடப் போவதுபோல் குவிந்தன. சுயம்பு அவளுக்கு நெருக்கமாக நின்றுகொண்டான்.

மலர்க்கொடி, தலை தாழ்த்தியபடியே அவனை மேல் நோக்காய்ப் பார்த்தாள். அவளைவிட, மூன்று வகுப்புக்கள் தள்ளிப் படித்தவன். ஐந்தாவது படிக்கும்போது, எட்டாவது படித்த இவன், தனது தங்கை மோகனாவுக்கும், அவளுக்கும் கணக்குச் சொல்லிக் கொடுத்திருக்கிறான். தலையில் குட்டியிருக்கிறான். தோளைக் கிள்ளியிருக்கிறான். அப்புறம் இருவரும், ஆண் பெண் பள்ளிகளுக்குத் தனித்தனியாகப் போய்விட்டார்கள். பத்தாவது படிக்கும்போது, இவள் பெரியவளானாள். அது முடிந்து தெருவுக்கு வந்தபோது, இவனே சகஜமாகப் பேச்சுக் கொடுத்தான். அதையே சரசமாக எடுத்துக்கொண்டு அவள் வீட்டுக்குள் ஒளிந்து ஜன்னல் வழியாக இவனைப் பார்ப்பாள். இப்போதுகூட, புதுமையான பருவ உணர்வுகளை, அவனோடுதான் மானசீகமாக பகிர்ந்துகொள்ளுகிறாள். அவன் சின்ன வயதிலேயே தன்னைக் கிடுக்கிப் பிடியாய்ப் பிடித்தது, இப்போதும் அவள் மனத்தைக் கிறக்கிக் கொண்டே இருக்கிறது.

மலர்க்கொடி, தலைநிமிர்ந்து அவனை நேருக்கு நேராய்ப் பார்த்தாள். பூத்துக் குலுங்கும் குண்டுமல்லி போன்ற முகம். செம்பருத்தி மொட்டு பிரிவது போன்ற உதடுகள். மருதாணி தடவிய கைகள். முன்பக்கம் இருபுறமும் தொங்கிய மாலையைச் சமப்படுத்தியபடியே, அவனைச் சாய்த்துப் பார்த்தாள். அவனும் அவளது மஞ்சள் புடவையையும் அதே நிற ஜாக்கெட்டையும் உற்றுப் பார்த்தான். பிறகு அவள் முந்தானையைப் பிடித்து இழுத்து, "இந்தப் புடவை நல்லா இருக்கே" என்று கேட்டுவிட்டு அதே முந்தானையால் அவளை மூடிவிட்டான். அவளுக்குக்

கோபம் கால்வாசியும், தாபம் முக்கால்வாசியுமாய் கோபதாபம் ஏற்பட்டது. கோபத்தின் மீதே கோபப்பட்டு, "என்னை மறக்கமாட்டீங்களே" என்று சொல்லிவிட்டு அவன் பதிலையே ஆவலோடு எதிர் பார்த்தாள். அவனும் பேசினான்.

"மலர்... மலர்..."

"இதுக்குமேல பேச வராதா?"

"ஏன் வராது... உன் கழுத்துல தொங்குற பூவில பாதியாவது கொடேன்..."

"இந்தாங்க... முழுசாவே எடுத்துக்குங்க... அப்பாடா... நான் வாழ்வதற்கு இன்னிக்குத்தான் அர்த்தம் புரியுது..."

மலர்க்கொடி, கழுத்தில் மாலையான பூவை எடுத்து, மனத்தில் மணவாளனாய்ப் பூத்தவனின் உள்ளங்கையில் திணித்தாள். அப்போது, அவள் வலதுகைப் பெருவிரல், அவன் இடதுகை மணிக்கட்டில் உரசியது. அவள் சிலிர்த்தாள். பூப்பெய்ததன் பூரணத்தைப் புரிந்தவள்போல் அவன் பக்கமாய் நகர்ந்தாள். அக்கம்பக்கம் பார்த்து ஆள் இல்லை என்ற மகிழ்ச்சியில் அவனை நெருங்கினாள். நெருக்கினாள். கண்கள் அவன் காலடியில் அலைபாய, நாணப்பட்டும், நளினப்பட்டும் நின்றாள். ஆனாலும், சுயம்பு அவள் எதிர்பார்த்ததுபோல், அவளது தலையில் பூச்சூட்டவில்லை. 'எதுக்காகத் தயங்கணும்?' என்ற முணுமுணுப்போடு அவனை ஏறிட்டுப் பார்த்தாள்.

சுயம்பு, அந்த இரண்டு முழம் பூவையும் தனது பிடறியில் சுற்றிக் கொண்டதைப் பார்த்து, மலர்க்கொடி வயிறு குலுங்க, வாய்விட்டுச் சிரித்தாள். எப்படி விளையாட்டுக் காட்டுறார்? சிறிது நேரத்தில் அவள் சிரித்த முகம் சீறும் முகமாவது போலிருந்தது. அவளைப் பற்றிக் கவலைப் படாமல் ஒரு சின்னச் சிரிப்பை மட்டும் கொடுத்துவிட்டு-

சுயம்பு, பிடறியில் கட்டிய மல்லிகைப் பூவை வருடி விட்டபடியே கீழே வைத்த சூட்கேசைத் தூக்கிக்கொண்டு நடந்தான்.

5

பகலும், இரவும், ஒன்றுடன் ஒன்று போர் தொடுத்த வேளை.

கண்ணுக்குத் தெரிந்த பகலை, கண்ணுக்குத் தெரியாத இரவு கொரில்லா முறையில், தாக்கிச் சிறுகச் சிறுகத் தலைகாட்டிக் கொண்டிருந்த நேரம்.

சுயம்பு, அந்தப் பல்கலைக்கழக வாசலுக்குள் கண்ணீரும் கம்பலையுமாக நுழைந்தான். அந்த வாசலைப் பார்த்த உடனேயே, உடம்பு முழுவதையும் ஏதோ ஒன்று தாக்குவதுபோல ஒருவலி. அந்த வளாகத்திற்குள் வியாபித்த பொறியியல் கட்டிடத் தொகுப்புக்களையும், பட்ட மேற்படிப்பு அடுக்கு மாடிகளையும், கண்கொண்டு பார்க்காமல், கால் பார்த்து நடந்தான். ஆங்காங்கே மங்கிய பகலொளியில், மாணவ மாணவியர் தனித்தனியாகவும், குழுக் குழுவாகவும் விளையாடிக் கொண்டிருந்தார்கள். சில மறைவான இடங்களில் “இரட்டை விளையாட்டு”. என்றாலும் கண்ணுக்குப் படும்படியான மைதானத்தில் ஒரு பக்கம் மாணவர்களின் வாலிபால் விளையாட்டு. மறுபக்கம் மாணவியரின் கூடைப்பந்து விளையாட்டு. கூடைப்பந்து வேண்டுமென்றே, வாலிபால் கிரவுண்டுக்குள்ளும் வாலிபால் பந்து, கூடைப்பந்து கிரவுண்டுக்குள்ளும் விழுந்து விழுந்து எம்பின. உடனே ஆண் சிரிப்பு - பெண் சிரிப்பு - அப்புறம் கலவைச் சிரிப்பு.

சுயம்பு, கூடைப்பந்துக்காரிகளைப் பார்க்காமல், ‘வாலிபால்’ காரன்களைப் பார்த்தான். குறிப்பாக, ‘கட் அடிக்கும்’ ஒரு மாணவனைக் கண்கொட்டாமல் பார்த்தான். அப்படிப் பார்க்கப் பார்க்கத்தானே ஒரு பந்தாகி அலைக்கழிவதுபோல், அந்த இடத்தைவிட்டு அங்குமிங்குமாய்ச் சுற்றினான். தனக்குத்தானே முனங்கிக் கொண்டான் எல்லாப் பிரச்சினைகளுக்கும் முடிவு உண்டு. ஆனால் என் பிரச்சினைக்கு என்ன உண்டு... நானே முடிவாகணும்... எம்மா... என்னை எதுக்கும்மா பெத்தே?...

விழி இழந்தவர்கள், தாங்கள் நடமாடிய இடங்களின் சுவடுகளை வைத்து நடப்பது போல் நடந்து, மாணவர் விடுதிக்கு வந்தான். குறிஞ்சி, முல்லை, மருதம், நெய்தல், போன்ற பல்வேறு வளைவு போர்டுகள் கொண்ட கட்டிடக் குவியல் வழியாய், பாலைப்போல் தோன்றும் ஒரு கட்டிடத்தை நோக்கி நடந்தான். முதலாவது ஆண்டு மாணவர்களுக்கென்று ஒதுக்கப்பட்ட ஒரு சேரிக்கட்டிடம் மாதிரி அது... அதில் இரண்டாவது மாடிக்கு வந்து, இடது பக்கம் உள்ள நாலாவது அறைக்குள் வந்தான். எல்லா அறைகளிலும் ஏதோ ஒரு பாட்டுச் சத்தம். “யாரு கொடுத்த சேலை இந்தப் பொண்ணு மேலே...” “ருக்குமணி வண்டி வருது... ஓரம்போ”... “கன்னி மேரி தாயே”... சுயம்பு ‘சேலையில்லாத’ அந்த அறைக்குள்,

ருக்குமணியும், கன்னி மேரியும், காதுக்குக் கேட்காத அந்த இடத்திற்குள் போனான். அங்கே எந்தப் பாட்டுச் சத்தத்தையும், காதில் வாங்காமல், எதையோ பேசிக் கொண்டிருந்த இருவரின் கவனம் கலையும்படி, பெட்டியைச் சத்தம் போடவைத்துக் கீழே போட்டான். ஆனாலும், அந்த இருவரும், அவன் வருகையைஅங்கீகரிக்காததுபோல் தங்களுக்குள்ளேயே பேசிக் கொண்டார்கள். ஒருவன் மெத்தை போட்ட கட்டிலில் காலை விரித்துப் போட்டு கம்பீரமின்றி உட்கார்ந்திருந்தான். என்றாலும் அந்தப் பூஞ்சை உடம்பில், பொறி கலங்க வைப்பது மாதிரியான கண்கள். இன்னொருத்தன், கோரைப் பாயில் சம்மணம் போட்டு இருந்தான். முழுக்கறுப்பு.

கட்டிலில் உட்கார்ந்திருந்த மூர்த்தி, படிப்பில் ஏற்பட்ட மேடுபள்ளத்தைப் பணத்தால் நிரப்பியவன். 'பல்லவன்' என்ற பெயரோடு அந்தக் காலத்திலேயே கட்டப்பட்டது போன்ற அந்த விடுதிக்குக் கட்டில்கள் கிடையாது. காற்றடிக்கும் மின்விசிறியும் கிடையாது. வாட்டர்கூலருக்குப் பதில், மூடியில்லாத மண் கூஜா. 'டிஸ்டம்பர்' சுவருக்குப் பதிலாக, செதில் செதிளாய்ச் சிதைந்து நிற்கும் சுவர்கள். ஆனாலும், காசு கொடுத்துக் கைமேல் சீட்டு வாங்கிய மூர்த்தி, ஒரு கட்டிலும் மெத்தையும் வாங்கிப் போட்டுக்கொண்டான். பயலுக்கு 'சைனஸ்' பிரச்சினை. இல்லையென்றால், ஒரு மின்விசிறி கூட வாங்கியிருப்பான். இருவரும், இப்போது ஒரு நடிகையின் படத்தை ஆளுக்குப் பாதியாகப் பிரித்துக்கொண்டு ஏதோ விளக்கம் கேட்டுக் கொண்டும் பெற்றுக்கொண்டும் இருந்தார்கள். ஒருவருக்கொருவர் அப்படியே நின்ற சுயம்புவை, அவனுக்குத் தெரியாமலேயே கண்சிமிட்டிப் பார்த்துக் கொண்டார்கள். வகுப்பிற்குக் 'கட்' அடித்தால் கூடத் தேவலை. வாத்தியார்களுக்கு, ஓலை வெடி வைத்தால்கூடப் பரவாயில்லை. ஆனால், இந்த அழுமூஞ்சியோ, வகுப்புகள் துவங்குவதற்கு முன்பே அங்கே போகும். அவை நடந்து கொண்டிருக்கும்போதே எங்கேயோ மறையும். பிறகு இரவில் அழுதுகொண்டே அறை திரும்பும். அவர்களோடு சேர்ந்து படுக்காமல், வெளியே வராண்டாவில் தூங்கும். இவர்களும் எவ்வளவோ சொல்லிப்பார்த்துவிட்டார்கள். கேட்டால்தானே? நேற்றுக்கூட ஊருக்குப் புறப்பட்ட அவனை, வழிமறித்தார்கள். அவன் சூட்கேஸைக்கூடப் பறிமுதல் செய்தார்கள். ஆனால் அவனோ, தன்னை விடாவிட்டால், மாடியிலிருந்து கீழே

குதிக்கப்போவதாக சவாலிட்டான். ஆகையால், அவனை இப்போது அவர்கள் சகித்துக் கொள்வதே ஒரு பெரிய காரியம் என்று நினைத்துக் கொண்டார்கள்.

சுயம்பு நின்றான். உட்கார்ந்தான். நின்றாலோ உட்காரத் தோன்றுகிறது. உட்கார்ந்தாலோ நிற்கத் தோன்றுகிறது. எங்கிருந்தெல்லாமோ, கேட்ட எக்காளக் குரல்களும், ஏக்கத்தைக் கொடுக்கும் பாடல்களும், அவனை எதுவும் செய்யவில்லை. சுயம்பு மூலையில் கிடந்த கோரைப் பாயைக் காலால் தட்டி வீழ்த்தினான். அதன் ஒரு முனையில் காலை மிதித்துக்கொண்டு, மறு காலால் அதைப் பிரித்துவிட்டான். அப்படியே குப்புறச் சாய்ந்தான். கால்களைப் பின்பக்கமாக மடித்து வைத்துக் கொண்டான். தரையைத் தோண்டி முகத்தைப் புதைக்க நினைக்கும் ஆவேசம். தன்னையே வெறுக்கும் கண்மூடல், பிறகு, கால்களை மேலே தூக்கியும், கீழே போட்டும் வெறுந் தரையில் நீச்சலடித்தான். அவன் பிடறியில் கட்டிய பூவை அமைதியான அழுத்தத்துடன் பார்த்த அந்த அறைத்தோழர்களான பணக்கார மூர்த்தியும் கடன்கார முத்துவும், சிறிய இடைவெளிக்குப் பிறகு, தங்களுக்கு இடையே நின்ற சினிமா நடிகையை அப்புறப்படுத்திவிட்டு, மீண்டும் பேசத் துவங்கினார்கள். திடீரென்று மூர்த்திக்கு, பேராசிரியர் லிங்கையா வகுப்பை வாதை செய்த 'ஓம்ஸ் விதி' நினைவுக்கு வந்தது. விஞ்ஞான விதியாக அல்ல, தலைவிதியாக. நாளைக்குக் கேள்வி கேட்பார். பதிலளிக்க முடியவில்லையானால், அவருக்குக் கோபம் வரும். அவர் கோபத்தைப் பற்றி எவன் கவலைப்பட்டான்? ஆனால், 'பெண் கிளாஸ்மேட்கள்' இளக்காரமாய்ச் சிரிப்பார்கள். தங்களுக்கு விடை தெரியும் என்பதுபோல், கைகளை மேலே தூக்கிக் காட்டுவார்கள். இவர்கள் வெளியே தேவதைகள். வகுப்புக்களில் 'சேடிஸ்ட்' ராட்சசிகள்.

மூர்த்தி குழைந்தபடியே முத்துவிடம் கேட்டான்:

"பேராசிரியர் லிங்கையா அறுத்தாரே, ஓம்ஸ் லா... அப்படின்னா என்னடா?"

"ஐம்பதாயிரம் ரூபாய் கொடுத்து சீட்டு வாங்கினே இல்ல... நமக்கும் கொஞ்சம் மால் வெட்டு... பதில் உடனே கிடைக்கும்."

"என் போதாத காலம் சுயம்புகிட்ட கேக்க முடியலை... சொல்லித் தொலைடா... நாளைக்கு அந்த நடிகை சினிமா தியேட்டர்ல தோன்றப் போறாளாம்; கூட்டிட்டுப் போறேன்..."

"வகுப்புல பாடத்தைக் கவனிக்காம எவளடா கவனிச்சே?"

"கமலாவை... அவள் என்னடான்னா உன்னை சைட் அடிக்காள்... இப்பவாவது உச்சி குளிர்ந்ததா?... இன்னும் நீ சொல்லலன்னா ஒனக்கும் தெரியலைன்னு அர்த்தம்."

முத்து, பேராசிரியர் லிங்கையா போலவே உதட்டைக் கடித்துக் கொண்டு, வயிற்றைக் குலுக்கினான். வாயே இல்லாமல் அந்த இடத்தில் ஏதோ ஒரு முடிச்சு இருப்பது போலவும், அதை அவிழ்க்கப் போகிறவன் போலவும், 'மிமிக்கிரியோடு' பேசினான்.

'ஒரு கண்டக்டரில் - அதுதான். மின் கடத்தியில் ஏற்படும் மின் அழுத்தம், அந்த கடத்தியில் ஓடும் மின்னோட்ட அளவையும், அதன் மின்தடை அளவையும் பெருக்கினால் எவ்வளவோ, அவ்வளவு. இதுக்குப் பேருதான் ஓம்ஸ் லா... அதாவது ஓமின் விதி... இதுதான் நம்ம சப்ஜெக்டுக்கே பிள்ளையார் சுழி. ஓம்ஸ் என்பவர் இதைக் கண்டுபிடித்ததால் இதற்கு ஓம்ஸ் லா என்று பெயர்..."

மூர்த்தி முத்துவை வியந்து பார்த்தபோது, தரையே பேசுவது போல் ஒரு சத்தம் கேட்டது.

"அட் கான்ஸ்டன்ட் டெம்பரேச்சர்... அதாவது ஒரு நிலையான வெப்பநிலையில்தான், ஓம்ஸ் லா பொருந்தும். வெப்பநிலை மாறினால், அது லா இல்ல... கலாட்டா... இந்த லாவுக்கு கான்ஸ்டன்ட் டெம்பரேச்சர் என்கிற பிரிகண்டிஷன் ரொம்ப முக்கியம். இதுகூடத் தெரியாத நீங்கள்லாம் ஆம்புளைங்களாடா?"

மூர்த்தியும், முத்துவும் அதிர்ந்து போனார்கள். ஆனந்தமான அதிர்ச்சி. பிளஷன்ட் ஷாக். பழைய சுயம்பு, வந்துவிட்டான். இனிமேல் அவனிடமே பாடத்தைக் கேட்டு, கேர்ல்ஸ்ஸுக்கு சொல்லிக் கொடுக்கலாம்..."

மூர்த்தியும், முத்துவும் ஒருவரை ஒருவர் பார்த்துக் கொண்டார்கள். உடனே முத்து தரையில் தவழ்ந்தான். மூர்த்தியின் காலை விலக்கும்படி கண்ஜாடை காட்டி விட்டு, பதில் சொல்வதற்காகத் தூக்கிய தலையை மீண்டும் தரையில் போட்டுக் கொண்டு குப்புறக் கிடந்தவனின் அருகே போய் உட்கார்ந்தான். அவன் கழுத்துக்குக் கீழே, தனது கையைக் கொண்டுபோய் அவன் முகத்தை நிமிர்த்தினான். பிறகு அந்தக்

கையை மெள்ள மெள்ள நகர்த்தி, சுயம்புவின் மார்புக்குக் கொண்டுபோய், அவனை ஒரு கையால் தூக்கி, தன் பக்கமாக் கொண்டுவந்தான். சுயம்பு அவன் மடியில் மல்லாந்து விழுந்தான். அவன் கண்களோடு தன் கண்களை நெருடவிட்டான். அவனது உருண்டு திரண்ட தோள்களில் கண்களை அலைய விட்டான். பிறகு தலையைச் சற்று நகர்த்தி, அதை அவன் வயிற்றில் போட்டுக்கொண்டு அண்ணாந்து பார்த்தான். முத்து, அவன் கழுத்தை நீவி விட்டபடியே "எழுந்திருடா, எழுந்திருடா" என்றான். உடனே கட்டிலில் கிடந்த மூர்த்தி 'எதுக்குடா பயப்படுறே... நாங்க இருக்கோம்டா... போடா... போய் முகத்தைக் கழுவிட்டு வாடா' என்று ஆறுதல் குரலில் பேசினான். ஆனால், மூர்த்தி சொன்னது கேட்காததுபோல், முத்துவின் மடியில் கிடந்த சுயம்பு, திடீரென்று துள்ளி எழுந்தான். கால்களைத் தரையில் போட்டுத் தாண்டவமாடியபடி கைகளை அங்குமிங்குமாய் அபிநயம் காட்டியபடி, இருவேறு நிலைகளில் கத்தினான்.

"டேய் முத்து... எப்படிடா என்னைத் தொடலாம்?... நீ பெரிய ஆணழகனாவே இருந்துட்டுப் போ... அதுக்காக இப்படி என்னைப் பாடாப் படுத்தணுமா?... கேட்கிறதுக்கு ஆள் இல்லன்னு நெனப்பாடா... இனிமே இப்படி தொடுற வேலை வச்சே... அப்புறம் மரியாதி போயிடும்..."

சுயம்பு, இரு கரங்களாலும் கண்களை மூடியபடியே அசையாது நின்றான். பிறகு வெறுமையும் வெறியும் கொண்ட பார்வையோடு, அந்த அறைக்கு வெளியே வந்தான். மீண்டும் உள்ளே வந்து செருப்புக்களைக் கழற்றி எறிந்துவிட்டு, வெறுங்காலோடு வாசல்படியைத் தாண்டினான். முத்துவும் மூர்த்தியும் ஓடிப்போய் அவனை இரு பக்கமும் சூழ்ந்தபடி மாறிமாறிக் கெஞ்சினார்கள்.

"இப்போ என்னடா நடந்துட்டுது... வாடா ரூமுக்குள்ள..."

"உன் புத்தி எனக்குத் தெரியும்... போடா..."

"டேய் அந்த தடியனுக்காக வராட்டாலும், என் முகத்துக்காவது வாடா..."

சுயம்பு சலித்து நின்றான். அவர்களை உஷ்ணமாகப் பார்த்தான், குளிர்காயும் உஷ்ணம். எரிக்கும் உஷ்ணமல்ல... பிட்டத்தை ஆட்டிக்கொண்டு கைகால்களைக் குழையவிட்டு, சிணுங்கியபடி சிரிப்பதுபோல் பேசி, அழுவதுபோல் முடித்தான்.

"தனியாப் போற என்கிட்ட ஏண்டா வம்பு செய்யுறீங்க... என்ன விடுங்கடா... விட்டுத் தொலைங்கடா... இந்தபாரு... கையப் பிடிச்சே அப்புறம் நடக்கிறது வேற."

6

சுயம்பு, வேகித்தும், விறுவிறுத்தும், படிகளில் குதித்துக் குதித்துக் கீழே இறங்கினான். அவன் வேகத்தைப் பார்த்துப் பயந்துபோன ஒரு நாய்கூட மல்லாக்கப் படுத்துக் கால்களை மேலாகத் தூக்கி 'சரண்டரானது'. ஆனாலும், அவன் அதைக் கவனிக்காமல் ஏதோ ஒன்று யந்திரமோ அல்லது மந்திரமோ அவனை உள்ளிருந்து ஓட்டுவதுபோல் ஓடினான். ஓடி ஓடி அவன் அந்த விளையாட்டு மைதானத்திற்கு வந்தபோது அவன் உடல் உறுப்புக்கள் அனைத்தும் உள்ளிருப்பு வேலை நிறுத்தம் செய்வதுபோல் இருந்தது.

வாலிபால்காரன்களும், கூடைப்பந்துக்காரிகளும், நான்கு பக்கமும் பக்கத்துக்கு மூன்று மூன்று வரிசையாய் உள்ள மின்விளக்கு வெளிச்சத்தில் ஆடிக்கொண்டிருந்தார்கள். ஆண் கிரவுண்டில், 'வாலிபால், நெட்'டின் முன் வரிசையில் வலது பக்கம் ஒருத்தன், பின் வரிசைக்காரன் எடுத்துக் கொடுத்த பந்தை பட்டும் படாமலும் இரு கைகளையும் தாமரைகளாகக் குவித்து ஒரு பந்தைப் பூவைத் தள்ளுவதுபோல் நெட்டிற்கு மேலே கொண்டு போகிறான். உடனே இடது பக்கம், சற்றுப் பின் தள்ளி நின்றவன் ஒரே ஓட்டமாய், ஓடி வருகிறான். 'நெட்டை' நெருங்கி, ஒரே குதியாய்க் குதித்து அந்தப் பந்தை 'நெட்டில்' உரச விடாமலே அதே சமயம் அதற்கு நேர் கீழாக விழும்படி 'கட்டடிக்கிறான்'. அந்தப் பந்து எதிர்த் தரப்பில் விழுவது தெரியாமல் விழுகிறது. பின்னால் நின்று, சர்வீஸ் போட்டவன்கூட 'கட்' அடித்தவனைக் கட்டிப் பிடித்துக் கொள்ளுகிறான். எதிர்த்தரப்பினர்கூட, நெட்டுக்குள் நுழைந்து அவனுக்குக் கை கொடுக்கிறார்கள். இப்படி, அவன் பல தடவை அடித்து அடித்து, எதிர்த்தரப்பே இல்லாமல் செய்து கொண்டிருந்தான். அந்தத் தரப்பிலிருந்து வந்த சாய்வு 'சர்வீஸ்' பந்தைக்கூட, 'கடம்' போட்டுத் தூக்கிப் பின்னால் விட்டு, மீண்டும் முன்னால் வந்ததை ஒரே பாய்ச்சலாய் பாய்ந்து எதிர்த்தரப்பில் காலி இடத்தில் போடுகிறான். இருதரப்பும் கராத்தே மாதிரியான சத்தத்துடன் அவனை வாழ்த்தின.

சுயம்பு, அந்த 'அதிசயனை' அண்ணாந்து பார்த்தான். ஜட்டியாய் குட்டையாகாமலும், டவுசராய் நீண்டு போகாமலும் இருந்த இடுப்பு உடையுடன், மேலே மேலே எம்பியும், கீழே கீழே சாய்ந்தும் அங்குமிங்குமாய்ச் சுருண்ட அவனின் வேங்கைத்தனமான உடம்பை இவன் வேட்கைத் தனமாகப் பார்த்தான். அவன் தோள் குலுங்கியபோது, இவனுக்கு இதயம் குலுங்கியது. அவன் குதித்துக் குதித்துப், பந்தாடியபோது இவன் கண்களும் குதி போட்டன. அறையில் நடந்த ரகளையை மறந்தான். பேருந்தில் வாங்கிய உதையை மறந்தான். வீட்டில் தனக்கு இழைக்கப்பட்ட 'கொடுமைகளை'த் துறந்தான். அவனையே பார்த்தான். அவனையே கண்களால் பந்தாடி, மற்றவர்களிடமிருந்து தனிப்படுத்திப் பார்த்தான். அவனைப் பற்றி யாரிடமாவது சொல்லவில்லையானால், அவனுக்கு தலையே பந்தாகிவிடும் போல் தோன்றியது. அக்கம் பக்கம் பார்த்தான். ஆண் கிரவுண்டுக்கும், பெண் கிரவுண்டுக்கும் இடையில், ஒருத்தி... இவனை மாதிரியே அவனைப் பார்த்தாள். விளையாட வராமல், வெறுமனே வந்தவள். அவளும், அந்த வாலிபால் வீரனின் கைக்குள் தானே பந்தானதுபோல் முகத்தை லாவகமாக ஆட்டினாள். 'சபாஷ்' என்றுகூடச் சொல்லிக் கொண்டாள். அவன், ஆடி முடித்து வெறும் 'பாடியோடு', திரும்பிப் போவது வரைக்கும் அங்கே தவம் செய்யப் போவதுபோல், ஒரு தந்திக் கம்பத்தின்மேல் சாய்ந்து கொண்டாள். இவளும், அந்த 'வாலிபால்', வீரனோடு எம்.பி.பி.எஸ் படிப்பவள் தான். முதலாவது ஆண்டிலேயே அவனே, இவளிடம் வலியப் பேசினான். ஆனால், கிராமத்துக்காரியான இவளின் ஆரம்பக் கூச்சத்தை, அலட்சியமாக எடுத்து, ஒதுங்கிக் கொண்டான். போதாக் குறைக்கு அவனது சீனியர்கள் "விட்டுத் தள்ளுடா... தானா வருவாள்; ஆரம்பத்துல... எல்லா எம்.பி.பி.எஸ் பொண்ணுங்களும் எம்.எஸ்.எம்.டி. படித்தவனைத் தேடுவாளுங்க... மூணாவது வருடம்தான் கிளாஸ்மேட்கள் கண்ணுக்குத் தெரியும்" என்று பொதுப்படையாய்ச் சொன்னதை அந்த வாலிபால்காரன் தனக்குள் தக்க வைத்துக் கொண்டான். இது, இவளுக்கும் தெரியும். ஆகையால் இன்றாவது அவனை எப்படியாவது 'கங்கிராட்ஸ்' சொல்லிக் கவனத்தைக் கவர வேண்டும் என்று துடியாய்த் துடித்தாள்.

இந்தச் சமயத்தில், தனது தோளில், ஏதோ ஒன்று உரசுவதைப் பார்த்து கவனம் கலைக்கப்பட்ட கோபத்தில் திரும்பினாள். சுயம்புவோ, அவளிடமிருந்து ஒரு அங்குலம் கூடப் பிரியாமல் பேசினான்.

"அவரு ரொம்ப நல்லா ஆடுறார் இல்லியா?... எம்மாடி... இப்படி யாரும் ஆடி நான் பார்க்கலை... ஆமா, இவருபேரு என்ன... எந்த கோர்ஸ் படிக்காரு..."

"தள்ளி நில்லுடா ராஸ்கல்... டர்ட்டி ஃபெல்லோ... என்னடா நினைச்சுக்கிட்டே..."

சுயம்பு, எதையும் நினைக்காமல், சும்மாவே நின்றபோது, அவள் கூச்சல் போட்டாள். அந்த ஒற்றைக் கூச்சல், வாலிபால் - கூடைப்பந்து கூட்டத்தில் எழுப்பிய கூச்சல்களை அமுக்கிவிட்டது. அவளோ, சுயம்புவைப் பார்க்காமல், அந்த வாலிபால்காரனைப் பார்த்தபடியே கத்தினாள். அவன் அங்கே வந்து, இவனை வயிற்றில் உதைத்து, கீழே வீழ்த்திவிட்டு, தன்னை வாரி அணைத்துக் கொள்ள வேண்டும் என்ற சினிமாத்தனமான ஆவேசம். அவன், முகம் திரும்பிப் பார்ப்பது வரைக்கும் உச்சமாய்க் கத்தினாள். அவன் பந்தை நெட்டிலேயே வீசி எறிந்து விட்டு, சகாக்களுடன் வேக வேகமாய் வந்தபோது, அவள் அழுதழுது கத்தினாள்.

இதற்குள் கூடைப்பந்துக்காரிகளும், முண்டியடித்து ஓடி வந்தார்கள் வாலிபால் பையன்களை முந்தி, அவள் பக்கம் போய்விட்டார்கள். அதே சமயம், அவன்கள் வருவது வரைக்கும் எதுவும் பேசாமலும், சுயம்புவைத் தப்பிவிடாதபடியும் வியூகம் போட்டு நின்றாள்கள். இதற்குள், மாணவர்கள் அந்தப் பெண் பூக்களுக்கு இடையே, நார் நாராய் நின்றார்கள். அவள், அந்த வாலிபால் கதாநாயகனை மட்டும் பார்த்தபடியே விளக்கினாள்.

"சும்மா ஒரு சேஞ்சுக்காக வெளியில் வந்தேன் கூடைப்பந்து ஆட்டத்தைப் பார்த்துக்கிட்டு நின்னால், இந்த பாஸ்ட்டர்ட் என் தோளுல உரசுறான். கிசுகிசுப்பா பேசுறான்...அய்யோ... நான் யாருமில்லாத பெண்ணாப் போயிட்டேனே... எவ்வளவு தைரியம் இருக்கணும் இவனுக்கு..."

அவள் அழ அழ, ஒவ்வொரு மாணவனும், வீர புருஷனானான். இன்னும் அந்த வாலிபால்காரனையே விழுங்கி விடுவதுபோல் பார்த்த சுயம்புவை, ஒருத்தன் முடியைப் பிடித்து இழுத்தான். கூடைப்பந்துக்காரி ஒருத்தி 'குத்து' என்கிற மாதிரி வலது

கையை முஷ்டியாக்கி, வாயைப் பாதியாக்கி, அந்தரத்தில் ஒரு குத்து விட்டாள். இதனால் அவளைக் குளிர்விக்க வேண்டும் என்பதற்காக, ஒரு 'செகனாண்ட்' ஹீரோ, சுயம்புவின் மூக்கைப் பலமாக இழுத்து விட்டான். ஒருத்தி கால் செருப்பைக் கழட்டி எல்லோரையும் அடிக்கப் போவதுபோல் உயரே தூக்கினாள். இப்படி எல்லோரும் அவன் உடம்பை ஆளுக்கு ஆள், உறுப்பு உறுப்பாய்ப் பிடித்துக்கொண்டு, அவனை இம்சை செய்தார்கள். சுயம்புவும், வலி தாங்க முடியாமல் கத்தினான். உடனே, வாலிபால் கதாநாயகன் சுயம்புவை தன்மார்போடு சேர்த்து அணைத்துக் கொண்டு, அவன் முதுகில் கைகளைப் பரப்பிக்கொண்டு, அவன் தலையை தன் தலையால் மூடி பாதுகாப்புக் கொடுத்தான். "விடுங்கப்பா... விடுங்கப்பா... விசாரணை இல்லாமல் அடிக்கக் கூடாது" என்றான்.

சுயம்பு, அவன் மார்புக்குள் அடைக்கலமாகி, 'குய்யோ முறையோ' என்று கூப்பாடு போட்டான். அந்தப் பெண்ணைச் சுற்றி நின்ற ஒருத்தி, அவளிடம் விவரம் கேட்டாள். அவள் சொன்னபோது, அதையே கேட்டுக் கொண்டிருந்த இன்னொருத்தியும் 'ஒன்ஸ்மோர்' கேட்டாள். இது போதாது என்று, இந்த டேவிட் அந்த 'பாஸ்டர்டைக்' கீழே தள்ளிவிட்டு அந்த இடத்தில் தன்னை வைத்துக் கொள்ளுவதற்குப் பதிலாக, அவனுக்கே சப்போர்ட் செய்வது மாதிரி பேசுகிறான்... அய்யோ... நான் அநாதையாயிட்டேனே...

அந்தப் பெண்ணின் கூச்சலும், சுயம்புவின் கூச்சலும் வெளியே உள்ளவர்களை உள்ளே இழுத்துக்கொண்டு வந்தன. எப்படியோ விஷயத்தை யூகித்துக்கொண்டார்கள். சிலர், சுயம்புவைக் கதாநாயகத்தனமாகவும் பார்த்தார்கள். கூட்டத்தில் முண்டியடித்து முன்னால் வந்த மூர்த்தியும், முத்துவும் எம்.பி.பி.எஸ். மாணவர்களிடம் மாறி மாறிக் கெஞ்சினார்கள்.

"இவன் எங்க கிளாஸ்மேட்... அதோட ரூம்மேட் எலெக்ட்ரானிக் அண்ட் டெலிகம்யூனிகேஷன் கோர்ஸிலே பஸ்ட் இயர் படிக்கான். கொஞ்ச நாளாவே மனசு சரியில்ல... வேணுமுன்னு செய்திருக்க மாட்டான். இந்தத் தடவை விட்டுடுங்க..."

ஒரு எம்.பி.பி.எஸ் முதலாண்டு எகிறியது. அப்படியாவது சீனியர்கள் தன்னை ரேக்கிங் செய்வதை நிறுத்துவார்கள் என்ற நப்பாசை.

"எப்படியா விட முடியும்... ஆப்டர் ஆல் ஒரு என்ஜினியரிங் ஸ்டூடண்ட்... ஒரு எம்.பி.பி.எஸ். பொண்ணுகிட்ட வம்பு செய்யுறதா..."

"யோவ் மாங்கா மடையா... என்னடா ஆப்டர் ஆல்... எம்.பி.பி.எஸ்னா பெரிய கொக்காடா?"

வெடவெடப்பான மூர்த்தி எகிறினான். அங்கே பொறியியல் மருத்துவக் கல்லூரி மகாயுத்தம் வரப் போவது மாதிரியான நிலமை.

மாணவர்கள், வியூகம் வைக்கப் போனார்கள். மாணவிகளில், வீராங்கனைகள் தவிர, மற்றவர்கள் அழப் போனார்கள்.

அந்த மாணவர்கள், ஒன்றை ஒன்று தொட்டுக் கொள்ளும் சின்னச்சின்ன வட்டங்களாகநின்றனர். அவர்களை அறியாமலே அவர்கள் அடிமனதில் ஏற்பட்ட குழு உணர்வு. அங்கே குறியீடுகளாகத் தெரிந்தன. பட்டப்படிப்பு மாணவர்களும், வேடிக்கை பார்ப்பதற்காக வந்து, இப்போது இந்தச் சண்டையில் கலந்து கொண்டார்கள். அத்தனை பேரும், வட்டத்திற்குள் வட்டமாய் காணப்பட்டார்கள். அந்த வட்டத்திற்குள்ளும் ஆண்டுவாரியான நெருக்கங்கள். கோர்ஸ்வாரியான நெருக்கங்கள். ஆண்கள் மேல் படரும் கொடிகளாக, டாக்டர் - மாணவிகள் ஒவ்வொரு ஆண் எம்.பி.பி.எஸ். கழுத்துக்கு மேலே புடவைபடத் தலைசாய்த்து நின்றார்கள். இது வேறு, மற்ற மாணவர்களுக்கு வயிற்றெரிச்சலைக் கொடுத்தது. பொதுவாக மற்ற மாணவர்களை அலட்சியப்படுத்துவதாக வெள்ளைக் கோட்டுக்காரர்கள்மீது ஒரு குற்றம் சாட்டப்படுவதுண்டு. ஆகையால் அவர்களை ஒரு நாளைக்காவது கறுப்பு கோட்டு போட்டு துக்கிக்க வைக்க வேண்டுமென்று, மற்ற மாணவர்களுக்கு ஒரு வேகம். இந்தச் சமயத்தில் எல்லோராலும் இளக்காரமாய்க் கருதப்படும் இன்னொரு பையன், எம்.பி.பி.எஸ். சார்பில் ஒரு போடு போட்டான்.

"ஆமாங்கடா... எம்.பி.பி.எஸ்.னா கொக்குதான்... ஒங்க 'ஸைடு' மாணவிகள்கிட்ட கேட்டுப் பாருங்க... அவள்களுக்குத் தெரியும்... நீங்க முருங்கை மரம், நாங்க புளியமரம்."

ஏற்கெனவே இந்த சமாசாரத்தில் 'நொந்து' போயிருக்கும் இதர மாணவ அணிகள், கொதித்துப் போயின. ஆங்காங்கே லைட்டுகளைப் போட்டுக்கொண்டு வராண்டாவில் நின்ற பெண் விடுதிகளை, ஆண்மையோடு பார்த்தார்கள். ஒருசிலர் அங்கிருந்த பெண்களைத் தங்கள் பக்கம் வரச்சொல்லிக் கையாட்டினார்கள். உடனே எம்.பி.பி.எஸ். மாணவர்களும் சேர்ந்து கையாட்டினார்கள். அந்தத் 'தெரு' ராமர்களுக்கு, அங்கேயே அந்த மாணவ சீதைகளுக்கு ஒரு அக்கினிப் பரீட்சை நடத்த வேண்டுமென்று துடிப்பு. இதற்குள் எம்.பி.பி.எஸ். கிடைப்பதற்காகப் படித்து, பிறகு பொறியியல் சேர்வதற்காக

விண்ணப்பித்து, இறுதியில் பட்டப்படிப்பிலும் பாடாவதியான ஒரு பி.ஏ.க்காரன் பெருமிதமாகப் பேசினான்.

"பொல்லாத எம்.பி.பி.எஸ்... ஊசி போட்டுப் போட்டே ஊசிப் போறவங்க... நாங்க அப்படியில்ல... ஐ.ஏ.எஸ்ஸா வருவோம். ஐ.பி.எஸ்ஸா வருவோம்... நீங்க ஊசியும் கையுமா நின்னாலும், எங்களுக்கு சல்யூட் அடித்தே ஆகணும். ஒரு கான்ஸ்டேபிள் அதட்டலுக்குப் பயந்தே, கஸ்டடி டெத்த, இயற்கையான மரணம்ன்னு செயற்கையாச் சொல்ற பசங்களுக்கு வாய் வேறயா?"

பல மாணவர்கள் 'ஹியர், ஹியர்' என்றார்கள். பலமாகக் கை தட்டினார்கள். இதற்குள் மற்ற துறை மாணவிகளும் அங்கே வந்துவிட்டார்கள். அவர்களுக்கும், சுயம்புவின் விவகாரமும், அந்த விவகாரத்தில் ஏற்பட்ட உள் விவகாரங்களும் புரிந்தன. எம்.பி.பி.எஸ் மாணவர்களோடு எந்தத் தொடர்பும் இல்லையென்று நிரூபிக்க வேண்டியது ஒரு கடமையாகி விட்டது. பழக்கப்பட்ட, பரிச்சயப்பட்ட டாக்டர் பையன் களைக்கூட, கண்ணால் விலக்கி வைத்துவிட்டு எம்.பி.பி.எஸ். மாணவிகளை எந்த சம்பந்தமும் இல்லாமல் திட்டினார்கள்.

"பார்க்கறதுக்கு அழகா... ஒரு அப்பாவி கிடச்சால் போதும் விடமாட்டிங்களாடீ...!"

"ஆமாங்கடி... இந்த ஆணழகனை... நீங்களே வச்சுக்கங்க...!"

"ஒங்களுக்கு மனிதாபிமானமுன்னு எதுவும் இருக்க முடியாது. ஏன்னா, பிணங்களைப் பார்த்துப் பார்த்து பிணங்களாப் போன ஜென்மங்கள் நீங்க..."

ஆண் டாக்டர் மாணவர்களுக்கு, இது ஒரு வர்க்கப் பிரச்னையாகி விட்டது. ஆளுக்கு ஆள் எகிறினார்கள். சுயம்புமேல் போடப்பட்ட பிடியை நெருக்கினார்கள்... இதனால் மூர்த்தி பயங்கரமாய் கத்தினான்.

"ஏப்பா... நான்தான் சுயம்பு ஒருமாதிரி... கொஞ்ச நாளா மனநிலை சரியில்லாம இருக்கான்னு சொல்றேனே! அப்படியும் அவனைப் பிடிச்சு வைச்சீங்கன்னா என்ன அர்த்தம்! விடப்போறீங்களா... விட வைக்கணுமா..."

சுயம்பு விவகாரத்தையே, மறந்துபோன மாணவர் களுக்கு, அப்போதுதான் அவன் நினைவும், நிலையும் மனதுக்கு வந்தன. அவனைத் தன் மார்போடு சேர்த்து அடைக்கலமாக

வைத்திருந்த டேவிட், சுதாரித்தான். அப்போதும் கோழி, குஞ்சுகளை இறக்கைக்குள் வைப்பது மாதிரி சுயம்புவை மார்போடுபோட்ட கைக்குள் வைத்துக்கொண்டே நடந்தான். முத்துவின் தோளைப் பிடித்துக்கொண்டு, குதியாய்க் குதித்துக் கொண்டிருந்த மூர்த்தியிடம், சுயம்புவை மென்மையாகப் பிடித்துத் தள்ளினான். பிறகு "இவர சைக்கியாட்ரிஸ்ட் கிட்ட கூட்டிட்டுப் போங்க" என்று சொன்னபடியே, எதிர்ப்பந்தை எதிர்பார்த்து எப்படி பின்னால் நகர்வானோ, அப்படி நகர்ந்தான்.

அவன் அப்படி நகர, நகர, பொறியியல் மற்றும் பட்டப் படிப்புக்கள் முன்னால் நகர்ந்தன. ஒரே கசாமுசா சப்தம். அதற்கான காரணத்தை ஒருத்தன் கண்டுபிடிப்பாய்ச் சொன்னான்.

"அப்போ நாங்கல்லாம் 'மெண்டலா?" இதுக்குத்தான் எம்.பி.பி.எஸ். திமுருன்னு பேரு... 'மெண்டல்' என்ன செய்யுமுன்னு சுயம்புமாதிரி செய்து காட்டட்டுமா?"

இப்படிச் சொன்னவன், அந்த டாக்டர் - மாணவிகளைப் பயமுறுத்துவது போல் அவர்களை ஓரம் சாய்த்துப் பார்த்தான். அந்த மாணவிகள் பயந்துபோய் ஓடப்போன போது அவர்கள் தரப்பிலேயே சில மாணவர்கள் அவர்களைத் தடுத்தார்கள். இதற்குள் டேவிட் சிறிது ஆர்ப்பாட்டக் குரலோடு பேசினான்.

"உங்களுக்குப் புரியாவிட்டால் நான் என்ன செய்ய முடியும்? அவருக்கு ஏதோ ஒரு மனநோய். மனநோயும், வயிற்றுவலி, தலைவலி மாதிரி யாருக்கும் எப்போ வேண்டுமானாலும், வரலாம். இதுல வெட்கப்படுறதுக்கு ஒண்ணுமில்லை. எங்க விசிட்டிங் புரபசர். பரமசிவம் மன இயலில் ஒரு அதாரிட்டி... கோவில் பக்கம் கிளினிக். என் பேரைச் சொல்லுங்க..."

"நீங்க என்ன புரட்சித் தலைவரா இல்ல தமிழினத் தலைவரா, சொன்ன உடனே தெரிஞ்சுக்கிறதுக்கு! உன் பேரைச் சொல்லேன் மிஸ்டர்..."

"பால்கொடுக்கிற மாட்டை பல்லைப் புடுங்கிப் பார்க்காதீங்க... ஆனாலும் அவரைப் பாக்கிறதுக்கு மனசுக்குக் கஷ்டமா இருக்கறதாலதான் சொல்றேன். அவரு முகத்துக்காக உங்க முகத்தை அப்படியே விட்டு வைக்கோம். கிண்டல் யாருக்கும் பொதுச் சொத்து இல்ல... ஓ.கே. என் பேரு டேவிட்... டாக்டர்

பரமசிவத்துக்கிட்ட, நான் அனுப்புனேன்னு சொல்லுங்க... வேணுமுன்னா நானும் வாறேன்... இந்தாப்பா ஆட்டோ..."

ஒரு மாணவனையும், ஒரு மாணவியையும் எல்லைவரைக்கும் ஒன்றுபட்டு கொண்டுவந்து விட்டு, பிறகு, அந்த மாணவியை மட்டும் ஒரு விடுதியில் சேர்ப்பித்து விட்டுத் திரும்பிய ஆட்டோ, அலறியபடியே நின்றது. மூர்த்தி, டேவிட்டையே பார்த்துக்கொண்டு நின்ற சுயம்புவைப் பிடித்து ஆட்டோவில் தள்ளினான். அப்படியும் அவனும் அந்த டேவிட்டை - அமைதி ஒளிரும் அந்த முகத்தையும், அழுத்தம் தழும்பும் அந்த மார்பையும் மாறிமாறிப் பார்த்தான். இதற்குள், மூர்த்தியும் முத்துவும் சுயம்புவுக்கு இருபுறமும் ஏறிக் கொண்டார்கள். மாணவர் கவனம் முழுவதும் சுயம்புமேல் திரும்பியது. இதனால் போரடித்த பலர், கூட்டம் கூட்டமாய், கும்பல் கும்பலாய்ப் போய்க் கொண்டிருந்தார்கள். இரைச்சலோடு கூடிய மழை விட்ட அமைதி... அது சேற்றையோ, சேதாரத்தையோ ஏற்படுத்தாமல் மறைந்ததால் ஏற்பட்ட நிம்மதி. மூர்த்தியும், முத்துவும்கூட 'புரவோக்' ஆகாமல் விளையாட்டு உணர்வு மனப்பாங்கில் விவகாரம், விகாரமாய்ப் போகாமல் நடந்து கொண்ட டேவிட்டை மனத்திற்குள் பாராட்டினார்கள். டேவிட்டும், அவர்கள் கூப்பிட்டால் போவது என்பது போல் ஒரு காலை அழுத்தி வைத்து நின்றான். இவன் களுக்கும் கூப்பிட ஆசை. ஆனாலும் பின்னாலே சொல்லிக் காட்டுவார்கள் என்ற சந்தேகம். 'பிரிஸ்டிஜ்' என்னாவது...?

7

அந்த ஆட்டோ பறந்தது, இருவருக்கும் இடையே சிக்கிய சுயம்பு, டிரைவரே திரும்பிப் பார்க்கும் விதத்தில் கத்தினான்.

"ஏண்டா என்னை இப்படி இடிச்சிட்டு உட்காருறீங்க... டேய் மூர்த்தி, கைய எடுடா... டேவிட்டையும் கூட்டி வந்தால் என்னடா..."

அந்த ஆட்டோ, டாக்டர் பரமசிவம் 'கிளினிக்' முன்னால் வந்து நின்றது. ஆனால், அதன் வாசல், இடையிடையே சிலிர்த்த இரும்புக் கதவால் மூடப்பட்டிருந்தது. பக்கத்து 'இங்கிலீஷ் மருந்துக் கடையில் விசாரித்தபோது, அந்த டாக்டர் ஏதோ ஒரு செமினாருக்காக பம்பாய் போயிருப்பதாகவும், நேற்றே போய்விட்டார் என்றும் செய்தி கிடைத்தது. முத்து, கோபம் கோபமாகக் கத்தினான்.

“அந்த டேவிட் பயல்... வேணுமுன்னே நம்மளை அலைய வச்சுட்டான் பாருடா... நம்மை மெண்டலா ஆக்கிட்டான்...”

சுயம்பு முத்துவை முறைத்தபடியே பேசினான்.

“அவருக்குத் தெரியாமல் இருக்கலாம். அவரப் பார்த்தா, நல்லவராத் தோணுது... ஒங்களமாதிரி தெரியலே...”

“எப்படிடா!... இப்படிப்பட்ட ஒரிஜனல் ஜோக்கைக் கேட்டு ரொம்ப நாளாகுது... மூர்த்தி இப்ப என்னடா செய்யலாம்...”

“சைக்யாட்ரிஸ்ட் இல்லாமப் போனதும், ஒரு வகையில் நல்லதுக்குத்தான். இல்லாட்டால், இவன மட்டுமல்ல, இவன் அப்பா, அம்மா, இவனோட ஒழவு மாடு எல்லோரையும், எல்லாத்தையும் பார்க்கணுமுன்னு சைக்யாட்ரிஸ்ட் அடம் பிடிப்பார். ‘பேக்கிரவுண்டு’ என்ற பெயரிலே, நோயாளிகளை ‘அண்டர்கிரவுண்டு’க்குள்ள அனுப்புறவங்களுக்குப் பேர்தான் ‘சைக்யாட்ரிஸ்ட்’. அடுத்த தெருவுக்குப் போகலாம்... எனக்குத் தெரிந்த டாக்டர், தூரத்து உறவு... நல்ல கைராசி... எல்லாருக்கும் ஒரே மாதிரி ஊசிதான் போடுவாரு... அப்புறம் திரும்ப மாட்டாங்க...சிரிக்காதடா...நோய் போயிடும்னு சொல்ல வந்தேன். டிரைவர் நீங்களும் சிரிச்சா எப்படி... ஆட்டோவ அலறவிடாமல், சிரிக்க விடுங்க பார்க்கலாம்.”

அந்த ஆட்டோ, அடுத்த தெருவுக்குள் போனது. அது நின்ற இடத்தின் மேல் பொறிக்கப்பட்ட பலகையில், அந்த டாக்டரின் பெயர். முத்துராஜோ... மோகனராஜோ... அந்தப் பெயருக்கு முன்னால், ஆங்கில எழுத்துக்கள் இருபத்து ஆறும் இடம் பெற்றிருந்தன. அத்தனையும் இறக்குமதிப் பட்டங்கள் ஒரே கூட்டம். அதில் காத்திருந்தாலே, பாதிப் பைத்தியம் பிடிக்கும். ஆனாலும் அவர்கள் காத்திருந்தனர். இவ்வளவுக்கும், மூர்த்தி, தான் வந்திருப்பதாகச் சொல்லும்படி கிளினிக் பையனிடம் சொல்லி அனுப்பினான். அந்தப் பையனும் உள்ளே போனான். சொன்னானோ, சொல்லலியோ... வெளியே வந்தவன், அவர்களைப் பார்த்து, தானே ஒரு டாக்டர் என்பது மாதிரி நெஞ்சை நிமிர்த்தினான்.

இதற்குள், ஆங்காங்கே உட்கார்ந்திருந்த பெண்களின் தலைப்பூக்களையும் கால் கொலுசுகளையும் ரசித்துப் பார்த்தான் சுயம்பு. சிலர் கால்களை இழுத்து வைத்துக் கொண்டார்கள். சிலர், பூக்களைக் கைகளால் மூடிக் கொண்டார்கள். நல்லவேளையாக ஒரு மணி நேரத்திற்குள், டாக்டர் கூப்பிட்டுவிட்டார். அப்போது,

“நிலத்துக்கு உச்சவரம்பு வைக்கிறது மாதிரி டாக்டருக்கு வருகிற நோயாளிகளுக்கும் உச்ச வரம்பு வைக்கணும்” என்று முத்து கத்திக் கொண்டே உள்ளே போனான்.

அந்த மூவரையும், டாக்டர் எமதூதர்களாகப் பார்ப்பது போலிருந்தது, மூர்த்தியும் முத்துவும் உட்கார்ந்து விட்டு சுயம்புவை நிற்க வைத்தார். டாக்டர் அவர்களைப் பார்க்காமல், கடிகாரத்தைப் பார்த்துவிட்டு, “இன்னும் எவ்வளவு பேருப்பா இருக்காங்க” என்று கத்திவிட்டு, பதிலுக்காகக் காதுகளைக் குலுக்கலாய் வைத்தபோது, கம்பவுண்டர் மாதிரியான ஒருத்தர் உள்ளே வந்து, “இன்னும் பதினாறு பேர்” என்றார். அப்படிச் சொல்லிவிட்டுப் போகாமல், அங்கேயே நின்றார் தேதி பதினைந்து. இன்னும் போன மாதச் சம்பளம் கைக்கு எட்டாக் கனியாகவே இருக்குது....!

டாக்டர், அங்குமிங்குமாய்த் தலையாட்டியபடியே ‘உம்...’ என்றார். மூர்த்தி சொன்னான்.

“இவன் பேரு சுயம்பு...”

“ஒங்க பேரு...”

“என் பேரு ஒங்களுக்குத் தெரியாதா... உங்க சித்தப்பா மகளோட....”

“இப்ப நான் கொஞ்சம் பிஸி. விஷயத்தைச் சொல்றீங்களா...”

“இதோ நிக்கானே சுயம்பு, ரொம்ப பிரிலியண்ட் சார்... ஆனால் இப்போ ஒரு மாதிரி ஆயிட்டான்... நைட்ல எங்ககூட படுக்காம வராண்டாவுல படுக்கான்... பொண்ணுங்ககிட்ட ஓவரா பேசுறான்... திடீர் திடீர்னு அழுவறான்... கோபப்படறான். துண்டை எடுத்து மாறாப்பு மாதிரி போட்டுக்கிறான்...”

சுயம்பு டாக்டரிடம் எதையோ சொல்லத் துடித்தான். சகாக்களைத் துரத்திவிட்டு, அவரிடம் எல்லாவற்றையும் சொல்லப் போவதுபோல் அவர்கள்மீது ‘போங்கடா’ பார்வையை வீசினான். டாக்டர் அவனிடம் சில கேள்விகளைக் கேட்க ஆயத்தமானார். இதற்குள் ‘கிளினிக் பாய்’ உள்ளே வந்து. “சார் எம்.எல்.ஏ. வெளியே இருக்கார்... ஏதோ ஜலதோஷம் வந்தது மாதிரி சந்தேகமாம்” என்றான்.

டாக்டர், பரபரத்தார். இருக்கையிலிருந்து எழுந்து மூர்த்தியைப் பிடித்துத் தள்ளிவிட்டு, கதவைத் திறந்து, “ஒன்மினிட்ல கூப்பிடுறேன். ஜலதோஷம் தும்மலா வரலியே...

அப்படியா சந்தோஷம்" என்று சொல்லிவிட்டு, கதவை மூடினார். பிறகு இருக்கையில் வந்து உட்கார்ந்தார். ஆனாலும், அவர் பார்வை எக்ஸ்ரேபோல் அந்தக் கதவைக் கிழித்துக்கொண்டே போனது. அவரிடம் ஏதோ சொல்வதற்காக உதடு துடிக்க நின்ற சுயம்புவைப் பார்க்காமலே பிரிஸ்கிரிப்ஷன் எழுதினார். எழுதியபடியே, 'நாடி' பார்த்தார். லோ பிளட் பிரஷர் இருந்தால் இப்படி ஒரு நிலமை வரும் என்று அவருக்குத் தெரியும். ஆனாலும் அதைப் பார்க்க இப்போது நேரமில்லை. எம்.எல்.ஏ.வைப் பிடித்து, ஒரு எம்.எஸ் சீட் வாங்க வேண்டும். சுயம்புவைத் தொட்டுக்கூடப் பார்க்காமல் ஒரு தாளில் கிறுக்கியபடியே, "இந்த மாத்திரைகளை ஒரு வாரத்துக்குக் கொடுங்க... நைட்ல ஒரு மாத்திரை போதும்... நெக்ஸ்ட் வீக்ல வாங்க" என்றார். பிறகு அவர்களை, அங்கே இல்லாதது போலவே அனுமானித்து அவர் பையையே பார்த்துக் கொண்டு நின்ற கம்பவுண்டர் மாதிரியான வரிடம், "எம்.எல்.ஏ.வைக் கூப்பிடுங்க" என்றார். ஆனாலும் அவரோ ஒரு அங்குலம் கூட நகராமல், சிறிது துக்கத்தோடு சொன்னார்.

"சார்... இந்தப் பையனப் பத்தி சொல்றதைப் பார்த்தால் இவன் பார்க்குற பார்வையைக் கணக்கெடுத்தால் அநேகமாக 'ஹெர்மா புராடக்டா,' இருக்கலாமோன்னு எனக்கு ஒரு சந்தேகம்."

"ஒன் சந்தேகத்தைத் தூக்கிக் குப்பையில போடுய்யா... நாட்டுல யார் யார் எதைப்பத்தி பேசணும்னே விவஸ்தை இல்லாமப் போச்சு... எம்.எல்.ஏ.யைக் கூட்டிட்டு வான்னா கூட்டிட்டு வாயேன்... சரி பிரதர்ஸ்... சரியாயிடும்... ஓகே."

வெளியே வந்தவர்கள், எதிரில் உள்ள மருந்துக் கடைக்குப் போனார்கள். கடைக்காரர் பிரிஸ்கிரிப்ஷனைப் பார்த்துவிட்டு, "இந்த மாத்திரை மார்க்கெட்ல இருந்து ரெண்டு வருஷத்துக்கு முன்னாலேயே அவுட்டாயிட்டே... ஆல்டர்னேடிவ் மாத்திரை எழுதித் தரச் சொல்லுங்க... இவனுவலெல்லாம் டாக்டர்" என்றார். உடனே மூர்த்தி மீண்டும் டாக்டரிடம் போனான். அரை மணி நேரம் கழித்து மருந்துக் கடையில் தாளை நீட்டினான். ஏழு மாத்திரைகள் கொடுக்கப்பட்டன. அங்கேயே ஒரு டம்ளரில் தண்ணீர் வாங்கி, சுயம்புவின் வாயில் ஒரு மாத்திரையைப் போட்டு, விதைக்குத் தண்ணீர் ஊற்றுவது போல் ஊற்றினான்.

8

சகாக்களோடு அறைக்குள் வந்த சுயம்பு, கட்டிலில் 'ஜம்ப்' செய்து ஜன்னலில் முதுகைப் போட்டான். அவர்களைப் போலவே அவனுக்கும் ஆச்சரியம். நாமா இப்படிக் கத்தினோம்... ஒரு மாத்திரையிலேயே சரியாயிட்டே... ஆனாலும் அவ்வப்போது முகம் சுளித்தான். அவர்கள் அவன் கையைப் பிடித்துக் குலுக்கும்போது ஒரு ஷாக். கத்த வேண்டும் என்ற எண்ணம். ஆனால் கத்தக்கூடாது என்று உள்ளுக்குள்ளேயே ஒரு கட்டளை. எல்லாவற்றையும் லேசாய் எடுக்கும் நிதானம். அந்த மாத்திரை அவன் மனத்தைக் கட்டிப் போட்டுவிட்டது.

சிறிது நேரத்தில், அந்த அறைக்குள் ஏழெட்டுப் பேர் திமுதிமுவென உள்ளே வந்தார்கள். நாலு லுங்கிக்காரன்கள். இரண்டு பாண்ட்கள். ஒரு வேட்டிக்காரன். அவர்களே உசத்தியாகப் பார்க்கும் ஒரு சபாரிக்காரன். கலர்ப்பனியன் காரர்களோடு உள்ளே வந்த சபாரி, உயரத்திலும் அகலத்திலும் சராசரிக்கு மேலே. எடுத்த எடுப்பிலேயே கேட்டான்.

"தம்பி மூர்த்திக்கண்ணு, என் பேரு பொன்முகன்... நீ நம்ம காலேஜ் யூனியன் தேர்தல்ல செகரட்டரி போஸ்ட்டுக்கு நாமினேஷன் போட்டிருக்கியாமே."

"ஆமாம். உட்காருங்க அண்ணே..."

"நான் தலைவருக்கு போட்டி போடறது உனக்குத் தெரியுமில்லே..."

"ஆமாண்ணே... ஒங்களுக்கு ஒத்தாசையா..."

"அதுக்கு ஒரு சீனியர் இருக்கான்... நீ உள்ளே வந்து மூணே மூணு மாசம்தான் ஆகுதுப்பா..."

"இருக்கட்டு மேண்ணா.. பஸ்ட் இயர் பசங்களுக்கு கட்டில் கிடையாது. ஃபேன் கிடையாது. மூட்டைப் பூச்சி களோட சகவாசம்... இந்தக் கட்டிடத்துக்கு மட்டும் ஒரு நாளைக்கு பூகம்பம் வரப்போகுது. அதுக்கு முன்னால, அதைத் தடுக்கணும். இதுக்குத்தாண்ணே போட்டி போடுறோம்..."

"அதுக்கு சீனியருங்க இருக்கோம்பா.. உனக்கு வேணும்னா ஆயிரமோ ரெண்டாயிரமோ வாங்கிக்கோ. வாபஸாயிடு..."

"என்ணணே நீங்க... அரசியல்மாதிரி காலேஜ் யூனியன் தேர்தலையும் அசிங்கப்படுத்துறீங்க..."

"அப்புறம் நீயும் அசிங்கப்பட வேண்டியிருக்கும் கண்ணா. நீ வந்து மூணு மாசம்தான் ஆகுது. கஷ்டப்பட்டு இடத்தைப் பிடிச்சுட்டு, இப்ப சட்டமா பேசுறே!"

"இந்தப் பல்கலைக்கழகம் மட்டும் இல்லாட்டால், உங்களமாதிரி என்னமாதிரி பிற்படுத்தப்பட்டவங்களுக்கு எதுவுமே கிடைக்காதுன்னு எனக்குத் தெரியுமுண்ணே... ஆனாலும் ஒரு கட்டில் கேட்கிறதுல தப்புல்ல அண்ணே... வஞ்சகம் இல்லாமல் சோறு போடுறாங்க... எங்கேயும் இல்லாத சுதந்திரம் இங்கே இருக்குது... ஆனாலும்...

"என்னடா... வெளையாடுறியா... நான் யார் தெரியுமா?..."

"நான் யார்னு தெரியுமாடா...பாக்ஸிங்ல சில்வர் மெடலிஸ்ட். சில்வர்னா வெள்ளி. கோல்டுன்னா தங்கம். உனக்கு அர்த்தம் தெரியுமாடா?"

தரையில் சப்பாணிபோல உட்கார்ந்திருந்த, முத்து நெஞ்சை நிமிர்த்தி எழுந்தான் தூக்கலான தோள்களை லேசாய்த் தட்டிவிட்டான். அவன் போட்ட சத்தத்தில் அந்த இரண்டாவது மாடி மாணவர்கள் கூடிவிட்டார்கள். சுயம்பு ஜன்னலில் சாய்ந்தபடி, மோவாயை நீட்டி நீட்டி, கண்களைக் குலுக்கிக் குலுக்கி, தோளை ஆட்டி ஆட்டிப் பேசினான்.

"என்னாங்கடா இது...போட்டி போடறவனைத் தோற்கடிச்சு வீரத்தைக் காட்டணும். டிபாசிட்ட இழக்க வச்சு, சீனியர் சீனியர்தான்னு நிரூபிக்கணும். இதை விட்டுட்டு, விடுதி விட்டு விடுதி வந்து அடிக்க வாறீங்களே, நீங்க ஆம்பிளைங்களாடா..."

விடுதி விட்டு விடுதி வந்தவர்கள், திகைத்துப் போனார்கள். அங்கே கூடிய ஜூனியர்களும் கொதித்து அவர்களை முற்றுகையிட்டார்கள். ரேக்கிங் என்ற பெயரில் இதுக்கு மேல, இவங்க நாரப்பாட்டுக்கு டான்ஸ் ஆட முடியாது. டான்ஸுக்கு பாட்டுப் பாட முடியாது. இவனுக கரும்புள்ளி செம்புள்ளி குத்துறதுக்கு முகத்தைக் கொடுக்க முடியாது. இவங்க சொன்னமாதிரி அந்த முகத்தோட பஸ் ஸ்டாண்டுக்குப் போக முடியாது. நடுராத்திரியில இவங்க கதவைத் தட்டி நம்ம தூக்கத்தைக் கெடுக்க விடப்படாது. இதுக்குமேலயும் இவனுவளுக்கு "நோட்ஸ்" எழுதிக் கொடுக்கக்கூடாது.

அந்த "மூன்று மாதங்கள்," அங்கேயே அறுபது மாதங்கள் இருந்ததுபோல் உருட்டுக் கட்டைகளை எடுத்துக்கொண்டன. துடைப்பக்கட்டைகளைத் தூக்கிக் கொண்டன. நிலைமையைப்

புரிந்துகொண்ட மாணவத்தலைவர் வேட்பாளனும், பல 'செமஸ்டர்'களில் பல பாடங்களில் 'அரியர்ஸ்களை' வைத்திருப்பவனுமான பொன்முகன், தனது சகாக்களோடு ஜகா வாங்கி விட்டான். ஜூனியர்களால், சுயமரியாதைக்குச் சவால் வந்திருக்கிறதே என்ற கவலையல்ல. மாணவர்கள் பாடவாரியாகப் பிரியாமல், ஆண்டு வாரியாகப் பிரிந்தால், தான் ஜெயிக்க முடியாமல் போய்விடுமே என்ற பயம். பதவி கிடைக்க வில்லையானால் 'கட்சிக்கு'க் கோபம் வருமே என்ற உளைச்சல். அவர்கள் போனதும், எல்லா மாணவர்களும் சுயம்புவை சுகமாகப் பார்த்தார்கள். அவனை டாக்டரிடம் கூட்டிக்கொண்டு போன அறைவாசிகளை வியப்போடு பார்த்தார்கள்.

எல்லாம் முடிந்து, எல்லோரும் தூங்கிவிட்டார்கள். சிறிது நேரம் சீனியர்கள் 'ஆயுதப்புரட்சி' செய்ய வரலாமென்று, அதை எதிர்நோக்கி உருளைக் கட்டைகளோடும் ஜாமெட்ரி பாக்ஸ்களோடும் காத்திருந்த ஜூனியர்கள் அந்தக் களைப்பிலேயே உறங்கிவிட்டார்கள். சுயம்பு குறட்டை போட்டுத் தூங்குவதில் அவன் அறைத் தோழர்களுக்கும் அளவில்லா மகிழ்ச்சி. ஆனாலும்-

காலையில் கண்விழித்த மூர்த்தியும், முத்துவும் கட்டிலைப் பார்த்தார்கள். ஒரு மணி நேரமாய் அங்கு மிங்குமாய்த் தேடிப் பார்த்தார்கள். சுயம்புவைக் காணவில்லை. சீனியர்களின் வேலையாக இருக்குமோ.

9

'**வா**ழ்ந்து கெட்டவர்கள்' என்பது போல், அவர்கள் 'கெட்டு வாழ்கிறவர்கள்' என்ற புதுமொழியாய் சொல்லும் படியாய் இருந்தது அந்த வீடு.

சமையலறை மட்டும் பாடாவதிச் சுவரோடு நிற்க, அதற்கு எதிர்த்திசையில் புதிய கான்கிரீட் சுவர்களாலான வீடு. சுற்றிலும் அடைக்கப்பட்ட பனை ஓலை 'காம்பவுண்ட்' அகற்றப்பட்டுக் கருங்கல் சுவர் கம்பீரமாய் நின்றது. மும்மூன்று அறைகளைக் கொண்ட இரண்டு பத்திக் கட்டிடம். அந்த இரண்டும் நீண்ட வராண்டாவில் அல்லது திண்ணையில் முகங்களைக் காட்டிக் கொண்டிருந்தன.

சுயம்புவை, யாரோ உள்ளே கொண்டு வந்து விட்டுவிட்டு, வந்த சுவடு தெரியாமல் போய்விட்டார்கள். அவன் மூன்றடி உயரத்திற்கு மேலுள்ள தார்சாவில் பெஞ்சுமேல் உட்கார்ந்திருப்பவர்களைப் பார்த்தான். ஒருவர் பிறக்கும்போதே

முடி முளைக்காத மொட்டை. அறுபது வயதிருக்கும். அவரருகே ஒரு கம்பீரமான ‘ப’ வடிவ மீசைக்கார இளைஞன். அவன் பக்கத்தில் மஞ்சள் முகத்தோடு கூடிய ஒருத்தி, வயிறு துருத்த சுவரில் சாய்ந்து மூச்சு விட்டுக் கொண்டிருந்தாள். எதிர்ப்புற நாற்காலியில் அதே வயது இளைஞன். ஆனாலும் மீசை தெரியாத கருப்பு.

சுயம்பு, முற்றத்தில் நிறுத்தப்பட்ட மோட்டார் பைக்கின் முன்பக்க முகப்பில் ஒரு கராத்தேக்காரனின் உருவப்படத்தை ரசித்துப் பார்த்தான். ஆம்புளன்னா இப்படித்தான் இருக்கணும். இல்லாட்டா அந்த டேவிட் மாதிரி இருக்கணும்... அதோ இருக்கானே, கரிமூஞ்சி...

சுயம்பு, கராத்தே உருவத்தைக் கண்ணிலிருந்தும், டேவிட் உருவத்தை மனத்திலிருந்தும் விடுவித்துக் கொண்டே, தன்னை ஆச்சரியமாகப் பார்ப்பவர்களை அகலக் கண் போட்டுக் கேட்டான்.

“இது ‘பூக்கட்டி’ அருணாசலம் வீடுதானே...”

“ஒரு காலத்தில் ‘பூக்கட்டி, பூக்கட்டி’ என்று தன்னை இளக்காரமாகப் பேசிய ஊரே, இப்போது அதை மறந்து, ‘வாத்தியார் வீடு’ என்றும் ‘டிராக்டர்காரர் வீடு’ என்றும் பல கௌரவப் பட்டங்களை வழங்கும்போது, சுயம்பு, அழுகிப்போன பூக்களைக் கிளறுவது கண்டு அந்த மொட்டைத் தலைவர் கோபப்படப் போனபோது, “பிள்ளைத்தாய்ச்சி” கேட்டாள்.

“யாரு நீங்க... என்ன வேணும்...”

“என் பேரு சுயம்பு. எங்க அக்கா பேரு மரகதம்... நல்லாம்பட்டி பிள்ளையாரு எங்கப்பா...”

வாயும் வயிறுமான அந்தப் பெண் ‘வாங்க, உள்ள வாங்க’ என்று கூவியபடியே எழுந்தாள். வீட்டுக்குள் எட்டிப் பார்த்து “எம்மா, எம்மா” என்றாள். பிறகு அவளே உள்ளே போய் ஒரு நாற்காலியை எடுத்துப் போட்டு, அதை ஒரு முந்தானையால் துடைத்து விட்டாள். உடனே அவன், மூன்று படிகளில் முதல் படி வழியாய் ஏறாமல் எகிறிக் குதித்து, அவள் போட்ட நாற்காலியில் உட்கார்ந்தான். இதற்குள் ஒரு வயதான அம்மாள், உள்ளறையிலிருந்து வெளிப்பட்டாள். ஒரு காலத்தில் போடப்பட்ட பாம்படக் காதை அறுத்து,

கம்மலைப் போட்டிருக்கலாம் என்பதை அவள் காதுகளின் சிதைந்துபோன அடிவாரங்கள் காட்டின. எல்லோருக்கும் திருப்தி. தம்பிக்காரனே இவ்வளவு அழகு என்றால், அக்காவைப் பற்றிக் கேட்க வேண்டாம். ஆனால் இவனுக்கே ஒரு தடிமாடு வயசு இருக்கும். பொண்ணுக்கு எவ்வளவோ... கிழவிக்கா தாலி போடறது... மொட்டைத் தலைவர் சந்தேகம் கேட்டார்.

"தம்பிக்கு என்ன வயசு?"

"எங்க அக்காவுக்கு நாலு வயசு கீழ..."

"சரிப்பா... குத்து மதிப்பா எவ்வளவு தேறும்..."

"இருபத்தொன்னு முடிஞ்சு இருபத்திரண்டு பிறக்கப் போவுது... நெக்ஸ்ட் மன்த் சிஸ்டர் பெர்த்டே...."

"மாமாவுக்கு நீ கடைசியில சொல்ற எந்த எழவும் புரியல... ஆனாலும் பரவாயில்லை. ஆனால், பேசும்போது உடம்பை இப்படி ஏன் வளைக்கே..."

"நான் வளைக்கலை மாமா. அதுதானா வளையுது..."

"என்ன புள்ள அப்படிப் பாக்கே... உன் மருமகனுக்கு மொதல்ல மோர் கொண்டுவா..."

அந்தம்மா, உள்ளே போய்விட்டாள். சுயம்பு தன் பக்கம் உள்ள நாற்காலியில் இருக்கும் 'கரி மூஞ்சியையும்' எதிர்பக்கத்து 'சிடு மூஞ்சியையும்' சகிப்புத்தன்மையோடு பார்த்துக்கொண்டு அதே சமயம் எரிச்சலாய்க் கேட்டான்.

"இவங்களுல எவரு மாப்பிள்ளை..."

பிள்ளைத்தாய்ச்சி, அப்போதே அவன் மைத்துனனாய் ஆகிவிட்டதாய் நினைத்துக் கிண்டலும் கேலியுமாய்க் கேட்டாள்.

"நீங்களே கண்டுபிடிங்க"

சுயம்பு, எதிரும் புதிருமாய் உட்கார்ந்திருந்த இரண்டு இளைஞர்களையும் பார்த்தான். எவரும் பிடிக்கவில்லை. ஒருத்தன்கூட 'ஆம்புளையாய்த் தெரியவில்லை'.. 'எக்கா எக்கா இந்தக் கல்யாணம் நடக்காதுக்கா... நடந்தால் கிளி வளர்த்து பூனைகிட்ட கொடுக்கதுக்கு சமானம். ஆலம்பழத்தை அண்டங்காக்கா கொத்திட்டுப் போறது மாதிரி... பூனையாயிருந்தா கல்லடிப்பேன். காக்காவா இருந்தால் கையை ஓங்குவேன்... ரெண்டுல எதையுமே ஒன்கிட்ட அண்டவிடமாட்டேன்.'

சுயம்பு, தன்னிடமே பேசுவதுபோல் முனங்கியதை பிள்ளைத்தாய்ச்சி ரசித்தாள். அவளும் அப்படித்தான். மாப்பிள்ளை பிடிக்கவில்லையென்று தனக்குள்ளேயே முன்பெல்லாம் முணுமுணுத்தவள். இதற்குள் அந்த இளைஞர்கள் இருவரும் அழகுப் பரிட்சைக்கு அவனிடம் மார்க் வாங்க ஆசைப்பட்டவர்களாய் லேசாய்ச் சிரித்தார்கள். வாயும் வயிறும் புதிரவிழ்த்தாள்.

“ஒங்க பக்கத்தில இருக்கவன் என் சின்ன அண்ணன்... இவரு எங்க வீட்டுக்காரரு. அவரு...”

“ஒங்க அப்பாவா இருக்கணும்... இல்ல மாமனாரா இருக்கணும்... அப்போ மாப்பிள்ளை யாரு...”

“பெரியண்ணன்...”

“அய்யய்யோ... வயசானவரோ...”

“வரத்தானே போறான்... நீங்களே பார்த்துச் சொல்லுங்க... ஒங்க வயசப் பார்த்தால், ஒங்க அக்காவுக்கும் வயசாயிருக்கும் போலத் தெரியுதே... எப்பா, அண்ணனைக் கூட்டிட்டு வாங்களேன்...”

மணப்பெண் போல் நாணப்பட்ட தாய்க்காரியிடமிருந்து, மகள்காரி மோர் டம்ளரை வாங்கி, சுயம்புவிடம் நீட்டினாள். அவன், அதைக் குடித்துக் கொண்டிருக்கும் போதே அப்பாக்காரர் வெளியே புறப்பட்டார். தம்பிக்காரனும் கூடவே போனான். பிள்ளைத்தாய்ச்சி புருஷன் காதில் கிசுகிசுக்க, அவன் இட்லி தோசை வகையறாக்களை வாங்கிவர எழுந்தான். அவனும் போனபிறகு, பிள்ளைத்தாய்ச்சிக்குச் சுயம்பு பக்கத்தில் நிற்க கூச்சமாக இருந்தது. உள்ளே போய்விட்டாள்.

சுயம்புவுக்கு, அப்பவே மாப்பிள்ளையைப் பார்க்கும் ஆவல்... தம்பிக்காரனுக்கு வயசாவது தேறும்... அண்ணன்காரனுக்கு அதுகூடத் தேறாதே என்பதுபோல் குறுக்கும் நெடுக்குமாக லாந்தினான். வாசலில் போய் நின்றான். ‘யாரு அது... இந்தப் பக்கமா வாராள். பஸ்ல... சும்மா பக்கத்துல இருந்ததுக்கு பவுசு பண்ணினாளே, அவளா, அவள்தான். அதே ரெட்டைப் பின்னல்... அதே அழுமூஞ்சி. அவனைப் பார்த்தபடியே வீட்டுக்குள் நுழையப்போன அந்தப் பெண்ணை, தப்பிக்க முடியாத படி கையைக் குறுக்காக நீட்டிக்கொண்டு, சுயம்பு ஒரு கேள்வி கேட்கப் போனான். அவள், கோபப்படுவதற்குப்

பதிலாக சப்த நாடிகளும் அடங்கி, சகல நாடிகளும் ஒடுங்கி, அவனைப் பயத்தோடு பார்த்தாள்.

"ஒங்களுக்கு இந்த வீடா..."

"ஆமா... இங்கே எப்படி..."

"எங்க அக்காவைத்தான், ஒங்க வீட்டு வாத்தியார் மலைச்சாமி பாண்டியனுக்கு முடிவு செய்திருக்கு... ஆனாலும் நான் ஓ.கே. சொன்னாத்தான் கல்யாணம் நடக்கும். ஒங்களுக்கு அவரு என்ன வேணும்?"

"கூடப்பிறந்த அண்ணன்..."

"என்னப் பஸ்ல போட்டு பாடாப்படுத்துனாரே... அவரா... அப்படி என்னமா நான் பெரிய தப்புப் பண்ணிட்டேன்... என்னையே இப்படிப் போட்டு அடிச்சவரு, எங்க அக்காவை எப்படிப் போட்டு அடிப்பாரோ... ஒங்க வாடையே வேண்டாம்மா... நேருக்கு நேரா சொல்லிட்டே போயிடப் போறேன்..."

அவள், கண்களைத் தாழ்த்தினாள். பின்னாலும் முன்னாலும் பார்த்தாள். மெள்ள விசும்பினாள். ரகசியம் பேசுவதுபோல் சொன்னாள்.

"அவரு என் அண்ணன் இல்ல... என்னோட 'உட்பி'"

"அப்படின்னா..."

"இப்போ காதலிச்சுட்டு அப்புறமா கட்டிக்கப் போறவரு..."

"அடிப்பாவி கெடுத்தியேடி.. ஒங்கழுத்துல, அவன் கை போடு முன்னால உதட்டுல வாய் படலாமா... ஆமா, அந்தப் பாவிப் பய அப்படி ரகளை பண்ணுனானே... நீயும் 'எண்ணா... எண்ணான்னு வேசம் போட்டியே... பஸ்ல ஒங்க ஊருக்காரங்க யாராவது பார்த்திருந்தால்."

"பஸ்ல யாரும் இல்லன்னு உறுதி செய்த பிறகுதான் நான் கத்துனேன். அவரும் ஹீரோவானாரு..."

"நல்ல மனுஷி நீ... கட்டிக்கப் போறவனை, கூசாம தங்கச்சின்னு சொல்றவன் ஒரு நாளைக்கு உன்னைத் தங்கச்சியா நெனச்சேன்னு சொல்லிடப்போறாண்டி... இனிமேலாவது அந்தக் கழுதைப் பயல 'கஸின் - சிஸ்டர்'னு சொல்லச் சொல்லு... ஸிஸ்டர் என்கிற வார்த்தை ரொம்பப் புனிதமான வார்த்தை... எங்க அம்மாவ எனக்குப் பிடிக்கிறதுக்கே காரணம், அவள் எங்க அக்காவை பெத்தாள் என்கிறதுக்காகத்தான்."

"நீங்க சொல்றபடியே கேக்குறேன்... ஆமாம்-நீங்க எதுக்காக என் பக்கத்துல வந்து உட்கார்ந்தீங்க..."

"அதுவா... அது பெரிய கதை... சொன்னாலும் தீராது. சொல்லியும் மாளாது."

"தயவுசெய்து என்னைப்பற்றி யார்கிட்டவும் சொல்லப்படாது. அண்ணன்கள் அடிச்சே கொல்வாங்க. அதுக்கு முன்னால நான் தூக்குப் போட்டுச் சாக வேண்டியது வரும். இதுனால ஒங்க அக்கா கலியாணமும் நின்னுடும்."

"கவலப்படாதே... கவலப்படாதேம்மா... நான் மூச்சு விடமாட்டேன்... பொண்ணுக்குப், பொண்ணு இந்த ஒத்தாசை செய்யாட்டாக்கூட எப்படி?... ஆனாலும், ஒன்னோட அவன் நல்ல ஆம்புளையாத் தெரியலை..."

"அப்புறம் பேசிக்கலாம். அதோ வாரானே... அவன் தான் எங்கண்ணன். ஒங்க மச்சான்."

சுயம்பு, மைத்துனனோடும், தம்பியோடும் மத்தியில் வந்தவனைப் பார்த்தான். பயந்தது போல் இல்லை. சரியான உயரம்... இரும்பால் செதுக்கப்பட்டது போன்ற உடம்பு. வயிறே தெரியாத வாளிப்பு. எல்லா அவயங்களும் தனித்துவ அழகோடும், ஒட்டு மொத்தமான அழகோடும் 'இருவேறு' விதமாய்த் தோன்றினான். கருஞ்சிவப்பு. மூக்குதான் கருடன் மாதிரி... பரவாயில்லை. திருஷ்டி மாதிரி இருந்துட்டுப் போகட்டும். சுயம்புவின் வருங்கால மைத்துனன் அவனைப் பார்த்துச் சிரித்தான். அவன் தோளில் கை போட்டபடியே உள்ளே கூட்டிப் போனான். அம்மா விரித்துப் போட்ட பாயில் உட்கார்ந்தார்கள். கல்லூரிக்காரி, அவனுக்கும் தனக்கும் சம்பந்தம் இல்லை என்பது போல் கேட்டாள்.

"நீங்க எந்த காலேஜ்?"

அவன் பெயரைச் சொன்னான்.

"நானும் அங்கேதான் படிக்கேன். மெக்கானிக்கல் இஞ்சினீயரிங்கில் இரண்டாவது வருஷம்."

"நான் எலெக்ட்ரானிக் முதல் வருஷம்... உங்களைப் பார்க்கவே இல்லையே?"

அம்மாக்காரி, பிள்ளைத்தாய்ச்சி மகளின் தலையை வருடிக் கொடுத்தபடி, சின்ன மகளின் பெருமையை, பெருமை பிடிபடாமல் சொன்னாள்.

“எங்க இந்திரா இருக்கிற எடமே தெரியாது... அவ்வளவு அடக்கம். நீங்க நெனைச்சிக்கூடப் பார்க்க முடியாது.”

“ஆமா... ஆமா... நீங்க சொல்றபடி நெனச்சு பார்க்க முடியாதுதான்...!

இந்திரா நகத்தைக் கடித்தபோது, ‘பிள்ளைத்தாய்ச்சி’ சுயம்புவுடன் பேச்சுக் கொடுத்தாள்.

“மாப்பிள்ளை பிடிச்சிருக்குதா.”

“என்ன கேள்வி கேட்டுட்டீங்க... எனக்கே மச்சானைக் கட்டிக்கலாம் போலத் தோணுது.”

எல்லோரும், வயிறு குலுங்கச் சிரித்தார்கள். அதனால் அடிவயிற்றில் வலி எடுத்த பிள்ளைத்தாய்ச்சி, சிரிப்பை அடக்கிக்கொள்ளப் பல்லை மூட வேண்டியதாயிற்று. சுயம்பு பொதுப்படையாய்க் கேட்டான்.

“ஆமா... கல்யாணத்தை எதுக்காக மூணு மாசம் தள்ளிப் போடுறீங்க.”

பிள்ளைத்தாய்ச்சி, புருஷனை குறும்புத்தனமாய்ப் பார்த்து, ‘பதில் சொல்லுங்க’ என்பது மாதிரி எவருக்கும் தெரியாமல் பொய்க்கோபத்தோடு ‘அழகு’ காட்டிய போது, வாத்தி மச்சான் விளக்கமளித்தான்.

“ஸிஸ்டருக்கு இது மாசம்... அவளால கலியாணத்துக்கு வர முடியாது. அதனால குழந்தை பிறந்த ரெண்டாவது மாசத்துல கலியாணத்தை நடத்தலாமுன்னுட்டு பெரியவங்க நிச்சயம் செய்திருக்காங்க... வேற காரணம் எதுவும் கிடையாது...”

வாத்தியார் சொல்லிவிட்டு திடுக்கிட்டுச் சிரித்தான். எல்லோரும் வினாவாக முகத்தைக் குவித்தபோது, அவன், “குழந்தை பிறந்த பிறகு கல்யாணம்னு சொல்றேன் பாருங்க” என்று சிரித்தான்.

சுயம்பு, தனக்கு முன்னால் வைத்த, பக்கடா மசால்வடைப் பொட்டலங்களை மற்றவர்களுக்குப் பரிமாறப் போனான். இதற்குள், பிள்ளைத்தாய்ச்சி, அதைப் பிடுங்கிக்கொண்டு, எல்லோருக்கும் பாகப்பிரிவினை செய்தாள். சுயம்பு அவற்றைத் தின்றுவிட்டு அவசர அவசரமாய் எழுந்தான். அவன் ஒயிலாக நின்ற தோரணையும், கண்களைச் சிமிட்டிய விதமும், குரலின் இதமும் அந்தக் குடும்பத்தினருக்கு ஒரு மாதிரியாகப் பட்டது. ஆனாலும் அவனைச் சூதுவாதற்ற ‘சுபாவி’யாக எடுத்துக்

கொண்டார்கள். தாய்க்காரிதான் ‘இந்திராவுக்கு இவன் பொருத்தமாய் இருக்கமாட்டானோ என்று அப்போது ஆசைப்பட்டதை இப்போது மறு பரிசீலனை செய்தாள்.

சுயம்புவை, எதிர்கால மச்சான்காரனே பேருந்து நிலையம் வரை வந்து வழியனுப்பினான். அவன் பஸ்ஸில் ஏறிய விதம், மாப்பிள்ளைக்காரனுக்கு என்னவோ போலிருந்தது. யோசித்தான்.

10

சுயம்பு பல்கலைக்கழக விடுதிக்கு வந்தபோது இரவாகிவிட்டது. மூர்த்தியும் முத்துவும் அவனைப் பழையபடியும் கண்டுக்காமல் இருந்தார்கள். இவன்தான் விடவில்லை.

“என்னடா ஒருத்தி எங்கே போயிட்டு வருதுன்னு கேட்கிறீங்களாடா... நீங்க ஆம்புளைங்களாடா...”

“என்னடா உளறுறே...”

“எங்க அக்காவுக்கு நிச்சயிச்ச மாப்பிள்ளையப் பார்த்து விட்டு வரேன். எனக்கே அவருமேல ஒரு ஆசை... அது காதலா மாறாமல் இருக்க ரெண்டு காரணம் இருக்கு...”

“மாத்திரை வேகம் முடிஞ்சுட்டுன்னு நினைக்கேன். இன்னிக்கு இவனுக்கு ரெண்டு மாத்திரையா போடணும்.”

முத்து மாத்திரைகளை எடுக்கப் போனபோது, மூர்த்தி கத்தினான்.

“பாவிப் பயலே... போனதே போன... சொல்லிட்டுப் போகலாம் இல்ல... உன்னால இன்னிக்குப் பெரிய ரகளை... சீனியர்கள்தான் உன்னைக் கடத்திட்டுப் போயிட்டாங்கன்னு நாங்க உருட்டுக் கட்டையோட போக, அவங்க சைக்கிள் செயினோட எதிர்க்க, கடைசியில் விவகாரம் ‘ரிஜிஸ்ட்ரார்’ வரைக்கும் போயிட்டுது... போலீஸ்ல வேற கம்ப்ளைண்ட் கொடுத்திருக்கு... இப்போ உன் பேரு துணைவேந்தர் பேரவிட அதிகமா அடிபடுது... என்னடா நினைச்சுக்கிட்டே....”

“போடா கீடான்னு டா போட்டுப் பேசினா, பல்ல உடைப்பேன்டா...”

“நீ மட்டும் பேசலாமாடா...”

“நீ ஆம்புள... டாதான் போடணும்.”

"டேய் முத்து... இவன் வாய்க்குள்ள மாத்திரையைத் திணிடா... அப்பத்தான் தத்துப்புத்துன்னு பேசமாட்டான்..."

சுயம்புவின் வாய்க்குள் இரண்டு மாத்திரைகள் உருட்டிவிடப்பட்டன. ஒரு டம்ளர் தண்ணீர் நாக்கு வழியாக உருண்டோடியது. அவனைக் கட்டிலில் படுக்கச் சொல்லிவிட்டு மூர்த்தி முத்துவோடு படுத்துக்கொண்டான்.

எல்லோரும் தூங்கிவிட்டார்கள். ஒரு மங்கலான விளக்கு மட்டும் பாதித் தூக்கத்தில் எரிந்தது. நாய்களின் குலைப்புச் சத்தம்கூட இல்லை. சுயம்புகூட படுத்த வேகத்திலேயே தூங்கிவிட்டான். அனைத்தும் அடங்கி, அனைத்து மூச்சுக்களும்கூட மூர்ச்சையானது போன்ற நடுநிசி.

சுயம்பு, வீறிட்டுக் கத்தினான். அந்தக் கத்தலில், அவன் அறைவாசிகள் மட்டுமல்ல, அந்த மாடி முழுவதிலு மிருந்தவர்கள் அவனை மொய்த்து விட்டார்கள். சில பயல்கள் ஜட்டிகளோடுகூட வந்தார்கள். சுயம்புவைப் பார்த்தார்கள். அவன் கைகால்கள் இழுத்தன. நாக்கு, வாய்க்கு வெளியேயும், உள்ளேயுமாய்ப் புரண்டு கொண்டிருந்தது. மேல் உதடும் கீழ் உதடும் ஒன்றை ஒன்று நெருக்கின. பற்களுக்கு இடையே அவன் நாக்கு வெட்டி எடுக்கப் போவது போன்ற நெருக்கம். கண்கள் சொருகின. தலை உருண்டது. அவனால் இப்போது கூச்சலிட முடியவில்லை. ஆனாலும் ஏதோ ஒரு சப்தம். பூனையின் கால் நகங்களில் சிக்கிய அணில் மாதிரியான அவலச் சத்தம்.

மூர்த்தியும், முத்துவும், சுயம்புவின் தலையையும் கால் களையும் பிடித்துத் தூக்க, மற்றவர்கள் அவன் முதுகுக்குள்ளும் பின்பக்கமும் கைகளைச் சொருகினார்கள். சுயம்பு கூச்சப்பட்டு நெளிவது போலிருந்தது. பிறகு அந்த நெளிவே, நிமிர முடியாமல் திண்டாடியது. கால் கைகள் அங்குமிங்குமாய் வெட்டி வெட்டி அவனைச் சுமந்தவர்களின் முகங்களில் ரத்தச் சுவடுகளை ஏற்படுத்தின.

சுயம்பு கீழே கொண்டு வரப்பட்டான். அநேகமாய் பிழைக்கமாட்டான் என்ற அச்சம்... எங்கே போவது? டவுனில் எந்த டாக்டரும் இருக்கமாட்டார். டாக்டர் வீட்டைக் கண்டுபிடிக்கும் முன்பே உயிர் கண்டுபிடிக்க முடியாத இடத்திற்குப் போய்விடலாம். மூர்த்திதான் தட்டுத் தடுமாறிச் சொன்னான்.

‘மெடிகல் காலேஜ் ஹாஸ்டலுக்குப் போகலாம்.”

“முடியாது... அவ்வளவு பேசிட்டு எந்த முகத்தோட போறது...”

“அப்போ உங்க சுயமரியாதைக்காக இவனை இங்கேயே சாக விடுறதா?”

மாணவர்களின் வாதப் பிரதிவாதங்களுக்கு இடையே சுயம்பு மருத்துவ மாணவர் விடுதிக்குக் கொண்டு போகப் பட்டான். அங்கே அதட்டிய வாட்ச்மேனை பல குரல்கள் அதட்டின. உடனே அவன் பயந்து போய் விடுதி மாணவர் செயலாளர் டேவிட்டின் அறையைக் காட்டினான். கூடப் போக உதறல்.

டேவிட் அறை முன்னால், சுயம்புவைத் தரையில் கிடத்தினார்கள். மாணவர்களின் கூச்சலில், டேவிட் டேவிட் கதவு தட்டப்படாமலேயே வெளியே வந்தான். துள்ளத்துடிக்கக் கிடந்தவனைப் பார்த்துக் குனிந்து நாடி பிடித்தபடியே கேட்டான்.

“எப்படி இது... ஏதாவது மருந்து கொடுத்தீங்களா...”

“நீங்க சொன்னது மாதிரி டாக்டர்கிட்ட கூட்டிப் போனோம். ‘டிரான்குலை’ சர்னு எழுதிக் கொடுத்தார். நைட்ல ஒண்ணுதான் கொடுக்கச் சொன்னார். நாங்க இவன் அதிகமா உளறுறான்னு கூட ஒரே ஒரு மாத்திரையைத்தான் போட்டோம்... இப்படி ஆயிட்டான்...”

“நாங்க எப்படி என்ஜினியராகக் கூடாதோ, அப்படி நீங்களும் டாக்டராகக் கூடாது... ஒரு மாத்திரையையே தாங்க முடியாது. இதுல வேற ரெண்டா... கவலைப்படாதீங்க... ஆளு சாகப்போறது மாதிரி அந்த மாத்திரை அடம் பிடிக்கும். வெறும் மிரட்டல்தான். நாம சண்டை போட்டோமே, அப்படி ஒரு பொய்ச் சண்டை.... சரி, சரி பிரிஸ்கிரிப்ஷனை எங்கே... ஏன் அப்படி கைய விரிக்கீங்க... போய்க் கொண்டு வாங்க. நான் கீழே டிஸ்பென்சரிக்குப் போறேன். அங்க கொண்டு வந்துடுங்க. இவர் இங்கய இருக்கட்டும்.”

சுயம்புவை அங்கே கூடிய மருத்துவ மாணவர்களிடம் ஒப்படைத்துவிட்டு சக பொறியியல் மாணவர்களையும் அங்கேயே நிற்கும்படி கையாட்டிவிட்டு, மூர்த்தியும் முத்துவும், கீழே இறங்கித் தங்களது அறையைப் பார்த்து ஓடினார்கள். டேவிட்டும் அறைக்குள் போய் ஒரு சாவியை எடுத்துக் கொண்டு கீழே ஓடினான். கால் மணி நேரத்தில் அந்த மூவரும்

உள்ளே வந்தார்கள். சுயம்புவுக்கு ராஜயோகம். பொறியியல் மாணவர்களும் மருத்துவ மாணவர்களும் ஊசியும் மருந்தும் போல, மாத்திரையும் தண்ணீரும் போல ஒருவரோடு ஒருவர் விரவிக் கலந்து, அவனை டேவிட்டின் வெல்வெட் மெத்தைக் கட்டிலில் கிடத்தினார்கள். கைகால்களைப் பிடித்து விட்டார்கள். இதற்குள் உள்ளே வந்த டேவிட், அவன் வாய்க்குள் ஒரு பெரிய ஸ்பூனை வைத்து, உதடுகளை ஒட்டிக் கொள்ளாமல் செய்தான். பிறகு முறிவு மாத்திரையை வாய்க்குள் போட்டான். இன்னொரு டாக்டர் - மாணவன் அவன் வாய்க்குள் நிசமாகவே பால் வார்த்தான்.

காலே கால் மணி நேரத்தில் சுயம்புவும், அவன் ஆட்டம் போட்ட கையும் காலும் அடங்கியது, சொருகிய கண்கள் சுகமாகப் பார்த்தன. அவன் எழுந்திருக்கக்கூடப் போனான். அவனை அசைய விடாமல் முத்து பிடித்துக் கொண்டபோது, மூர்த்தி கத்தினான்.

"பாவிப் பயலே... நீ இனிமேலும் இதே மாதிரி ஏதாவது ஏடாகூடம் செய்யத்தான் போறே... ஒப்பன் 'என் அப்பாவி மகன பார்த்துக்கப்பா'ன்னு சொல்லிட்டுப் போனாரு... நீ செத்துக்கித்துப் போனா அவருக்கு நான் என்ன பதில் சொல்லணும்முன்னு இப்பவே சொல்லிடுடா..."

எல்லோரும் சிரித்தார்கள். நேற்றைய சண்டைக்காரர்கள் இன்றைய நண்பர்களானார்கள். டேவிட், சுயம்புவின் இதயத்தின் பக்கம் ஸ்டேதாஸ்கோப்பை வைத்தான். பிறகு வயிற்றில் கை வைத்தான். பிறகு கேட்டான்.

"தம்பிக்கு இப்ப எப்படி இருக்குது..."

சுயம்புவுக்கு வெட்கமாகி விட்டது. வயிற்றில் பட்ட டேவிட்டின் கையைப் பிடித்து அது விலகாதபடி வைத்துக் கொண்டான். நாணிக்கோணிப் பேசினான்.

"என்னத் தம்பின்னு சொல்லாதீங்க. வேணும்னா பேரு சொல்லிக் கூப்பிடுங்க."

டேவிட், உட்பட எல்லோரும் அவனை அதிசயமாகப் பார்த்தார்கள்.

11

அந்தப் பல்கலைக்கழக வளாகத்தில், அகில உலகின் ஒட்டுமொத்தமான தலைவிதியை நிர்ணயிக்கப்போவது

மாதிரியான வாக்குப்பதிவு நடந்து கொண்டிருந்தது. விருந்தினர் மாளிகையில் ஒரு வி.ஐ.பி. அறையில், ஒரு வாக்குப் பெட்டி வைக்கப்பட்டிருந்தது. சிலர் எடுத்து எடுத்துக் கொடுக்க, பலர் மடித்து மடித்துப் போட்டுக் கொண்டிருந்தார்கள். ஒவ்வொரு பேப்பரிலும் பதினைந்து மாணவ வேட்பாளர்கள். இவர்களில் இருவர் பெண்கள்.

அந்த விருந்தினர் விடுதிக்கு, வெளியே ஆட்டோக்களும் டாக்ஸிகளும் தூள் பரப்பின. ஒவ்வொன்றிலும் ஏழெட்டு மாணவ வாக்காளர்கள். சில மோட்டர் பைக்குகளும் ஸ்கூட்டர்களும் வாக்காளர்களை இறக்கிவிட்டு அவர்கள் வாக்குச் சாவடிக்குள் போனதும் கொடுத்த வாக்கை அங்கேயே மறப்பதுபோல், மாயமாய் மறைந்தன. சைக்கிள்களில் ஏறச் சொன்னால் எல்லோருக்குமே தயக்கம். கொண்டு வந்துவிட்ட வாகனங்கள் மீண்டும் வரும் என்று வாக்களித்தவர்கள் காத்திருந்த நேரத்தில் தங்களது அறைகளுக்கு மூன்று தடவை போய் விட்டு வந்திருக்கலாம்.

ஒரு வகையில் இது 'வரலாறு' காணாத தேர்தல்தான். பொறியியல் கல்லூரி யூனியன் தேர்தலில், முதலாண்டு மூர்த்தியும், நான்காவது ஆண்டு செல்லமுத்துவும் செயலாளருக்குப் போட்டியிடுகிறார்கள். பொன்முகன், தலைவர் பதவிக்கும், அவன் படிக்கும் இறுதி வகுப்பிலேயே படிக்கும் ஏகாம்பரம் அதே பதவிக்கும் போட்டியிடுகிறார்கள். இது தவிர, இன்னும் சில ஜாயிண்ட், உதவிச் செயலாளர்கள், பொருளாளர்கள் பதவிகளுக்கும் பல போட்டிகள். ரேக்கிங் செய்யப்பட்ட அனைத்து மாணவ மாணவிகளும் ஒன்று சேர்ந்து மூர்த்திக்கும் செல்லமுத்துவுக்கும் வாக்களிக்கிறார்கள் என்ற நிலமை. செல்லமுத்து ஃபைனல் ஆண்டு என்றாலும், ஃபைனான பையன். ரேக்கிங் செய்தவர்களைத் தடுத்தவன். ஆகையால் அது ஒன்றே, அவனுக்கு மூல பலமாக இருந்தது. பொன் முகனுக்கு, முழுப்பயம் பிடித்தது.

எங்கு பார்த்தாலும், போஸ்டர் மயங்கள். மாயங்கள், அத்தனையிலும் பொன்முகத்தின் திருமுகம் பெரிதாகவும், அவனது செட்டின் படங்கள் சிறிதாகவும் இருந்தன. ஏகாம்பரம் கோஷ்டியும் சுவரொட்டிகள் அடித்திருந்தார்கள். சில மின்சாரக் கம்பங்களிலும், விளையாட்டு மைதானங்களிலும் தூக்கு போடப்பட்டவை போல் தொங்கின. இன்னும் சில

போஸ்டர்கள் எந்த சம்பந்தமும் இல்லாத பஸ் நிலையத்திலும், பெண்கள் பாலிடெக்னிக்கிலும் ஒட்டப்பட்டிருந்தன. போஸ்டர்கள் என்றால் சாதாரண போஸ்டர்கள் அல்ல. மல்டி கலர். "புரட்சித் தலைவரின் ஆசி பெற்ற இவருக்கு வாக்களியுங்கள்" என்று பெரிய வேண்டுகோள். அவரது காலடியில் வேட்பாளன் "தமிழினத் தலைவரின்" ஆதரவு பெற்ற அவருக்கு வாக்களியுங்கள் என்று ஒரு வாசகம். கலைஞரின் கண்களிலிருந்து தோன்றும் ஒளிக்கற்றைகளை சம்பந்தப்பட்ட மாணவ - வேட்பாளன் முகமெங்கும் தாங்கிக்கொள்வது போன்ற போஸ். இது போதாதென்று பலர் சுயேட்சை வீரப்ப கவுண்டர்களாகவும் போட்டிக்கு நின்றார்கள். இவர்கள் போஸ்டர்கள் போட வில்லையென்றாலும், கிலோ கணக்கில் துண்டுப்பிரசுரம் அச்சடித்திருந்தார்கள்.

பொதுவாக, மாணவர்கள் கட்சிவாரியாக அணிபிரிந்திருந்தார்கள். தி.மு.க., அ.தி.மு.க மாணவர்கள் யாருக்கு வாக்களிப்பது என்று தீர்மானித்து விட்டார்களாம். ஒப்புக்கு கதர்க் கைக்குட்டை வைத்திருந்த மாணவர்கள்தான், டில்லிக்கு டிரங்கால் போட்டிருக்கிறார்களாம். அநேகமாக வாக்குப்பதிவு முடிந்த ஒரு மணி நேரத்திற்குப் பிறகு, யாருக்கு வாக்களிக்க வேண்டும் என்று ஆணை வந்துவிடுமாம்!

அத்தனை போஸ்டர்களிலும் பல்வேறு வாக்குறுதிகள். இட்டிலியின் முப்பரிமாணங்களையும் கூட்டப் போவதாய் கொள்கை முழக்கம். 'ஆயிரம் உண்டிங்கு ஜாதி, ஆயினும் போலீஸ் வர என்ன நீதி' என்ற கவித்துவ வரிகள். 'தனி ஒருவனுக்கு பாஸ் இல்லையென்றால், கல்லூரியை எரித்திடுவோம்' என்ற அர்த்தத்திலான வீர கோஷங்கள். பாட நேரத்தைப் பாதிநேரமாய் குறைக்கப் போவதாய் ஒரு சூளுரை... வகுப்பிற்கு இத்தனை நாட்களுக்கு வந்தால்தான் பரீட்சை எழுத முடியும் என்ற கண்மூடிப் பழக்கத்தை மண்மூடச் செய்யப் போவதாக வாக்குறுதி. இன்னும் ஒன்றில், விலைவாசியைக் குறைக்கப் போவதாகவும், ஒரு சபதம். இந்தியா முழுமைக்குமா, தமிழகத்தில் மட்டுமா என்பது புரியவில்லை. சம்பந்தப் பட்டவர்களிடம் விளக்கம் கேட்டால், அந்தக் கல்லூரி இருக்கும் ஊருக்குக் கும்பல் கும்பலாய்ச் சென்று விலை வாசியைக் குறைத்து, அந்தப் புரட்சி இந்தியா முழுதும் காட்டுத் தீ போல் பற்றும் என்று மூக்கு வழியான விளக்கங்கள். எல்லாவற்றிற்கும்

மேலாக, தாய்மொழிக் கல்வி என்ற போர்வையில் தமிழைத் திணிக்க அனுமதியோம் என்று சூளுரை!

மாணவிகளும் சளைக்கவில்லை. மாணவர்களின் தோளுக்குத் தோளாய் இயங்கினார்கள். சில சீனியர் மாணவிகள், ஜூனியர் மாணவிகளை 'மொபட்'டுகளில் வலுக்கட்டாயமாக ஏற்றினார்கள். இன்னும் சிலர், வாக்காளப் பெண்களை சைக்கிள் கேரியரில் உட்கார வைத்துக்கொண்டு அந்த 'வெயிட்டை' சீட்டிலிருந்து ஓட்டிக் கொண்டுபோக முடியாது என்பதால், வெறுமனே உருட்டிக்கொண்டு போனார்கள். பதவி என்றால் சும்மாவா?

ஆங்காங்கே கும்பல் கும்பலாய் மாணவர் கூட்டம் பேராசிரியர்கள் ஒதுங்கி நின்றும், உதவிப் பேராசிரியர்கள் ஒதுக்கப்பட்டும், அந்தத் தேர்தல் திருவிழாவை ரசித்துக் கொண்டிருந்தார்கள். வாழ்நாளில் ஒரு தடவைகூட வாக்களிப்பதில்லை என்று கங்கணம் கட்டிய ஒரு சில தாடிக்கார அறிவு ஜீவிகள், அங்கே நடப்பதற்கும் தங்களுக்கும் சம்பந்தமில்லை என்பதுபோல் ஆங்கில இதழ்களைப் புரட்டிக் கொண்டிருந்தார்கள். வாக்குப் பதிவு அமைதியாக நடப்பதற்கு உறுதி செய்ய காவலுக்குப் போட்ட போலீஸ்காரர்களும், அங்குமிங்குமாய் பராக்குப் பார்த்துக் கொண்டிருந்தார்கள். அந்தக் கல்லூரிக்கு வெளியே இரண்டு கட்சிக்காரர்கள் கத்தியும் கம்புமாக சோடாவும் பாட்டிலுமாக ஆயத்த நிலையில் நின்றார்கள்.

ஒரு மாணவப் பட்டாளம், இசைக் கருவிகளோடு பாடிக்கொண்டு, விடுதிகளில் இன்னும் தூங்கிக்கொண்டிருக்கும் மாணவ மாணவியருக்குத் திருப்பள்ளி எழுச்சி பாடியது. ஒருத்தனிடம் உடுக்கு, ஒருத்தியிடம் கஞ்சிராக் கட்டை, இன்னொருத்தன் ஜால்ரா... ஜான்சி, கண்ணகி, இளவரசி போன்ற பெண் விடுதிகளில் 'வாங்கம்மா வோட்டுப் போட' என்று ஒரு பையன் முதல் தடவையாக மரியாதையோடு பாடியபோது, சில பெண்கள் மாடி முனைக்கு வந்து "நாங்க என்ன கிழவிகளா, அம்மாவாம்... அம்மா... இந்த லட்சணத்துல ஒங்களுக்கு வோட்டு வேற போடணுமா" என்று கேட்டுவிட்டு உள்ளே போய் விட்டார்கள்.

இந்தக் கேளிக்கைக்கு மறுபக்கம், ஒரு தரப்பு மாணவர்கள் ஒரு லெதர் பைல் கவரை ஒவ்வொருவருக்கும்

கொடுத்தார்கள். குறைந்தது முப்பது ரூபாய் வெறும் பைல் கவர். அசல் காகிதம் போன்ற நிறம். உள்ளே வெல்வெட் துணி வியாபிக்க அதன் இரு பக்கமும் இரண்டு ரெக்ஸின் கவர்கள். இரண்டிலும், ஒரு பேனா, ஒரு குறிப்புப் புத்தகம், 'தலைவனின்' படம். இதேபோல், இன்னொரு தரப்பு ஓசைப்படாமல் ஒவ்வொருவருக்கும் ஒரு "கவர்" கொடுத்தது. அதுக்குள்ளும் பணத்தோடு சேர்ந்த இன்னொரு தலைவனின் படம். பெரும்பாலான மாணவர்கள் ஒன்றை வாங்கி அறைக்குள் போய் வைத்து விட்டு, அடுத்த தரப்பிலிருந்து அதையும் வாங்கிக் கொண்டார்கள். தலைவன்களின் படத்தைக் கிழித்துப் போட மறக்கவில்லை.

இந்த அமர்க்களத்தில், சுயம்பு லுங்கியைக் கட்டிக் கொண்டே அங்குமிங்குமாய் அலைந்தான். அவன் கண்கள் டேவிட்டைத் தேடிக்கொண்டிருந்தன. கண்களைக் கால்கள் பின்பற்றின. அன்றிரவு கைகால் வெட்டிய பிறகு, அவன் மாத்திரைகளை வீசியெறிந்து விட்டான். இன்றும் வழக்கம் போல் அவனுள் ஒரு கலக்கம். ஒரு ஆசை நிராசையானது போன்ற விரக்தி. மூர்த்தியும் முத்துவும் தேர்தல் களேபரத்தில் அவனைக் கண்டுகொள்ளவில்லை.

தனித்துவிடப்பட்ட சுயம்பு, கேட்பாரும் மேய்ப்பாரும் இல்லாமல் மருத்துவ மாணவர் விடுதிப் பக்கம் போனான். டேவிட்டிடம், தனது ஆசைகளையும் நிராசைகளையும் கொட்டித் தீர்க்க வேண்டுமென்ற ஒரு ஆவல். ஆனால், அவன் போன இடத்திலோ யாருமில்லை. எல்லோரும் வேடிக்கை பார்க்கப் போய்விட்டார்கள். டேவிட்டும் ஒரு சிறிய குழுவும் தேர்தலில் வன்முறை ஏற்பட்டால் முதலுதவி செய்வதற்கு ஏதோ டிஞ்சரும் பஞ்சும் வாங்கப் போய்விட்டதாக, சுயம்பு விசாரித்தபோது, ஒருத்தன் சொன்னான், உண்மையோ, பொய்யோ... கிண்டலோ...

சுயம்பு, அங்கும் இங்குமாய் வெருண்டு வெருண்டு நடந்தான். டேவிட்டைப் பார்க்க முடியாமல் போனது, அவன் கால்களைத் திருக்கிவிட்டது. நரம்புகளை முடுக்கி விட்டது. அங்குமிங்குமாய்ப் பதினைந்து கிலோ மீட்டர் தூரத்தை ஒரு கிலோ மீட்டர் பகுதிக்குள்ளேயே சுற்றி விட்டான். ஒரு விடுதி வழியே தன் பாட்டுக்கு நடந்தான். அப்போது ஸ்கூட்டரில் கருப்புக் கண்ணாடி போட்ட ஒருத்தி இரு

கால்களையும் இருபக்கமும் பரப்பி தரையில் ஊன்றிக்கொண்டு ‘வாக்களிக்காதவர்கள் வரலாம் வரலாம்’ என்று ஏலக்காரி போல் மூன்று தடவை கத்தினாள். கருப்புக் கண்ணாடி போட்டு பெண் ரெளடிபோல் தோன்றிய அவளைப் பார்த்துவிட்டுப் பல மாணவிகள் தத்தம் அறைகளையே, சுயச்சிறையாக மாற்றிக் கொண்டார்கள்.

சுயம்பு யோசித்தான். அவனும் வோட்டுப் போடணுமே... மூர்த்தியை ஜெயிக்க வைக்கணுமே... எப்பாடி... என்னமா காலு வலிக்குது. அவர இதுக்கு மேல தேடி நடக்க முடியாதும்மா...

சுயம்பு, அந்த ஸ்கூட்டர்காரியிடம் நேரிடையாகப் போனான். அவள் வேறு எங்கேயோ பார்த்துக் கொண்டிருந்தபோது, இவன், அந்த ஸ்கூட்டரின் பின் இருக்கையில் பட்டும் படாமலும், உட்கார்ந்தபடியே அவளிடம் கெஞ்சிக் கேட்டான்.

“நானும் வோட்டுப் போடணும்... வாக்குச் சாவடில என்னை இறக்கிடுறியா அக்கா...”

அவளுக்கு அவன் அப்படி நெருக்கியடித்து அமர்ந்ததில் பாதிக் கோபம். அக்கா என்றழைத்ததில் மீதிக்கோபம். கிண்டல் செய்கிறான். கலாட்டா பண்ண வந்திருக்கிறான். இவனை விடப்படாது. என்னை யாருன்னு நெனைச்சுக்கிட்டான்...

அவள், குய்யோ முறையோ என்று கூப்பாடு போட வில்லை. நிதானமாக இறங்கினாள். ஸ்கூட்டருக்கு ஸ்டாண்ட் போட்டாள். வலதுகால் செருப்பைக் கழற்றி னாள். அவன் தலையிலும் முகத்திலும் மாறி மாறி அடித்தாள். விடுதிப் பெண்களுக்கு இதுல பொறுக்க வில்லை. கீழே ஓடி வந்தார்கள். இதற்குள் சுயம்பு எந்த சொரணையும் இல்லாமல், “எதுக்காக அக்கா அடிக்கே... அப்படி என்னத்த நான் பெரிசா கேட்டுட்டேன். காலு வலிக்கேன்னுதானே கேட்டேன்” என்று கண் கலங்கக் கேட்டுக் கொண்டிருந்தான்.

இதற்குள், கும்பல் கூடிவிட்டது. வாக்களிக்கப் போன வர்கள்கூட அதுதான் சாக்கு என்று திரும்பிவிட்டார்கள். பொன்முகனும், ரதகஜ, துரக பதாதிகளோடு அங்கே வந்தான். சுயம்புவை உற்றுப் பார்த்தான். இவன் மூர்த்தியின் ஆள்... லூசுப் பயல் என்றாலும், அன்றைக்கு அவமானப்படும்படி பேசியவன். விடப்படாது... எல்லாப் பயல்வளும் நமக்கு வோட்டுப் போடும்படியா செய்துடணும்... இது ஒரு சென்ஸிட்டிவ் இஷ்யூ... நிறைய வோட்டுக் கிடைக்கும்.

பொன்முகன், புத்திசாலி. சுயம்புவை அடித்தால் தாய்க்குலம் அவன் பக்கம் போய்விடும் என்று தெரிந்து வைத்தவன். இன்னும் இந்தக் குலம் பெருமளவில் வாக்களிக்கப் போகாமல் வம்பளத்து கொண்டிருப்பது அவனுக்குத் தெரியும். ஆகையால் சுயம்புவின் தோளில் ஒரு கையைப் போட்டுக்கொண்டே, நிதானமாகக் கேட்டான்.

"ஏண்டா... நீ முளைச்சு மூணு எல விடலே... மீசை கூட மொளைக்கல... அப்படியிருந்தும் இப்படி நடந்துக்கிறே... லேடிஸ்னா ஒனக்கு அவ்வளவு கேவலமாப் போச்சு இல்லியா... இது என்ன அமெரிக்கான்னு நெனைச்சியா... கண்ணகி பிறந்த நாடுடா... ஒனக்கு எவ்வளவு தைரியம் இருந்தால் அவங்களை இப்படி இம்சிப்பே... எனக்குத் தெரியும்டா... சீனியர் மாணவிகள், ஒன் மூர்த்திக்கு வோட்டுப் போட மாட்டங்கன்னு தெரிஞ்சு, நீ வேணும்னே இங்க வந்து, கலாட்டா செய்யுறே... என்னடா நெனைச்சுக்கிட்டே..."

சுயம்பு, எதுவும் நினைக்காமல் சும்மா நின்றபோது, முத்துவும் மூர்த்தியும் அங்கே ஓடி வந்தார்கள். மூர்த்தி, பொன்முகத்தின் மோவாயைப் பிடித்துக் கொஞ்சிய படியே "இவன் லூசு அண்ணே... ஒங்களுக்கே தெரியும். விகற்பம் இல்லாமல் நடந்திருப்பான்... நான் அவங்க கிட்ட மன்னிப்புக் கேட்கச் சொல்றேன். அண்ணே... டேய் சுயம்பு... அறிவு கெட்டவனே... அவங்ககிட்ட மன்னிப்புக் கேளுடா" என்று கத்தினான்.

சுயம்புவும், அவளிடம் மன்னிப்புக் கேட்பதற்காக முகத்தைக் குழைத்தான். அவளும் அதை ஏற்றுக் கொள்ளப் போகிறவள் போல் கையிலிருந்த 'ஒற்றைச் சிலம்பைக்' கீழே போட்டாள். தாய்க்குலம், ஏற்கெனவே 'பேர்' வாங்கிய சுயம்புவை, கருணையோடு பார்த்தது. அந்தக் கருணை மூர்த்திக்கு ஆதரவாகக் கைகளில் வந்துவிடக் கூடாதே என்று எச்சரிக்கையான பொன்முகன், ஒரு புகார்ப் பட்டியலையே அடுக்கினான்.

"இந்த மாதிரி வேற எங்கயோ லேடீஸ்கிட்ட கலாட்டா பண்ண நீ போயிருக்கிறே. ஒன் பேட்ச் பசங்க என்னடான்னா, நாங்கள் - சீனியர்கள் ஒன்னைக் கடத்துனதா புகார் கொடுக்கிறான்கள். நீ என்னடான்னால், அன்றைக்கு அந்த எம்.பி.பி.எஸ். பெண்ண மொலஸ்ட் செய்யப்போனே... இன்னிக்கு என்னடான்னா, இந்த பிரமிளாகிட்ட வம்பு

செய்யுறே... இதுல நீ மட்டும் சம்பந்தப் படலடா... சீனியர்களுக்கு எதிரா ஒரு பெரிய திட்டமிட்ட சதியே இருக்குது!"

பொன்முகன், தனது பக்கத்திலிருந்து மாணவர்களைக் கண்ணடித்தான். உடனே எல்லோரும் கூச்சலிட்டனர். மூர்த்தியால் இப்போது செய்வதற்கு ஏதுமில்லை. அந்த வளாகமே அலறியது. வெளியே நின்ற அரசியல்வாதிகள் பாதிதூரம் வந்துவிட்டார்கள். இதற்குள் போலீஸார் உஷாரானார்கள். ஒரு பகுதியினர் அரசியல்வாதிகளைக் கெஞ்சிக் கொண்டிருந்தபோது, இன்னொரு பகுதியினர் அந்த அடாவடி இடத்திற்குப் போனார்கள். போலீஸ் இன்ஸ்பெக்டர் மைக்கில் எங்கேயோ பேசிவிட்டு அங்கே தனித்து வந்தார்.

"நீங்கல்லாம் ஸ்டூடண்ட்ஸ்... என்ன நடந்ததுன்னு அமைதியா சொல்லுங்க."

பிரமிளா சொல்வதற்கு முன்பே, பொன்முகன், பொறிந்து தள்ளினான்.

"நாங்க சீனியருங்க, சார்... சீனியர்கள் முகத்துல கரி பூசணும்னே கொம்பு முளைக்காத பசங்கல்லாம் திட்டமிட்டு இந்த சுயம்புவை... எங்களுக்கே சீனியரான இவங்கள - இந்த பிரமிளாவை மொலஸ்ட் செய்ய அனுப்பியிருக்காங்க. ஏற்கெனவே இவன் ஒரு ஏடாகூடம். லேடீஸ்கிட்ட தப்புந்தவறுமா நடக்கிறவன்..."

"என்னப்பா பொல்லாத தப்பு... அசல் லூசன்... வோட்டுப் போட ஸ்கூட்டர்ல ஏறிக்கட்டுமான்னு கேட்டிருக்கான். இதப் போய் ஒரு பெரிய விஷயமா..."

"இது பெரிய விஷயமில்லியா... இன்னிக்கு ஸ்கூட்டர்ல ஏறுறேன்னு கேட்டான். நாளைக்கு ரேப் பண்றேம்பான். இது என்ன காலேஜா, இல்ல இவன் அப்பன் வீட்டு அந்தப்புரமா... என்னய்யா பேச வந்திட்டே...."

இன்ஸ்பெக்டர், ரேப் என்ற வார்த்தையைக் கேட்ட உடனேயே பயந்துவிட்டார். கெஞ்சலோடு பேசினார்.

"இன்னிக்கு அடிச்சுக்குவீங்க... நாளைக்கு கூடிக்குவீங்க; வாங்க ரிஜிஸ்ட்ரார்கிட்டயே போவோம். அவரே விசாரிக்கட்டும். அன்லாபுல் அசெம்புளி கூடாது... மாணவர் தலைவர்களும், மேடமும் இந்த லுங்கிப் பையனும் வந்தால் போதும்."

இன்ஸ்பெக்டர், மிடுக்காக நடந்தார். எல்லோரும் தங்களைத் தலைவர்களாய் அனுமானித்து, அவர் பின்னால் போனார்கள்.

பிரமிளா தயங்கினாள். பொன்முகன் உருட்டிய உருட்டலில் லேசாய் சுணங்கினாள். உடனே 'நல்லா மாட்டிக்கட்டும்' என்று நினைப்பதுபோல் நாலைந்து பெண்கள் அவள் முதுகைப் பிடித்துத் தள்ளி விட்டார்கள். ஆனாலும் கூட்டத்தில் பாதி கால் வலித்து இடையில் நின்றது. மூர்த்தியும் முத்துவும் கூடவே போனார்கள். சுயம்புவிற்கு எதையோ சொல்லிக் கொடுத்துக் கொண்டு போனார்கள்.

ரிஜிஸ்ட்ரார் என்கிற பதிவாளர் இன்ஸ்பெக்டருடன் வந்த மாணவ மாணவிகளை எழுந்து நின்று வரவேற்றார். ஏற்கெனவே நடந்த விவரங்களை பியூன் - ஒற்றர்கள் மூலம் தெரிந்து வைத்திருந்த அவர், எதுவும் தெரியாதது போல் 'வாட் கேன் ஐ டூ பார் யூ' என்று வினவிவிட்டு, சோபா செட்டைக் கைகாட்டினார். அவரும் உட்கார்ந்தார். பொன்முகன், தான் பேசுவது, அங்கே மட்டுமல்ல, வாக்குப் பதிவுக்குச் செல்கிறவர் களுக்கும் கேட்கவேண்டும் என்பது போல் கத்தினான்.

"சார்... இவன் லேசுப்பட்டவன் இல்ல சார்... இந்தப் பிரமிளாவை மொலஸ்ட் செய்ய முயற்சி செய்திருக்கிறான் சார்... நல்ல வேள, நாங்க போய் இவங்களைக் காப்பாத்து னோம் சார்... இவங்க அப்பா மெட்ராஸ்ல செகரட்டேரியட்ல கல்வி இலாகாவிலே டெப்டி செகரட்டரி சார்..."

இப்போது, பதிவாளர், பிரமிளாவைச் சிறிது பயத்தோடு பார்த்தார். அப்படி பயம் ஏற ஏற, சுயம்புவைப் பயமுறுத்துவதுபோல் பார்த்தார். பொன்முகன், டீப்பா யைத் தட்டித் தட்டிப் பேசினான்.

"இன்னிக்கு மொலஸ்ட் செய்தான்... நாளைக்கு ரேப் செய்வான்... ஓங்க டாட்டர்கூட இங்கதான் ஸார் படிக்காங்க."

பதிவாளருக்குச் சுருக்கென்றது. "சீக்கிரம் முடிக்கணும்... இல்லாட்டி இந்தப் பொன்முகன், அம்மா, பாட்டி எல்லோரையும் இழுப்பான்!"

"யாரும் சம்பந்தம் இல்லாத விஷயம் பேசப்படாது. மை டியர் யங்மேன்... எதுக்காக அப்பா இப்படி நடந்துக்கிட்டே.... படிக்க வந்தியா இல்ல பிடிக்க வந்தியா..."

சுயம்பு, பதிவாளரையே பார்த்தான். என்னத்தை சொல்வது, எப்படிச் சொல்வது? டேவிட், டேவிட்... நீங்க எங்க போயிட்டீங்க டேவிட்... நீங்கதான் என்னைக் காப்பாத்தணும்! உடனே வாங்க டேவிட்.

“மை யங்மேன்... விவகாரம் போலீஸ் கேஸாகாமல் இருக்கதுக்காவது நீ ஏன் இன்னோசண்ட் சைல்டை மொலஸ்ட் செய்தேன்னு சொல்றியாப்பா...”

குட்டையும் தட்டையுமான பதிவாளரைப் பார்த்து, சுயம்பு அழுதான், மூர்த்தியும் முத்துவும் அவனை உலுக்கினார்கள். வாயை மூடினார்கள். இன்ஸ்பெக்டருக்கும் பதிவாளருக்கும் பரிவுணர்வு ஏற்படுவதை யூகித்துக்கொண்ட பொன்முகன், மேடைப் பேச்சாளியானான்.

“இவன் சும்மா நடிக்கான் சார்... போனவாரம் ஒரு மெடிகல் கேர்ல் கிட்டவும் முறைகேடா நடந்தான் சார். இவனால ஒரு பெரிய சண்டையே வர இருந்தது சார். இவனால எங்க பொறியியல் மாணவர் சமுதாயத்துக்கே அவமானம் சார்.”

“அப்படியா மை யங்கமேன்...”

சுயம்பு,அரிச்சந்திரன் மாதிரி தலையாட்டினான்.இதற்குமேல் மூர்த்தியால் பொறுக்க முடியவில்லை. முத்து வேறு அவன் முதுகைக் கிள்ளிவிட்டான்.

“சார்... சார்... இவன் மனநிலை சரியில்லாதவன் சார்... போனவாரம் சைக்யாட்ரிஸ்ட் கிட்டகூட கூட்டிட்டுப் போனோம் சார்... மனசு சுத்தமானவன் சார்.”

“புத்திசாலியான போக்கிரிய விட, சுத்தமான முட்டாள் அபாயமானவன்னு உனக்குத் தெரியுமா யங் மேன்... நீ இதுல தலையிடாதே... மை டியர் சைல்ட். உன் பேரு என்னம்மா... என்ன நடந்ததும்மா...”

பிரமிளா அழுதாள், அவள் அடித்த இடத்திலேயே, சில பெண்கள் சுயம்பு மனநோயாளி என்று அவள் காதைக் கடித்தார்கள். அப்படிப்பட்ட ஒருவனை, இப்படிச் செய்து விட்டோமே என்று மனவாதையில் அழுதாள். ‘விட்டுடுங்கசார்’ என்றுகூட சொல்லப் போனாள். ஆனால் இப்போது கடைசியாக அவள் சேர்ந்திருக்கும் பொன்முகத்தைப் பார்த்தாள். அந்த முகம் இறுகிக் கிடந்தது. அவளால் அழத்தான் முடிந்தது. பேச முடியவில்லை. இந்த அழுகையையே, பதிவாளரும், இன்ஸ்பெக்டரும், சுயம்புவுக்கு எதிரான ஒரு சாட்சியமாக எடுத்துக் கொண்டார்கள். பொன்முகன், அவளுக்குப் பிரதிநிதியாகப் பேசினான்.

“ஒருவர் செயல்பட்டால்தான் மதிப்பீடு செய்யப்படுகிறார். நோக்கங்களால் அல்ல... ஆக்ஷன்... நாட் இன்டென்ஷன்...

நாளைக்கே இவன் ஒரு பெண்ணை ரேப் செய்யலாம்... தட்டிக் கேட்கிற, என்னை மாதிரி ஆட்களை கொலைகூடச் செய்யலாம். மனநிலை சரியில்லன்னு அப்போ சொல்ல முடியுமா... அதோட பிரமிளா லோக்கல் கேர்ள். அவங்க கம்யூனிட்டி இந்த டவுனில் அதிகம். நாளைக்கே கதவடைப்பு செய்தால் நம்ம காலேஜுக்கு கெட்ட பேரு இல்லியா... ஒரு பெண்ணை மானபங்கப் படுத்துனவனுக்கு பதிவாளரான நீங்க என்ன தண்டனை கொடுக்கப் போறீங்க?"

இன்ஸ்பெக்டர் நிமிர்ந்தார் - தான் ஏன் தீர்மானிக்கக் கூடாது என்பதுபோல். அதோடு கதவடைப்பு நடந்தால் முதல் சஸ்பெண்ட் அவர்தான். பதிவாளரிடம் நாசூக்காக பேசப் போனவர் திடுக்கிட்டு எழுந்தார். ஒரு சல்யூட் அடித்தார். அதை ஏற்றுக்கொண்டே உள்ளே வந்த டி.எஸ்.பி. ரிஜிஸ்ட்ராரைப் பார்த்து வணக்கம் போடாமலே தனது வருகையின் நோக்கத்தைக் குறிப்பிட்டார்.

"இந்தப் பெண்தான் மொலஸ்ட் ஆன பொண்ணு இல்லியா? இவங்கள மெடிகல் டெஸ்டுக்கு அனுப்பணும்."

இப்போது முத்து குமுறினான்.

"இது லாக்கப் இல்ல சார். காலேஜ்..."

"நீ யாருடா கொம்பன்... யார்கிட்ட பேசறோம்னு நினைத்துப் பேசு... இன்ஸ்பெக்டர்... இவனுக்கு ஒரு டோசியர் போடு..."

"எஸ் சார்... இம்மீடியட்லி சார்..."

முத்துவின் வாயை மூர்த்தி மூடிக்கொண்டான். சுயம்பு எதுவுமே நடக்காததுபோல் அப்படியே நின்றான். பிரமிளா தனக்காக அழுதாள். சுயம்புவிற்காக அழுதாள். ஒரு முரட்டுப் பயலை - ஒரு தந்திரக்காரனை முன்பின் யோசிக்காமல் அவனே கதியென்று ஆகிவிட்டோமே என்று முப்பெரும் அழுகையாய் அழுதாள். அந்த அழுகையால் கோபப்பட்ட டி.எஸ்.பி. சுயம்புவை முறைத்தார். விவகாரத்தைக் கைவிட விரும்பிய பதிவாளர், இப்போது அது கையை விட்டே போகும் நிலைக்கு வந்ததை உணர்ந்து ஒரு தாற்காலிகத் தீர்ப்பு வழங்கினார்.

"சுயம்பு இஸ் சஸ்பெண்டட் ரைட் நெள. நைட்ல வைஸ்-சான்சலர கன்சல்ட் செய்து... மேற்கொண்டு என்ன ஆக்ஷன் எடுக்கணுமோ அதை எடுப்போம்!"

பொன்முகன், ஏற்கெனவே கட்சி மூலம் பரிச்சயப்பட்ட டி.எஸ்.பி.யிடம் கிசுகிசுத்துவிட்டு முழங்கினான்.

"இவனை போலீஸ்ல ஒப்படையுங்க சார்... இவனுக்குப் பின்னால ஒரு பெரிய கிரிமினல் கேங்கே இருக்குது... போலீஸாலதான் இதைக் கண்டுபிடிக்க முடியும்..."

"நீ நினைக்கறதைவிட பலமான ஆக்ஷன்கூட நிர்வாகம் எடுக்கலாம். நத்திங் இஸ் ரூல்ட் அவுட்... வி.சி. வரட்டும். இந்தாப்பா மை டியர் யங்மென் சுயம்பு, நீ இனிமேல் வகுப்புக்குப் போகப்படாது."

பதிவாளர் தீர்ப்பளித்து விட்டு, அது அப்போதைக்கு முடிந்த விவகாரம் போல் எழுந்தார். அப்போது, எஸ்பி. உள்ளே வந்தார்.

12

சுயம்பு, உடம்பும் உணர்வும் ஒன்றை ஒன்று சிறை யெடுத்தது போல் முடங்கிக் கிடந்தான்.

அந்த அறைக்குள் முடங்கி இரண்டு நாட்களாகி விட்டன. அவன் சாப்பிடக்கூட மெஸ்ஸுக்குப் போக மறுத்தான். மூர்த்தியும், முத்துவும்தான், வேளா வேளைக்கு அவர்களே மெஸ்ஸிலிருந்து உணவுப் பொட்டலங்களைச் சிறைப்படுத்திக்கொண்டு வந்தார்கள். மூர்த்தி செயலாளர் தேர்தலில் வெற்றி பெற்று விட்டதால் அந்தப் பதவியைச் சுயம்புவுக்கு ஆதரவாகப் பயன்படுத்திப் பார்த்தான். ஹெச்சோடியை - அதாவது பொறியியல் துறையின் மின்னணுப் பிரிவுத் தலைவரான - ஹெட் ஆப் த டிபார்ட்மெண்டைப் பார்த்தான் அவர் கைகளை மேலே தூக்கிக் காட்டினார். எதுவும் பேசாமல் அவர் அப்படிச் செய்தது, விஷயம் தலைக்குமேல் போய்விட்டது என்று அர்த்தப்படுத்துவதா, இல்லை, சுயம்புவைக் கடவுள்தான் காப்பாற்ற வேண்டும் என்று எடுத்துக் கொள்வதா என்று புரியாமல் விழித்த மூர்த்தி, பிறகு இரண்டும் ஒன்றுதான் என்பதுபோல் பதிவாளரைப் பார்த்தான். அவரும் "இது தனிப்பட்ட விவகாரம்" என்று பொதுப்படையாகச் சொல்லி விட்டார். அப்போது கூட்டுச் செயலாளர் பதவிக்குப் போட்டி போட்டு நான்கு வாக்குகளில் தோல்வியுற்ற ராமலிங்கம் ஒரு யோசனை சொன்னான். சீனியர்கள், தன்னை ரேக்கிங் செய்து செய்தே தனது மனநிலை பாதிக்கப்பட்டதாய், சுயம்புவே துணைவேந்தருக்கு ஒரு மனுக்

கொடுக்க வேண்டும் என்றான். இந்த மனுவையும் மீறி நிர்வாகம் நடவடிக்கை எடுத்தால், வேலை நிறுத்தத்தில் ஈடுபடலாம் என்றான். அவனே ஒரு மனுவை எழுதிக் கொடுத்தபோது சுயம்பு அதில் கையெழுத்துப் போட மறுத்துவிட்டான். “உண்மையை மறைச்சு நான் படுற பாடு போதும். பொய் வேற பேசணுமா” என்று சொன்னது மட்டுமல்லாமல் அந்த மனுக் காகிதத்தைக் கிழித்துப் போட்டான். அவன் தங்களையே அப்படிக் கிழித்துப் போட்டுவிட்டதாக பல முதலாண்டு மாணவர்கள் நினைத்து ஒதுங்கிக் கொண்டார்கள். இப்போது அவன் இருவர் தவிர்த்து எல்லோராலும் கைவிடப்பட்டவனாகி விட்டான்.

சுவரில் சாய்ந்து சுரணை கெட்ட உடம்பில் ஒரு சிறு அசைவுகூட இல்லாமல் இருந்தவனை ஒருவர் உள்ளே வந்து உலுக்கினார். காக்கி யூனிபார்ம் போட்டிருந்த அந்த நாற்பது வயதுக்காரருக்குக் கையில் லத்தியில்லை.

“ஒங்க பேருதானே சுயம்பு.... ரிஜிஸ்திரார் கையோடு கூட்டிட்டு வரச் சொன்னார். எழுந்திருங்க...”

சுயம்பு, அப்படியே எழுந்து அவருடன் அப்படியே புறப்பட்டான் அவர் பரபரப்புக் குரலில் கேட்டார்.

“லுங்கியோட வாறீங்க..”

“ஆமா... சேலை இல்ல...”

சுயம்பு, சிறிது தூரம் நடந்து இடையில் நின்று அவரைத் திரும்பிப் பார்த்தான். துணைவேந்தருக்கு அடுத்த படியாக உள்ள ஆனானப்பட்ட ரிஜிஸ்ட்ரார் கிட்டவே இப்படி வருகிற இந்த ரவுடி அந்தப் பெண்ணிடம் ‘அப்படித்தான்’ நடந்திருப்பான் என்றும், அவள் தான் கற்பழிப்பை வெளியே சொல்லி அவமானப்பட விரும்பவில்லை என்றும் நினைத்துக்கொண்டார். ஆகையால் அவனுக்குப் பின்னால் இடைவெளி கொடுத்தே எச்சரிக்கையாய் நடந்தார். ‘இந்த மாதிரி பசங்க இடுப்புல பிச்சுவா இருந்தாலும் இருக்கும்.’

சுயம்பு, விடுதிக் கட்டிடத்திலிருந்து விடுபட்டு மாணவர் பூங்காவழியாய்நடந்தும்கடந்தும்விருந்தினர் இல்லம்முன்னால் நின்று ‘எங்கே போக வேண்டும்’ என்பது போல் தொலைவில் வந்தவரைப் பார்த்தான். அவர், பதிவாளருக்குக்கூடக் கொடுக்காத அத்தனை பய பக்தியையும் அவனிடம் காட்டி, அந்த இடத்தையும் காட்டி, பிறகு வேக வேகமாய்

ஓடிவந்து அவனுக்கு முன்னால் போனார். இரும்பைவிட வலுவானதுபோல் தோன்றிய தேக்குமர மாடிப்படி வழியாய் நடப்பது தெரியாமல் நடந்து, சுயம்பு பதிவாளர் அறைக்குள் நுழைந்த போது-

அந்தப் பதிவாளர், அவன் லுங்கியைப் பார்த்து லேசாய் திடுக்கிட்டதுபோல், பேப்பர் வெயிட்டை எடுத்தார். பிறகு முன்னால் இருந்த இருவரிடம் ஏதோ சொல்ல, ஆறுமுகப்பாண்டி திரும்பினான். பிள்ளையார் அசையாது இருந்தார். அவர்களைப் பார்த்துவிட்ட சுயம்புவும், அண்ணன் பக்கத்தில் போய் நின்றான். அவன் கண்கலங்க சுயம்புவின் கைகளைப் பிடித்தான். பிள்ளையாரோ, அவன் அங்கே இல்லாததுபோல் மேலே ஓடும் மின் விசிறியை வெறித்துப் பார்த்தார். அப்போது பதிவாளர் குழைந்தார்.

"உட்காருப்பா... சும்மா உட்கார்... நீ உட்காரலாம்... யூ ஆர் நோ லாங்கர் மை ஸ்டூடண்ட்...."

சுயம்பு, உட்காரவில்லை. இதற்குள் தட்டெழுத்துப் பெண் ஒருத்தி கையில் ஒரு ஃபைலோடு வாசல் பக்கம் நின்றாள். அங்குமிங்குமாய் பராக்குப் பார்த்துப் பேச்சு நடப்பதைப் பற்றிக்கூடப் பொருட்படுத்தாமல் பைல் கட்டை அலட்சியமாக மேஜையில் வீசி அடிப்பது போல் வைத்துவிட்டு, இடுப்பில் கை வைத்து நிற்காமல், அவள் காலடியால் அவர்கள் கவனம் கலையக்கூடாது என்பது போல் மெள்ள மெள்ள நடந்தாள். அது அவள் நடத்தையையும் காட்டியது. பதிவாளரும், அவளும் யோக்கியமானவர்கள் என்பதை விஷுவலாகக் காட்டுவது போலவும் இருந்தது.

பதிவாளர், அவள் மேஜையில் வைத்த பொன்வண்ணக் கோப்பை வாங்கி, அச்சடித்தது போலான மின்னணு டைப்பிங் காகிதத்தை பிள்ளையாரிடம் நீட்ட, அவர் பேசாமல் இருந்ததைப் பார்த்துவிட்டு, ஆறுமுகப்பாண்டியிடம் கொடுத்தார். அவன் படித்துப் பார்த்துவிட்டு மன்றாடினான்.

"இந்த ஒரு தடவ மட்டும் மன்னிச்சிடுங்க சார்... இவன் அப்படிப்பட்டவன் இல்ல சார்... ஒரு புழுவைப் பார்த்தாக்கூட, ஒதுங்கிப் போறவனை ஒரு புழுவாய் ஆக்கிடாதீங்க சார்..."

பதிவாளர் ரிப்பன்களைப் பூவாக வைத்திருந்த அந்தப் பெண்ணைக் குறிப்பாய்ப் பார்க்க, அவள் வெளியேறினாள்.

அந்த அறையின் அறைக் கதவுகளின் ஆட்டத்தையே பார்த்தவர், அந்த ஆட்டம் முடிந்ததும் பேசினார்.

"நான் ஏற்கெனவே சொன்னது மாதிரி, இது முடிஞ்சு போன விஷயங்க... இவன் நல்ல பையன்... அப்படிப் பட்டவன் இல்லன்னு எனக்குத் தெரியும். ஆனாலும் ரெண்டு தடவை இப்படி நடந்தவன் மூன்றாவது தடவை வேற மாதிரியும் நடக்கலாம் இல்லியா. அதோட... சரி, அதெல்லாம் உங்களுக்கு வேண்டாம். நாங்க ஒங்க பையனை நீக்கலன்னா, போலீஸ் கேஸாயிடும்... அன்றைக்கே எஸ்.பி. உங்க பையனை ஒப்படைக்கும்படியாய்ச் சொன்னார். நான்தான் மறுத்துட்டேன். இன்றைக்குக்கூட ரெண்டு தடவை போன் செய்துட்டார். போலிஸ்ல மாட்டுனால், என்ன ஆகும்னு ஒங்களுக்கே தெரியும். விவகாரம் கோர்ட்டுக்குப் போனால் யுனிவர்சிட்டியோட எல்லாக் கதவையும் இழுத்து மூட வேண்டியது தான். தனி மனிதனைவிட, ஒரு நிறுவனம் ரொம்ப முக்கியம் இல்லியா... நாங்க, இவன், அந்த பொண்ணுகிட்ட நடந்தது சரிதான்னு கோர்ட்ல வாதாட முடியுமா... நீங்களே சொல்லுங்க..."

"இவன் நடந்ததை சரின்னு சொல்லலை சார்... சரிப் படுத்துங்கன்னுதான் சொல்றேன். கருணை காட்டச் சொல்லுறேன். பிச்சை... கேட்கேன்..."

"அழாதீங்க மிஸ்டர் ஆறுமுகப்பாண்டி... நாங்க கருணை காட்டியிருக்கத்தான் செய்யுறோம். இவன் வேண்டுமென்றே செய்திருந்தால், காலேஜ் விட்டு எக்ஸ்பெல் செய்திருப்போம். அப்படிச் செய்திருந்தால் ஒங்க தம்பிய வேற எந்தக் காலேஜுலயும் சேர்க்க முடியாது. கவர்மெண்ட் வேலைக்கும் போக முடியாது... ஆனால் நாங்க அப்படிச் செய்யல. நீங்களே மனுப்போட்டு ஒங்க பையனோட டி.சி.யை கேட்கிறது மாதிரிதான் அந்தக் காகிதத்திலே எழுதியிருக்கோம். ஒங்களுக்கு இஷ்டமுன்னா கையெழுத்துப் போடுங்க... இல்லாட்டால்."

பதிவாளர், இழுத்தபோது, பிள்ளையார் எழுந்தார். பெஞ்சுமேல் ஏற்றப்பட்ட அந்தக் காலத்து மாணவன் போல் கைகளைக் கட்டிக்கொண்டு ஒரு செய்யுளை ஒப்பிப்பதுபோல் ஒப்பித்தார். துக்கமும், துயரமும், எதுகை மோனையாக உடைந்த குரலோடு ஒப்பித்தார்.

"இவன் தானாய் முளைச்ச காட்டுச்செடி அய்யா... எங்க ஊரு மோசமுன்னா, அதுலயே எங்க வம்சம் படுமோசம் அய்யா...

எங்க வகையறாவுல எவனுக்கும் பெருவிரலக்கூட பெறட்டத் தெரியாது அய்யா... இதனாலயே எங்க வகையறாவுக்கு தற்குறிக் குடும்பம்னு பேரு அய்யா... அதனாலதான், இவன் எட்டாவது படிக்கும் போது "வயலவிட உனக்கு பள்ளிக்கூடம் பெரிசாயிட்டோன்'னு அடிக்கக்கூடப் போனேன். இவன்தான் என்னைச் சத்தம் போட்டு, 'தம்பிக்குப் பதிலாக நான் ரெண்டு மடங்கு வேலை பாக்கே'ன்னு இவன மேல மேல கொண்டு படிக்கவிட்டான்... கடைசி சர்க்கார் பரீட்சை எழுதி, இவன் நல்ல மார்க் வாங்குனதாய், பெரிய மவன் சொன்னபோது, 'ஒன் தம்பிய வயல் வேலையப் பார்த்துக் கிட்டே சர்க்கார் வேலைக்கு எழுதிப்போடச் சொல்லுன்னு சொன்னவன்யா நான். இந்த ரெண்டு பயல்களும் சேர்ந்து இங்க எழுதிப்போட்டது எனக்குத் தெரியாது அய்யா... இடம் கிடைச்சதும் பணமுன்னு வந்தது. பெரியவன் தலையைச் சொரிந்தான்யா... இந்தப் படிப்பு படிச்சா என்ன வேலை கிடைக்குமுன்னு கேட்டேன்யா... நான் கனிஞ்சத பார்த்துட்டு ஒங்க முன்னால நிக்கானே, இவனே 'கடைசிப் பரீட்சை முடியும்போதே வெளி தேசத்துக்கு போற வேலை கிடைக்கும்... ஆயிரக்கணக்குல ரூபா கிடைக்குமுன்'னு சொன்னான். உடனே நான் இவன பிடறியில் ஒரு போடு போட்டேன்யா...'செருக்கி மவனே, பாசை தெரியாத ஊருக்குப் போய் வேஷத்தை மாத்தி நீ எங்களை மறக்கதுக்கு ஒன்ன நான் படிக்க வைக்கணுமா... இந்த ஒண்ணுக்காகவே உன்னைப் படிக்க வைக்க மாட்டேன்னு சொல்லிட்டேன்யா. பெரியவன்.. அதான் இவன், எனக்குத் தெரியாமல், எங்க ஊர் காண்ட்ராக்டர் கிட்ட மூவாயிரம் ரூபாய் 'கைமாத்தா' வாங்கி, இவனை இங்க சேர்த்தான். பைத்தியக்காரப் பயல்... அந்தக் காண்ட்ராக்டரு என் காதைக் கடிச்சபோது... நான்தான் ஐயாயிரமா கொடுக்கும்படிச் சொன்னேன். இந்த குட்டை இப்பதான்யா போட்டு உடைக்கேன்."

"எய்யா... எய்யா... எங்க வம்சம் கொத்தனாரையும், சித்தாளையும் மட்டுமே கொடுத்து வந்த வம்சம்யா! அந்த வம்சம் தழைக்க இவன் பிறந்திருக்கான்யா. தர்மப் பிரபுவே... கருணை காட்டு... இவனத் திருப்பி அனுப்னீங்கன்னா, என் வீட்டுக்காரி தாங்கமாட்டாய்யா... ஏற்கெனவே என் மகளை அவள் அண்ணன் மகனுக்குக் கொடுக்கலன்னு ஆடிப்போயிருக்காள்... என் பிள்ளைகள் அவளுக்குக் கொள்ளி போட வச்சிடாதீங்க அய்யா..."

பதிவாளர் உருளை நாற்காலியில் அங்குமிங்குமாய் நெளிந்தார். திடீரென்று ஆறுமுகப்பாண்டி எழுந்தான். உட்கார்ந்திருந்த நாற்காலியைத் தரையோடு சேர்த்து இழுத்துப் போட்டான். சிறிது பின்னுக்கு நடந்தான். பிள்ளையாரும், பதிவாளரும் பயந்துபோய் எழுந்தபோது அப்படியே தொப்பென்று விழுந்தான். நீச்சலடிப்பது போல் கைகளை ஊன்றி, ஊன்றி நகர்ந்து மேஜையின் அடிவாரக் கட்டைகளுக்கு மேலே கையைப் போட்டு, பதிவாளரின் கால்களைத் தேடித் தேடி, தேடியதைப் பிடித்துக் கொண்டு புலம்பினான். "கருணை காட்டுங்க சார்... கருணை காட்டுங்க... பிச்சிப்பூவை பிக்கறது மாதிரி பிச்சிடாதீங்க சார்... அய்யா... தர்மராசா..." என்று அரற்றினான்.

பதிவாளர் ஆடிப்போனார். வெளியே ஒரு சின்னக் கூட்டம் கதவுகளுக்கு இடைவெளி கொடுத்து எட்டிப் பார்த்தது. பதிவாளர், அவர்களைப் பார்த்து 'கெட்அவுட்' என்று கத்தி தனது இயலாமைக்கு வடிகாலை ஏற்படுத்தினார். பிறகு இன்டர்காமில், வி.ஸி.யிடம் ஆங்கிலத்தில் பேசினார். அடுத்த முனையில் ஒரு கத்தல் வந்தது; இந்த முனையில் இருந்த பிள்ளையாருக்கும் அதன் உக்ரம் சுட்டது. பேசி முடித்த பதிவாளர் உதட்டைப் பிதுக்கியபடியே பேசினார்.

"காலேஜ் எலெக்ஷனக்கூட போலீஸ் வெச்சு நடத்த வேண்டிய காலம் இது. கள்ளச்சாராயம் காச்சுறவன்கூட படிக்கிற காலம் இது. இந்த சிலந்திவலைக் காலத்துல, ஒங்க பையன் எப்படியோ சிக்கிட்டான். ஐ'யாம் ஸாரி... இந்தாம்மா அந்த சர்டிபிகேட்களை கொண்டு வாம்மா... பெரியவரே... அந்த காகிதத்துல ஒரு சின்னக் கையெழுத்து போடுறீங்களா... சுயம்பு நீயும் போட்டுடு... மிஸ்டர் ஆறுமுகப் பாண்டி எழுந்திருங்க... என்னால செய்ய முடிஞ்சது ஒங்க தம்பிய போலீஸ்ல ஒப்படைக்கப் படுறதைத் தடுத்ததுதான்..."

ஆறுமுகப் பாண்டி, எழுந்தான். அப்பாவைப் பார்த்தான். முதியோர் கல்வி இயக்கத்தால் கையெழுத்துப் போட மட்டுமே தெரிந்த பிள்ளையார், பதிவாளர் நீட்டிய பேனாவைப் பிடித்தபடியே யோசித்தார். அப்போது ஆறுமுகப்பாண்டி பழையபடி "சார்" என்று சொல்லிக் கொண்டே கீழே குனியப் போனபோது, பிள்ளையார் எழுந்தார். ஆறுமுகப்பாண்டியின் முடியைப் பிடித்து முகத்தை நிமிர்த்தி, கன்னத்தில் பட்டுபட்டு

என்று அடித்து விட்டு, "செருக்கி மவனே... நீ எனக்குத்தானே பிறந்தே" என்று கத்தினார். பிறகு "எங்கையா கையெழுத்துப் போடணும்... இங்க... இதுலதானே... என்றார். தோளில் கிடந்த துண்டை வாய்க்குள் வைத்துக்கொண்டே ஒரு முத்தை சொத்தையாக்கும் - முத்து முத்தாய் டைப் செய்த காகித அடியில் எழுத்துக் கூட்டிக் கையெழுத்துப் போட்டார். பிறகு சுயம்புவைப் பார்த்து "நடலே..." என்று அதட்டினார்.

13

பிள்ளையார், பிள்ளைகளோடு வெளியே வந்தார். அந்த அறையின் வாசலிலேயே அந்தப் பெண் கொடுத்த பழைய சான்றிதழ்களைப் பார்த்துவிட்டு "குப்பையில போடம்மா" என்றார். ஆறுமுகப்பாண்டிதான் அதை வாங்கிக்கொண்டு பித்துப் பிடித்துப்போய் நின்ற தம்பியையும் இழுத்துக் கொண்டு அப்பாவிற்குப் பின்னால் ஓடினான்.

அந்த மூவரும் இரண்டாவது மாடிக்கு ஏறி, அந்த அறைக்குள் நடந்தபோது மூர்த்தியும் முத்துவும் அவர்கள் வந்தது தெரிந்ததுபோல், கதவைத் திறந்தார்கள். பிள்ளையாரும் ஆறுமுகப்பாண்டியும் வழியில் பதிவாளரைப் பார்ப்பதற்கு முன்னால், அவர் விவரமாக எழுதியிருந்த கடிதத்தை முத்துவிடம் காட்டியிருந்தார்கள். பிள்ளையார் ஜன்னல் வழியே பார்த்தார். ஆறுமுகப்பாண்டி தலையைத் தொங்கப் போட்டபடி நின்றான். சுயம்பு சுயமாக நிற்காததுபோல் நின்றான். மூர்த்தி பட்டும் படாமலும் கேட்டான்... பரீட்சையின் முடிவை எழுதும் போதே தெரிந்துகொண்ட மாணவனைப்போல்.

"நீங்க சொல்லியும் கேட்கலையா...?"

பிள்ளையார் வெடித்தார்.

"எப்படிப்பா கேட்பாங்க... இவன் செய்த காரியம் லேசுப்பட்டதா... இதோ பாரு இந்தச் செருக்கிமவன் இப்படி லுங்கியக் கட்டிக்கிட்டு வந்தா முன்னர் உபகாரம் செய்ய நினைக்கவங்களும், உபத்திரவம்தான் செய்வாங்க..."

"எப்படியும் அடுத்த வருஷத்துல பழையபடியும் சேர்த்துடலாம்."

"பசில பாலுக்குத் துடிக்கிற குழந்தைக்கு சினை ஆட்டைக் காட்டுற கதை... நீ ஆறுதலுக்குத்தான் பேசறே! ஆனால், அது

தேவைப்படாத அளவுக்கு மனசு மறத்துட்டு... ஏடா பெரியவன்.. .பெட்டி படுக்கைய எடுடா... ஒன் என்ஜினியர் தம்பியை சீக்கிரமா கூட்டிட்டு போறணும் பாரு. பெரிய வேலை காத்திருக்குல்லா."

பிள்ளையார், வெறுமையாகச் சிரித்தபோது, ஆறுமுகப் பாண்டி தம்பியின் மிலிட்டரி டிரங்க் பெட்டியைத் திறந்தான். பூட்டில்லாமல் போன பெட்டி எந்த வகையிலும் சேர்க்கமுடியாத பெட்டி. மூர்த்தியும் முத்துவும் திணறினார்கள். அலங்கோலமாய் நின்ற சுயம்புவை அமங்கலமாய்ப் பார்த்துவிட்டு அந்தப் பெட்டிக்குள் ஆளுக்கொரு பொருளை அள்ளிப் போட்டார்கள். அழுக்குப் பாண்ட்களையும் சட்டை களையும் மடித்து வைத்துவிட்டு, இடையிடையே சோப்பு, சீப்பு, கண்ணாடி ஹாங்கர்களைப் போட்டுவிட்டு, அவற்றிற்குமேல் புத்தகங்களை அடுக்கினார்கள். பிள்ளையார் குறுக்கிட்டார்.

"ஒங்களுக்குப் பிரயோசனப்படுகிற புத்தகங்களை எடுத்துக்குங்கப்பா... ஏடா... பெரியவன் ஒன் ஆசைத் தம்பிக்கு வாங்கிக் கொடுத்தியே... கணக்கு மெஷின்... அதை ஒன்னோட இந்தத் தம்பிகள்கிட்ட கொடு... எதுக்கடா பாய் தலையணையைச் சுருட்டுறே...இவங்களும் எனக்கு பிள்ளைங்க மாதிரித்தாண்டா... நான் எப்பவாவது வந்தாலும் வருவேண்டா... ஒரு படிச்ச பிள்ளை போயிட்டாலும், எனக்கு இன்னும் ரெண்டு படிச்ச புள்ள இருக்காங்கடா..."

பெட்டியைக் குடைந்து கொண்டிருந்த மூர்த்தி, திடுக்கிட்டு எழுந்தான். பிள்ளையார் அழுதிருந்தால்கூட அவனுக்கு அப்படி அழுகை வந்திருக்காது. அவரோ சிரித்தார். பற்களெல்லாம் கழண்டு விழப்போவதுபோல் சிரித்தார். அவனால் தாங்க முடியவில்லை. அசைவற்று நின்ற சுயம்புவைக் கட்டிப்பிடித்து, தேம்பினான். அவனோ, இப்போதுதான் உயிர்த்தெழுந்தவன்போல் அங்குலம் அங்குலமாய் மூர்த்தியைவிட்டு விலகிக் கொண்டிருந்தான்.

எல்லாவற்றையும் கட்டிப்போட்டாகி விட்டது. ஆறுமுகப் பாண்டி டிரங்க் பெட்டியைத் தூக்கிக் கொண்டான். பிள்ளையார் சூட்கேசை எடுத்துக் கொண்டார். ஐந்தாண்டு காலத்திற்காகக் கொண்டு வரப்பட்ட உடமைகள் ஐந்து நிமிடத்திலேயே முடக்கப் பட்டன. மூர்த்தியும் முத்துவும் அவர்களை வழியனுப்பப் புறப்பட்டார்கள். மூர்த்தி அங்குமிங்குமாய்த் தேடிவிட்டு, "டேய் முத்து, பூட்டை எங்கேடா வெச்சே" என்று சொன்னபடியே, முத்துவைப்

பார்த்தான். அவனோ - அந்த பாக்ஸர் முத்தோ தனது கம்பீரமான முகத்தைச் சுவரில் போட்டு அதில் கண்ணீரால் கோடுகள் போட்டுக் கொண்டிருந்தான். பிள்ளையார் அவன் அருகே போய் முதுகைத் தட்டிக் கொடுத்தபோது அவன் விம்மினான். வெடித்தான். பிள்ளையாரும் "என் மவனே, என் மவனே" என்று அவனைக் கட்டிப் பிடித்துக் கொண்டார். மூர்த்தி தான் தன்னை அடக்கிக்கொண்டு சமாளித்தான்.

"நீங்க போய்க்கிட்டே இருங்க; நான் இவன சமாளிச்சிட்டு பின்னாலயே வாறேன். ஏய் முத்து... என்னடா இதெல்லாம்.."

ஆறுமுகப்பாண்டி, சுயம்புவை லேசாய் தள்ளிவிட்டான். அவனோ, தனது தோழர்களைப் பார்த்தான். உள்ளே இருக்கும் இதயத்தைக் காட்டுவதுபோல், உதடுகள் பிரிந்தன. கண்ணீர் பார்வையை மங்கடித்தது. கண்களைத் துடைக்காமலேயே அந்த அறையை விட்டு வெளியேறினான். மீண்டும் திரும்பிவந்து, தான் தடம் போட்ட இடத்தைப் பார்த்தபடியே நின்றான். பிறகு கீழே ஒரே ஓட்டமாய் ஓடினான். ஒவ்வொரு அறையிலும் மூவிரண்டு ஆறு கண்கள். நீர் சொரியவில்லை யானாலும், நிம்மதியற்றுத் தவித்தன. ஒரு அறையில் கண்ணதாசனின் 'பாடிச் செல்லும் பறவைகளே' என்ற பாடல் வேண்டுமென்றே ஒருசோகப் பகிர்வாக டேப்பில் ஒலிக்க விடப்பட்டது.

ஆறுமுகப்பாண்டி, கையிலிருந்த டிரங்க் பெட்டியைத் தலைக்கு மாற்றி அதை முன் பக்கமாய் சிறிது சாய்த்து, தமது கண்ணீரை மறைக்க முயற்சி செய்தான். எந்தப் படிகள் வழியாய் ஏறி, தம்பியைப் பார்க்கவும், பணம் கொடுக்கவும் வருவானோ, அந்தப் படிகளில் இனி ஏற முடியாது என்ற எண்ணத்தில் அவன் கலங்கியபோது, அவன் கண்ணீரும் கன்னத்தில் இறங்கியது.

இந்த மூவரும் தங்கள் பாட்டுக்கு நடந்தார்கள். ஆங்காங்கே விடுதிகளின் வெளிப்பகுதிகளில் ஏதோ சொந்த அறையில் துக்கம் நடைபெற்ற தோரணையில் நின்றவர்களைப் பார்க்காமலே தந்தையும் பெரிய மகனும் நடந்தபோது, சுயம்பு அவர்களைப் பார்த்துக் கையாட்டினான். அவர்களின் இதயத்தையே இழுத்துப் போடுவது போன்ற ஒரு அப்பாவிக் கையாட்டு... அதனால் உடம்பு எல்லாம் ஆடிப்போய் அந்த மாணவர்கள் மூச்சைப் பிடித்துக்கொண்டு நின்றார்கள்.

விருந்தினர் விடுதிப் பக்கம் வந்ததும், சுயம்பு நின்றான். அதோ, அந்த டீலக்ஸ் கட்டிடத்தில்தான் டேவிட்... என் டேவிட்

இருக்கார்... நான் படும்பாடும்... பட்ட பாடும் அவருக்குத் தெரியுமோ, தெரியாதோ...

அப்போது அங்கே வந்த மூர்த்தியின் காதில் ரகசியம் பேசுவதுபோல் பேசிவிட்டு, சுயம்பு ஓடினான். அனைத்தையும் அதிர வைக்கப் போவதுபோல் ஓடி, டேவிட்டின் திறந்த வாசல் வழியே உள்ளே போனான். சிறிது சந்தோஷப்பட்டான். டேவிட் மட்டுமே தனியாய் இருக்கார்.

உருண்டு திரண்ட வாலிபால் களையோடு, எகிறி எத்திய உருளைக் கால்களோடு ஓங்கி, ஓங்கியடித்து வைரப்பட்ட டேவிட்டின் கைகள் எதையோ எழுதிக் கொண்டிருந்தன. அவன் கையைப் பிடித்து எழுதுவதை நிறுத்த வைத்து, சுயம்பு சொன்னான்.

"என்னை வெளியேத்திட்டாங்க டேவிட்..."

"கேள்விப்பட்டேன்... மோசமான நியூஸ்... மாணவ அரசியல்வாதிக்கு உங்களைப் பலி கொடுத்துட்டாங்க... இருக்கவே இருக்கு அடுத்த வருஷம்... மொதல்ல உங்க மனநிலையை நல்லா வச்சுக்கணும். சைக்யாட்ரிஸ்ட் கிட்ட போங்க தம்பி..."

"நான் ஒண்ணும் தம்பி இல்ல... என் மனநிலை சரியாத்தான் இருக்கு... என்னப் புரிஞ்சுக்கிற மனநிலை தான் உங்களுக்கு இல்ல... நான் ஒண்ணு கேட்பேன் தருவீங்களா?... டேவிட்..."

"உயிரைத் தவிர எதை வேணும்னாலும் கொடுக்கத் தயாராயிருக்கேன்."

"ஒங்க போட்டோவைக் கொடுங்க."

டேவிட், ஏதோ கேட்கப் போனான். சுயம்புவிற்கு மனநிலை முற்றிவிட்டதை அறிந்து அதிர்ந்தான். அவன் கேட்டது கிடைக்காமல் மேலும் பாதிக்கப்படக்கூடாது என்பதற்காக, எதையோ குடைந்து ஒரு போட்டோ பிரதியை எடுத்து, சுயம்புவின் சட்டைப் பைக்குள் வைத்தான். அவன் தோளைத் தட்டிக் கொடுத்தான். சுயம்பு, கண்ணீரும் கம்பலையுமாய் கேவினான்.

"நான் வாறேன்... டேவிட்... என் உடம்புல உயிரு இருக்கிற வரைக்கும் ஒங்களை மறக்க மாட்டேன் டேவிட். நீங்களும் என்னை அப்பப்ப நினைத்தால் அதையே பெரிய பாக்கியமா நினைப்பேன் டேவிட். மூர்த்திகிட்ட அட்ரஸ் இருக்கு...

லெட்டர் போடுங்க டேவிட்... நானும் லெட்டர் போடுறேன் டேவிட்... என்ன மறக்க மாட்டீங்களே டேவிட்...”

சுயம்பு, டேவிட்டின் மார்பில் சாய்ந்தான். டேவிட் அவன் முதுகைத் தட்டிக் கொடுத்தான். பிறகு அவனை தனது தோளோடு தோளாய்ச் சேர்த்து கீழே இறக்கினான். மூர்த்தி நின்ற பக்கம் சுயம்புவின் கையைப் பற்றியபடியே சுயம்புவை இழுத்துக்கொண்டு போனான். பிள்ளையாரிடம் அவனை ஒப்படைத்துவிட்டு அவனுக்காக கர்த்தரிடம் ஜபிப்பதுபோல் தலை தாழ்த்தி நின்றான். பிறகு மூர்த்தியை மௌனமாக நோக்கிவிட்டுப் போய் விட்டான். அப்படிப் போனவனையே பார்த்து சுயம்பு, விம்மியபோது பிள்ளையார் புலம்பாக் குறையாய் பேசினார்.

“ஏடா பெரியவன்... நடு ராத்திரிக்கு வீடு போறது மாதிரியான பஸ்ஸா பாருடா... இல்லாட்டா... ஊரு சிரிக்கும்... நம்ம வீட்டுக்கே நாம தலைமறைவா போக வேண்டிய காலம் வந்துட்டே காலம் வந்துட்டே.

14

ஒரு மாத காலம், அந்தக் குடும்பத்திற்கு இரவும் இல்லாமல் பகலும் இல்லாமல் ஓய்ந்தது - சுயம்புவைப் போல்.

அந்தக் குடும்பத்தில் மோகனா தவிர, அனைவரும் ஊரில் தேவைப்பட்ட அளவிற்கு மேல் தலைகாட்ட வில்லை. ஆறுமுகப்பாண்டியும் பிள்ளையாரும் அதிகாலை யிலேயே வயலுக்குப் போய்விட்டு ஆள் அரவம் முடிந்த இரவிலேயே வீட்டுக்குத் திரும்புவார்கள். மரகதம், அவ்வப்போது அழும் தம்பியைச் சரிக்கட்டுவதிலேயே தன்னைக் கழித்தாள். எப்படியாவது, அடுத்த ஆண்டு அவனை அனுப்பி வைத்துவிட வேண்டும் என்பதில் அவளுக்கு ஒரு குறிக்கோள். அண்ணிக்காரி, கோமளம் தங்கைக்கு ஏற்கனவே தாலி கட்டிவிட்டது போலவும், இப்போது தங்கை விதவையாக இருப்பது போலவும் ஒரு துக்கத்தோடு வீட்டு வேலைகளைக் கூடச் சரியாகச் செய்யவில்லை. அம்மாக்காரி வெள்ளையம்மா, கணவனோடு சாடைமாடையாகச் சண்டை போட்டுக் கிடைக்கும் இன்பத்தை இழந்தவளாய்ப் பாயை விரித்துப் படுத்துக் கொண்டாள். அண்ணன் மகன் அந்த வீட்டில் ‘கால்’ வைத்திருந்தால், இப்படி ஒரு நிலைமை ஏற்பட்டிருக்காது

என்பது அவளுடைய அனுமானம். இதனால் முன்பின் பார்த்தறியாத வெளியூர் மாப்பிள்ளையின் மொட்டைத் தலை அப்பன் கால் பட்டே இந்த நிலமை என்றால், அவன் மகன் காலடி வைத்ததும் என்னென்ன நடக்கப் போகுதோ என்று இப்போதே அவளுக்கு ஒரு பயம்...

சுயம்புவைப் பற்றி ஊரிலும், பல்வேறு விதமான வதந்திகள். மலர்க்கொடியைப் பார்ப்பதற்காகவே, அவன் கல்லூரியைப் பார்க்க விரும்பவில்லை என்று ஒரு கிசுகிசுப்பு. கல்லூரியில் இப்படிப்பட்ட ஒரு அப்பாவி, ஒரு பெண்ணை பலவந்தமாகக் கற்பழிக்க முடியுமா என்று ஒரு வாதம். இந்தக் காலத்தில் அப்பாவிகளைத்தான் நம்ப முடியாது என்று ஒரு எதிர்வாதம். கடந்த காலத்தில் இறந்த சீதாலட்சுமி, அன்னக்குஞ்சு, வடிவரசி, போன்றவர்கள் அவனை ஆட்டிப்படைப்பதாக ஒரு ஐதீகப் பேச்சு... அவன் எப்போதாவது ஊருக்குள் போனால், பெண்கள் பக்கமே நிற்பதை நினைத்து, ஊராருக்கு அவன் மீதிருந்த சந்தேகம் ஓரளவுக்கு உறுதிப்பட்டது. ‘பொம்பளக் கள்ளன்’... இந்தப் பின்னணியில், சுயம்பு வலது பக்க அறையில் கட்டில் காலில் சாய்ந்தபடி கிடந்தான். அந்த அறையில்தான் மரகதக்காவும், மோகனாவும் தங்குவது. இப்போது சுயம்புவும் அங்கே சேர்ந்துகொண்டான். மேலே குறுக்காகக் கட்டப்பட்ட கொடியில் சேலைகளும் பாவாடைகளும் தொங்கின. மோகனாவின் தாவணி மடிப்புக் கலையாமலும், அக்காவின் சேலைகள் முரடு முரடாய் சுருண்டும் கிடந்தன. ஒரு சின்ன - ஐந்தடி உயர அழகு பீரோ. வெளியே மருதாணிக் கலர். இடையிடையே பச்சைப் புள்ளிகள். அந்தப் புள்ளிகளே ஒரு கோடு மாதிரியும் தோன்றியது. அக்காவின் கலியாணத்திற்கு சீதனமாக வாங்கி வைத்திருப்பது.

சுயம்பு, மனவலி தாங்காமல் தலையைச் சுற்றினான். இதுவரை எதுவும் பேசாத அப்பா, இன்றைய எட்டாவது நாளில் ‘நாம தலைமறைவா இருந்தாக்கூட சில பயலுவ வயலு வரைக்கும் வந்து தெரியாதது மாதிரிக் கேக்கான். சீக்கிரமா இவனுக்கு ஒரு கலியாணத்தை செய்து வையுங்கன்னு சிபாரிசு செய்யுறான். உயரப் பறந்தாலும், ஊர்க்குருவி பருந்தாக முடியுமா’ன்னு பேசுறாங்களாம். “இவன் வாயைக் கிளறி வேடிக்கை வேறு பாக்காங்களாம். செறுக்கி மவன ஊருக்குள்ள போக வேண்டாம்னு தட்டி வையுங்க!” என்று அவமானமும், துக்கமும் விரவ சொல்லி விட்டுப் போய்விட்டார்.

சுயம்பு இந்த உச்சிவெயில் சமயத்தில், உடம்பு வேர்க்கக் கிடந்தான். அப்பாவிடம் சிபாரிசு செய்யப்பட்ட கல்யாண யோசனையை நினைக்க நினைக்க எங்காவது ஓடிப் போய்விட வேண்டும் என்ற வேகம். தனிமைப் பயம். அம்மாவும் அண்ணியும் வெளி ஊரில் 'துஷ்டி' கேட்கப் போய் விட்டார்கள். அக்கா, ஒரு வீட்டுக்குச் 'சாப்பிட'ப் போய்விட்டாள். ஒரு பெண்ணுக்கு கல்யாணம் நிச்சயிக்கப் பட்டால் சொக்காரர்களும் - அதாவது பங்காளிகளும், 'கொடுத்தான் - எடுத்தான் வகையறாக்களும்' அந்த வீட்டுக்கு ஆடு கோழியோடு வந்து ஒரு மூட்டை அரிசியை வேகவைத்து ஆக்கிப் போடுவார்கள். குறைந்தது நூறுபேர், குழந்தைகளும் குட்டிகளுமாய் ஒரே பந்தியில் உட்காருவார்கள். இந்தச் சமயங்களில்தான் தீராத பகையும் தீரும். ஆனாலும் எந்தப் பெண்ணுக்காக "ஆக்கிப்" போட வந்தார்களோ, அந்தப் பெண்ணை சாப்பிட்டியா என்று கூட கேட்கமாட்டார்கள். ஆனாலும், இந்த வழக்கம் முகம் தெரியாத ஏதோ ஒரு வீட்டுக்குப் போகும் ஒரு பெண்ணுக்குத் தான் தனித்து விடப்படவில்லை என்ற தைரியத்தைக் கொடுக்கும். பக்க உறவாக இல்லாமலோ, அல்லது வசதியற்றவர்களாகவோ இருப்பவர்கள், சம்பந்தப்பட்ட பெண்ணை வீட்டுக்குக் கூட்டிவந்து தடபுடலாய்க் கோழியடித்து, சம்பா அரிசி பொங்கி, பெண்ணையும் சாப்பிட வைத்து, தாங்களும் சாப்பிடுவார்கள். இந்த வாக்கத்தின்படி, அன்றைக்குப் பூந்தோட்டத்தில் சுயம்புவுக்குப் பூக்கொடுத்தாளே, மலர்க்கொடி, அவள் வீட்டிற்கு மரகதம் போய்விட்டாள். மலர்க்கொடியின் அப்பா, வசதியில்லாதவர் அல்ல. 'காட்டான் மூட்டான்களோடு' அரிசிப்பெட்டி எடுக்க அவருக்கு இஷ்டமில்லை. அந்த அளவுக்கு புதுப்பணம். மரகதமும், ஆயிரம் கவலைகளிலும் தனக்கு ஒரு அற்புதன் கிடைத்திருக்கிறான் என்று தம்பி சொன்ன சொல்லை நம்பி சிறிது சந்தோஷமாகப் போயிருக்கிறாள். அவள் திரும்பி வர இன்னும் நேரமாகும்.

சுயம்பு, துடியாய்த் துடித்தான். படிப்பு போய்விட்ட கவலை, அவனுக்கும் இல்லாமல் இல்லை. எதிர்காலமே அற்றுப்போய், கடந்த காலத்தைத் திரும்பிப் பார்க்க முடியாமலும், நிகழ்காலத்தில் நிற்க முடியாமலும், சுருண்டு கிடந்தான். எவ்வளவு நேரம் அப்படிக் கிடக்க முடியும்... அங்குமிங்குமாய் லாந்தினான். அக்காவின் கல்யாணம் முடிந்ததும், தற்கொலை

உட்பட எதையாவது ஒன்றைச் செய்ய வேண்டுமென்றும் நினைத்துக் கொண்டான்.

சுயம்பு 'இருமல்' சத்தம் கேட்டு உள்ளே இருந்தபடியே வெளியே பார்த்தான். முற்றத்தில் மலர்க்கொடி நிற்கிறாள். அவனைப் பார்த்ததும் பாராதது போல் 'அண்ணி, அண்ணி' என்று கனைக்கிறாள். சுயம்பு, உள்ளே இருந்தபடியே குரலிட்டான். தனிமைத் துயர் தானாய் போன மகிழ்ச்சி.

"உள்ளே வா மலரு... சும்மா வா... நமக்குள்ள என்ன இருக்கு..."

மலர்க்கொடிக்கு தலையை யாரோ தட்டிவிடுவது போலிருந்தது. உடம்பு முழுவதும் ஒரு வேக்காடு. அதன் உள்ளேயோ ஒரு வெந்நீர்த்தனமாக இதம் காணத் துடிக்கும் சுகத்தை, அந்த சுகமே சுயமாய் வந்ததுபோல ஒரு நெகிழ்ச்சி. ஆனாலும் அவள் 'பிகுவோடு' வந்தாள். தாழ்வாரத்தில் ஏறி நின்றவளைப் பார்த்து அவன் "சும்மா வாயேண்டி... நீ யாரு... நான் யாரு... வா வா" என்றான். அவன், அப்படிச் சொல்லச் சொல்ல, அந்தச் சொற்களே அன்று பூந்தோட்டத்தில் அவள் இதயத்தில் ஏற்படுத்திய சுருக்கங்களை நிமிர்த்தின. விளையாட்டுக்காகத்தான் 'அவர்' அப்படி பூவை வைத்திருப்பார் என்று ஒரு சமாதானம். யாரையோ அக்கம் பக்கம் ஆளைப் பார்த்துவிட்டு, இவர் அதைச் சொல்லி தன்னைக் கலவரப்படுத்தாமல் பூவை, திருப்பிக் கொடுக்க நேரமாகும் என்று, அப்படியே போயிருக்க வேண்டும் என்ற சுயவிருப்ப சிந்தனை. ஆசைக்கு இலக்காக இருந்தவன் படிப்பை முறித்து வந்ததில் ஒரு துக்கம். அதுவும் ஒரு பெண் விஷயம் என்பதால், படு துக்கம். இவளும் ஒரு வகையில் துஷ்டி கேட்கவும் வந்திருக்கிறாள் என்று சொல்லலாம். ஆனாலும், அவனைப் பார்த்த உடனே, அதுவும், அவன் அவ்வளவு பேசியபிறகு, துக்கமே, சுகமாக மாறியது. ஆனாலும் மீண்டும் வீறாப்பாய்க் கேட்பது போல் கேட்டாள்.

"அண்ணி இல்லியா?"

"என்னடி இது... ஒன் வீட்டுக்குத்தானே வந்திருக்காள்..."

"சின்ன அண்ணியைக் கேட்டேன்!"

"உனக்கு அவள் மூத்தவள்தானே..."

"தெரியாதா... நான் சின்னவள்."

"ஆமாமா... நீ அம்மணமா திரிஞ்சபோது, அவள் ஜட்டி போட்டிருந்தாள். இப்போகூட ஞாபகம் வருது!"

மலர்க்கொடிக்கு வெட்கம் பிடுங்கித் தின்றது. வெளியேறப் போனவளை சுயம்பு அவள் கையைப் பிடித்திழுத்து, கட்டிலில் உட்கார வைத்துவிட்டு, அவனும் உட்கார்ந்தான். அவள் தலையை ஆச்சரியமாகப் பார்த்தான். முன் நெற்றியில் ஐந்தாறு முடிக்கற்றைகள்.... நெற்றிக்குப் பாதிவரை தொங்கின. நேர்வகிடு எடுத்தவளின் தலையில், அந்த முடிக்கற்றை வேர்ப்பிடித்த இடத்தில் ஒரு குறுக்கல் வகிடு. அவனுக்கு ஆச்சரியம். இது எப்படி முடியும்....?

"ஏய் மலரு... இந்த வகிடு எப்படிம்மா வரும்....?"

"அது கிடக்கட்டும்... ஒங்களை எதுக்காக காலேஜ விட்டு நீக்கினாங்க?"

"இந்த சந்தோஷமான, சமயத்துல பழைய குப்பை எதுக்கு மலரு... ஒன்னைப் பார்த்ததும் எனக்கு எவ்வளவு சந்தோஷமா இருக்குது தெரியுமா? இப்படி சந்தோஷப்படுறது இந்த ஒரு மாசத்துல இதுதான் மொதல் தடவை. அப்புறம் இந்த வகிடு..."

"இப்பவாவது என்னைப் புரிஞ்சுக்கிட்டீங்களே... நான் ஒங்களைப் பார்க்கத்தான் வந்தேன். மரகத அண்ணி கிட்ட, நான் வாரது வரைக்கும் எங்க வீட்டைவிட்டு புறப்படக் கூடாதுன்னு சொல்லிட்டேன், ஒங்கம்மாவோட, துஷ்டிக்குப்போன எங்கம்மா வர்றதுக்கு, சாயங்காலம் ஆகும்னு சொல்லிட்டாள். மோகனா, இப்போ வர மாட்டாள். அந்தச் சேதி ஒங்களுக்குத் தெரியவேண்டாம். அப்படியே அவள் வந்தாலும் கவலையில்லை. என் மனசு அவளுக்கு நல்லாவே தெரியும்."

"அடி என் ராசாத்தி... எனக்கு ஒண்ணுதான் புரிய மாட்டேங்கு..."

"என்னவாம்?"

"சேலை எப்படிக் கட்டணும்னு தெரியலை... கொஞ்சம் எழுந்து ஒன் சேலையைக் கழட்டி, பழையபடி கட்டு பார்க்கலாம். நாம ஒண்ணுக்குள்ளே ஒண்ணு... அப்புறம் ஏண்டி வெட்கம்."

"எப்பாடி... விட்டால் அதுக்கு மேலயும் போவீங்க போலிருக்கே... எனக்குப் பயமா இருக்கு. 'அதை' கலியாணத்துக்கு ரிசர்வ் பண்ணிக்குவோம்... நான் வாறேன். இதுக்குமேல் இருந்தால், ஒங்க ஆசையை என்னாலயும் தடுக்க முடியாமப் போயிடும்"

"எதுக்கும் அந்த சேலைய..."

"ச்சீ... பேச்சப் பாரு... நான் வாறேன்..."

மலர்க்கொடி, வெளியே போனாள். ஜாக்கெட்டுக்குள் வலது கையை விட்டுத் துழாவி, நான்காய் மடிக்கப்பட்ட ஒரு காகிதத்தை வெளியே எடுத்து முத்தம் கொடுத்தாள். இந்த காகித முத்தத்திற்குப் பிறகு, மீண்டும் அந்த அறைக்குள் ஓடிவந்து, முத்தமிடப்பட்டதை, அவன் மடியில் போட்டுவிட்டு ஓடினாள். பிறகு நாணத்தோடு திரும்பி வந்து "பதில் எழுதி வையுங்க. நாளைக்கு வந்து வாங்கிக்கறேன்" என்று அதே நாணத்தோடு சொல்லிவிட்டு, அந்த நாணத்தையும், அவனிடமே விட்டுவிட்டு ஓடுவதுபோல் ஓடினாள்.

சுயம்பு, கடிதத்தைப் பிரித்துப் படித்தான்.

என் அன்பிற்குரிய....சுயம்பு-

கோடிட்ட இடத்தை, நீங்களே பூர்த்தி செய்து கொள்ளுங்கள். நான், இப்படி கோடு போடுவதற்குக் காரணம், நீங்கள் என்னைப்பற்றி என்ன நினைக்கிறீர்கள் என்பது புரியாததால்தான். காதலர் என்று எழுதினால், சந்தோஷப்படுவேன். நண்பர் என்று இட்டுக் கட்டினால் ஒரு நம்பிக்கையோடு இருப்பேன். சகோதரி என்று எழுதினால் தற்கொலை செய்துகொள்வேன். அப்புறம் உங்கள் இஷ்டம்.

சுயம்பு மேற்கொண்டு அந்த நீண்ட கடிதத்தைப் படிக்க இயலவில்லை. சொட்டு சொட்டாகவும், அருவி போலவும் கொட்டிய கண்ணீர், அந்த காகிதத்தில் விழுந்து விழுந்து அவளின் காதல் மொழிகளை நனைத்து நனைத்து நையப் புடைத்தன. அவன் அழுதுகொண்டே இருந்தான். அவனுக்காக சுய இரக்க அழுகை. குடும்பத்திற்காக சுய வெறுப்பு அழுகை. அதோ, சிரிப்பும் கும்மாளமுமாய் எதிர்கால இனிமைகளோடு அந்த வாசற்பக்கம் நின்று குதித்தோடிப் போனாளே, அவளுக்காக ஒரு பரிதாப அழுகை.

சுயம்பு அந்தக் கட்டில் சட்டத்தைக் குத்தினான். கால்களைப் பின்சட்டத்தில் வைத்து அடித்தான். குப்புறப் படுத்தான். பக்கவாட்டில் நெளிந்தான். திடீரென்று ஒரு நினைப்பு. டேவிட்டின் நினைப்பு. அவன் தன் கையைப் பிடித்து அழைத்துப் போனது, மணவறையிலிருந்து இறங்கித் தன்னை அவன் வீட்டுக்கு அழைத்துப் போவது போன்ற கற்பனை... அதுவே அச்ச உணர்வாகத் துவங்கி, ஆசை உணர்வாக மயங்கி, ஆகாயமும் பூமியுமாக விசுவரூபம் எடுத்து, அவனை ஆக்கிரமித்தது. அவனுள்ளே ஒரு வெறி! டேவிட்டுக்குக் கடிதம்

எழுத வேண்டும். எப்போது எழுதலாம். இப்போதே... இந்த விநாடியே...

அவன், கடிதம் எழுதுவதற்காக தங்கையின் 'ரப்' நோட்டை எடுத்து ஒரு முரட்டுத் தாளைக் கிழித்தான். அதை, அந்த நோட்டின் மேலேயே வைத்துக்கொண்டு, மாடத்தில் வைத்திருந்த பால் பாயிண்ட் பேனாவை எடுத்தான். அப்போது தலையைத் தூக்கவிடாமல் தடுத்த கயிற்றுக் கொடியைப் பார்த்தான். அக்காவின் பட்டுச் சேலை. தங்கையின் பாவாடை. இருவரில் எவருக்கு என்று தெரியாத பிரா.

இதுவரை அடைத்து வைத்த உணர்வுகள், அவன் உள்ளத்தை மட்டுமல்ல, உடம்பையும் உடைத்துக் கொண்டு பீறிட்டன. கண்கள் படபடத்தன. முகம் குழைந்தது. இடுப்பு வளைந்தது. பெருவிரல் தரையில் வட்டம் போட்டது. நாக்கு சுருண்டது. இதயம் அடித்துக் கொண்டது. மூளை பிரகாசித்தது.

சுயம்பு, ஒரு முடிவுக்கு வந்தான். டேவிட்டுக்கு, இந்த லுங்கியோடு கடிதம் எழுதுவது, அவரை அவமானப் படுத்துவது மாதிரி. என்னை நானே ஏமாற்றிக் கொள்வது மாதிரி. எழுதுவதையே எழுதுகிறோம். பொய் வேஷம் கலைத்து, நிச வேஷம் போட்டு எழுதலாம். இது வெறும் கடிதமல்ல. சத்திய வாக்கு. சத்தியத்திற்கு பொய்யோ, பொய் வேடமோ கூடாது என்று பொருள்.

சுயம்பு கதவைச் சாத்தினான். ஆனால், தாழ்ப்பாள் இடவில்லை. அடக்கமுடியாத ஆசை ஒரு பாதி. யாரும் பார்க்கமாட்டார்கள் என்ற எண்ணம் மறு பாதி. லுங்கியைக் கழற்றிக் கால் வழியாய் போகவிட்டுக் குவியலாக்கி, அந்தக் குவியலிலிருந்து வேறு பக்கம் குதித்தான். தங்கையின் வெளிறிய வெள்ளைப் பாவாடையை எடுத்துத் தலை வழியாய் விட்டு, அது முக்காடாய்க் கண்களை மூட, தலையை நிமிர்த்தி, பாவாடையை இடுப்புக்குக் கொண்டு வந்து, நாடாவை இறுக்கி, தூக்கிப் போடுவது மாதிரியான ஒரு சுருக்கை ஏற்படுத்தினான். கைக்கு எட்டிய பிராவை எடுக்கப் போனான். அப்போதுதான் சட்டை போட்டிருப்பதை அறிந்து, அந் நீலச்சட்டையை 'பட்டன்'களோடு சேர்த்துக் கிழித்து, இரு துண்டுகளாக்கி லுங்கிக் குவியலின் மேல் போட்டான். பிறகு காலால், அவற்றை எட்டி உதைத்து விட்டு, பிராவை எடுத்து கொக்கியை மாட்டினான். எந்த ஜாக்கெட் பொருந்தும் என்பது

போல், கொடியை மறைத்தவற்றில், ஒரு மஞ்சள் கலரைப் போட்டான். அந்தக் கலருக்கு மாட்சாக, சேலை இல்லாததால், போட்ட ஜாக்கெட்டைக் கழற்றிவிட்டு, சிவப்பு ஜாக்கெட்டை மாட்டிக்கொண்டு, அதே நிற வாயில் புடவையை எடுத்தான். பட்டுச்சேலை பக்கம் போன ஒரு கையை, இன்னொரு கை தடுத்து. 'பாவம் அக்கா. இதைக் கட்டிக் கொண்டுதான் வேற வீடுகளுக்கும் சாப்பிடப் போவாள்.'

சுயம்பு, புடவையின் ஒரு முனையை இடுப்புப் பக்கம் சொருகினான். சரியாக வரவில்லை. புடவை கட்டுவதே ஒரு கலை என்பது இப்போதுதான் அவனுக்குப் புரிந்தது. கொசுவம், முந்தானை, போன்றவை எப்படி உருவாகின்றன என்பது அவனுக்குச் சரியாப் பிடிபடவில்லை. ஆனாலும் உடம்பு முழுவதும் தாறுமாறாகச் சுற்றினான். மாராப்பைக் காணோமே... எப்படியோ தோளுக்குக் கீழே ஒரு கைக்குட்டை அளவுக்கு அகலமான துணி கிடைத்தது. போதும் மாராப்பு... அப்புறம் எவள்கிட்டயாவது யோசனை கேட்டுக்கலாம்.

சுயம்பு அந்த சீதனப் பீரோ மேலே இருந்த சாவியை எடுத்து, பீரோவைத் திறந்தான். அதன் மேல் தட்டிலிருந்த இன்னொரு சாவியை எடுத்து, 'லாக்கரைத்' திறந்தான். மூன்று அட்டைப்பெட்டிகள். அக்காவுக்காக வாங்கிய நகை நட்டுக்கள். தங்க இழையின் 'ஆட்டியன்' வடிவத்தில் கோர்க்கப்பட்ட மார்பளவுக்கான காசு மாலை. இன்னொரு பெட்டியில் ஒரு நெக்லஸ். மற்றொரு பெட்டியில் வெல்வெட் வளையங்களில் வைக்கப்பட்ட நான்கு தங்க வளையல்கள். பீரோவைப் பூட்டாமலே சாத்திவிட்டு அதன் ஒரு பக்கம் உள்ள செவ்வகக் கண்ணாடியில் தன்னைப் பார்த்தான். ஆனந்தம். அட மறந்துட்டேனே. மீண்டும் பீரோவைத் திறந்து அதன் மேல்தட்டிலேயே கிடந்த கொலுசுகளை எடுத்து, காலில் மாட்டிக்கொண்டான். கண்ணாடியில், பிரமிப்பாய் பார்த்தான். பீரோவுக்கு மேலிருந்த பவுடரைப் பூசிக்கொண்டான். டப்பியிலிருந்த குங்குமத்தை எடுத்து 'டேவிட், டேவிட்' என்று சொல்லிக்கொண்டே நெற்றியில் திலகமிட்டான்.

கால் கொலுசுகள் ஜல்ஜல் என்று சத்தத்தை எழுப்ப, அங்குமிங்குமாய் நடந்து பார்த்தான். இதற்கு ஏற்ப, லேசாய் ஆடினான். ஒவ்வொரு காலையும் தூக்கித் தூக்கி, ஆட்டி ஆட்டி, நாதம் எழுப்பினான். கைகளைப் புரட்டி பொன்னொலி

எழுப்பினான். மீண்டும் கண்ணாடியில் தன்னைப் பார்த்துக் கொண்டான். பாழாய்ப் போகிற இந்தப் புடவைதான்... பரவாயில்லை. நாளைக்கு மலருகிட்டயே கேட்டுக்கலாம்... பதில் கடிதம் வாங்க வருவாளே...

சுயம்பு, பெண்மையைச் சிறையிட்ட ஆணுடம்பை தண்டிப்பதுபோல், குதியாய்க் குதித்தான். பிறகு அதுவே ஆனந்தக் கூத்தானது. மேஜையில் தயாராயிருந்த காகிதத்தையும், அதன் மேல் வைக்கப்பட்ட பால்பாயிண்ட் பேனாவையும் குறி பார்த்தபடியே நாற்காலியில் உட்கார்ந்தான். எழுதி, எழுதி, எழுதியவற்றைக் கிழித்துப் போட்டான். ஏதோ ஒரு நெருடல்... என்னது...ஆமாம். பாசமும் நேசமும் காட்டிய அந்த 'ஆம்புளைப் பயல்கள்' மூர்த்திக்கும், முத்துவுக்கும் ஒரு லெட்டர் போட்டேனா. அன்பு செலுத்துகிறவர்களை விட்டுவிட்டு, அன்பு செலுத்தப்படுகிறவருக்கு எழுதுவது சுயநலம் இல்லியா... அந்தப் பயல்களின் 'உடன்பிறப்பு' பாசத்தை மறக்க முடியுமா...

சுயம்பு டேவிட்டுக்கு எழுதப்போன காகிதத்தை, மூர்த்திக்கும் முத்துவுக்கும் சேர்த்து எழுதினான். பிறகு, டேவிட்டுக்கு இன்னொரு நோட்டுப் புத்தகத்தில் ஒரு நல்ல காகிதத்தைக் கிழித்தான். தங்கையின் டிராயிங் நோட்டுப் புத்தகம்... அதுக்குள் ஏதோ ஒரு ஆண் படம் வரையப்பட்ட தாளை விட்டுவிட்டு, அடுத்த தாளைத்தான் எடுத்தான். எழுதத் துவங்கினான். வார்த்தைகள் தாமாக வந்தன. மலரின் வார்த்தைகளையும் கொஞ்சம் திருடிக் கொண்டான்.

"என் டேவிட்..........அவர்களுக்கு.

"நான் வேண்டும் என்றுதான் கோடிட்டேன். அதை உங்கள் விருப்பமான வார்த்தையால் இட்டு நிரப்புங்கள். காதலர் என்று எழுதினால், என் கஷ்டம் பறக்கும், தோழர் என்று எழுதினால் ஒரு நம்பிக்கை பிறக்கும். சகோதரர் என்று எழுதி நிரப்பினால் துக்கமும் சோகமும் என் நெஞ்சை இட்டு நிரப்பும். நீங்கள் என் டேவிட்டாச்சே... என்னைப் புதுப்பெண்ணைக் கூட்டிப் போவது போல், கைபிடித்துக் கூட்டிச்சென்ற காதலனாச்சே! நான் அந்த ராச்சசியால் அவமானப்பட்ட போது, அதைத் தீர்த்து வைச்ச கண்ணியனாச்சே! எனக்குக் காதல் வரம் கொடுத்த புண்ணியனாச்சே! ஒங்களுக்கா தெரியாது... நான் கோடு போட்ட இடத்தில் ஆருயிர்க் காதலர் என்று எழுத. இடம் போதாது என்று பார்க்காமல் காதலனுக்குரிய அத்தனை

வார்த்தைகளையும் உங்களுக்குத் தெரிந்துள்ள அத்தனை மொழிகளிலும் எழுதுங்கள்... டேவிட்! எழுதுங்கள்.

“டேவிட்! உங்கள் பொன்முகத்தை, உங்கள் புகைப்படத்தைப் பார்த்துப் பரவசப்படுகிறேன். அதைப் பத்திரமாக பெட்டிக்குள் வைத்துப் பூட்டியிருக்கிறேன் டேவிட்! நீங்கள் அன்று, என் சட்டைப் பைக்குள் உங்கள் புகைப்படத்தை வைத்தபோது, சிந்தித்தேன் டேவிட்! கடவுளே... கடவுளே... எனக்கு இருதய ஆபரேஷன் நடக்க வேண்டும்! அதற்குள் என் டேவிட்டின் ஒரு சின்னப் புகைப்படத்தையாவது உள்ளே வைக்கவேண்டும். இதுவே என் வேண்டுகோள். டேவிட்! பதில் எழுதுவீர்களா டேவிட்! நீங்கள் எழுதாவிட்டாலும், நான் எழுதிக் கொண்டே இருப்பேன் டேவிட்! அவற்றை நீங்கள் படித்தாலே போதும் டேவிட்!”

வாசல் கதவு டப்பென்று திறக்கப்பட்டது. உள்ளே நுழைந்த மரகதம், “யாருடி நீ” என்று தன்னையறியாமலே கேட்டாள். அப்புறம் வாயில் கை வைத்தபடியே அவனை ஸ்தம்பித்துப் பார்த்தாள். அவனைச் சுற்றிச் சுற்றி வந்து புலம்பினாள்.

“தம்பி... அய்யோ... என் தம்பி...”

மரகதம் அய்யய்யோ, அய்யய்யோ என்றும், ‘தம்பி, என் என் தம்பி’ என்றும் சொன்ன வார்த்தைகளையே வாயில் சுற்றாக விட்டாள். சுயம்பு டேவிட்டுக்கு எழுதிய கடிதத்தை அவளுக்குத் தெரியாமல் பீரோவுக்குமேல் போடப்பட்ட டிஷ்யூ பேப்பருக்குக் கீழே லாவகமாக வைத்துவிட்டான்.

வாசல்பக்கம் இன்னொரு காலடிச் சத்தமும் கேட்டது.

வெளியூரில் ‘துஷ்டி’ கேட்டுவிட்டு, வீட்டுக்குத் திரும்பிய வெள்ளையம்மா, தனது சொந்த வீட்டிலும் ஒரு துஷ்டி விழுந்ததுபோல் உள்ளே ஓடினாள்.

சுயம்புவைச் சுற்றிச் சுற்றி வந்த மரகதத்திற்கு, அம்மா வந்ததில் சிறிது தைரியமும் நிதானமும் வந்தன. ஆனாலும், பதட்டம் குறையாமலே, “எம்மா, எம்மா... மொதல்ல கதவைச் சாத்தும்மா... யாருக்காவது தெரிஞ்சுடப் போவுதும்மா” என்று கத்தினாள்.

அப்படியும், வெள்ளையம்மா கதவைச் சாத்தாமல் மகனையே வாயகலப் பார்த்துவிட்டு, பிறகு வாயிலும் வயிற்றிலும் அடித்துக்கொண்டு தரையில் புரளப் போனாள். மரகதம் அவளைத் தடுத்து, ஒரு கைக்குள் அடக்கிக்கொண்டு,

அவளையும் சேர்த்து, இழுத்து இழுத்து, மறுகையால் கதவைத் தாழிட்டாள்.

தாயும், மகளும், சுயம்புவின் கைகளைப் பிடித்துக் கொண்டார்கள். மரகதம் தம்பியின் தாறுமாறான புடவையைக் களைவதற்காக, அவன் தோளில் தொங்கிய புடவை நுனியைப் தொடப்போனபோது, சுயம்பு அவள் கைக்குக் கீழாக குனிந்து தலையைப் பின்வாங்கி, சிறிது விலகி நின்றான். மரகதம், இரு கரங்களையும் இயலாமையைக் காட்டுவதுபோல் ஆகாயத்தைப் பார்த்து ஆட்டி விட்டுக் கெஞ்சினாள்.

“தம்பி... தம்பி... நீ செய்யுறது உனக்கே நல்லா இருக்காடா...”

“தம்பில்ல... தங்கச்சின்னு சொல்லுக்கா...”

“ஏய் மரகதம்... சித்தம் குழம்பிப்போய் நிக்கவன் கிட்ட என்ன பேச்சு... சுயம்பு, அம்மா சொல்லுவதைக் கேளுடா... உனக்கே இது அடுக்குமாடா... அப்பாவுக்குத் தெரிஞ்சா...”

சுயம்பு கதவைத் திறந்து அம்மாவுக்கு வழி காட்டப் போனபோது, மரகதம் அவனை மடக்கினாள். “வாம்மா, வந்து பிடிம்மா” என்று சொல்லிக்கொண்டு, அவன் இடுப்போடு சேர்த்து, தனது இடது கையை வளைத்துப் போட்டு, வலது கையால் அவன் ஜாக்கெட்டைக் கிழித்தாள். முதுகுப்பக்கம் ஏற்பட்ட சின்ன கிழிசலுக்குள் கையைச் சொருகி, அதைக் கீழேயும் மேலேயுமாய் இழுத்தாள். அவன் பிராவோடு நின்றபோது, அம்மாக்காரி, ‘அடப்பாவிப் பயலே’ என்று கத்திவிட்டு, அதைப் பிடித்து இழுத்தாள். இதனால், சுயம்பு சிறிது தடுமாறியபோது, மரகதம் அவன் தோளிலிருந்து முதுகுப்பக்கம் விழுந்த புடவையை இழுக்கப் போனாள். அம்மா, அவனை வந்து பிடித்துக்கொண்டாள்.

சுயம்பு, அம்மாவை ஒரு அடி அடித்தான். அக்காவை ஒரு தள்ளுத் தள்ளிவிட்டு, அவள்மீது ஓங்கிய கையை, அப்படியே வைத்துக் கொண்டான். அவளோ, அவன் சேலை நுனியைப் பற்றிக்கொண்டே அங்குமிங்குமாய்த் தாவித்தாவி, பிறகு அவனோடு சேர்ந்து ஒட்டிக்கொண்டு ‘என்னம்மா பார்த்துக்கிட்டே நிக்கே’ என்று சொல்லிவிட்டு, கையைத் தம்பியின் இடுப்புப்பக்கம் கொண்டு போனாள். அம்மாக்காரியும், அறைபட்ட கன்னத்தைத் தடவி விட்டுக் கொண்டே, மகனை நெருங்கினாள். அவ்வளவுதான். சுயம்பு

ஒரு உதறு உதறினான். தலையை ராட்டினமாய் விட்டபடியே, ராட்சதத்தனமாய் உதறினான். "எம்மா... என் கண்ணு போச்சே" என்று கீழே விழுந்த வெள்ளையம்மா, மேலே எழாமல் அப்படியே கீழே கிடந்து, முனங்கினாள். அவன் தள்ளிய தள்ளலில் சுவரில் போய்க் குப்புற விழுந்த மரகதம், தட்டுத் தடுமாறி நின்றாள். நெற்றியைப் பிடித்தபடியே கீழே துடித்த அம்மாவைக் கைத்தாங்கலாய்த் தூக்கி உட்கார வைத்தாள். அம்மாவோ, பழையபடி சரிந்தாள். மரகதம், தம்பியை நோக்கி நகர்ந்தாள். அவன் கத்தினான்.

"யாராவது கிட்ட வந்தீங்க... நான் ஜெயிலுக்குப் போக வேண்டியிருக்கும்! நான் ஆம்புள இல்ல! இத மொதல்ல தெரிஞ்சுக்குங்க.!"

வெள்ளையம்மா, கண்களைக் கசக்கிக்கொண்டு, வலித்த இடத்தைத் தடவி விட்டுக் கொண்டிருந்தபோது, மரகதம் அவனை மீண்டும் பார்த்தாள். கிட்டே நெருங்க முடியாத பார்வை! எட்டி உதைக்கப் போவது போன்ற கால்கள்! சுயம்பு பல்லைக் கடித்துக் கொண்டு, யார் பக்கத்தில் வந்தாலும், இரண்டில் ஒன்றைப் பார்க்கப் போவது போல் ஆயத்த நிலையில் நின்றான்.

மரகதம் எந்தச் சுவரில் மோதினாளோ, அந்தச் சுவரிலேயே தலையைப் போட்டு அங்குமிங்குமாய்ப் புரட்டினாள். "தம்பி, என் தம்பியே... கடவுளே... அவன இப்படி ஆக்கிட்டியே, ஆக்கிட்டியே" என்று அரற்றியவள், திடீரென்று தலையைச் சுவரில் வைத்து மோதினாள். மோதிக்கொண்டே இருந்தாள்.

சுயம்பு, அக்காவின் தலையைத் தொட்டான். உடனே அவள், அவனை லேசாய் தள்ளி விட்டுக்கொண்டு, தலையைச் சுவரில் வைத்துத் தேய்த்துக்கொண்டே இருந்தாள். சுயம்பு அக்காவைப் பலமாகத் திருப்பி விட்டான். அவள் தன்னை என்ன வேண்டுமானாலும் செய்துகொள்ளலாம் என்பது போல், அவள் பக்கமாகக் கைகளை நீட்டினான். அவள் கையை எடுத்து இடுப்புச்சேலையின் பக்கம் கொண்டு வந்தான். வீறாப்பு இல்லாமல் குழைந்து நின்றான். கண்கள் எரிகின்ற மெழுவகுவர்த்திகளாய் உருகிக்கொண்டிருந்தன. மரகதம், தம்பியை அப்படியே கட்டிப்பிடித்து மீண்டும் அழுதாள். இதற்குள் அவனே புடவையை அவிழ்த்து, கீழே போட்டுவிட்டான். அவள் காலடியிலேயே போட்டான்.

அக்காள் கீழே கிடந்த லுங்கியைக் கையில் வைத்துக்கொண்டு 'நீயே பாவாடையைக் கழட்டு' என்று உதடு துடிக்கச் சொன்னாள். அவன், பாவாடைக்கு மேல் லுங்கியைக் கட்டிக்கொண்டு அதை அவிழ்த்துப் போட்டான். மரகதம் சிறிது துக்கம் குறைந்து கேட்டாள்.

"குங்கமத்தையும் அழிச்சுடுடா..."

"டேவிட் இருக்கற வரைக்கும் அது இருக்கும்..."

மரகதத்திற்கு, ஒன்றும் புரியவில்லை. பழைய தம்பியை, புதுப்புது வகை வகையாய் பார்ப்பது போல், பார்த்தாள். உருட்டுக்கட்டை உடம்பு. இப்போது முன் பக்கமாய், சரிந்து, ஒடுங்கியிருந்தது. எங்கோ பார்க்கும் பார்வை! எதையோ தேடும் உளைச்சல்! அவளால் இன்னும் தாள முடியவில்லை. அவனை அப்படியே அணைத்துக் கொண்டாள். "தம்பி... தம்பியே..." என்று புலம்பியபடியே நெஞ்சில் ஏதோ குத்துவதைப் பார்த்து அழுத்தமாய்ப் பார்த்தாள். அவன் கழுத்தில் காசு மாலையும், நெக்லஸும் கிடந்தன. அவற்றையும் வளையல்களையும் அவளே கழற்றி, பீரோ மேலிருந்த அட்டைப் பெட்டிக்குள் வைத்தாள். கண்களை விட்டுவிட்டு, இப்போது காதுகளைத் தடவிவிட்ட வெள்ளையம்மா, இன்னும் எழுவதற்கு எந்த முயற்சியும் செய்யாமல் கிடந்தாள். அவள் முகத்தில் ஒரு சின்னத் தெளிவு. மகன் சேலை கட்டுவதற்கான காரணத்தை உறுதிப்படுத்திய அந்தக் கண்டுபிடிப்பு சாதகமாக இல்லாததால் சலிப்போடு சொன்னாள்.

"எல்லாம் அந்த சீதாலட்சுமியோட வேலைதான்... இவனும், அவளமாதிரியே முழிக்கான் பாரு... அவள மாதிரியே இடுப்பக் குலுக்குறான் பாரு... கண்ணைச் சிமிட்டுறான் பாரு... ஏண்டி... தட்டுக்கெட்ட மூதேவி. ஒன்ன நாங்களாடி சாகச் சொன்னோம். இந்த வீட்டுக்கு வந்து இந்தப் பயல தம்பி தம்பின்னு சொன்னதாலேயே இவன் ஒனக்கு தம்பி ஆயிடுவானாடி... யாரையாவது பிடிக்கணும்னா, ஒனக்கு சமாதி கட்டிக்கிட்டிருக்கும் போதே ரெண்டாவது கலியாணத்துக்கு நிச்சயம் செய்துக்கிட்ட அந்தப் பலபட்டறப்பய' ஒன் புருஷன் முத்துக்குமாரப் பிடி... ஒன் மாமன் 'நரங்கன' பிடி; அப்படியும் முடியாட்டால், ஒன் மச்சுனன் 'கொக்கன' பிடி; என் மகன எப்படிப் பிடிக்கலான்டி. எத்தனாவது சட்டத்துலடி இடமிருக்கு! இரு இரு... பூவம்மாமயினி கிட்ட சொல்லி ஒன்ன பாதாளச் சிறையுல தள்ளுறேன்..."

“என்னம்மா நீ... பழைய கர்நாடகமா இருக்கே... ஒரு வேள மூளக் கோளாறோ என்னவோ...”

“சும்மா பினாத்தாதீங்க... உடல் கோளாறுதான்...”

“பாத்தியா, பாத்தியா... இந்த மூதேவி சீதாலட்சுமி மாதிரியே அலுக்கிக் குலுக்கி பேசறான் பாரு... இந்த வார்த்தை இவனுக்குத் தெரியாத வார்த்தை! அந்தப் பாழாய்ப் போன சீதாலட்சுமி, அடிக்கடி சொல்லுற வார்த்த - பினாத்தாதீங்க...”

மரகதம், தம்பியின் நிலைமை அண்ணிக்குத் தெரியக் கூடாது என்பதில் இப்போது அக்கறை காட்டினாள். ஆகையால், சிறிது அறிவுபூர்வமாய்க் கேட்டாள்.

“அண்ணி, பிள்ளிங்கள எங்கம்மா... நல்லவேளை... இந்தக் கூத்த அவள் பார்க்கலே...”

“மூளி அலங்காரி... மூதேவி சண்டாளி! எங்க வீட்டுக்கு போறேன்னு, இடையிலேயே போயிட்டாள். நாலு நாளைக்கு வரமாட்டாளாம்... பேரன் படிப்பு கெட்டுப் போகுமேன்னு சொன்னதுக்கு, “போகட்டுமே... ஒங்க பரம்பரைக்கு கடவுளே வந்து காலேஜ் நடத்துனாலும் படிப்பு ஏறாதுன்னு” என்னமாக் கேட்டுட்டாள் தெரியுமா... யானை சேறுல சிக்குனால், தவளைகூட கிண்டல் பண்ணுமாம்.”

மரகதம் எதுவும் பேசாமல் தம்பியைப் பார்த்தாள். அவன் சுவர்மேல் உடல் போட்டு, கண்மேல் நீர் போட்டு நின்றான். ஏதோ பேசப்போன அக்காவால் அது இயலாமல் போய்விட்டது. வெள்ளையம்மா உஷார்ப் படுத்தினாள்.

“காலடிச் சத்தத்தைப் பார்த்தா ஓங்கப்பா மாதிரி தெரியுது... அவருகிட்ட விஷயத்தைச் சொல்லிடாதே... பாவி மனுஷன், ஏற்கெனவே நொந்து போயிருக்காரு... நான் பேசிக்கிடுவேன்... நீ வாய வச்சுக்கிட்டு சும்மா இரு...”

“ஒரு சொல்லுலேயே முடியேம்மா... நடு ராத்திரியில வாறவரு... இன்னைக்கு ஏன் இப்ப வறாரு...”

வெள்ளையம்மா, கதவைத் திறந்தபோது, அவளைப் பார்த்து முறைத்தபடியே பிள்ளையார் வந்தார். அவளும், அவரிடம் ‘பேசினாள்’.

“துண்டை எங்கேன்னு கேளேண்டி... நல்ல துண்டு...”

“அடடே... வயலுல குத்துக் கல்லுல போட்ட துண்டை அப்படியே வச்சுட்டேன்... இந்நேரம் அது கிணத்துக்குள்ள

விழுந்து மிதந்து, அப்புறம் தண்ணீர் குடிச்சு போயிருக்கும். ஏழா... மரகதம், ஏன் இப்படி எல்லாம் செதறிக் கிடக்கு... நகைப் பெட்டிகள ஏன் மேலே வச்சிருக்கே... இவன் ஏன் இப்படி தாறுமாறா நிக்கான்..."

"ஒண்ணுமில்லப்பா..."

"வீடுதான் ஒண்ணுமில்லாம ஆயிட்டே.... இவன் ஏதோ வீட்ல சேலையைக் கீலய உடம்புல சுத்திக்கிட்டு என்னெல்லாமோ பண்ணுனானாம். அந்தக் 'கருவாப்பய' அருணாசலம் மெனக்கெட்டு வயலுக்கு சைக்கிளில் வந்து என்கிட்ட சொல்லிட்டுப் போறான். அதனாலதான் இப்படி ஓடி வர்றேன்."

மரகதம், அப்பாவைத் திடுக்கிட்டுப் பார்த்துவிட்டு, வீட்டின் கிழக்குச் சுவரைப் பார்த்தாள். ஜன்னல் திறந்திருக்கிறது. ஓடிப்போய் சாத்தினாள். பிறகு அப்பா பக்கம் திரும்பி, ஏதோ சமாளிக்கப் போனாள். இதற்குள், வெள்ளையம்மா விளக்கம் சொன்னாள்.

"எல்லாம் இந்த ஊருக்கு இடையில வந்துட்டு இடையிலேயே போன சீதாலட்சுமியோட வேலை... நம்ம பிள்ளைய பேயா ஆட்டுறான்னு சொல்லேண்டி."

"பூவம்மாவ கூப்பிடுறதுக்கென்ன... நம்ம நிலமை தான் அந்த மொள்ளமாரி வார அளவுக்கு ஆயிட்டே...."

"கூப்பிட்டுக் கூப்பிட்டு வாயே வலிச்சுப் போச்சு... என் தம்பி வந்து கூப்பிடட்டும்... வீட்டுக்கு நான் வந்து.. ஓம் புருஷன் வீம்புக்கார பிள்ளையாரு... அய்யோ, பேரைச் சொல்லிட்டேனே... எப்படி என் வீட்டுப் படியேறலாம்னு கேட்டால் நான் எந்த முகத்தோட திரும்புவேமுன்னு சொன்னதையே சொல்லுதாள். ஆனாலும் இந்த வீம்பு ஆவாதும்மா... ஊரு ஒலகத்துல செய்யாததையா செய்தாள். ஆசைப்பட்டவன காதலிச்சாள். அவனையே கட்டிக்கிட்டாள். அதுல என்ன தப்பு..."

வெள்ளையம்மா, தானே ஒரு காலத்தில் இந்தப் பிள்ளையாரைக் காதலித்ததில் லயித்து நின்றாள். பிள்ளையாரும், அவள் பேச்சை லேசாய் ரசித்தார். பூவம்மா அவரது சொந்த பெரியப்பா மகள். இவருக்கு மூன்று வயது மூத்தவள். சரியாக நாற்பத்து மூன்று ஆண்டுகளுக்கு முன்பு 'வீமசேனன்' மாதிரி இருந்த லோகல் தர்மரை காதலித்தாள். கம்மாக்காடும், சோளத் தட்டைகளும், அவர்களுக்கு இடம்

கொடுத்தன. தர்மரோட குடும்பத்துக்கு, இந்த 'இஸ்கு தொஸ்கு' தெரிஞ்சபோது, மகனை வீட்டுக்குள் பூட்டினார்கள். ஆனால், இந்தப் பூவம்மா அசரவில்லை. ஆளில்லாத சமயம், அந்த வீட்டுக்குப் போய், கள்ளச்சாவி போட்டு பூட்டைத் திறந்தாள். தருமர் தட்டிக் கேட்கப் போனபோது, அவரை ஒரு அதட்டு அதட்டி, கதவைச் சாத்தித் தாழிட்டாள். பட்டி தொட்டி பதினாறிலும், நடக்காத ஒரு மாபெரும் காதல் புரட்சியால், பிள்ளையார் சொக்காரன்களும், தருமார் சொக்காரன்களும் சொல்லோடும், கல்லோடும் மோதினார்கள். இவர்கள் சண்டை முடியுமுன்பே பூவம்மா, இருதரப்பிற்கும் ஒரு பேரனைப் பெற்றுப் போட்டாள். விஷயம் அதோடு முடிந்தது. ஆனால், பிள்ளையாரைப் பொறுத்த அளவில், அது இன்னும் முடியவில்லை. அக்கா, அக்கா என்று அவள் மேல் அவ்வளவு பாசம் வைத்திருந்தார். இப்படி ஓடிப் போகாமல் "உட்கார்ந்த" அவள், அதன்மூலம் தனது வம்சத்திற்குத் தலைக்குனிவை ஏற்படுத்திவிட்டாளே என்று அவருக்குக் கோபம். அது, கூடியதே தவிர குறையவில்லை. சென்ற ஆண்டு பூவம்மா, தனது மகனுக்கு, சொந்த தம்பியின் மகளை தாலி கட்ட வைத்தாள். அதிலிருந்து சொந்த பெரியப்பா மகனான, இந்தப் பிள்ளையார், அந்த பெரியப்பா மகன் கோயக்கண்ணனோடும் பேசமாட்டார்.

பின்னோக்கிச் சென்ற பிள்ளையாரின் மனத்தை வெள்ளையம்மா முன்னோக்கிச் செலுத்தினாள்.

"இப்படிக் குத்துக்கல்லா நின்னால் எப்படி? பிள்ளை துடியாத் துடிக்கான்.. தவியாய்த் தவிக்கான்... ஒரு நட நடந்து... பூவம்மா மயினி வீட்டுக்கு போய், வரச் சொல்லுறது... பிள்ளைய விடவா கௌரவம் வந்துட்டு... ஆனாலும் இந்த வீறாப்பு ஆகாதுப்பா... வேற யாரு போனாலும் மயினி வரமாட்டாள். அவள் வராமல் இந்த சீதாலட்சுமி போகமாட்டாள்! அப்புறம் அவரவர் இஷ்டம்..."

பிள்ளையார், இஷ்டத்துக்கு விரோதமான ஒரு காரியத்தைச் செய்தது போன்ற பெருமூச்சோடு விவரம் சொன்னார்.

"இப்பதான் வழியில் அவளப் பார்த்தேன்... வீட்டுக்கு வாக்கான்னேன். கூடவே புறப்பட்டாள்... நான்தான், திருநீறு எடுத்துட்டு வான்னு சொன்னேன். வழியிலதான் பார்த்தேன்... படியேறிப் பார்க்கல..."

"கீழ விழுந்தாலும், மீசையில மண் படலியாம்..."

"எல்லாம் இந்தப் பன்னாடைப் பயலால. பேசக் கூடாத ஒடுகாலிகிட்ட, நான் வருஷக் கணக்குல வச்சிருந்த வீம்ப விட்டுக் கொடுக்க வேண்டியதாப் போச்சு..."

'பாத்தியாளா மரகதம்... ஒப்பன் பார்க்கதுக்கும் பேசறதுக்கும் 'பேயன்' மாதிரி தெரிஞ்சாலும், அவரு மனசு தேவதை மாதிரின்னு நான் அடிக்கடி சொல்றத ருசுப்படுத் திட்டாரு பாரு... இந்த மாதிரி என் அண்ணன் மகனுக்கும் விட்டுக் கொடுத்திருந்தா..."

"ஏழா மரகதம்... ஒம்மா ஏன் இப்படி வாயக் கிழிக்கான்னு கேளு..."

"என்னம்மா நீ... தம்பி இந்த நிலயில இருக்கும் போது, ஒனக்கு எப்படித்தான் பேச வருதோ..."

"போடி புண்ணாக்கு... பூவம்மா மயினி தீர்த்து வச்சுடுவாள்! அதனாலதான், கவலையில்லை. அதோ மயினியே வந்துட்டாக. நமக்கு நல்லகாலம் பொறந்துட்டு. மரகதம், ஒப்பாவ மயினிகிட்ட ரெண்டு வார்த்தை பேசச் சொல்லு... வாய் அழுவிடாது..."

பூவம்மா மயினி, இரண்டு கைகளிலும், இரண்டு கொத்து வேப்பிலையைப் பிடித்தபடியே லேசாய் ஆடிக்கொண்டு வந்தாள். ஜாக்கெட் இல்லாத உடம்பு அப்போதிருந்த மின்னும் சிவப்பு இப்போது துருப்பிடித்திருந்தது. முட்டிகளிலிருந்து முழங்கைகள் வரைக்கும் பச்சை. நீளவாக்கு முகம். ஒரு கண்ணை உள்ளேயும் மறு கண்ணை வெளியேயும் விட்டுப் போன்ற தோரணை... பிள்ளையார் லேசாய் சிரித்தார். வரவேற்று விட்டாராம். வெள்ளையம்மா, மயினியிடம் ஒரு சந்தேகம் கேட்டாள்.

"மயினி... மயினி... ஒன்பது தேங்கா கேப்பீக... ஒரு குலை வாழைப்பழம் வையின்னு சொல்லுவீங்க... ஒரு கட்டு வெத்திலை கேப்பீக... முப்பது ரூபா தட்சிணை தரணும்னு சொல்லுவீங்க... ஒன்னுமே கேக்காம அப்படியே வந்துட்டிகளே..."

"அதுல்லாம் ஊருக்கும்... ஒலகுக்கு... இன்னைக்கு நாலு பேரு முன்னால என் தம்பி என்ன அக்கான்னு கூப்பிட்டான். அதுவே போதும் எனக்கு... ஏண்டா தம்பி, நாம் நகமும் சதையுமா இருந்தோமடா... என்னை, அந்தக் 'கிந்துகாலன்' இடக்குப் பேசினான்னு அவன ஓட ஓட விரட்டுனியேடா... காலையில தூக்கம் கலைஞ்சதும், எங்க அக்கா கண்ணுலதான் முழிக்கணும்னு, ஒன் பெரியப்பா வீட்டிலேயே படுப்பியேடா...

பஞ்சபாண்டவர் வனவாசம் படிக்கிறத கேட்டுக்கிட்டே இருப்போமடா. அப்படிப் பட்ட நம்மள விதி பிரிச்சிட்டேடா. அக்காவுக்குக் கொடுத்த ஆயுள் தண்டனை போதுண்டா... அதுக்குக்கூட கழிவு இருக்காண்டா... நீ மட்டும், அக்காள இப்படி விட்டுட்டியேடா... நீ, அக்கான்னு இன்னிக்குச் சொன்னதும் நான் பாவி மொட்ட... எப்படி சந்தோஷப் பட்டேன் தெரியுமா..."

வெள்ளையம்மா, இரு கைகளாலும், முகத்தை வேப்பிலைக் கொத்துக்களோடு மூடினாள். ஏங்கி ஏங்கி அழுதாள். பிள்ளையார், கண்களைத் துடைத்துவிட்டு அக்காவின் முதுகைத் தட்டிக் கொடுத்தார். இதைப் பார்த்துவிட்டு மரகதமும் அழுதுவிட்டாள். வெள்ளையம்மாள் லேசாய்ச் சிரித்தாள்.

பூவம்மாவுக்கு அப்போதுதான் சுயம்புவே நினைவுக்கு வந்தது. வீட்டுக்குள் வந்தாள். சுவரில் சாய்ந்து நின்றவனை உட்கார வைத்தாள். தெற்குப் பக்கமாய் முகத்தைத் திருப்பிவிட்டாள். பிறகு அதட்டும் குரலில் கேட்டாள்.

"சம்மணம் போட்டு நல்லா உட்காருங்க, என் மருமவனே... இன்னையோட ஒங்களப் பிடிச்ச பீடை கழிஞ்சுட்டுதுன்னு நினைச்சுக்கோ! எப்பா... பிள்ளையாரு தம்பி, வேற எதுவும் வேண்டாம்.. ஒரு கட்டிக் கற்பூரம் வாங்கிட்டு வா... முடியுமுன்னால்... ரெண்டு வாழைப்பழம்... ஊதுபத்தி..."

பிள்ளையார் ஓடினார். அவர், தலை மறைந்ததும் வெள்ளையம்மா, மயினிடம் புலம்பினாள்.

"வெளியில சொன்னா வெட்கக்கேடு மயினி... சேலையும், ஜாக்கெட்டையும் போட்டுக்கிட்டு குதிக்கான். ஏய் மரகதம். நீ ஏன் இப்படி கையை ஆட்டுறே... மயினியை பத்தி ஒனக்கு என்ன தெரியும்.. அவியிள உங்கப்பா உள்பட எல்லோரும் விலக்கி வச்சபோதுகூட, தனியே நின்னவிய... அந்த மாரியம்மாவே கதின்னு மயினி அப்போ நட்ட வேப்பஞ்செடி இப்போ இவ்வளவு குத்து வேப்பிலையைக் கொடுத்து மரமா நிக்கிது... மயினி கட்டுன மாரியாத்தா கோயிலுக்கு அதே வேப்பமரம் விசிறி வீசுது... மயினி... மயினி... எந்த ரகசியத்தையும் கழுத்து அறுத்தாக்கூட சொல்லமாட்டாக!"

"அதைவிடு வெள்ளையம்மா... சேலை கட்டுறது பெரிய விஷயமாச்சே..."

"நீங்களே இப்படி பயப்படலாமா மயினி... எல்லாம் அந்தச் செத்துப்போன சீதாலட்சுமியோட வேலை..."

பூவம்மா மயினிக்குச் சொல்லிக் கொடுத்தது மாதிரி ஆகிவிட்டது. இடதுகையில் வைத்திருந்த வேப்பிலைக் கொத்தை, வலதுகைக் கொத்தோடு சேர்த்துப் பிடித்துக் கொண்டு, சுயம்புவின் முகத்திற்கு முன்னால், மேலும் கீழுமாய் ஆட்டினாள். அந்த முகத்தை, அந்த இலைகள் வருடிக்கொடுத்தன. உடனே அவள் கண்களை மூடிக் கொண்டு மாரியம்மாவைப் பற்றிய பாட்டைப் பாடிக்கொண்டே, வேப்பிலைக் கொத்தை பலமாக ஆட்டினாள். பிறகு ஆவேசப்பட்டு அதே கொத்தைச் சுயம்புவின் தலையில் கொத்தவிட்டாள். தலையைப் பிடித்து வேப்பிலைக் கொத்தாலேயே அடித்தாள். பிறகு இடுப்பில் காசுப் பை போல் சொருகியிருந்த விபூதிப் பையை எடுத்து உள்ளங்கையில் ஒரு கவளம் திருநீறை வைத்துக் கொண்டாள். வாயைக் கையின் அடியில் வைத்தபடியே அந்தத் திருநீறை எடுத்து அவன் முகத்துப் பக்கம் மூன்று தடவை ஊதினாள். பிறகு, அவன் தலையை ஓங்கி ஓங்கி அடித்தாள். அவன் வலி பொறுக்க முடியாமல் இரண்டு கைகளாலும் தலையை மறைத்தபோது, வெள்ளையம்மாள் அவற்றைத் தலையிலிருந்து பிய்த்தெடுத்தாள். அப்போதுதான் வந்த தம்பியைப் பார்த்து, “என்மவனே பிள்ளையாரே... ஆத்தாளுக்குக் கற்பூரம் கொளுத்துடா” என்றாள் அந்த அக்கா.

பிள்ளையார், ஒரு கட்டி கற்பூரத்தையும் வெற்றிலையில் வைத்துக் கொளுத்தினார். ஜோதியாய் எரிந்த அதை, பூவம்மா, வெறுங்கையால் தூக்கித் தாம்பாளத்தில் வைத்தாள். அதைக் கையில் ஏந்திக்கொண்டே அதட்டினாள்.

“ஏய் சீதாலட்சுமி... என்னோட காவலுக்குள்ளேயே நீ எப்படிடி வரலாம்? மரியாதியாய் ஓடுறியா... இல்ல, ஒன்ன பாதாளக் குகைக்குள்ள பிடிச்சு போடணுமா... சரி, சரி, கேட்கிறத கேட்டு, வாங்குறத வாங்கிக்கிட்டு பேசாம போ! ஒனக்கு என்ன வேணும் சொல்லுடி! நீ பேயாப் போனாலும், நீயும் என் மகள்தாண்டி... ஒன் தாய்கிட்ட கேள் மகளே...”

சுயம்புவுக்குத் துக்கம் குறைந்து, மகிழ்ச்சி ஏற்பட்டது. முதல் தடவையாக தன்னை ‘டி’ போட்டும், மகள் என்றும் அழைத்த அத்தையைப் பார்த்து, லேசாய்ச் சிரித்தான். வெள்ளையம்மா அதட்டினாள்.

“இப்படி சிரிச்சா சீரழிஞ்சு போவே மகளே! சீக்கிரமா கேட்டுட்டு சீக்கிரமா போ... உனக்கு என்ன வேணும்டி...”

சுயம்பு சுயமாகவே பதிலளித்தாள்.

“சேல வேணும்... சேல வேணும்... டேவிட் போட்ட வெளிர் மஞ்சள் துண்டுமாதிரி நிறத்துல சேல இருக்கணும்... ஜாக்கெட்...

வெள்ளை உள்பாடி, பாவாடை... ஏழெட்டு வளையலு, குங்குமம்...”

“சரி... இப்பவே ஓடிப்போ... நீ கேட்டது எல்லாம் அடுத்த செவ்வாக்கிழமை உச்சி காலத்துல ஒன் வீடு தேடி வரும்...”

பூவம்மா, செம்புத்தண்ணி, செம்புத்தண்ணி என்று கத்த அந்த கத்தல் முடியுமுன்பே, மரகதம் செம்பும் கையுமாக வந்தாள். அதை வாங்கிக் கொண்ட பூவம்மா சுயம்புவின் முகத்தில் செம்பையும் சேர்த்து மூன்று தடவை வீசியடித்தாள். அவ்வளவு உக்ரம். பிறகு நெற்றியில் திருநீறு இட்டு, குங்குமம் போட்டு, வாயைத் திறக்கச் சொல்லி, அதில் மூன்று தடவை கையை உள்ளே விட்டு, வெளியே எடுத்தாள். ஒரு பெரிய பிரச்னையைத் தீர்த்து விட்ட பெருமிதத்தில் பேசினாள்.

“கலங்காதே பிள்ளையார்... எம் மருவனுக்குப் பிடிச்ச பீடை இன்னியோட முடிஞ்சிட்டு.. சந்தையில போயி நல்ல சேலையா வாங்கு.. சீதாலட்சுமி கொஞ்சம் நாகரீகமானவள் பாரு... வளையலும் ரப்பரா இருக்கட்டும்...!

வெள்ளையம்மா, ஒரு சந்தேகம் கேட்டாள்.

“டேவிட்'டுன்னா யாரு? அந்தப் பேரையே இந்த சீதாலட்சுமி சொல்றாளே! ஒருவேள கலியாணத்துக்கு முன்னால அவன வச்சுக்கிட்டு இருந்திருப்பாளோ...”

“எக்கா.. இந்த மூளியை வாய மூடச் சொல்லுக்கா... யாரையும் பழி சொல்லணுமுன்னால் கூசாம சொல்லுவா!”

பூவம்மா, வெள்ளைக் கொடி பிடித்தாள்.

“ஊர்க்கதை நமக்கெதுக்கு வெள்ளையம்மா... நம்ம வரைக்கும்தான் நாம் பார்க்கணும். சீதாலட்சுமி கேட்டது எல்லாத்தையும் என் மருமவன் கையில கொடுங்க... அடுத்த வாரம் செவ்வாய்க்கிழமை உச்சிப் பகலுல என் மருமவன் யாருக்கும் தெரியாம போயி சீதாலட்சுமி சமாதியில சேலை, துணிமணி, வளையலு, எல்லாத்தையும் வச்சுட்டு திரும்பிப் பார்க்காமலே வந்துடணும்! இதுக்கும் மீறி சீதாலட்சுமி, கட்டுப்படலன்னா இருக்கவே இருக்கு... பாதாளச் சிறை!”

15

உச்ச வெயில், உச்சியைப் பிளந்த நேரம்.

சுயம்பு, பாண்ட் சட்டை போட மறுத்துவிட்டான். அவன் போக்கிலேயே விட்டுப் பிடித்தார்கள். ஆறுமுகப்பாண்டிக்கும்,

அவன் மனைவிக்கும் இதில் இஷ்டமில்லை. பூவம்மா மீதும் ஒரு நம்பிக்கையில்லை. ஆனாலும் நன்மை வராது போனாலும் தீமை வராது என்ற அனுமானம். மரகதம், ஒரு தூக்குப் பையில், புடவை ஜாக்கெட், பாடி, பாவாடை வகையறாக்களை நிரப்பி, அவற்றிற்குமேல் வளையல்களைத் திணித்து, தம்பியிடம் நீட்டினாள். 'பிளஸ் - ஒன்' மோகனா 'என்னம்மா இதெல்லாம்' என்று அம்மா தோளில் முகம் போட்டுச் சிணுங்கினாள். அவளோ, முற்றத்தில் எல்லாவற்றையும் மேற்பார்த்த பூவம்மா மயினியிடம் ஒரு சந்தேகம் கேட்டாள்.

"மயினி... இந்த மாதிரி சேலத் துணிகள் படைச்சிட்டு நாமளேதான உடுக்கிறது வழக்கம்."

"தேவதைகளுக்கு நேருற துணிமணிகளை நாம எடுத்து உடுத்தலாம். ஆனால் இது பேய்க்கு வைக்கிறது.... தீட்டுக் கழிக்கறது மாதிரி..."

"கூட யாரையாவது அனுப்பலாமா... இவன் அங்கயும் வீட்ல போட்ட கூத்து மாதிரி..."

"கவலையே வேண்டாம். சீதாலட்சுமி வெலகிட்டாள். ஆனாலும் சட்டம் பேசுற பய மவள், கூட யாராவது போனால், அந்த ஆளைப் பிடிச்சுக்கிட்டு, திருப்பிக் கேட்டால், 'சுயம்ப விட்டுப் போன'னுதானே வாக்குக் கேட்டிய... அப்படின்னு சொல்லிடுவா.. அதனால, என் மருமவன் தானாப் போயிட்டு தானா வரட்டும்... வாங்கய்யா மருமவனே..."

சுயம்பு, சொல்லப் பொறுக்காமல், அத்தைஅருகே போனான். பூவம்மா இடுப்பிலிருந்து விபூதிப் பையை எடுத்து அவனுக்குத் திருநீறு இட்டாள். இன்னொரு இடுப்பில் இருந்த குங்குமச் சிமிழை எடுத்தபோது, "சரியா நெற்றிப் பொட்டுல வையுங்க அத்தை" என்று சுயம்புவே சொல்லிக் கொடுத்தான். பிள்ளையார் திட்டப்போன வாயைக் கட்டிப் போட்டார்.

சுயம்பு புறப்பட்டான். அண்ணிக்காரியால் தாங்க முடியவில்லை.

"சூட்கேஸை சுமந்துட்டு காலேஜுக்கு போகிற கையில தூக்குப் பையும் அதுவுமா... சே!"

மருமகனை அத்திப்பூப் போல் பாசமாய்ப் பார்த்த மாமியார் வெள்ளையம்மா, அவள் தலைக்கு மேலே உள்ள ஜன்னல் வழியாகப் பார்த்தாள். அதே வைக்கப்படப்பு பக்கத்தில் கொழுந்தன் பெண்டாட்டியின் நடமாட்டம்.

"பூனக்கண்ணி... பார்க்கிற பார்வையைப் பாரு... முதல் தடவ... நான் பெத்த பிள்ளை காலேஜுக்குப் போகும் போதும், வேணுமுன்னே குறுக்கே வந்தாள். எல்லாம் வெளங்காம போயிட்டு... சுயம்பு... கொஞ்சம் தண்ணீரை குடிச்சுட்டுப் போ!"

சுயம்புவுக்கு, அண்ணன் மகன் தண்ணீர் கொண்டு வந்தான். அதைக் குடித்துவிட்டு, அவன் புறப்படப் போனபோது, பூவம்மா மயினி, மார்பைத் தட்டி, சுயம்புவுக்குத் தைரியம் சொல்வது போல் எல்லோருக்கும் சொன்னாள்.

"திரும்பிப் பாராம போயிட்டு, திரும்பிப் பாராம வரணும் என் மருமவனே. மாரியாத்தா இப்ப என்கிட்ட இருந்து ஒங்கிட்ட வாராள். சீதாலட்சுமியும் நீங்க கொடுக்கிறத வாங்கிக்கிட அங்க தயாரா இருக்காள், ஏடாகூடம் செய்ய மாட்டியளே..."

சுயம்பு, பலமாகத் தலையாட்டிவிட்டு, வாசலைத் தாண்டினான். அவர்கள் சொல்லிக் கொடுத்ததுபோல் ஊர் வழியாகப் போகாமல், இரண்டு பக்கமும் வரிசை வரிசையாய் நீளவாக்கில் உள்ள குடிசை வீடுகளின் இடுக்கு வழியாய் நடந்தான். அந்தக் காலத்து வழக்கப்படி, 'மூணே முக்கால் பிடி' இடைவெளியோடு கட்டப்பட்ட மண் சுவர்கள். அந்த இடுக்கு வழியாய்ச் சென்றவன், 'வண்ணாக்குடி' வழியாய்ப் பருத்திக் காட்டைத் தாண்டி, கருவேல மரக்காட்டிற்குக் கிழக்குப் பக்கம் போய் விட்டான். அங்கேதான், சீதாலட்மியக்கா சமாதி இருக்குது. "தம்பி தம்பி" என்று அவனையே வளைய வந்தவள் பட்டறைச் சட்டம்போல் பரந்து உடம்பும், விரிந்த முகமும் கொண்டவள். திடீரென்று இறந்துவிட்டாள்.

ஐந்தாண்டு காலம், குழந்தைப் பேறு இல்லாமல் கிடந்தவள் இந்த சீதாலட்சுமி, முதலாண்டு முடிந்தவுடனேயே, மாமியார்க்காரி, அவளைச் சொல்லுக்குச் சொல், "மலடி... மலடி..." என்றாள். அப்போதெல்லாம் அவளுக்கு ஆறுதலாக இருந்த கணவன் முத்துவும், காலப் போக்கில் "மலடி... மலடி" என்பான். ஒருநாள், சீதாலட்சுமியும் துடித்துப்போய், 'நீரு மலடா இருக்கறதாலதான் நானும் பூக்காமல்... காய்க்காமல் இருக்கேன்...' என்று சொல்லி விட்டாள். உடனே அந்தப் புருஷப்பயல், 'அப்போ நீ கல்யாணத்துக்கு முன்னாலயே கள்ளப் பிள்ளை கழிச்சிருக்கே' என்று சாடியிருக்கான்.

அடுத்த இரண்டு மணி நேரத்தில், சீதாலட்சுமி இறந்து விட்டாள். தற்கொலை என்பது குடும்பக் கட்சி. கொலை

என்பது அந்த குடும்பத்திற்கு வேண்டாதவர்களின் கட்சி. அவள் செத்தாலும், இந்தப் பேச்சு இன்னும் சாகவில்லை. சுயம்புவுக்கு அவளை நினைக்க நினைக்க, பரிதாபம் ஏற்பட்டது. டேவிட்டும், தன்னை அப்படி ஒதுக்கி விடலாமோ என்று பயமும் ஏற்பட்டது.

சுயம்பு, முக்கால்வாசி தூரம் போய்விட்டான். கீழே கை நழுவி விழுந்த தூக்குப் பையை எடுக்கக் குனிந்தான். நூல் சேலைதான். ஆனாலும், டேவிட் கழுத்துக்கு இரு பக்கமும், தொங்கியதே, அதே மாதிரி வெளிர் மஞ்சள் நிறம்... வெள்ளை வெள்ளையான வளையல்கள். மோடாத்துணி, பாவாடை, பாடி, சீதாலட்சுமி அந்த ஆடைகளைப் பார்ப்பாளே தவிர, உடுக்கமாட்டாள் என்ற அனுமானத்தில் ஜாக்கெட்டுக்குப் பட்டன்கள் இல்லை.

பாடிக்குக் கொக்கி தைக்கப்படவில்லை. நீளவாக்கிலும் அகல வாக்கிலும் மடிக்கப்பட்டு, ஓரடி நீளத்திற்கும் அரையடி அகலத்திற்கும் அதே அளவு கன பரிமானத்திற்கும் உட்பட்டுத் தோன்றிய அந்தச் சேலையை, அதிசயத்தோடு பார்த்தான். அவனுக்கும் போன ஆசை புது வீச்சோடு திரும்பி வந்தது. யோசித்தான். ஆனால் புடவையை போனவாரம் கட்டுனது மாதிரி கட்டப்படாது. எப்படிக் கட்டலாம். இந்த மலரு வரவே இல்லை. பதில் லெட்டர் கொடுக்கலைன்னு கோபம். எவள்கிட்ட கேட்கலாம்...?

சொல்லி வைத்ததுபோல், அவன் எதிரே மூன்று பெண்கள் தொலைதூர குளத்துப் பக்கத்திலிருந்து, தரையிறங்கிக் கொண்டிருந்தார்கள். ஒருத்தி, துவைத்த துணிமணிகளை மார்பு வரைக்கும் கட்டிய புடவைக்கு மேல் அங்குமிங்குமாய் மடித்துப் போட்டிருந்தாள். இன்னொருத்தி, ஈரப்புடவையைக் கட்டிக்கொண்டு முந்தானையை மட்டும் விரித்துக் காயப்போட்டுக் கொண்டு வந்தாள். மற்றொருத்தி இவள்கள் மத்தியில் ஒரு கதாநாயகி. இஸ்திரி போட்ட புடவை ஜாக்கெட். அசத்தலான பார்வை. கொத்தும் கண்கள், குமிழியில்லாக் கன்னம். உருண்ட முகம். கையில் பிளாஸ்டிக் கூடை... அவை முழுக்க ஈரத்துணிகள்.

அந்த மூன்று பெண்களும், செஞ்சிவப்பு வெட்டுக் கிளிகள் மாதிரியான பூக்களைச் சுமக்கும் துவரம் பருப்புப் பயிர்கள் பளிச்சிடும் தோட்ட வரப்பின் வழியாய், ஊருக்கு அருகே உள்ள

கரிசல்காட்டுப் பக்கமாக வந்தார்கள். சுயம்புவால் பொறுக்க முடியவில்லை. பெண்வாசனை கண்டு, அவர்களைப் பார்த்து ஓடினான். அவர்களே திடுக்கிட்டு நின்றுவிட்டு, அப்புறம் நடக்கும்படி ஓடினான். இதற்குள் சிரித்துக் கொண்டு நின்ற அவனை, பிளாஸ்டிக் கூடையில் ஈரத்துணிகளைப் பிடித்துக் கொண்டு இஸ்திரி துணிகளைக் கட்டியிருந்த சந்திரா, அவன் கையிலிருக்கும் தூக்குப் பைக்கு வெளியே, அதன் நாக்குப்போல் துரத்திய புடவையைப் பார்த்தபடியே, கோபம் கோபமாகக் கேட்டாள்.

“செத்துப்போன எங்க அண்ணியையும் எங்க குடும்பத்தையும் கேவலப்படுத்தணும்னு திட்டம் போட்டிருக்கீங்க இல்லியா... அதுவும் இந்தக் காலத்துல இப்படி ஒரு மூடத்தனம்... வைக்கிறதா இருந்தா ஒன் பாட்டி சமாதில வைக்க வேண்டியதுதானே!”

இன்னொருத்தி இடை மறித்தாள்.

“இவனுவ குடும்பத்துக்கு அப்போ சமாதி கட்டக்கூட வக்கு ஏது?”

சுயம்புவிற்கு அந்த சந்தர்ப்பத்தில் எதுவும் பிடிபடவில்லை. சூதுவாதில்லாமல் கேட்டான். பையிலிருந்து சேலையைத் தூக்கிக் காட்டிக் கேட்டான்.

“இந்தச் சேலையை எப்படிக் கட்டணும்னு சொல்லிக் கொடுக்கிறயா சந்திரா....!”

அந்த மூவரும் அவன் கிண்டல் செய்கிறானோ என்று திடுக்கிட்டார்கள். அதற்குள் அவன், புடவையைப் பேண்டுக்கு மேல் சுற்றி, எப்படி கொசுவம் வைக்க வேண்டும் என்பது புரியாமல் அவர்களைப் பார்த்தான். அதே அந்த சந்திராவுக்கு, இப்போது மூளையில் ஒரு மின் பொறி. அதை இடியாக இடிக்க விரும்பினாள். காற்று வாக்கில் வந்த பேச்சு, உறுதிப்படுவது போலிருந்தது. அவனைப் பார்த்துப் பல்லைக் கடித்தவள், இப்போது பல்லைக் காட்டிப் பேசினாள்.

“மொதல்ல அந்தப் பூவரச மரம் பக்கமாப் போயி, பாவாடை ஜாக்கெட்ட போட்டுட்டு வாங்க... புடவை கட்டுறதப் பத்தி நான் சொல்லித் தாரேன்!”

சுயம்பு, அந்தப் பூவரசுப் பக்கமாகப் போனான். இதற்குள் துணிமணிகளை உடம்பு முழுவதும் பாம்புப் பிடாரி மாதிரி போட்டிருந்த ‘எளியவளான’ சூரியா, சந்திராவை அதட்டினாள். முப்பது வயதுக்காரி... பண்ணைச் சேவகம்.

“எம்மாளு சந்திரா... நீ செய்யுறது ஒனக்கே அடுக்காது! அவன் நட்டுக் கழண்டு நிக்கான்... இப்படியா ஒருத்தனக்

கேவலப்படுத்தறது. பழுத்த ஓலை விழும் போது பச்சை ஓலை சிரிச்சுதாம்...”

“இவனும்... இவன் குடும்பமும் சேர்ந்து எங்க அண்ணி ஏதோ இவனை ஆட்டிப் பிடிச்சு புடவை கேக்குறான்னு கேவலப் படுத்தலாமா... இதுமட்டும் ஒனக்கு உறைக்காக்கும். உனக்கு இஷ்டமில்லன்னா யார் நிக்கச் சொன்னது. போயேன்...”

“போகாம ஒன் வீட்டுக்கா வரப்போறேன்...”

அந்த ‘எளியவள்’ ஓட்டமும் நடையுமாய் ஊரைப் பார்த்துப் போனாள். இதற்குள், சுயம்பு ‘பாவாடையும் ஜம்பருமாய்’ அந்த எஞ்சிய பெண்கள் முன்னால் வந்து நின்றான். சந்திரா அவனிடமிருந்து புடவையை வாங்கி, அதை எப்படிக் கட்ட வேண்டுமென்று சொல்லப் போனாள். இதற்குள் பக்கத்தில் நின்றவள் சுயம்புவைப் பார்த்துப் பயந்துவிட்டாள். இந்த சந்திராவிற்கும் ஒரு அதிர்ச்சி.ஒருவேளை அண்ணியே இவனைப் பிடித்திருப்பாளோ என்ற சந்தேகம். ஆனாலும் அவளுக்கு இதில் நம்பிக்கை இல்லை. எவனோ, ஒருத்தனைக் காதலித்து அந்தப் பேச்சு வீட்டில் அடிப்பட்டபோது, ‘அவனைப் பார்த்திருந்தால், என் கண்ணு குருடாப் போயிடும்’னு கூசாமல் பொய் சொல்லி யாரும் கேட்காமலே கற்பூரத்தை ஏற்றி அணைத்தவள் இந்த சந்திரா. கற்பூரம்தான் அணைந்ததே தவிர, இவளோ, இவள் காதலோ அணையவில்லை. இதனாலேயே, இவள் நாத்திகவாதி ஆகி விட்டவள்.

சுயம்பு, அவசரம் தாங்க முடியாமல் புடவையை நீட்டினான். அவள் அதை வாங்கிக் கொண்டே, உடம்பில் சுற்றவிட்டாள்.

“இந்தா பாரு சுயம்பு... சேலைல இந்த முனையை இப்படிப் பிரிச்சு தொப்புளுக்கு மேல சொருகணும்... அப்புறம் இந்த மாதிரி புடவைய வலது பக்கமா இடுப்பச் சுற்றி ரெண்டு தடவ சுத்தணும்... சுத்தியாச்சா... நல்லாப் பாரு... இன்னும் மிச்சம் இருக்கிற இந்தத் துணிய ... லூசா விட்டு, தோளுல போடணும். போட்டாச்சா... இதோ... இந்த மாதிரி லூசா இருக்கிற துணியை சுருக்குப் பை மாதிரி மடக்கணும். மடக்கு மடக்கா மடக்கியாச்சா... இதுதான் கொசுவம். இதையும் தொப்புளுக்கு மேல இப்படிச் சொருகணும்... எங்க உடுத்திக் காட்டு பார்க்கலாம்...”

சுயம்பு, அவளிடமிருந்து அந்தப் புடவையை பயபக்தியோடு பார்த்து, பலவந்தமாகப் பறித்தான். அவள் சொன்னது போலவே, ஒரு சொருகு... இரண்டு சுற்று...

அவள், திருத்தம் கொடுத்தாள்.

"முந்தாணி அவ்வளவு வேண்டாம்... ஆ... இப்ப சரி தான்... அந்த லூசா இருக்க துணியச் சுருக்குங்க... சபாஷ்... இதுதான் பொம்பளைக்கு லட்சணம்... நீ பொம்பளை மாதிரியே ஆகிட்டே..."

"பொம்பள மாதிரி என்ன தாயி... நான் பொம்பளைதான்..."

சுயம்பு, வளையல்களைக் குலுக்கிக் காட்டினான். 'கொலுசும் இருந்தா நல்லா இருக்கும். ஒன் கொலுசக் கொஞ்சம் தாரியாடி" என்று கேட்டபோது, சும்மா நின்றவள் பயந்தாள். புடவை டீச்சர், திருப்திப்பட்டாள். பிறகு பல்லைக் கடித்து முகத்தை கோரமாக்கியபடியே சொன்னாள்.

"சரி... எங்க போகணுமோ... போ... நாங்க வீட்டுக்குப் போறோம்!"

சந்திரா, அப்படியும் போக மனமில்லாமல், சுயம்புவை ரசித்துக் கொண்டும், ஓடப்போன சித்தப்பா மகளைப் பிடித்துக்கொண்டும் நின்றாள். அப்போது -

பிள்ளையாரும், ஆறுமுகப்பாண்டியும், ஒருவர் பின்னால் ஒருவர் ஓடிவர, அவர்கள் பின்னால் ஒருவரை ஒருவர் துரத்துவதுபோல் மரகதம், வெள்ளையம்மாள், அலறி அடித்து ஓடி வந்தார்கள். சிறிது இடைவெளி கொடுத்து, பூவம்மா வேப்பிலைக் கொத்தோடு ஓடிவந்தாள். ஊருக்குள் போன 'எளியவள்' சூரியா ஒவ்வொரு வீடாக விஷயத்தை இன்னும் சொல்லிக் கொண்டிருக்கிறாள். முதல் செய்தி பிள்ளையார் வீட்டுக்குத்தான்...

மரகதம் துணுக்குற்று நின்ற சந்திராவை முடியைப் பிடித்துக் கீழே தள்ளினாள். அந்த முடியின் பிடியை விடாமலே, அவளை அங்குமிங்குமாய் இழுத்தாள். அப்படியும் ஆவேசம் தணியாத காளியாய், அவளைத் தூக்கி நிறுத்தி, முகத்தில் காறிக் காறித் துப்பினாள். அவளை மல்லாக்கத் தள்ளிவிட்டு, மறுபடியும் முடியைப் பிடித்து, இழுத்து, புடவை கட்டிய தம்பியின் பக்கம் தள்ளிவிட்டு, ஆவேசம் குறையாமல் ஆணையிட்டாள்.

"என்னடி, நெனச்சுக்கிட்டே... ஒருத்தன் லேசா கெட்டுப் போயிட்டால், அவன ஒரேயடியாக் கெடுத்துடணுமா... இப்ப அவன் காலத் தொட்டுக் கும்பிட்டு அவன் கட்டியிருக்கிற புடவைய உரிந்து... நல்லா மடிச்சுத் தரணும். இல்லாட்டால் நீ இந்த இடத்துல இருந்து, ஒரு அடி நகர முடியாது."

"நீங்க மட்டும் எங்க அண்ணிய கேவலமாக்கலாமா... அவங்க இவன பேயாப் பிடிச்சிருக்கறதாயும், ஒங்ககிட்ட புடவை யாசகம் கேட்டதாயும் எப்படி கேவலப்படுத்தலாம்? இவன் கிட்ட துணிகளைக் கொடுத்து, எப்படி அனுப்பலாம்... ஒருத்தி செத்தபிறகும், அவளை பழையபடியும் சாகடிக்கணுமா..."

மரகதத்திற்கு, மனம் கேட்கவில்லை. அவள் சொல்வ திலும் ஒரு அர்த்தம் உள்ளது. சுயம்புவுக்கு ஒரு நீதி, சீதாலட்சுமிக்கு இன்னொரு நீதி என்று இருக்க முடியாது. கைகளைப் பிசைந்தாள். அப்போது, தாய்க்காரி வெள்ளையம்மா ஒரு உண்மையைக் கண்டுபிடித்தது போல் கீழே குனிந்தாள். குனிந்தபடியே ஒன்றுவிட்ட நாத்தினார் பூவம்மாமீது மண்ணை வாரி வாரி வீசினாள். இப்போது அவள் உடம்பே மண் நிறமானது. வெள்ளையம்மாவின் கை இப்படி இயங்கிக் கொண்டிருக்கும் போதே, வாயும் இயங்கியது.

"அடுத்துக் கெடுத்தவளே! குடியக் கெடுத்தவளே! ஒம்புத்தியக் காட்டிட்டியேடி! இந்தப் பாவி மனுஷன் கிட்ட இருந்த பகைக்கு, பழி வாங்கிட்டியேடி சண்டாளி! இங்கயும் சொல்லிக் கொடுத்து, அங்கயும் சொல்லிக் கொடுத்து, எங்கள கேவலப்படுத்திட்டியேடி! நீ உருப்படுவியாடி! ஒன் வீட்டிலயும் இப்படி ஒண்ணு முடியாதா...? கைகேயி! கூனி! நீலி!"

பூவம்மா, வெள்ளையம்மா போட்ட மண்துகள்களை மாரியாத்தா போட்ட அம்மைபோல் நினைத்துக் கொண்டு வேப்பிலையை வைத்து தடவிவிட்டாள் பதட்டமாக, பிறகு அங்குமிங்குமாய் சுற்றிச் சுற்றி ஆகாயத்தைப் பார்த்து கையை ஓங்கி ஓங்கி அரற்றினாள்.

"அடி மாரியாத்தா! என்ன ஏமாத்திட்டியேடி....! நீ உருப்படுவியாடி! எல்லாருக்கும் செய்யறது மாதிரிதானே என் மருமவப் பிள்ளைக்கும் செய்தேன்! இந்த 'ஆந்தைக் கண்ணி' சொல்றது மாதிரி நான் நடந்திருந்தால், கண்ணு அவிஞ்சு திண்ணையில கிடப்பேன்! மாரியாத்தா! என் கூடப்பிறந்த பிறப்புக்கே ரெண்டகம் செய்திட்டியேடி! தம்பி! பிள்ளையார்! நீயும் நம்புறியாடா...?"

பிள்ளையார் பித்துப் பிடித்து நின்றபோது, ஊரிலிருந்து பெருங்கூட்டம்ஓடி வந்தது.அதில்சீதாலட்சுமிவாழ்க்கைப்பட்ட குடும்பத்து ஆட்களே அதிகம். பிள்ளையார் வீடு மேலத் தெரு என்பதால், அவரது பங்காளிகள், இனிமேல்தான் வரவேண்டும்.

சந்திரா, தனது பங்காளிக் கூட்டத்தைப் பார்த்த பிறகு, அது வருமுன்னாலேயே, அங்கே ஓடிப்போய், கத்தினாள். கதறினாள். பிறகு கீழே குனிந்து ஒரு கல்லை எடுத்துக் கொண்டு மரகதம் மேல் எரியப் போனாள். யாரோ அவள் கையையும் கல்லையும் சேர்த்துப் பிடித்தார்கள். சீதாலட்சுமியின் கணவன். முத்துக்குமார் சிங்கம் புலிகளை எச்சரிக்கை செய்யும் கொம்பன் யானைபோல், கூட்டத் திலிருந்து தனிப்பட்டு முன்னால் வந்தான். மரகதத்தைப் பார்த்து, தன்னம்பிக்கைக் குரலில் கேட்டான்.

"ஏய் மரகதம்! ஒன்னையும் இழுத்துப் போட்டு அடிக்க எனக்கு எவ்வளவு நேரமாகும்..."

ஆளுக்கு ஆள் பேசினார்கள்.

"என்னப்பா நீ... பொம்பளப் புள்ளிய சண்டையில அடிப்பேன் பிடிப்பேன் என்கிறே! அட, விடப்பா, பஞ்சாயத்து வைக்கலாம்!"

"பஞ்சாயத்துக்குப் போக நாங்க எளியவங்க இல்ல... நூறு தலைக்கட்டோட இருக்கவங்க... இந்த மரகதத்தை விடப்போறதா இல்ல!".

முத்துக்குமாரை, அவன் பங்காளிகளே இழுத்துப் பிடித்தபோது, அவன் வீரனானான். ஆறுமுகப்பாண்டி அவன் மோவாயைப் பிடித்துக் கெஞ்சினான். பிள்ளையார் அழுத்தம் திருத்தமாய் சவாலிட்டார்.

"எங்களுல யாரையாவது தொட்டுப் பாரு பார்க்கலாம்...!"

பூவம்மா ஆகாயத்தைப் பார்த்து கை தழுவிக் கும்பிட்டாள்.

"குத்துப்பழி வெட்டுப் பழி வரப்போவுதே... என் சின்னத் தம்பி பெண்டாட்டி, அந்த பூனக்கண்ணி, கோள் சொன்னதை, நான் சொன்னதா நினைக்காளே! மாரியாத்தா! நீ உண்மையச் சொல்லுடி! இல்லாட்டா... நீயும் பொய்யி! இந்த வேப்பிலைக் கொத்தும் பொய்யி...!"

பிள்ளையாரின் தம்பி பெண்டாட்டியும், 'பூனைக் கண்ணியுமான' ருக்மணி அப்படிப்பட்ட பட்டத்தைக் கொடுத்த தன் பெரிய்யா மகன் பெண்டாட்டி பூவம்மாவை விளாசித் தள்ளினாள்.

"எவடி பூனைக்கண்ணி! கோள் சொல்லிச்சொல்லியே குடியக் கெடுப்பாளே... என் மச்சானும், மச்சான் பெண்டாட்டியும் ஆகாதுதான்... ஆனால் சுயம்பு, நான் இடுப்புல எடுத்து

வளர்த்த பிள்ளையடி... முழுத்த ஆம்புளப்பயல லேசா மூளை குழம்பியிருக்கான்னு அந்த சாக்குல என் பிள்ளய இப்படி ஆக்கலாமாடி! பாவி! நீயும் வேட்டிகட்டி, கிராப் வச்சு சட்டை போடுற காலம் வரும்டி! வராட்டா நான் ஒருத்தனுக்கு முந்தாணி விரிச்சவள் இல்லடி!"

இதற்குள், பொம்பளைகள் பேசக்கூடாது என்று ஆம்பளைகள் கத்தினார்கள். கூட்டம் லேசாய் அடங்கிய போது, அப்போது 'செத்துப்போன' சீதாலட்சுமிக்கும், கல்யாணத்திற்குப் பிறகே, வயிறு ஒடுங்கிப் போன பேச்சியம்மாவிற்கும், தாலிகள் போட்ட முத்துக்குமார் திமிறித் திமிறிப் பேசினான்.

"என் பெண்டாட்டி சீதாலட்சுமிய அவமானப்படுத்தனதுக்கு பிள்ளையார் மாமா, இங்கேயே பதில் சொல்லணும்! இல்லாட்டா அவர நகர விடமாட்டேன்!"

"அட விடுடே...கிராமத்துப் பழக்கம்...இப்படிச் செய்தாலாவது மகனுக்கு புத்தி தெளியாதான்னு பெத்தவங்களுக்கு ஒரு ஆசைதான்... விட்டுத்தள்ளுப்பா!"

"சரி, விடுடே... இந்தக் காலத்துலயும், வெள்ளையம்மா பாட்டியும் வாழத்தானே செய்யுறாக. பாட்டி மண்டையப் போடுறது வரைக்கும் இந்த மாதிரி தீட்டுக் கழிக்கறதும் இருக்கத்தான் செய்யும்!"

"ஏய் பேராண்டி! நேத்து என்கிட்ட திருநீறு வாங்கி நெத்தியில் பூசிக்கிட்டு, சீட்டு விளையாடி ஜெயிச்சத மறந்துடாதடா... நான் மண்டையப் போட்டால், ஒனக்கு 'வெட்டுச்சீட்டே' கிடைக்காதுடா..."

கூட்டம் லேசாய் சிரித்தது. ஆறுமுகப்பாண்டியும், அவன் மனைவி கோமளமும், மரகதம் பக்கம் போய் அவளை நாயே பேயே என்று திட்டிக் கொண்டிருந்தனர். ஆனால் முத்துக்குமார்தான் விட்டுக் கொடுக்கவில்லை.

"எம் பொண்டாட்டிய கேவலப்படுத்துனவங்கள நான் கேவலப்படுத்தாமல் விடமாட்டேன்!"

பிள்ளையாரால் பேசாமலிருக்க முடியவில்லை.

"பெண்டாட்டிமேல ரொம்பத்தான். ஆசை வச்சிருக்கே... அதனாலதான் அவள் சுடுகாட்டுக்குப் போன மறுமாசமே சந்நியாசி ஆயிட்டே!"

"ஏய் பிள்ளையாரு மாமா! இப்படிப் பேசுனா உம்மீது நான் கை வைக்கவேண்டியது வரும்!"

“ஏல... நீ ஒரு அப்பனுக்குப் பிறந்தவன்னா எங்க அண்ணன் மேல கை வச்சுப் பாரு!”

புல்லுக்கட்டைத் தலையில் வைத்துக்கொண்டு, மனைவி சொன்ன விவரங்களைக் கேட்டுக்கொண்டிருந்த பிள்ளையார் தம்பி சண்முகம், அந்தக் கட்டை கீழே போட்டுவிட்டு தார்ப்பாய்ந்தார். அவரது மனைவி பூனைக்கண்ணி பிறந்ததும் முத்துக்குமார் குடும்பம் என்பதால், பாதிப்பேர் சும்மா இருந்தார்கள். மீதிப்பேர் யோசித்தார்கள். இதற்குள் உள்ளூர் அரசியல்வாதிகளான ஓரம் கட்டப்பட்ட, ஊர்க்கிழடுகள் தங்களது பொற்காலத்தை மீண்டும் நிலைநாட்டப் பார்த்தன. அவர்கள் சார்பில், எண்பது வயது ராமசாமி பேசினார்.

“விடுங்கடா... விடுங்கடா... சல்லிப் பயல்களா! சந்திரா அப்படிச் செய்ததும் தப்பு! மரகதம் அதுக்கு அவள அடிச்சதும் தப்பு! ரெண்டு தப்பும் சரிக்குச் சரி...”

“அப்போ என் பெண்டாட்டியை அசிங்கப்படுத்துனது...”

“எவண்டா இவன்... நீயும் பிள்ளையார் அம்மா, ‘வடிவத்தை’ ஒன்ன பேயா பிடிச்சு ஆட்டுறதா, ஊர் முழுக்க தமுக்கடி! பிள்ளையார் கேட்டால், அவனை மரத்துல கட்டி வைக்கோம்!”

“அந்தப் பேயி காலாவதி ஆயிருக்குமே...”

“எந்தப் பயமவன் விசிலடிச்சு குறுக்கே பேசுறது... கட்டி வச்சு, தோலை உரிச்சுடுவேன்... நான் சொல்றத நல்லாக் கேளுங்கடா... மரகதம் வெளியூர்ல வாழப்போற பொண்ணு! அவள் தம்பியப்பத்தி மட்டும் கலியாணத்தில் யாரும் மூச்சு விடப்படாது! இதேமாதிரி முத்துக்குமாருக்கு, முப்பது வயசே முடியலே... இனிமேல்தான் கொலை போடப்போற வாழை... அவன்தான் சீதாலட்சுமியைக் கொலை செய்தான்னு எந்தப் பயலும் போலீசுக்கு மொட்டைப் பெட்டிஷன் போடப்படாது!”

இருதரப்பும், கப்சிப் ஆனது. பிள்ளையார் பேச்சற்றார். முத்துக்குமார் மூச்சற்றான். ராமசாமிக் கிழவர், வெள்ளை முலாம் பூசப்பட்டது போன்ற இரும்புப் பற்கள் தெரிய குதர்க்கமாகக் கள்ளச் சிரிப்பாய் சிரித்தார். இப்படி பஞ்சாயத்து பேசி எத்தனை வருடமாச்சு...!

கலையப்போன கூட்டத்தைக் கண்டிப்புப் பார்வையோடு பார்த்து, அவர் மற்றொரு தீர்ப்பையும் வழங்கினார்.

"இந்த சுயம்பு பயலை கூப்பிடுங்கடா... முட்டாப்பய மவனுக்கு பேரு வச்சதே நான். அவனை சபையில வெச்சு ரெண்டு வார்த்தையாவது பேசிக் கண்டிக்கணும்..."

எல்லோரும் கண்போட்டுத் தேடினார்கள். சுயம்பு இல்லை.

16

சந்தடி சாக்கில், வீட்டுக்கு ஓடிவந்த சுயம்பு, அந்தப் பேருக்கு ஏற்ப தன்னைத்தானே புதிய வடிவத்தில் படைத்துக் கொண்டிருந்தான்.

தலையை பாப் செய்து அசல் பெண் போலவே தோன்றினான். அந்த பாப் தலையிலும் ஒரு சிவப்பு வளையம்... பிடரியில் ரிப்பன் கட்டுக்கள். பிராவோடு கூடிய ஜாக்கெட்... அதைப் பாதி மறைத்த முந்தானை... பாவாடை நாடா தெரிந்த சேலைக்கட்டு... ரத்தச் சிவப்பான குங்குமம்... வெளியே அதிர்ந்துபோய் நின்ற அப்பாவையோ, அண்ணனையோ கவனிக்காமல், கை வளையல்களைக் கலகலப்பாக்கிக் கண்ணாடியில் இரண்டு பக்க இடுப்புக்களையும் பார்த்து, அங்குமிங்குமாய், அந்த அறைக்குள் உலவிக் கொண்டிருந்தான்.

ஆறுமுகப்பாண்டி அப்பாவையே பார்த்தபோது, அவர், 'தம்' பிடித்து நடந்தார். மூச்சை மூக்கில் மட்டும் வைத்திருப்பவர் போல் முகத்தை நிமிர்த்திக்கொண்டே நடந்தார். தன் முகத்துக்கு எதிராய் வைத்துக் கொண்டு, நிதானமாகக் கேட்டார். புயலுக்கு முன் வரும் ஒரு அமைதி... பதுங்கிக் கேட்டார்.

"ஏய் சுயம்பு.. சேலைய அவுறுடா! ஜாக்கெட் கழட்டுடா!"

"மாட்டேன்!"

"ஏன் மாட்டே?"

"ஏன்னா... நான் பொம்புள! கேர்ல்!"

"இப்போ அவுக்கப் போறியா இல்லியா?"

"மாட்டேன்! நீங்க செய்த தப்புக்கு நான் எதுக்கு தண்டனை அனுபவிக்கணும்?"

"என்ன தப்புடா செய்தேன்?"

"என்னன்னு தெரியுது... எப்படின்னு சொல்லத் தெரியல!"

"தத்துவம் பேசுறியளோ... சரி, இப்போ சேலய அவுக்கப் போறியா மாட்டியா?"

“உயிர விட்டாலும் விடுவனே தவிர, சேலைய விட மாட்டேன்!”

கூடக்கூட பதிலளித்துக் கொண்டிருந்த சுயம்பு, “எம்மா” என்று கத்தியபடியே கீழே கிடந்து, கையைக் காலை ஆட்டினான். மல்லாக்கத் தூக்கிப் போட்டால் கரப்பான்பூச்சி எப்படி ஆடுமோ, அப்படி ஆடினான். இதற்குள் பிள்ளையாரின் வலது கால் சுயம்புவின் விலாவில் மீண்டும் உதைத்தது. அவன் ‘எய்யோ போனனே’ என்று வலது பக்கம் புரண்டபோது, பிள்ளையார் இடது காலால் ஒரு உதை உதைத்து அவனை இடது பக்கம் புரட்டினார். உதைத்து உதைத்து அவனை, அந்த அறைக்குள் உருட்டிக் கொண்டே இருந்தார். இதற்குள் ஆறுமுகப்பாண்டி அவனைக் கழுத்தைப் பிடித்துத் தூக்கி நிறுத்தினான். அவனை அந்தரத்தில் கொண்டுபோய் நிறுத்தினான். பிள்ளையார் தீர்மானமாகக் கேட்டார்:

“சேலய அவுக்கிறியா இல்லையா? பெரியவன் நீ அவன் சேலயத் தொடப்படாது! ஒன்று அவன் சீலய அவனாவே கழட்டிப் போடணும்... இல்லன்னா இந்த இடத்துலயே குழி வெட்டி அவனைப் புதைக்கணும்.. அவனக் கீழே போடு...”

கீழே விழுந்த சுயம்புவிடம், பிள்ளையார் அவன் இரண்டு கால்களிலும் ஒரு காலை வைத்து அழுத்திய படியே கேட்டார்.

“சேலைய கழட்டுடா...”

“நான் பொம்புள... கழட்ட மாட்டேன்!”

“கடைசியா கேக்கேன்...”

“எப்ப கேட்டாலும் சரி...”

பிள்ளையார், அந்தக் கதவைத் தாழிட்டார். அவனைப் பெறுவதற்கு முன்பு எப்படி உடம்பில் ஒரு முறுக்கு வந்ததோ, அப்படி அவருக்கு வந்தது. ஒரே எத்து, ‘எய்யோ...’ என்று சுயம்பு கீழே படுத்தான். ஆறுமுகப் பாண்டி, அவன் கழுத்தில் தன் பாதத்தை வைத்துக் கொண்டு கீழே போட்டு அழுத்தினான். அதட்டிக் கேட்டான்.

“ஏல இப்பச் சொல்லு... இனிமேலும் சேல கட்டுவியா...”

“கட்டுவேன்... எக்கா... எய்யோ... என் கழுத்துப் போச்சே... என் தலை போச்சே!”

“இவன் இப்படிச் சொன்னாக் கேட்க மாட்டாண்டா. இரும்புக் கம்பியை எடுத்து சூடு பண்ணிட்டு வாடா...”

பலமாகத் தட்டப்பட்ட கதவைத் திறந்து கொண்டு, ஆறுமுகப்பாண்டி வெளியே ஓடினான். உள்ளே அலறியடித்து ஓடி வந்த மரகதமும், வெள்ளையம்மாவும் சுயம்புவைப் புரட்டிக் கொண்டிருந்த பிள்ளையாரைத் தடுக்கப் போய், தாங்களும் அடி வாங்கினார்கள். அவரோ தனது கையும் காலும் ஒடியப் போவது போலவும், ஒடித்துக் கொள்ளப் போவது போலவும் இயங்கினார். சுயம்புவின் வாயிலே கால்குத்து... முகத்திலே கைக்குத்து... இடையே வந்த பெண்களுக்கு விலாக்குத்து. ஒரு பெரிய மரத்தைக் குறிவைத்துக் கோடாரியால் இடைவெளி கொடுக்காமலே அரைமணி நேரம் முன்னாலும் பின்னாலும் இயங்கும் அந்தக் கையே, இப்போது ஒரு கோடாரியாகிக் கீழே மரம்போல் கிடந்த சுயம்புவை வெட்டிக் கொண்டிருந்தது. கல்லு மண்ணான கரடு முரடு நிலத்தில்கூட, ஒரு அடி - ஒரு விநாடிகூட நிற்காமல் மணிக்கணக்கில் உழவு செய்யும் அவர் கால்கள், அவன் உடம்பை உழுதுகொண்டிருந்தன. சுயம்புவும் இப்போது புலம்புவதை விட்டுவிட்டு, ஒரு வைராக்கியத்தோடு அப்படியே கிடந்தான். இதற்குள் ஆறுமுகப்பாண்டி வந்தான். வலது கையில் சாதுவான மரப்பிடி அதன் முனையில் நீண்டு வளைந்த கம்பி! அதன் முன்பக்கம் ரத்தக்கட்டி, பிள்ளையார் சுயம்புவைத் தூக்கி நிறுத்தியபடியே கேட்டார். "ஏலே சேலைய எடுக்கிறியா..."

சுயம்பு, இப்போது தலையை மாட்டேன் என்பது போல்ஆட்டினான்.

வெள்ளையம்மா, பித்துப் பிடித்து நின்றாள். மரகதம் நெடுஞ்சாண்கிடையாய் விழுந்து அண்ணனின் கால்களைக் கட்டிக் கொண்டாள். மோகனா வெளியே அண்ணியின் பக்கத்தில் அவளைப் போலவே வெறுப்போடு உதட்டைப் பிதுக்கிக்கொண்டு நின்றாள். ஆனாலும், சித்தப்பா, சித்தப்பா என்று ஓடப்போன பொடிப்பயலை, தாய்க்காரி தடுக்கவில்லை.

பிள்ளையார் அலுத்துப்போனபோது, ஆறுமுகப் பாண்டி முன்னே வந்தான். அமைதியாகத்தான் கேட்டான்.

"டேய், சுயம்பு! இனிமேல் சேல கட்டுவியா... ஆமான்னா தலையாட்டுறே..!

அண்ணன்காரன், கால்களை இறுக்கிப் பிடித்த மரகதத்தின் கைகளை மிதித்துக் கொண்டே முன்னேறினான். கையிலுள்ள

இரும்பு முனையை சுயம்புவின் காலில் வைத்தான். புடவை மூடிய முட்டியில் வைத்தான். அங்குமிங்குமாய் நெளிந்த இடுப்பின் இரு பக்கமும் வைத்தான். ரிப்பன்கள் கட்டிய பிடரியில் வைத்தான். பொசுங்கிய வாடையோடு பட்ட இடமெல்லாம் பொசுங்கியது. ஒவ்வொரு சூட்டுக்கும் ஒரு கேள்வி - "டேய் சேல கட்டமாட்டியே..." ஒவ்வொரு கேள்விக்கும் ஒரு பதில்! 'கட்டுவேன், கட்டுவேன்' என்பது மாதிரி தலையாட்டும் பதில்!

ஆறுமுகப்பாண்டியின் கால்களை, மரகதம் அசைய விடாது பிடித்துக் கொண்டபோது, பிள்ளையார் பெரிய மகனின் வேலையை மேற்கொண்டார். ஒரே குத்து... சுயம்பு வாயில் ரத்தம். ஒரே சூடு... தோள்பட்டையில் வைத்த கம்பியை எடுக்கவில்லை. எரிந்த புகை மறையவில்லை... மரகதம் ஆவேசமாய் எழுந்து ஓடிவந்து, அப்பனைக் கீழே தள்ளினாள். அவர் கையிலிருந்த இரும்புக் கம்பியை சூலாயுதம்போல் பறித்தாள். கீழே விழுந்த அப்பனை நோக்கி அதைக் கொண்டு போகப் போனாள். அவரோ - அந்தப் பிள்ளையாரோ, "ஏமுழா நிக்கே! போடு! சூடு போடு! இந்தக் கோலத்த பார்க்காம இருக்க என் கண்ணுல சூடு போடு!" என்றார். உடனே அவள், அந்தக் கம்பியை இன்னொரு கைக்கு மாற்றி எந்தக் கை அப்பனுக்குச் சூடுபோட நினைத்ததோ, அந்தக் கையிலேயே சூடு போட்டாள். சதை சதையாய் தன்னைத்தானே பொசுக்கினாள். புகை புகையாய் சுட்டாள்.

இதற்குள், மூலையில் சாய்ந்து கிடந்து மரகதம் கத்தினாள்.

"என் உடன்பிறப்பு வாயில நுரை தள்ளுதே... கையும் காலும் சும்மா கிடக்குதே! அடிச்சுக் கொன்னுட்டியளே"

சுயம்பு, சுரணையற்றுக் கீழே கிடந்தான். வாயில் நுரையும் ரத்தமும் மாறி மாறி வந்தன. ஒன்றோடு ஒன்று கலந்தும் வந்தன. மரகதம் தம்பியை மடியில் எடுத்துப் போட்டுக் கொண்டாள். அவன் கையை எடுத்தே தன் தலையில் அடித்துக் கொண்டாள். பிறகு சுரணை பெற்று ரத்தத்தைத் துடைத்து விட்டாள். கைகால்களைப் பிடித்து விட்டாள். துடைக்கத் துடைக்க ரத்தம். பிடிக்கப் பிடிக்க சதைகள்.

வெள்ளையம்மா ஒப்பாரி போட்டாள். சுயம்புவின் முகத்தோடு முகம் முட்டி, விம்மி விம்மி பேசினாள்.

"நீ எப்படி இருந்தாலும் நான் ஒனக்கு தாய் தானடா.. என் வயித்துல பொறந்தது எப்படியும் இருந்துட்டுப் போகட்டுமே...

ஒங்களுக்கு என்ன வந்துட்டு. என் ராசா... என் சீமைத்துரையே... என் செவ்வரளிப் பூவே... ஒன்னக் கொல்லு கொல்லுன்னு கொன்னுட்டானுவளே... நீ பிழைப்பியாடா..."

அப்பனும், மகனும், சுயம்புவையே பார்த்தார்கள். அவனுக்கு லேசாய் தெளிவு வந்தது போல் கண் திறந்ததும் இருவரும் அந்த அறையை விட்டு வெளியேறினார்கள். திண்ணையில் ஆளுக்கு ஒரு பக்கமாகச் சுவரில் சாய்ந்தார்கள். வீட்டுக்கு வெளியே வேப்ப மரத்தடியில் ஒரே கூட்டம். உள்ளே வர யோசிக்கும் கூட்டம். முற்றத்தில் தம்பி சண்முகம். பக்கத்தில் அவர் மனைவி. உள்ளே இப்போது மரகதம், தம்பிக்கு உபதேசிப்பது கேட்டது. 'சரி, நீ எடுக்காட்டாலும் என்னயாவது எடுக்க விடு, என்ற யாசகப் பேச்சு! விம்மல்! வெடிப்பு! 'இப்படித் தான் நல்ல பிள்ளையா நடந்துக்கணும்' என்ற முடிவுரை.

பிள்ளையாருக்கும் லேசாய்த் தெளிவு. முற்றத்தைப் பார்த்தார். பத்தாண்டு காலப் பகை போய், சின்ன வயதிலாடிய தெல்லாங்குச்சி ஆட்டமும், கிளித்தட்டு விளையாட்டும் மனத்தில் வியாபித்தன. தம்பியைப் பார்த்துக் கத்தினார்.

"ஏலே சண்முகம்... ஒன் வீட்டுக்குள்ள வாறதுக்கு யாரு கிட்டடா யோசனை கேட்கணும்... இதுலதான்டா நீ பொறந்தே..."

சண்முகம், மனைவியோடு திண்ணைக்கு வந்தார். அண்ணனின் கழுத்தைக் கட்டிக்கொண்டு அலறினார்... பிள்ளையார் தம்பியின் தலையை வருடிவிட்டபடியே தழுதழுத்த குரலில் பேசினார்.

"ஒருத்தன இழந்துட்டாலும், இன்னொருத்தன வாங்கிக்கிட்டேன்! அந்தவரைக்கும் சந்தோஷம்! வயசானாத்தான் புத்தியே வருது! ருக்குமணி - உள்ளே போயி நீ சேனை கொடுத்த உன் மகனோட அலங்கோலத்தப் பாரும்மா... எந்த நேரத்துல பெத்தேனோ..."

வெளியே நின்ற வேப்பமரத்தடிக் கூட்டத்தில் ஒரு பெரிய சத்தம் கேட்டது. அந்த சத்தத்திற்குரியவர் உள்ளே வந்தார். ராமசாமிக் கிழவர்.

"ஒக்காரும் மச்சான்..."

அவர் உட்காரவில்லை. சுயம்பு கிடந்த அறைக்குள் போனார். பத்து நிமிடத்திற்குப் பிறகு திரும்பி வந்தார். அந்தக் காலத்து பஞ்சாயத்து தீர்ப்பு போலவே திட்டவட்டமாய்ப் பேசினார்.

“சுயம்பு தானாச் செய்யலை! எந்த ஆம்புளைக்கு அப்படி சேலை கட்ட மனசு வரும்...? வளையல் போடுன்னு யாராவது சொன்னாக்கூட, நமக்கு எப்படிப்பட்ட கோபம் வருது...? ஒருத்தன் அதுவும் ஒனக்குப் பொறந்தவன் இப்படி ஆயிட்டா முன்னால், ஏதாவது சூட்சுமம் இருக்கும்! பேய்க்குப் பார்த்தாச்சு! இனிமேயாவது நோய்க்குப் பார்க்கணும்!”

“எனக்கு ஒண்ணுமே ஓடமாட்டேங்கு மாமா...”

“அதுக்குக் காரணம், நீ அவன எதிரியா பார்க்கிறியே தவிர, அவனுக்குள்ளேயே ஏதோ ஒண்ணு... அவனுக்கு எதிரியா இருக்கிறத பார்க்கலை... பள்ளிக்கூடத்துல மொதல்ல வந்து ஊர், ஜனங்களுக்கெல்லாம் பிடிச்சுப் போன, அவனே இப்படி ஆயிட்டான்னா, எவன் ஆகமாட்டான்னேன்...! அதனால கோணச்சத்திரத்துல புதுசா வந்திருக்கிற நர்ஸிங் ஹோமிலே நாளைக்கே சேர்த்திடு. என் கொழுந்தியாள் மகன்தான் கட்டியிருக்கான். நானும் சொல்றேன். மரகதத்துக்கு கலியாணம் நடக்கு முன்னாலேயே, இவனுக்கு சொகமாயிடணும். ஆனாலும் ஐயாயிரம் ரூபாயாவது கறந்துடுவான்! ரூபாய பெரிசா நினைக்காதே!”

“பெரிசில்லதான். ஆனால், கல்யாணச் சமயம்... என்னடா சொல்றே பெரியவன்...”

“கலியாணப் பந்தலுல மாப்பிள்ளை வீட்டுக்கு கொடுக்குறதா ஒப்புக்கொண்ட பத்தாயிரம் ரூபாதான் இருக்கு... அதை எடுக்க முடியாதே!”

“ஏன் முடியாது? எல்லாப் பணத்தையும் எடுத்து தம்பிய ஆஸ்பத்திரில சேருங்க! எனக்கு கலியாணத்தை விட அவன் சுகமாகிறதுதான் முக்கியம்!”

“ஒன் கலியாணத்தைப் பத்தி நீயே பேசுற அளவுக்கு வந்துட்டியா...”

“காலத்துக்குத் தக்கபடி நீயும் மாறணும் மாப்பிள்ள... நம்ம கிராமத்து பயமவளுவகூட ஆளப் பார்க்காம கழுத்தை நீட்ட நாங்க ஆடா மாடான்னு கேக்கிறாளுவ... மரகதத்த பெத்ததுக்கு நீ குடுத்து வச்சிருக்கணும்... கத்தரிக்காய்னு சொன்னதால பத்தியம் முறிஞ்சிடாது. சரி... காலையில வாறேன்! ரெடியா இரு!”

ராமசாமிக் கிழவர் போய்விட்டார். பிள்ளையார் உள்ளே திரும்பிப் பார்க்காமலே பிடறியில், வாய் இருப்பது போல் பேசினார்.

"ஏழா, மரகதம்... ஒம்மாவ அவனுக்குத் தவிட்ட வச்சு ஒத்தடம் கொடுக்கச் சொல்லு... ஒனக்கு வராது. அந்த மூதேவிக்குத்தான் வரும்... நல்ல கைராசி!"

இரவு, எட்டிப் பார்த்துக் கெட்டியானது.

அந்த வீட்டில் மோகனாவும், சின்னக் குழந்தையும் தவிர யாருமே சாப்பிடவில்லை. ஆறுமுகப்பாண்டியின் ஏழு வயதுப் பயல்கூட சாப்பிட மறுத்தான். வெள்ளையம்மா தண்ணீரைக் குடித்துவிட்டும், மரகதம் கண்ணீரைக் குடித்துவிட்டும் ஒடுங்கிவிட்டார்கள். சுயம்பு, அக்காள் அறையில் மல்லாந்து கிடந்தான். மரகதம் அவன் தலையை வருடி, வருடி கதை சொன்னாள். தந்தைக்காக சாம்ராஜ்யத்தையே துறந்த ராமன்... தமையன் சொல்லை தட்டாத பாண்டவத் தம்பிகள். எல்லாவற்றையும் கேட்டுக்கொண்டிருந்த சுயம்பு, இடை யிடையே 'தெரியுது அக்கா ஆனா முடியலையே' என்றான்.

அடுத்த 'பத்தி' அறையில் ஆறுமுகப்பாண்டியின் மனைவி கோமளம் தேக்குக் கட்டிலில் ஒருச்சாய்த்துப் படுத்திருந்தாள். ஒருபக்கம் இருவயது மகள். மறுபக்கம் ஆறுமுகப்பாண்டி, சின்னப்பயல் சித்தப்பா பக்கம் போய் விட்டான். ஆறுமுகப் பாண்டியாவது கண்களை மூடிக் கொண்டு தூங்காமல் கிடந்தான். கோமளமோ, கண்களை மூடாமலே கிடந்தாள். அடுத்த ஆண்டு மைத்துனன் கல்லூரிக்குப் போக முடியும் என்று கனவு கண்டவள் இன்று அந்தக் கனவு சிதறியதைக் கண்கூடாகப் பார்த்து விட்டாள். இனிமேல் தனது தங்கைக்கு அவன் கணவனாக முடியாது என்பதைக் கண்டறிந்ததும், அவள் மனம் அந்தக் குடும்பத்துடன் கட்டப்பட்ட பந்தத்தை அறுக்க முயற்சி செய்யவில்லையானாலும், அவிழ்க்க முயற்சி செய்தது. அவள் மனம் அந்த முயற்சியில் சில உண்மைகளை, அல்லது உண்மைகள் போன்றவற்றைத் தேடிக் கண்டுபிடிக்கப் புறப்பட்டன. அப்படிக் காணக்காண, பெற்றவர்கள் தன்னைப் 'பாழும் கிணற்றில்' தள்ளி விட்டார்களோ என்ற எரிச்சல், புகுந்த ஊரிலும், பிறந்த ஊரிலும் தலை நிமிர்ந்து நடக்க முடியாதே என்ற வேதனை. ஆபீஸராய் இருக்கும் அண்ணனைக் கட்டியவளிடம், 'என் மைத்துனனும் என் ஜினியராக்கும்' என்று மார்தட்ட முடியாமல் போன மனக்கவலை. இந்த சுயம்புவால் தனது பிள்ளைகளின் எதிர்காலமும், பாதிக்கப்படலாம் என்ற தொலைநோக்குக் கவலை. ஐயாயிரம் ரூபாய் அழ

வேண்டியதிருக்கே என்ற உடனடிக் கவலை எல்லாவற்றிற்கும் மேலாக-

மைத்துனனுக்கு வந்தது, மணவாளனிடமும் இருக்குமோ என்ற சந்தேகம். இல்லற வாழ்க்கையில் ஏக்கங்கள் இல்லையானாலும், அழுத்தமான தாம்பத்திய உறவு கிடைக்காமல் போயிருக்குமோ என்ற கேள்வி. முதலிரவில்கூட, இந்த ஆறுமுகப்பாண்டி சினிமாக் கதாநாயகன்போல் தன்னைக் கைகளில் ஏந்திக் கொள்ளாமல், துண்டைக் கடித்துக்கொண்டு நின்றது கூட, ஓரளவு பொட்டைச் செயலோ என்ற விரசமான சிந்தனை... ஒருதடவை, சைக்கிளில் பின்னால் இருந்த தான், முன்னால் உட்காரச் சிணுங்கியபோது, அவன் ரோடு மறைக்கும் என்று சொன்னது இப்போது, மனதை மறைத்தது. சிற்சில சிக்கலான சமயங்களில் - குறிப்பாக, மருமகள் - மாமியார் மகாப்போரின்போது எல்லாக் கணவன்மாரும் செய்வது போல், இவன், தன்னை அடிப்பது கிடக்கட்டும், அடிப்பதற்குக்கூட கையை ஓங்காததுகூட, ஒரு ஆண்மையற்றதனமோ என்ற எண்ணம். ஆக மொத்தத்தில் அவள் பிரச்சினை பரீட்சித்துப் பார்த்துக் கண்டறிய முடியாத விவகாரம். தம்பிக்கு வந்தது. அவனைப் போலவே முகஜாடை கொண்ட அண்ணனிடமும் ஓரளவு இருக்கும் என்ற மனோவிகாரம்.

இன்றைய சண்டையில்கூட அவன் முத்துக்குமாரிடம் கெஞ்சினானேதவிர,ஒருமாவீரன்போல்மார்த்தட்டவில்லையே என்ற குறை. முறைப் பெண்கள் கிண்டல் செய்யும்போது கூட, தக்க பதிலடி கொடுக்கத் தெரியாமல், அந்தப் பெண்களோடு பெண்களாய்ச் சிரித்தவன்... அப்போது ஏகப்பட்ட பொறாமை... இப்போது ஆற்றாமையாய் வெளிப்பட்டது. கூடவே, ஊரில் தன்னை கண்களால் வளைய வளையப் பிடித்த பலசரக்குக் கடைக்கார பாண்டியனைக் கட்டியிருக்கலாமோ என்ற மறு பரிசீலனை...

வழக்கத்திற்கு விரோதமாய்ப் பேச்சு கொடுக்காமல் இருக்கும் மனைவியின் மனநிலை புரியாமல், ஆறுமுகப் பாண்டி தன்பாட்டுக்குப் பேசினான். அவளைத் தன் பக்கம் இழுக்காமல், மறுப்பக்கமாய் படுத்திருப்பதையும் மாற்றிக் கொள்ளாமல் பேசினான்.

“ஒரு நாளும் அடிக்காத உடன்பிறப்ப அடிச்சு நொறுக்கிட்டேன். என் கையால இடுப்பில தூக்கி வளர்த்த

பயலுக்கு இடுப்புலய சூடு போட்டுட்டேன். இனிமேல் அவன் எங்க தேறப்போறான். எனக்கு என்னவோ சந்தேகமாகவும் இருக்கு... பயமாகவும் இருக்கு... நாளைக்கே நர்ஸிங்ஹோம்ல சேர்க்க முடியாதுதான். ஆனால் எவ்வளவு ரூபா ஆனாலும் சரி... முடிவு தெரியற வரைக்கும் பார்த்துட வேண்டியதுதான். பால் பொங்கி வரும்போது பானை உடைஞ்சிட்டு... என்ன பேச மாட்டங்க..."

"பேசறதுக்கு என்ன இருக்கு... யார் யாருக்கு எது கொடுத்து வச்சிருக்கோ அதுதான் நடக்கும்... எழுதாக்குறைக்கு அழுதா முடியுமா! ஆமா, ஒங்க பரம்பரையில வேற யாருக்காவது இப்படி வந்திருக்கா?"

"எனக்குத் தெரிஞ்சு இல்ல!"

"எதுக்காக இக்கன்னா போட்டுப் பேசறீங்க?"

"காரணம் இருக்கு... ஒரு மனுசனோட பரம்பரய நினைச்சுப் பார்த்தால், அதுவே ஆதி அந்தம் இல்லாதது... என் தகப்பன்வழித் தாத்தா, தாய்வழித் தாத்தா, அந்த தாத்தாக்களோட தாய்வழித் தாத்தா தகப்பன் வழிப் பாட்டி, நெனச்சுப் பார்த்தால், உலகம் முழுசுலயும் நாம ஏதோ ஒரு வகையில, ஒரு கிளையில, ஒரு இலையா இருப்போம்! ஆனால், நமக்குத்தான் நம்ம தாத்தாவுக்கு மேல யாருமே தெரியாதே! மிஞ்சிப் போனால் பூட்டி... நம்ம வேரை நாம தேடுறதே இல்ல!"

"என்ன நீங்க பொம்புள மாதிரிப் புலம்பறிய!"

"இதுக்குப் பேரு புலம்பலா... பொம்பளன்னாலும் ஆம்பளன்னாலும் மனசு ஒண்ணுதானம்மா..."

"அம்மா... அம்மா... எப்பப் பார்த்தாலும் நான் ஒங்களுக்கு அம்மாதான்!"

"தாய்க்குப் பிறகு தாரம்னு சும்மாவா சொன்னான். அதோட பொம்பளய மதிக்கத் தெரியணும். அவளுவள அடிக்கிறவன் புருஷன் இல்ல... தாலியை லைசென்ஸா வைத்திருக்கிற வேட்டைக்காரன்... எங்கப்பாகூட, எங்கம் மாவத் திட்டுவாரு... அம்மா திருப்பிக் கொடுக்கிறதையும் வாங்கிக்குவாரு... ஆனால், எனக்குத் தெரிஞ்சு ஒரு நாள்கூட எங்கம்மாவை அவரு அடிச்சது கிடையாது..."

"அவரும் சுயம்புவோட அப்பாதானே!"

"இன்னிக்கு என்ன... ஒன் பேச்சு ஒரு மாதிரி போகுதும்மா... பேசாமல் தூங்கு!"

“ஒங்ககிட்ட இந்த மாதிரி வார்த்தையத்தான் எதிர்பார்க்க முடியும். தள்ளிப் படுங்க.”

“ஒன்னத் தள்ளச் சொல்றியா... இன்னிக்கு நெனைச்சாலும் அது முடியாது!”

“என்னைக்குத்தான் அது முடிஞ்சுதாம்...”

“நான் உன்னச் சொன்னால் நீ எதையோ சொல்றே! சரி... நீயே சொல்லு... தம்பிய நாளைக்கே சேர்த்திடலாமா... இல்ல தங்கச்சி கலியாணம் முடியுறதுவரை இழுத்துப் பிடிப்போமா...?”

“எந்த நோய்க்கும் மருந்துண்டு... ஆனா பரம்பரை நோய்க்குக் கிடையாதாமே!”

ஆறுமுகப்பாண்டி, அவள் தோளில் முகம் போட்டு அவளைத் தன் பக்கம் திருப்பப் பார்த்தான். தீர்வு காண முடியாத வலிக்கு, ‘பெயின் கில்லர்’ போடுவது போல், வீட்டை உலுக்கும் அந்தப் பிரச்சினைக்கு ஒரு தற்காலிக மருந்து தேடினான். ஆனால், அவளோ அவன் பிடியிலிருந்து, திமிறி இடைவெளி கொடுத்துப் படுத்தாள். அவன், அவளை மனதுக்குள் பாராட்டினான். ‘பிடித்த உடனேயே எதிர்ப்பிடி போடுபவள், சுயம்பு மைத்துனனுக்கு ஏற்பட்ட கோளாறால்... அந்த உணர்வே அற்றுப் போனாள்! பாசக்காரி...

ஆறுமுகப்பாண்டியால், தூங்க முடியவில்லை. அவனை ஆறுதல் செய்தும் ஆற்றுப்படுத்தியும் பேசும் மனைவியையும் பேசாமல் விட்டுவிட்டான். மீண்டும் அவனுக்குத் தம்பியின் நினைவு வந்தது. அடித்த கையும், உதைத்த காலும் துடித்தன. முடியாத ஒன்றை முடிவாக்க நினைத்தபோது, அந்தப் பயல் எப்படித் துடிச்சானோ... எப்படித் தவிச்சானோ... இந்த மாதிரி சமயத்தில் எல்லாப் பயல்வளும் திட்டுறது மாதிரி அவன் ஒரு வார்த்தை திட்டுனானா... இல்லியே! இல்லியே!

ஆறுமுகப்பாண்டி வாய்விட்டே புலம்பினான்.

“என் தம்பிக்கு அண்ணனாகாமே போயிட்டேனே... போயிட்டேனே...”

கோமளம், பொறுமை இழந்தாள். திரும்பிப் படுக்காமலே கேட்டாள்.

“மொதல்ல பொண்டாட்டிக்கு புருஷனா இருக்கோமான்னு எண்ணிப் பாருங்க!”

ஆறுமுகப்பாண்டி எழுந்து உட்கார்ந்தான். அவள் முகத்தை எடுத்து மடியில் போட்டுக்கொண்டே கேட்டான்;

“நீ எதையோ மூடு மந்திரமா பேசுறியே... என்ன விஷயம்...”

கோமளம், அந்த மூடு மந்திரத்தை சொல்லாக்கி விட்டாள். அவன் செல்லாக்காசாய் ஆனதுபோல் மரத்துப் போனான். மரித்துப்போனான்.

17

அந்தக் கட்டிடம், மருத்துவமனையா, அல்லது லாட்ஜா என்று ஒரு பட்டிமன்றமே நடத்தலாம்.

வெளியே, வளைவு வளைவாயும் அழகழகாயும் தோன்றும் அந்த இரண்டு மாடிக் கட்டிடத்திற்குள், டாக்டர்களின் நடமாட்டத்தையே காணவில்லை. ஆங்காங்கே சில பையன்கள் டிபன் செட்டுகளைப் பொட்டலம் பொட்டலமாகவும் தட்டுத் தட்டாகவும் எடுத்துக்கொண்டு போனார்கள். இதை வைத்து அந்தக் கட்டிடத்தை லாட்ஜ் என்று சொன்னால் தப்பில்லை. அதே சமயம் வெளியே இன்னொரு பக்கத்தில் ஒரு மருந்துக் கடையும் உள்ளே ஒரு இடத்தில் தலையில் வெள்ளைக் கைக்குட்டைகளைக் கட்டிய பெண்களையும் பார்த்தால், அதை, மருத்துவமனை என்றும் முனங்கிக் கொண்டே சொல்லலாம்.

அந்தக் கட்டிடத்தின் இரண்டாவது மாடியில் ஆறாவது எண் அறையில் சுயம்பு தன்னந்தனியாய்க் கிடந்தான். ஸ்பிரிங் கட்டில், அவன் சுகப்படாமல் போனதால் கிடைத்த சுகமான கட்டில். சின்னதே அழகு என்பது போல் சின்ன அறை... மொசைக் தரை... வால் பேப்பர் சுவர்கள். அவன் கட்டிலுக்குப் பின்னால், கிளிப் பிடித்த ‘பேடில்’ ஏழெட்டுக் காகிதக் குவியல்கள். ஈஜிஸி கோடுகள். ரத்தச் சித்திரிப்புகளைக் காட்டும் ஒரு தாள். சிறுநீர் இயல்புகளைச் சொல்லும் ஒரு சதுரக் காகிதம். நுரையீரலைக் காட்டும் எக்ஸ்ரே படம். தலையைப் படம் பிடித்த இன்னொரு படம். ரத்த அழுத்தம், எல்லாமே நெகடிவ். அதாவது அவன் உடல்நிலையைக் காட்டும் சுபசகுன அறிகுறிகள். கிட்னியும் சரி என்றால், அவன் வீட்டுக்குப் போகலாம். எந்த நோயும் கிடையாதாம். வாடகை மட்டும் நாளுக்கு நாற்பது ரூபாய். சிகிச்சைக்குத் தனிப்பணம். மருத்துவமனை நிர்வாக டாக்டருக்கோ அவனது சகாக்களுக்கோ சைக்யாட்ரிஸ்ட்டிடம் அவனைக் காட்டவேண்டும் என்ற எண்ணமோ அவனைப்

பேச விட்டுக் கேட்க வேண்டும் என்ற தொழில் அக்கறையோ வாங்கிய பணத்தில் ஒரு சதவிகித அளவிற்குக்கூட வரவில்லை.

சுயம்பு, அந்தச் சேலை கட்டி ரகளை நடத்திய மறுநாளே சேரவில்லை. மரகதத்திற்கு என்று வைக்கப்பட்ட பணத்தை எடுக்க கறார் பேர்வழியான பிள்ளையாருக்குப் பிடிக்கவில்லை. அதோடு, நாட்டு வைத்தியம் பார்த்தார்கள். தலைக்குத் தைலம், வாய்க்கு அரிஷ்டம், கையில் ஒரு தாயத்து... யாராவது செய்வினை வைத்திருப்பார்கள் என்று ஒரு பூஜை. அப்படியும் இப்படியுமாய் ஒரு தோட்டத்தை அடகு வைத்து, இருபது நாட்கள் கழித்தே அவனை இங்கே சேர்த்தார்கள். இங்கே வந்து ஒரு வாரமாகி விட்டது. அப்பா ஒரு தடவை வந்தார். அண்ணன் பலதடவை வந்தான். மோகனா வெளியே நின்றே பார்த்துவிட்டுப் போய்விட்டாள். அக்கா வர முடியாது... அண்ணி வரவில்லை.

சுயம்பு, அந்தக் கல்யாண அழைப்பிதழை மாறி மாறிப் படித்துவிட்டான். கொல்லனூர் ராமசாமியின் சத்புத்திரன் மலைச்சாமிக்கும், நல்லாம்பட்டி பிள்ளையார் மகள் சௌபாக்கியவதி மரகதத்துக்கும், பெரியவர்கள் நிச்சயித்த திருமணம். வருகையை விரும்புவோர் என்ற பட்டியலில் சித்தப்பா, சித்தி, சண்முகம், ருக்குமணி பெயர். நிலக்கிழார் என்ற பட்டத்தில் ஆறுமுகப்பாண்டி. சுயம்பு என்ஜினீயராம்... அழைப்பிதழின் முகப்பில், அண்ணன் ஆதி நாராயணன் தங்கை ஆதிபராசக்தியை எல்லாம் வல்ல ஈஸ்வரனுக்கு சந்திரர்... சூரியர் சாட்சியாய் கைபிடித்துக் கொடுக்கும் டபுள் கலர் காட்சி!

சுயம்பு, அந்த அழைப்பிதழை இரண்டாய்ப் பிரித்து, தனது பேரை பெருமையாகவும் பார்த்தான். பார்த்துப் பார்த்து வெறுமையாகவும் சிரித்தான். இப்போதுதான் அவன் பெயர் பட்டி தொட்டி அளவில் முதல் தடவையாய் அச்சில் வந்திருக்கிறது. அதுவும் எப்படிப்பட்ட அறிமுகம்... என்ஜீனியர்!

சுயம்புபல்லைக்கடித்தான். அண்ணன் வந்தான்; அழைப்பிதழ் கொடுத்துவிட்டுப் போனான். ஆசையோடு பேசிய அண்ணன் கடைசியில் தன்னைக் கூட்டிக் கொண்டு போவதற்குப் பதிலாக "கலியாணத்தைப் பார்க்க முடியலியேன்னு ஏண்டா கலங்குறே... அக்கா, ஒரேயடியாவா போயிடப்போறாள். பத்து மாதத்துக் குள்ளே நம்ம வீட்டுக்கு வந்துதானே ஆகணும்" என்று நம்பிக்கையோடு சொல்லி விட்டுப் போய்விட்டான்.

சுயம்பு தனிமையில் தவித்தான். அவனிடம் பேச்சுக் கொடுக்க ஒரு காக்கா குருவிகூட கிடையாது. அந்தப் பக்கம் வரும் நர்ஸம்மாகூட, இவன் பொதுப்படையாக ஏதாவது கேட்டால்கூட, 'சுகமாயிடும்' என்று ஒரே வார்த்தையில் சுகமில்லாமல் பதிலளித்தாள். நர்ஸிங் படிப்பு படித்துவிட்டு, ஆயிரக்கணக்கில் பணம் பிடுங்கும் அந்த ஆஸ்பத்திரி - லாட்ஜில், அவளுக்குச் சம்பளம் ஐநூறைத் தாண்டவில்லை என்பது இவனுக்குத் தெரியாது. அவளும், தன்னை உதாசீனம் செய்வதாக நினைத்தான்.

சுயம்பு அந்தக் கலியாண அழைப்பிதழை எடுத்து வாயிலும் மூக்கிலும் அடித்தபடியே அந்த அறைக்குள் சுற்றினான். செக்குமாடு, இவனிடம் புண்ணாக்கைக் கேட்க வேண்டும். 'அக்கா கலியாணத்திற்கு போக முடியலையே... போக விடலையே... எக்கா... எக்கா, நான் இல்லாம ஒனக்குக் கலியாணமா?... மாப்பிள்ள அழகாச் சொன்னபோது எப்படிச் சிரிச்சே... எப்படி முகம் பொங்கிச்சு... எப்படி உதடுகள் பூவாய்ப் பிரிஞ்சுது... வாய்ச்சொல்லுக்கே இப்படிச் சிரித்து அக்காவே... ஒன்ன, அந்த அழகு மாப்பிள்ள பக்கத்திலே இருத்தி, நீ சிரிக்கிற சிரிப்பை நான் பாக்காண்டாமா... அக்கா... நான் இல்லாம ஒனக்குக் கலியாணமா...?

சுயம்பு உள்ளே இருக்க முடியாமலும் வெளியே போக முடியாமலும், அந்த அறைக்குள், சுற்றிச் சுற்றி வந்தான். காலில் ஸ்பீடா மீட்டர் கட்டி அது செயல்பட்டால் இருபது கிலோ மீட்டர் வேகத்தையும், முப்பது கிலோ மீட்டர் தூரத்தையும், காட்டியிருக்கும். திடீரென்று அவன் கால்களை அரைச் சுற்றாக்கி நின்றான். வாசலுக்குள் ஒரு காலும், வெளியே ஒரு காலுமாய் ஒருத்தி ஒதுங்கி நின்றாள். முப்பது வயது இருக்கலாம். உருண்டு திரண்ட மார்பகம். லட்சணக் கருப்பி, காதில், வெள்ளை வளையங்கள்.

அவள், அவனை ஒரு அபூர்வப் பொருளாகப் பார்த்தாள். கட்டிய பூவைத் தலையில் கட்டப்போவது போல் பார்த்தாள். லேசாகச் சிரித்துக் கொண்டே உள்ளே வந்தாள். ஏனோ தெரியவில்லை... அவனுக்கும் அவளருகே ஒரு சுகம்... ஏதோ ஒன்று இருவருக்கும் பொதுவாக நின்று, ஒருவரை ஒருவர் ஈர்க்கும்படி செய்தது. சுயம்பு கேட்டான்:

"நீங்க யாருக்கா?"

“பெறந்தது இந்த டவுனுதாம்பா... ஆனா பத்து வயசிலேயே ஓடிப்போயிட்டேன். ஏன் அப்படிப் பாக்கே. தனியாத்தான் ஓடினேன்! நீ இனிமேல் செய்யப் போறத நான் அப்பவே செய்தேன். இருபது வருஷத்துக்கு மேல ஆயிட்டுது. அம்மாவப் பார்க்க ஆசை. உயிரோட இருக்காங்க. ஒருத்தர் கழுத்த ஒருத்தர் கட்டிப் பிடிச்சு அழுதோம். ஆனாலும் அங்க வீட்ல இருக்க முடியாத நிலமை. இங்க வந்து, சும்மானான்னாலும் காலுல முள்ளு குத்திட்டுன்னு சொன்னேன். அதை எடுக்கணும்னேன். அதுக்கு முன்னாலே, அதாவது அந்த முள்ளை எடுக்கு முன்னால... ரத்தத்தை டெஸ்ட் செய்யணுமாம்... இன்னும் என்னெல்லாம் செய்யணுமாம். எனக்கும் வசதியாய் போச்சு... இங்கதான் இருக்கேன்”.

“நீங்க எந்த ரூமு...”

“ஒம்போது...”

“ஒட்காருங்கக்கா. ஒங்ககூட ஆண்டாண்டு காலம் பழகுனது போல தோணுது!”

“எம்மாடி... ஒன் ஒரு சொல் போதும்... ஆமா ஒன் கோளாறு இப்ப எப்படி இருக்கு?”

சுயம்பு அந்தப் பெண்ணையே வைத்த கண் வைத்த படிப் பார்த்தான். அவள் அவனை உடம்பிற்குள்ளும் உள்ளத்திற்குள்ளும் ஊடுருவதுபோல் பார்த்தாள். அவன் முகத்தில் சின்னச் சின்ன கரடுமுரடுகள். அவளைப் பார்த்ததும் ஏதோ இலக்கை அடைய முடியவில்லையானாலும், அடையாளம் கண்ட திருப்தி.

அவள் அவன் தோளில் கை போட்டு, ஏதோ பேசப் போனாள். அவனும் தனது கஷ்டங்களை, நஷ்டங்களை கண்ணீரும் கம்பலையுமாய் சொல்லப் போனான். இதற்குள் ஒரு பின்தலைக் கைக்குட்டை. அவளை விரட்டியது.

“ஒன் ரூமுக்கு நான் வந்தால், நீ இங்க இருக்கியே... போம்மா... பெரிய பெரிய டாக்டருங்க வருகிற சமயம்...”

“ஒனக்கு வசதிப்படும்போது, ஒன்பதாம் நம்பருக்கு வா..... ஒன்கிட்ட நிறைய பேசணும்!”

சுயம்பு தலையாட்டினான். நர்ஸம்மா, ஒப்புக்கு அவனையும், தின்கிற உப்புக்கு மெடிக்கல் தாளையும், உப்பு சப்பில்லாமல் பார்த்துவிட்டுப் போய்விட்டாள்.

சுயம்புவுக்கு மீண்டும் தனிமை வட்டியும் முதலுமாய் வந்தது. அவனுடன் போர் தொடுத்தது. ஒன்பதாம் எண் அறைக்குப் போனால், அங்கே இந்த நர்ஸம்மா...

சுயம்பு திரும்பி வந்தான். கலியாண அழைப்பிதழை மீண்டும் படித்தான். 'இந்நேரம் மாப்பிள்ளை வீட்டார் வந்திருப்பார்கள். என்னை விசாரிப்பார்கள். அந்த ரெட்டைப் பின்னல்காரி, நான் பஸ்ஸுல அடிபட்டதத் துப்பித்துன்னு உளறிடப்படாதே... அதோட அவளப் பத்தி நான் யார்கிட்டவும் சொல்லவே இல்லன்னு சொல்லணுமே... அவள் கிடக்காள்... அந்த 'ஆம்பளப் பயல்வ' மூர்த்தியும் முத்துவும் வந்திருப்பானுவளே... அண்ணன் அழைப்பிதழ் அனுப்பி, லெட்டரும் போட்டதா சொன்னானே. ஒருவேள டேவிட்டும், வரலாமோ... நான் சொல்லி அண்ணன் அவருக்கும் அனுப்பி வச்சாரே. டேவிட்... டேவிட்... உங்களுக்கு மூணு லெட்டர் எழுதிட்டேனே டேவிட், ஒரு லெட்டருக்குக்கூட பதில் எழுதலையே டேவிட். ஒருவேள என் வீட்டுக்கு வந்திருக்குமோ... அண்ணன் தரலியே... அவனுக்கு எங்க நேரம்? கலியாணத்துக்கு வரச்சொல்லி எழுதியிருந்தேனே டேவிட். நீங்க வருவீங்களா... எனக்குத் தெரியும். நீங்க வருவீங்கன்னு... நீங்க அங்க வந்து ஒங்கள வரவேற்க, நான் இல்லாட்டால், நல்லாருக்குமா டேவிட்! அதோட அந்த 'ஆம்பளப் பசங்கதான்' என்னப்பத்தி என்ன நினைப்பாங்க..."

சுயம்பு மெள்ள மெள்ளத்தான் ஒரு முடிவுக்கு வந்தான். அப்படி வந்ததும், அதுவே ஒரே ஒரு முடிவு என்று உறுதிப்படுத்திக் கொண்டான். அதேசமயம் அக்காவின் வாழ்க்கைக்கு எந்தக் குந்தகமும் வரக்கூடிய எதையும் செய்யக்கூடாது என்றும் உறுதி எடுத்தான். அதனாலேயே லுங்கியைக் கட்டப்போனவன், அதை வீசிப்போட்டுவிட்டு, பாண்டை மாட்டிக்கொண்டு, முழுக்கைச் சட்டையையும் 'இன்செய்து' கொண்டு புறப்பட்டான். "அதிக நேரம் இருக்கப்படாது... தாலி கட்டுன உடனேயே ஓடி வந்துடணும்... அந்தப் பயல்வளையும், டேவிட்டையும் இங்கே வரச் சொல்லணும்... கையில்தான், அண்ணன் கொடுத்த ரூபா இருக்கே... இங்கேயே ஹோட்டலுல வாங்கி கலியாணச் சாப்பட்டைப் போட்டுடலாம்... டேவிட்டுக்கு, என்ன பிடிக்கும்னு முதல்லேயே கேட்டு வச்சுக்கணும்... அவரு பக்கத்துல இருந்தே நானும் சாப்பிடணும்..."

சுயம்பு கதவைப் புத்திசாலித்தனமாய் உள் தாழ்ப்பாள் போட்டதுபோல், இடைவெளி இல்லாமல் இறுகச்

சாத்தினான். வெளித் தாழ்ப்பாள் போடாமலே, புறப்பட்டான். அந்த மருத்துவமனைக்கு முன்னால் வந்து நின்ற ஐந்து நிமிடத்தில் அந்தப் பட்டிக்காட்டுக்குப் போகும் டவுன் பஸ் வந்துவிட்டது. ஏறிக்கொண்டான். ஒரு ரூபாய் ஐம்பது பைசா டிக்கெட்.

18

அவன் அந்த ஊர்ப்பாதை வழியாய் நடந்து, கருவேல மரக்காட்டைத் தாண்டி, அதே இடுக்கு வழியாய் வீட்டுக்கு வந்தபோது-

வேப்ப மரத்தடியில் ஒரே ஆண்கள் கூட்டம். தென்னங்கீற்றுக் கொட்டகை. வீட்டுக்குள், பெண்கள் கூட்டம். முற்றத்தில் பெரிய பந்தல். சலவைத் தொழிலாளி கொடுத்த வெளுக்கப்போட்ட சேலைகள் மேலே உள்ள கீற்றுக் கொட்டகை ஓலைகளை மறைத்துக் காட்டின. பந்தலுக்குள்ளேயே ஒரு குட்டிப்பந்தல், விழா மேடை மாதிரியான ஜோடிப்புகள். கலர் பல்ப் தோரணங்கள். அவற்றிற்கு போட்டியாக மாவிலைத் தோரணங்கள். முன்பக்கம் குலை வாழைகள். பூணூல் போட்ட பெரிய செம்பு. அதன்மேல் மஞ்சள் தடவிய தேங்காய், அருகே நாழி, நெல், பக்கா. அதன் மேல் ஒரு விளக்கு... அதன் முன்னால் மேளச் செட்டு... பீப்பிச் சத்தம்...

கெட்டு மேளம் கொட்டியது. கூட்டம் முண்டியடித்தது. பந்தியில் ஒரு வரிசை. அதைப் பார்த்துக் கொண்டு மறுவரிசை. சுயம்புவை யாரும் சரியாகக் கவனிக்கவில்லை. அப்படிக் கவனித்தவர்களும் அவன் எப்படி வந்தான் என்பது மாதிரியும் பார்க்கவில்லை. பிள்ளையாருக்கு, பெரிய பெரிய வேலைகள். ஆறுமுகப்பாண்டிக்கு அவசர அவசரமான 'சோலிகள்'. வெள்ளையம்மா, பந்திப் பக்கம். கோமளம், எங்கிருக்காளோ...?

சுயம்பு துள்ளிக் குதித்து அக்காவின் அறைக்குள்ளே போனான். அவளைச் சுற்றி ஒரு பெரிய பெண் வட்டம். அதற்குள்ளும் சின்னச் சின்ன வட்டங்கள். அவன் அந்த வியூகங்களை அபிமன்யூ மாதிரி உடைத்துக் கொண்டு, உள்ளே போனான். 'ஆம்புள இப்படியா இடிச்சுட்டு வாறது' என்று பல பெண்கள் - குறிப்பாக வெளியூர் சொந்தங்கள் சொல்லிக் கொண்டிருக்கும் போதே, அக்காவைப் பார்த்தான்.

அவள் ஜெகஜோதியாய் மின்னினாள். பின்னலை மறைக்கும் சரஞ்சரமான பூக்கள். உச்சந்தலையில் வெள்ளி

வளைவு. ஒளியடிக்கும் கம்மல். ஒளிவிடும் சிவப்பு மூக்குத்தி. கண்ணொளி ஒரு பக்கம். பொன்னொளி மறுபக்கம். நீ மஞ்சள் காஞ்சிப் பட்டின் உடலொளி ஒரு பக்கம்... அக்கா காசுமாலையும், கழுத்துமாய் ஒட்டியாணமும் இடுப்புமாய் ஒளியாய், ஒளிரும் ஒளியாய் மின்னினாள். அபிராமி பட்டர் வர்ணிக்கும் அம்பாள் மாதிரி...

மரகதம் தம்பியின் கைகளைப் பிடித்துக் கொண்டாள். அவன் பேண்ட் போட்டிருப்பதைப் பார்த்து பெரு மகிழ்ச்சி. இங்கிலீஷ் டாக்டர்ன்னா இங்கிலீஷ் டாக்டர் தான். ஒரு வாரத்திலேயே குணப்படுத்திட்டாங்களே...

சுயம்பு சும்மா இருக்கவில்லை.

"எக்கா... ஒன் மாப்பிள்ளையப் பார்த்து மயங்கி விழப்போற பாரு... அர்ச்சுனன் பல்வரிசையைப் பார்த்துவிட்டு பவளக்கொடி மயங்கினாமே... அப்படி...."

"அப்போ மாப்பிள்ளைக்குத் தெத்துப் பல்லா... உதட்டை மீறி வெளியில தலைகாட்டுற பல்லா..."

எவளோ, ஒரு சித்தப்பா மகள், இன்னும் பார்க்காத மச்சானை, இப்போதே கிண்டல் செய்தாள். எல்லாப் பெண்களும் சிரித்தபோது, ஒருத்தி அவசரப்படுத்தினாள்.

"சரி... சீச்கிரமா கோயிலுக்குப் போயிட்டு வந்துடுவோம்... மாமன் சடங்கு, மாப்பிள்ளை அழைப்புன்னு ஆயிரம் இருக்கு. பையன் வீட்டார் வந்துகிட்டே இருக்காங்களாம். எம்மாளு மரகதம். இப்பவே இப்படி வெட்கப்படாதடி! அந்த ராத்திரிக்கும் கொஞ்சம் வச்சுக்க! ஏய் சுயம்புத் தம்பி, இந்த ரூம நல்லாப் பார்த்துக்கணும். எல்லாப் பொருளும் இங்கதான் கெடக்குது... யாரையும் வீட்டுக்குள்ள விடாத!"

சுயம்பு தலையாட்டினான். தம்பியைக் கோயிலுக்குக் கூட்டிப் போக நினைத்த மரகதம், தம்பியின் தலையை வருடிவிட்டு, நடந்தாள். சுற்றிலும் பெண்கள் சூழத் தேரோட்டமாய்ப் போனாள்.

சுயம்பு அந்த அறையை அங்குமிங்குமாய் நோட்ட மிட்டான். வெளியே ஒலித்த மேளச் சத்தம், வெளியேறிக் கொண்டிருப்பது போல் சிறுகச் சிறுகச் செத்துக் கொண்டிருந்தது. மணப்பெண் மரகதத்தை, பெண்கள் கோயிலுக்குக் கூட்டிப்போனபோது, அப்படிக் கூடவே போகாதது, சுயம்புவுக்கு ஏகப்பட்ட மகிழ்ச்சி.

இந்த அறையையும் அறைக்குள் இருப்பதையும் பார்த்துக் கொள்ள வேண்டும். எவ்வளவு பெரிய பொறுப்பு... யாரையும் உள்ள விடக் கூடாது. டேவிட் வந்தாலும்கூட... டேவிட் நீங்க வருவீங்களா... அக்காகிட்ட ஓடிப்போய் டேவிட் லெட்டர் போட்டாரான்னு கேட்கலாமா... வேண்டாம், அக்கா தப்பா நினைப்பாள். சந்தேகப்படுவாள்...

சுயம்புவிற்கு டேவிட்டை நினைக்க நினைக்க பாலை வனம், பசுஞ்சோலையானது. கண்கள் தானாய்க் குளிர்ந்தன. பற்கள் உதடுகளைத் தேனாய்க் கவ்வின. அந்த அறையை அவன் உற்றுப் பார்த்தான். அதோ அக்காவின் நிச்சயதாம்பூலப் புடவை. டேவிட்டுக்குப் பிடித்த வெளிர் மஞ்சள் கலர்.

சுயம்பு சிறிது யோசித்தான். ஆனாலும் டேவிட்டை நினைக்க நினைக்க அவன் உடம்பை அடக்கிய ஒன்றை, அடக்கப்பட்ட ஒன்று அடித்துப் போட்டு விட்டது மாதிரி தோன்றியது. அடக்கப்பட்ட மண்ணின் மைந்தர்கள், பீறிட்டு எழுந்தால் எப்படியோ அப்படி, 'சிவனே' என்று உள்ளே கிடக்கும் தீக்குச்சி உரசப்பட்டால் எப்படி 'சக்தி' வெளிப்படுமோ... அப்படி... கதவைச் சாத்திக் கொண்டான். தாளிட்டால் தப்பாய் நினைப்பார்கள். கொஞ்சநேரம் வரைதான். அக்காவும் அவள் பட்டாளமும் உதிரமாடன் கோயிலுக்குப் போய்விட்டு வீடு திரும்ப அரைமணி நேரம் ஆகும். இது பத்து நிமிட வேடம்.

சுயம்பு புடவையை மட்டும்தான் கட்ட நினைத்தான். ஆனாலும், அந்தப் பாவாடை, அது உடம்பில் பட்டாலே ஒரு சுகம். பாண்டுக்கு மேலே கட்டிக்கொண்டான். ஜாக்கெட் இல்லாத ஒரு பாவாடையா... பிரா இல்லாத ஒரு ஜாக்கெட்டா... சுயம்பு பெண்ணாகிவிட்டான். பீரோ கண்ணாடியைப் பார்த்து குங்குமமிட்டுக் கொண்டான். அப்படிக் குங்குமம் இட்ட தன் சொந்தக் கையையே டேவிட்டின் கையாகப் பாவித்துக் கொண்டான். வளையல் கிடைக்குமா என்று அங்குமிங்குமாய் நோட்டமிட்டான். அதற்குள்-

அந்த அறையின் கதவு ஒரேயடியாய் திறக்கப்பட்டது. ஒரே பெண் பட்டாளம். வெளியூர் வாடை. ஆனந்தக் கூத்தாய்ப் பேசினார்கள். 'பொண்ணு ரொம்ப ரொம்ப அழகா இருக்கே. அண்ணன் கொடுத்து வச்சவரு... ஆனால் தலை ஏன் இப்படி மொட்டையாய்... முடி ஏன் அப்படி? ஒருத்தி கேட்டாள். "மயினி கொஞ்சம் பின்னால் திரும்புங்க!"

சுயம்பு அப்படியே திகைத்து நின்றான். மலைப் பாம்பின் கொலைகாரக் கண்ணுக்குக் கட்டுப்பட்டு அப்படியே நிற்கும் இரை மாதிரி நின்றான். முன்னாள் பிள்ளைத்தாய்ச்சியை, குழந்தையும் இடுப்புமாய்ப் பார்த்தான். அவளோ, கல்யாண மாப்பிள்ளையான அண்ணன் சொன்ன சில சந்தேகங்களை மனத்தில் திருப்பிக்கொண்டு, அதே சமயம், அவசரப்படக் கூடாது என்று சில சந்தேகங்களைக் கேட்டாள்.

“நீங்கதான் மணப்பெண்ணா?”

“இல்ல, பொண்ணுக்குத் தங்கச்சி...”

“பேரு...”

“பேரா... பேரு...”

அவனுக்கு, உடனடியாய் பொய் சொல்லத் தெரியவில்லை. அவளோ, அவனருகே பேயாகப் போனாள். மற்றப் பெண்கள் தடுத்தும் கேளாமல், அவன் கரண்டைக் காலில் நீட்டிக் கொண்டிருந்த ஒன்றைப் பார்த்துவிட்டு அவன் சேலையை உரிந்தாள். பாவாடையோடு நின்றவனைப் பார்த்தாள். அந்தப் பாவாடைக்கு மேலே பெல்ட் போட்ட பேண்டின் வட்டம், கீழே அதே மாதிரியான, இரண்டு சின்ன வட்டங்கள். ஆரம்பத்தில் அவள்கூட கத்தப்போனாள். ஆனாலும் நிதானப்பட்டாள். அலறியடித்து அமர்க்களம் செய்யப்போன பெண்களை, பேசாமலிருக்கும்படி ஆள்காட்டி விரலை உதட்டில் வைத்து, அவர்களோடு வெளியேறினாள். கூட வந்தவர்களை மீண்டும் பேசாதீர்கள் என்பது மாதிரி சைகை செய்தாள். அண்ணன் சந்தேகப்பட்டது சரியாப் போச்சு.

சுயம்பு சிறிது நேரம் புரியாமல் விழித்தான்; பிறகு அவசர அவசரமாய் சேலையை மடித்து வைத்துவிட்டு, பாண்டைப் போட்டுக்கொண்டே சட்டையையும், மாட்டிக் கொண்டு வெளியேவந்தான். திண்ணைப்பக்கம் அவள்களின் முதுகுகளைப் பார்த்து, “நான் மரகதக்காக தங்கச்சி, சுயம்புவுக்கும் தங்கச்சி. சில சமயம் பாண்ட் போடுவேன். சில சமயம் சேலை கட்டுவேன். ரெண்டுமே பிடிக்கும்” என்றான். காலதாமதமான பொய். பிள்ளைத்தாய்ச்சி காலம் கடத்த விரும்பவில்லை. சுயம்புவைப் பார்த்துச் சிரித்தாள்.

“அங்கே போய் இருக்கோம்” என்றாள். அவனையே வெறித்துப் பார்த்த சந்திராவின் பின்னலைப் பிடித்து இழுத்தபடியே வெளியேறினாள்.

சுயம்புவுக்கு அவர்களைச் சமாளித்துவிட்ட திருப்தி. அவர்களுக்குத் தான் ஒரு நாகரிகப் பெண்ணாக தோன்றுவதில் ஒரு சந்தோஷம். அரைமணி நேரத்தில்-

அந்தப் பந்தல் முழுக்க ஒரே சத்தம். இன்னது என்று தனித்துப் பிரிக்க முடியாத சந்தைச் சத்தம். அதையும் மீறிய வெள்ளையம்மாவின் ஒப்பாரிச் சத்தம். ஆறுமுகப்பாண்டியின் கத்தல், கதறல், அதே ராமசாமிக் கிழவர் இப்போது மேளம் நின்ற வீட்டில் யாருக்கோ உபதேசிப்பதுபோல் உபதேசித்தார்.

"எல்லாம் நன்மைக்கேன்னு எடுத்துக்கப்பா... கலியாணம் மட்டும் யார் யாருக்கு கொடுப்பனையோ... அங்கதான் நடக்கும். ஆனாலும் செருக்கி மவளுவ தந்திரக்காரிங்க. இந்தப் பய கோலத்தைப் பார்த்துட்டு, சத்தம் போடலை பாரு! அப்படிப் போட்டால், நாம் அவங்களை அதட்டி ஊரு விட்டு ஊரு வந்த மாப்பிள்ளய கட்டாயப்படுத்தி தாலி கட்ட வச்சிடுவோம்னு நல்லாவே தெரிஞ்சு வச்சிருக்காளுவ. மாப்பிள்ளை காருக்கு முன்னால வேனுல வந்து... ஒன் மகன் போட்ட கோலத்தை பார்த்துட்டு எதையோ கோணச் சத்திரத்தில வச்சிட்டு வந்ததாய் ஏமாத்தி வேனுக்குள்ள ஏறிப் பறந்து, வழியில வந்த மாப்பிள்ள காரையும் மடக்கி திரும்பி கரிச்சான் குருவி பறந்தது மாதிரி பறந்துட்டாளுவ பாரு. அப்படியும் ரோட்டுல ஒருத்தன்கிட்ட 'பொண்ணோட குடும்பம் பொட்டக் குடும்பம். பிடிக்காம போறோம்னு' சொல்லிட்டுப் போயிருக்காளுவ பாரு! தந்திரக்காரப் பயமவளுவ... சரிப்பா, போனது போகட்டும்... போட்ட பந்தலப் பிரிக்கப்படாது... பேசாம நம்ம வத்தல் வியாபாரிக்குக் கட்டி வச்சிடலாம். ஐம்பது வயசுலயும் கலியாணம் செய்த ஆம்பளைங்க இருக்கத்தானே செய்யுறாங்க.

பிள்ளையார் அவலத்தை ஆத்திரமாக்கினார்.

"மச்சான், யானை படுத்தாலும் குதிரை மட்டம் மச்சான். இதைவிட, கண்ணுக்குக் கண்ணா வளத்த மகள எருக்குழியில பொதைச்சிடலாம் மச்சான். நீரு இப்போ எனக்கு மச்சானாப் பேசல. அந்த செரங்குப் பயலுக்கு பெரியப்பாவா பேசுறீரு... வீட்ட விட்டுப் போறீரா மச்சான்?"

ராமசாமிக் கிழவர் வீறாப்பாய் போனபோது, பிள்ளையார் சுயம்புவைத் தற்செயலாப் பார்த்து விட்டார். ஒரு கம்பை எடுப்பதற்காக மணப்பந்தலை இழுத்துப் போட்டார். அது சரிந்தபோது, ஒரு கம்பை உருவினார். சுயம்புமேல் மேலும்

கீழுமாய் உச்சியும் பாதமுமாய் படர விட்டார். உச்சி பிய்ந்தது. நெற்றி பீறிட்டது. சுயம்பு அங்குமிங்குமாய் ஓடினான். ஓடிய பக்கமெல்லாம் அடி. பிறகு அப்படியே நின்று கொண்டான். கையைக் கட்டிக்கொண்டு, 'அடித்துக் கொல்' என்பது மாதிரி. பிள்ளையாரை நாலுபேர் பிடித்துக் கொண்டார்கள். ஆறுமுகப்பாண்டி அப்பாவின் வாரிசானான். அந்தக் கம்பை எடுத்தே தம்பிக்கு மூக்கில் ரத்தம் வடியுமாறு அடி கொடுத்தான். தோள் தோலை உரித்துக் காட்டினான். அப்போது மரகதம் கோவிலில் இருந்து அலங்கோலமாய் வந்தாள். நான்கு பெண்கள் அவளைப் பிணத்தைப் பிடிப்பதுபோல் பிடித்துக் கொண்டனர். கல்யாணம் ஆகுமுன்பே கலைந்த நெற்றி, விரிந்த முடி...

சுயம்பு 'எக்காய்...' என்று பீறிட்டு ஆறுமுகப்பாண்டியின் பேய்க் கூத்தாடும் கம்புக்கு இடையே ஓடினான். அக்காவின் காலைக் கட்டிக்கொண்டு அழுதான். அவள் சீறினாள். துக்கமும் கோபமுமாய்க் கத்தினாள்.

"சீ... யாருடா ஒனக்கு அக்கா... என் வாழ்க்கையை கெடுக்கறதுக்குன்னே உடன் பிறந்தே கொல்லும் நோயுடா, நீ! இப்ப உனக்கு சந்தோஷம்தானேடா!"

சுயம்பு அக்காவைப் பார்த்தான். நெருப்புச் சூட்டை விடப் பெரிய சூடு! பந்தல் கம்பு அடியைவிட பெரிய அடி! சுயம்பு தேங்காய் உடைப்பதற்காக இருந்த அரிவாளை எடுத்து பித்தனாகி நின்ற அப்பனிடம் கொடுத்தான். அவர் சும்மா இருக்கவே அண்ணனிடம் கொடுத்தான். அவனும் அசைவற்று நிற்கவே அந்த அரிவாளை எடுத்துத் தனது கழுத்துக்குக் குறி வைத்தான், இரண்டு பேர் வந்து பிடித்துக் கொண்டார்கள்.

சுயம்பு அக்காவைப் பார்த்தான். அவளோ எங்கேயோ நிற்பதுபோல் நின்றாள். 'எக்கா' என்று வாய் முட்ட வந்த வார்த்தையை மீண்டும் நெஞ்சுக்குள் முட்டி மோதவிட்டு, அவன் வெளியே ஓடினான். திக்கறியா, திசையறியா இடத்துக்கு... மனித வாடையே இல்லாத காட்டுக்கு...

19

சுயம்பு அந்த ஒன்பதாம் எண் அறைக்குள் ஒரேயடியாய்ப் போவதுபோல் போனான்.

அவன் மருத்துவமனையை விட்டுப் புறப்படுவதற்குச் சிறிது நேரத்திற்கு முன்புவரை, அவனை அன்பொழுகப்

பார்த்த அதே அவள், இப்போது உலரவிட்ட தலைமுடியை ஒருசேர பிடித்தபடியே அவனைப் பார்த்தாள். எழுந்து, அவன் அருகே போய், அவன் கையைப் பிடித்து ஒரு நாற்காலியில் உட்கார வைத்தாள். அந்தத் தீண்டலே அவனுக்கு ஒரு சுகமாக இருந்தது. அவளோ, அவன் அலங்கோலத்தையும், சதைச் சிதைவுகளையும் துக்கத்தோடு பார்த்துவிட்டுப் பரபரத்தாள். 'அய்யய்யோ என்ன கொடுமைடி' என்று அரற்றியபடியே, மலைத்து நின்றாள். அவனிடம் ஆறுதலாகப் பேசுவதற்கு மாறி மாறி அவனிடம் முயற்சித்தாள். முடியவில்லை. வார்த்தைகளே பனிக்கட்டிகளாகி, கண்கள் வழியாகக் கசியப்போவது போன்ற நிலை. அவன் செம்பட்டை மீசை வைத்துக்கொண்டது மாதிரி நீளவாக்கிலான ரத்தக்கோடு. கழுத்தில் ரத்த உழவுத் தடயங்கள். கீழே இருக்கிற மண் மேலே வருமே, அப்படி சதை தெரிந்தது. தோள்பட்டை துணி கிழிந்து, ரத்த உரைச்சலில் உறைந்து கிடந்தது. அந்தக் கம்பைப் பதிய வைத்த சின்னச் சின்னத் தடயங்கள். உச்சந்தலை கருப்பு முடியும், ஒரு சிவப்பு நிறம், உடம்பின் ஒவ்வொரு பகுதியிலும் ஏதோ ஒரு பாதிப்பு. கண்களிலும் அது இருக்க வேண்டும் என்பதுபோல், அது நீரைச் சுரந்தது.

அவள் கதவை நிதானமாக, வெளியே எட்டிப் பார்த்துச் சாத்தினாள். ஏதோ பேசப் போனவளை, வேண்டாம் என்று தலையாட்டிவிட்டு, அவன் சட்டையைக் கழட்டினாள். முதுகில் ரத்தத் திரவத்தோடு ஒட்டிக் கொண்டிருந்த, சட்டைத்துணி வர மறுத்தது. அவள் அதைப் பிய்த்தெறிந்தாள். ஏற்கனவே இற்றுப் போயிருந்த பனியனை அற்றுப் போட்டுவிட்டு, பாண்டையும் கழற்றி, அவனை ஜட்டியுடன் நிறுத்தினாள். கட்டிலில் வைத்த பனியன் குவியலை, ஒன்று திரட்டி ரத்தக் குவியில்களைத் துடைத்தாள். ரத்தக்கோடுகளை அதன் ஓரங்களில் துடைத்துவிட்டாள். அவனைக் கீழே குனித்து தலையின் ரத்தக் கசிவைப் போக்கினாள். அவன் வாதையை மெல்வது போல் பல்லைக் கடித்தான்.

அவள் வெளியே ஓடினாள், கதவைச் சாத்தினாள். அவன் கதவைத் தட்டியபோது அதை மெல்லத் திறந்து 'சத்தம் போடாதே... மருந்து வாங்கிட்டு வந்துடறேன்' என்று சொல்லிவிட்டு, யாரோ கீழே உருட்டி விட்டது போல் படி வழியாய் ஓடினாள், நல்லவேளை... அப்போதுதான்

மருந்துக்கடை பாதி மூடப்பட்டது. அந்தக் கடை அந்த மருத்துவமனை டாக்டர்களின் சீட்டுக்களிலில்லாமல், மருந்து மாத்திரை கொடுக்காத கடை. ஆனாலும் இவள் கெஞ்சிய கெஞ்சலில், டிஞ்சரைக் கொடுத்தது. வெட்டுக்காயம் என்றவுடன், தன்னை டாக்டராக அவள் அங்கீகரித்து விட்டதாகக் கருதி, கடைக்காரர், நான்கைந்து மாத்திரைகளைக் கொடுத்து, எந்தவேளைக்கு எது என்று விளக்கினார். பிதுக்கினால் பிசின் மாதிரி வரும் ஒரு டியூபையும் கொடுத்தார். அவள் மூன்று பத்து ரூபாய் நோட்டுக்களை நீட்டி எட்டு ரூபாயைத் திரும்ப வாங்கிக் கொண்டு, மலை ஏறுவதுபோல் படியேறினாள், மூன்று மூன்று படிகளாக அவள் தாவிக் குதித்ததால், மாடி முனைக்கு வந்ததும், அவளால் நகர முடியவில்லை. மூச்சு முட்ட அறைக்குத் திரும்பினாள். அவனோ, முட்டிக் காலில் கை ஊன்றித் தலையை அந்தரத்தில் தொங்க விட்டு அசைவற்று இருந்தான்.

அந்தப் பெண் அவனைத் தூக்கி நிறுத்தினாள். உடம்பு முழுவதற்கும் அந்த ஒரு பாட்டில் டிங்சர் அயோடின் தேவையாக இருந்தது. பஞ்சு அதை முழுமையாக உறிஞ்சிவிட்டது. அவன் காயங்கள் அந்தப் பஞ்சு ஈரத்தை அடியோடு வாங்கிக் கொண்டன. அவ்வப்போது அவன் வலி பொறுக்காமல் துடித்தான். அவனை அறியாமலே ‘எம்மா, எப்பா’ என்ற வார்த்தைகள் வந்தன. அவன் அவற்றையும் கடித்துக் கொண்டான். நிறுத்திக் கொண்டான்.

இதற்குள், அந்தப் பெண் அவனுக்கு ஒரு மாத்திரையைக் கொடுத்துவிட்டு, அவனைக் கட்டிலில் கைத்தாங்கலாகக் கிடத்தினாள். பிசின் மருந்தைப் பிதுக்கி, அதை அவன் ரத்தச் சதைகளுக்கு வெள்ளைக் கொப்பளங்கள் போலாக்கி, தடவிவிட்டாள். பிறகு வாயைக் கைக்குக் கொண்டுபோய் அந்தக் கை வழியாய்ப் பேசுவது போல் பேசினாள்.

“ஒன்ன எந்தப் பாவிடா இப்படிப் பண்ணுனது... அவன் வீட்லயும் ஒரு பொட்டை விழும். வேணுமுன்னாப் பாரு...”

அவன், தலையைத் தூக்கப் போனான். ஏதோ பேசப் போனான். அவள் ஒரு கையை அவன் தலையில் வைத்துக் கொண்டு, இன்னொரு கையால் அவன் உதடுகளை ஒட்ட வைத்தாள். தலையணையை எடுத்து அவன் தலைக்கு அணையாக்கினாள். பின்னர், அந்தத் தலையைத் தன்பக்கமாகத் திருப்பி வைத்துக்கொண்டே சில கேள்விகள் கேட்டாள்.

"ஒன் பேரென்ன?"

"சுயம்பு!"

"சுயம்புன்னா தானாய் முளைத்த லிங்கம்னு பேரு... அதுக்கு எந்த அபிஷேகமும் கிடையாது!"

அவள், எதையோ யோசிப்பதுபோல் தலையை வேறு பக்கமாய்த் திருப்பினாள். அவன், அந்தத் தலைபோன பக்கம் கண்களைச் சிரமப்பட்டுத் திருப்ப வேண்டியதாயிற்று. அவள், தன் கண்களைத் துடைத்துவிட்டு, அவன் பக்கம் மீண்டும் திரும்பினாள்.

"ஒனக்கு பொம்பங்ளைங்க மாதிரியே புடவை கட்டணும். வளையல் போடணும்னு நெனப்பு வருமா?"

"இன்னும் வருது... இவ்வளவு அடிச்ச பிறகும் வருது!"

"வரட்டுமே... என்ன குடி முழுகிப் போச்சு. இதே மாதிரி, ஆம்புளங்களைப் பார்த்தா ஆசை வருமா? அவங்களை வெறும் உடம்போட பார்க்கக் கூச்சமா இருக்குமா.."

"ஆமாக்கா... ஆமாக்கா! ஆனா டேவிட்டை நெனச்ச பிறகு, அவர்மேல மட்டும்தான் மனசு நிக்குது!"

"ஒனக்கு ஒரு டேவிட்டுன்னா, எனக்கு ஒரு முனீர் அகமது... இப்போ இவனுவ முக்கியமில்ல! இவனுவளக்கு நாமும் முக்கியமில்ல.... விட்டுத் தள்ளு. நீ வீட்டுக்குத் தெரியாம அடிக்கடி சேலை கட்டுவியா..."

"ஆமாம்.. அதனாலேயே எங்க அக்கா கல்யாணம் நின்னுபோச்சு!"

"அடக்கடவுளே... அழாதப்பா.. ஒங்க அக்காவுக்கு இன்னொருத்தன் இனிமேலா பிறக்கப் போறான்?"

"கண்டிப்பா எங்க அக்காவுக்குக் கல்யாணம் நடந்துடும்னு சொல்றீங்களா...?"

"ஏன் நடக்காது... எதுக்காக நடக்கப்படாது... கண்டிப்பாக நடக்கும்..."

அந்தப் பெண்ணால், அதற்குமேல் கேள்வி கேட்க விருப்பமில்லை. அவள் மனமும் நின்றுபோன கலியாணத்தையே நினைத்தது. இதற்குள் அவன்தான் தானாகப் பேசினான்.

"அப்பா சூடு போட்டார்! அண்ணன் சூடு கொடுத்தான்! அப்படியும் எனக்கு சொரணை இல்லாம போயிட்டே... எங்க

அக்கா, எவ்வளவு சொல்லியும் என்னால சேல கட்டாம இருக்க முடியலையே... பொம்பளங்க பக்கத்துல அவங்களோட அவங்களா நிக்கணுமுன்னு வருகிற ஆசையை தடுக்க முடியலையே!"

திடீரென்று, அந்தப் பெண் அவன் தலையைத் தூக்கி தன் மடியில் போட்டுக் கொண்டாள். அவன் நெஞ்சை நீவிவிட்டாள். அவள் கண்ணீர் அவன் மார்பை நனைத்து அவையும் நெருப்புக் கொப்புங்கள்போல் நின்றன. அவள் கீழே குனிந்து குனிந்து தனது நெற்றியால் அவனது நெற்றியை லேசாய் முட்டி முட்டியே சன்னக் குரலில் ஒப்பாரி வைத்தாள்.

"என் மகளே... என் மகளே... நானும் ஒன்ன மாதிரி, ஒரு நல்ல குடும்பத்துல பிறந்து, நீ பட்ட அத்தன கொடுமைகளையும் பட்டவள்தாண்டி! கைய ஒடிச்சாங்கடி! தலையை மொட்டையடிச்சாங்கடி! எல்லாருக்கும் மாதிரி, ஒன்ன மாதிரி - என்ன மாதிரி இருக்கிற அத்தனபேருக்கும் கிடைக்கிற மாதிரி எனக்கும் சூடு கிடைச்சுதுடி! நம்மள மாதிரி யாரும் பெறக்கப்படாதுடி... பெறந்தாலும் இருக்கப்படாதுடி..."

"எக்கா... என்னல்லாமோ பேசுறீங்க..."

"பேச வேண்டியதுதாண்டி பேசறேன் என் மகளே... நான், இனிமேல் ஒனக்கு அக்கா இல்ல-அம்மா ஒன்னப் பெறாமல் பெத்த அம்மா... எத்தனையோ பேரு எங்கிட்ட தத்தெடுக்கச் சொல்லி வந்தாளுவ... நான்தான் யோசிச்சேன்... ஒரு மகள் இருந்தாலும்-அது உருப்படியா இருக்கணும்னு நிதானிச்சேன். என் புருஷன் கூத்தாண்டவர் சத்தியமாய் சொல்றேண்டி..."

"ஒன் புருஷன் கூத்தாண்டவர் எங்க இருக்கார்..."

"கல்லாய் இருக்கார்... கட்டையாய் இருக்கார்... கூவாகத்துல இருக்கார்... பிள்ளையார் குப்பத்துலயும் இருக்கார்... இதெல்லாம் ஒரு நிமிஷத்துல சொல்ல முடியாத சங்கதி என் மகளே... ஒரு தடவை நீ என்ன அம்மான்னு கூப்பிடுடி... அப்பதான் நீ என்ன ஒப்புக் கொண்டதா அர்த்தம்டி..."

"மாட்டேன்கா... எனக்கு அம்மா பிடிக்காது... அவள் தானே என்ன இப்படி பெத்துப் போட்டுட்டாள்."

"கூத்தாண்டவர், பெண் கேட்டா அவள் என்னடி செய்வாள்... எங்கம்மா, என்னப் பார்த்து துடிச்சது மாதிரிதான் அவளும்

துடிச்சிருப்பாள். ஆனாலும், எப்படியோ என் கூட்டுல தூக்கிப் போட்ட குயிலு முட்டை நீ... ஒன்ன அடைகாத்து ஆயுள் வரைக்கும் பராமரிக்க வேண்டியது. என்னோட பொறுப்பு!"

"அப்படின்னா..."

"நான் ஒனக்கு அம்மான்னா அம்மாதான். நாம எங்க போனாலும் ஒண்ணாத்தான் போவோம்! ஒரே பாயில தான் படுப்போம். ஒரே தட்டுலதான் சாப்பிடுவோம்... நீ என்ன அம்மாவா பார்த்துக்கணும்... நான் ஒன்ன மகளா நடத்தணும்.. கூத்தாண்டவரே, கூத்தாண்டவரே, ஒனக்கு பொண்ணு கிடைச்சது போதாதா... இன்னுமாய்யா ஒனக்கு ஆசை தீரல... இந்த சின்னப் பனங்குருத்த இப்படி கோர ஓலையா ஆக்கிட்டியே, ஆக்கிட்டியே.."

"எனக்கு எதுவுமே புரியமாட்டேக்கு அக்கா..."

"இன்னுமாடி நான் ஒனக்கு அக்கா... கடைசியா கேக்கேன் என் மவளே.. என்னை இந்தக் கணத்திலேருந்து அம்மான்னு கூப்பிடணும்... ஆனாலும், நான் ஒன்ன வற்புறுத்த மாட்டேன். பச்ச பனந்தோப்புல இடி விழுந்த மரமா நிற்கிற இந்தப் பாவிய அம்மான்னு சொல்லுறதும் சொல்லாததும் ஒன்னோட இஷ்டம்..."

அந்தப் பெண், இப்போது பேச்சடங்கி உட்கார்ந்தாள். பிறகு மடியில் கிடந்த சுயம்புவின் தலையைத் தலையணையில் வைத்துவிட்டு எழுந்தாள். கரங்கள் இரண்டையும் முன்பக்கமாகவும், பின்பக்கமாகவும் கட்டிக் கொண்டு நடந்தாள். அவ்வப்போது சுயம்புவின் வாயை வாயை மட்டுமே பார்த்தாள்.

சுயம்பு தலையைப் பிடித்துக் கொண்டே யோசித்தான். அவள் துடித்த துடிப்பை அழுத அழுகையைத் தாயினும், சாலப் பரிந்த நேர்த்தியை நினைத்துப் பார்த்தான். இவள் வெறும் தாயாகமட்டும் தெரியவில்லை. ஆதிபராசக்தி லோகமாதா.. பெறாமல் பெற்றவள்.

சுயம்புவின் கண்களில் தாரை தாரையாக நீர், எலும்பு கசிந்து கண்வழியாய் திரவமாவது போன்ற தெளிநீர். உதடுகள் துடித்தன. நாடி நரம்புகள் ஒவ்வொரு அணுவும் பூரித்துப் பூரித்துப் புது மெருகாகிறது... உடம்புக்குள் அவனை இதுவரை துன்புறுத்திய ஒன்று. அவன் உடம்பு முழுவதும்

ஒய்யாரமாக வியாபிக்கிறது. ஒரு ராட்சஸி, வேடம் கலைத்து தேவதையாகிறாள். ஆனாலும் அவனை ஒரு அசுரன், ஒற்றைக் கொம்பன் ஈட்டியால் குத்தப் போகிறான். இதோ நிற்கிறாளே, இந்தத் தாய், இவள் ஆவியாகி அவன் வாய் வழியாய் உள்ளே போகிறாள். அந்த அசுரனை, துவம்சம் செய்கிறாள். அவள் வெட்டிப் போட்ட ஒவ்வொரு துண்டுகளையும், வாய் வழியே வெளியே வீசுகிறாள். பிறகு வெளியே வருகிறாள், உஷ்ண சூரியனாய் நிற்கிறாள். நெருங்க நெருங்க எரிக்காத பெண் சூரியன், இந்தக் 'கட்டாந்தரைக்கு' வாழ்வளிக்கும் சூரியத்தாய்...

சுயம்பு, ஒரு குழந்தை எப்படி முதலில் அந்த வார்த்தையை உச்சரிக்குமோ அப்படி உச்சரித்தான்.

"அம்...ம்...மா...அ...ம்...மா.... அம்மா... அம்மா..."

அவள், அப்படியே ஓடிவந்தாள். அந்தக் கட்டில் சட்டத்தில் முகம் போட்டு அவன் மார்பில் சாய்ந்தாள். அவன் கைகளை எடுத்துத் தன் கழுத்தில் கோத்துக் கொண்டாள். 'மகளே... என் மகளே' என்று ஒரே ஒரு தடவை ஒரு சின்னச் சத்தம். அப்புறம் தாயும் மகளும் அதே நிலையில், அதே பிடிவாரத்தில், காலத்தையும் பிடித்து வைத்துக் கொண்டது போன்ற பிடி. வாழ்வில் பிடிபடாத ஒன்றைப் பிடித்துவிட்ட திருப்தி. மூத்தவளுக்கு ஒரு ஆறுதல். சின்னதுக்கு ஒரு அடித்தளம்.

அந்தப் பெண் கண் விழித்தாள். தன்னை மறந்து அவளையே பார்த்த சுயம்புவிடம் நாத்துடிக்க பேசினாள்:

"மகளே, மகளே... நீ பட்டது போதும் மகளே... இந்த தாய்கிட்ட ஒன் சுமையைக் கொடுத்துடு மகளே... என் சுமை ஒனக்கு வேண்டாம். ஆனால் ஒன் சுமை எனக்கு வேணும்... நெல்லுல சாவியாகி, முட்டையில கூமுட்டையாகி ஆணுலயும் சேராமல், பெண்ணுலயும் சேர்க்காமல் அலியாப்போன ஒன்னோட கதையை சொல்லு மகளே... தாய்கிட்டச் சொல்லாம யார்கிட்ட சொல்லுவே மகளே! சொன்னாத்தானே மகளே. பாரம் தீரும்... வாய் வழியாத் தானே அந்தப் பாரத்தை நானும் வாங்கிக் கொள்ள முடியும்..."

சுயம்பு மெள்ள மெள்ளப் பூ விரிவது போல் தனது கதையை சொல்லப் போனான். குரலில் கவலை வந்தாலும், கண்ணில் நீர் வரவில்லை. இந்த அம்மா பார்த்துக் கொள்வாள் என்பது மாதிரியான நம்பிக்கை. சொன்னான் - அப்படிச் சொன்னான்....

சுவர்க்கடிகாரம் மும்முறை வேறு வேறு விதமாய் அடிக்கும் வரை சொன்னான். அவள், அவன் உணர்ச்சிப் பெருக்கான சமயங்களில் சிறிது நேரம் பேசவிடாமல் தடுத்தாள். அவன் பத்து வயதிலேயே லேசு லேசாய் எட்டிப் பார்த்த பெண் போக்கை வென்றெடுத்தவீரத்தைச் சொன்னான். பிளஸ்டூவுக்குவந்தபோது பாதி உணர்வுகளை ஆக்கிரமித்த பெண்ணாகிய பேருணர்வு பதுங்கிப் பாயும் புலியாகி, பொறியியல் கல்லூரிக்குப் போன ஒரு மாத காலத்திற்குள்ளேயே தன்னைக் கவ்விக்கொண்டதை அந்த ரத்தப்பசி தாகம் அடங்காமல் அக்காவையும் கொல்லாமல் கொன்று போட்டதை, அழுதழுது சொன்னான். இப்போது அவளும் அழுதாள். அவனைக் கட்டிப் பிடித்துக்கொண்டே ஓலமிட்டாள்.

"நானாவது தற்குறி மகளே! பிறக்கும்போதே வயலுல புரண்டவள் மகளே! ஆனால் நீ படிச்சவள். என்ஜினீயராக கனவு கண்டிருக்கே... கண்ட கனவு பலிக்கலையே... இந்த நாட்ல, காது கேளாதவனுக்கு சைகை சொல்லி விளக்குறாங்க. கண்ணில்லாதவன் கையப் பிடிச்சு வழி காட்டுறாங்க... ஆனா நம்பள மாதிரி பொட்டைங்கள கடிச்சுக் குதறுறாங்களே மகளே... ஒன்ன எப்படித்தான் வாழவைக்கப் போறேனோ! இந்த அம்மா உயிரோட இருக்கது வரைக்கும் ஒன்ன கண்கலங்க வைக்கமாட்டேன் ராசாத்தி... கண்ணீரத் தொடடி என் கண்ணே..."

அந்தப் பெண்ணே இப்போது சுயம்புவிற்காக கவலைப்படுவது போலிருந்தது. ஆனாலும் அந்த சுமையிலும் ஒரு சுவை இருப்பது போல் நகத்தைக் கடித்தாள். இப்போது சுயம்புவே நிலமையை விளக்கினான்.

"எக்கா... இல்ல.. இல்ல... அம்மா... ஒருவேள எங்க அண்ணனும், எங்கப்பாவும் என்னத் தேடி வரலாம். அவங்க மனசும் ஏழை.. ஆனாலும் எனக்கு அவங்கக்கூட போக இஷ்டமில்ல, ஒன்கூடத்தான் வருவேன்..."

"இந்த வார்த்தை கேட்க என்ன தவம் செய்தேனோ? நீ சொல்றதும் ஒரு வகையில சரிதான் மகளே... பேசாம பஸ் ஸ்டாண்டுக்கு போயிடலாம் மகளே.. இனிமேல் காலைலதான் பஸ் கிடைக்கும். ஆனாலும் இப்பவே போயிடலாம் மகளே! ஒன் ரூமுல போயி எடுக்க வேண்டியதை எடுத்துக்கடி!"

"ஒரு துரும்பக்கூட எடுக்கமாட்டேன்..."

“அது ஒரு வகையில சரிதாண்டி. இதோ என் டிரங்க் பெட்டி. இந்தா சாவி, எந்தப் பாவாடையை வேணுமுன்னாலும் எடுத்துக்கோ, எந்தச் சேலைய வேணுமுன்னாலும் கட்டிக்கோ.... நான் கணக்கு முடிச்சுட்டு வர்றேன். என்னோட ஆஸ்பத்திரி கணக்க சொல்றேன்...”

“என்னோட கணக்கும்...”

“வேண்டாம் முடிக்க வேண்டாம்... காசுக்கா சொல்லலல்ல... ஆனா, அதுவும் முக்கியம்தான்... எங்கப்பா குதிருக்குள்ள இல்ல என்கிற மாதிரி ஆயிடும். பழைய கணக்கை மறந்துடு. புதிய கணக்கை துவக்கலாம். கதவை சாத்திக்கோ... கட்ட வேண்டிய புடவய கட்டிக்கோ... அம்மா ஒரு நொடியில வந்துடறேன்...”

அவளோ அல்லது அவனோ அல்லது அதுவோ வெளியேறியதும் சுயம்பு ரத்தச் சேறான பேண்ட், சட்டைகளைக் கழற்றி, அவற்றை ஒரே சுருட்டாய் சுருட்டி, ஒரு மூலையில் எறிந்தான். பிறகு எறிந்ததை எடுத்து தலைக்கு மேல் மூன்று தடவை சுற்றி அவற்றின்மீது காரி துப்பினான். துப்பி துப்பி அவற்றை வீசி கடாசிவிட்டு...

அந்த டிரங்க் பெட்டியைத் திறந்தான். அடுக்கடுக்காய் வைக்கப்பட்ட சேலைகளை எடுத்துக் கீழே போட்டான். ஒரு வெளிர் மஞ்சள் புடவை கிடைத்தது. கூடவே அதே நிற ஜாக்கெட் பெண்ணாகி விட்டான்...

இதற்குள் அவள் மீண்டும் உள்ளே வந்தாள். சுயம்புவை அதிசயித்து பார்த்துவிட்டு அப்படியே கட்டி அணைத்தாள். கை வளையல்களில் சிலவற்றைக் கழற்றி, அவன் கைகளில் மாட்டினாள். அவன் நெற்றியில் முத்தமிட்டாள். உடனே அவன் அவள் நெற்றியில் முத்தமிட்டான். பிறகு தட்டுமுட்டு சாமான்களை எடுக்கக் கீழே குனிந்தான். அவள் பரவசப்பட்டு, “மகளே! மகளே!” என்று அவளைச் சுற்றிச் சுற்றி அரற்றினாள்...

தாய்க்காரி டிரங்க் பெட்டியைத் தூக்கிப் போனாள். பிறகு அந்தத் தகுதி மகளுக்குத்தான் உண்டு என்பதுபோல், அதைச் சுயம்புவிடம் நீட்டினாள். பிறகு தன் கொண்டை மாதிரி உள்ள சாக்கு மூட்டையின் முனையைப் பிடித்துத் தூக்கிக் கொண்டாள். இருவரும் ஓசைப்படாமல் படியிறங்கினார்கள். ஒரு சைக்கிள் ரிக்ஷாவைப் பிடித்து பஸ் நிலையம் வந்தார்கள். திருவள்ளுவர் பேருந்து போர்டும், அதன் படமும் தொங்கிய

இடத்தருகே வந்தார்கள். பெண்கள் கூட்டத்தில் சந்தேகம் வரவில்லை. ஆனால், சிலசில்லறைப் பயல்கள் சுற்றிச்சுற்றி வந்தார்கள். தாய்க்காரி சுயம்புவை எச்சரித்தாள்.

"ஒன் தலை ஒரு மாதிரி இருக்கறதைப் பார்த்துட்டு அந்தப் பயலுவ கண் சிமிட்டுறானுவ பாரு... தலையில முக்காடு போட்டுக்கடி, என்ன அதிசயம் பாரு... ஆம்பள உடையில் இருந்தால், ஒனக்குக் கஷ்டம்... பொம்பள உடையில் இருந்தால் அவனுவளுக்குக் கஷ்டம்... காலை கைய நல்லா நீட்டிப் படு மவளே... திருவள்ளுவர் பஸ்கூட லேட்டா வருமாம்... ஏதோ இந்தி எதிர்ப்பாம்... நாம என்ன கோட்டைக்கா போறோம்.... கழுதப் பய பஸ்ஸு எப்ப வேணுமுன்னாலும் வந்துட்டுப் போகட்டும்". சுயம்பு முக்காடிட்டு அப்படியே அற்றுப் போனான். இதற்குமேல் எதுவும் இல்லை என்பது மாதிரி ஒரு சுமை வரும்போது வருமே ஒரு தூக்கம் அப்படிப்பட்ட பெருந் தூக்கம்... கண்ணிமைகளை இருபுறமும் இழுத்துப் பிடிக்கும் தூக்கம்.

இரவில் அப்படி அப்படியே நின்ற பஸ்கள், அந்த பஸ் நிலையத்திற்கு விடியலைக் காட்டும் சேவல்கள் போல் கொக்கரக்கோ போட்டன. அவளுக்கு சுயம்புவின் பெருந்தூக்கத்தைக் கலைக்க மனம் வரவில்லை. முகத்தைக் கழுவி விட்டு திருவள்ளுவர்காரனிடம் இரண்டு டோக்கன்களை வாங்கிக் கொண்டாள். ஒரு தேனீர் கடைப்பக்கம் போன போது, சுயம்புவும், அவளோடு சேர்ந்து கொண்டான். மகளிர் பக்கம் போனால் பெண்களின் கூச்சல், சுயம்பு ஓசைப்படாமல் ஒரு புதர்ப்பக்கம் போனான்.

அப்படியும் இப்படியுமாய் காலை மணி ஒன்பதைத் தாண்டிவிட்டது.

'எத்தான்..."

"சுயம்பு திரும்பிப் பார்த்தான். அவன் அவசர அவசரமாய்க் கேட்டான்.

"எங்க அக்கா எப்படி இருக்காள் மலரு... ஒருவேள மாப்பிள்ளை மனம் திருந்தி வந்திருப்பாரோன்னு ஒரு ஆசை..."

"எல்லாருடைய ஆசையையும் தான் பொடிப் பொடியா ஆக்கிட்டீங்களே... சரி சரி என் லெட்டரைக் கொடுங்க... என் புத்திய எதையோ கழட்டி அடிக்கணும்..."

“லவ் லெட்டரைத்தானே... நான் அங்கேயே கிழிச்சுப் போட்டுட்டேனே... சத்தியமா நம்பு மலரு... எனக்கு அதனால என்ன பிரயோசனம்..”

சுயம்பு, இன்னொரு உருவத்தை அடையாளம் கண்டு கேட்டான்.

“அது என் தங்கச்சி மோகனா இல்ல? அவள் பக்கத்தில... அவன் யாரு...”

“லவ்வரு... ரெண்டு வருஷ லவ்வரு... உங்கள மாதிரி எலெக்ட்ரானிக் ஸ்டூடண்ட்... படிப்பை இடையில விடாதவன்... பிடிச்சாலும் பிடிச்சாள் புளியங்கொம்பாய் பிடிச்சா...”

“என் தங்கச்சிய கண்கலங்காம காப்பாத்துவானா?”

“அதை நீங்க சொல்லப்படாது...”

சுயம்பு தானே வேண்டுமென்றே புடவையைக் கட்டிக் கொண்டு படிப்பையும் விட்டுவிட்டது போன்று அவள் பேசினாள். அவனை அருவருப்பாய் பார்த்தபடியே மோகனா நின்ற பக்கம் போனாள். அந்த வாலிபனிடம் இவனைக் காட்டிப் பேசினாள்.

உடனே அந்த வாலிபன் ஸ்தம்பித்தான். மோகனாவிடம் எதை எதையோ கேட்டான். அவள், தட்டுத் தடுமாறிப் பேசிக்கொண்டே போனாள். அவன் அதட்டுவது போல் தலையை ஆட்டினான். உடனே அவள் அழத் துவங்கினாள். அவள் கழுத்தும் வாயும் வெட்டு வந்ததுபோல் மேலும் கீழும் ஆடியது.

சேலை கட்டிய சுயம்புவால் தாங்க முடியவில்லை. நேராக அவர்கள் பக்கம் போனான். வாலிப மிடுக்கோடு அதற்குரிய உடையோடு பயில்வான்போல் நின்ற அந்த வருங்கால மச்சானிடம் கெஞ்சினான்.

“நான் இப்படி ஆயிட்டனேன்னு என் தங்கைய கை விடாதீங்க... ஏதோ என் போதாத காலம்... என்னால ஒங்களுக்கு சிரமம் இருக்காது... நான் திரும்பி வரவே மாட்டேன் மாப்பிள்ள...”

“ஒங்க ஊருப் பக்கம் இப்படி ஏதோ நடந்தது தெரியும்... ஆனால், அது ஒங்க வீட்ல என்கிறது எனக்குத் தெரியாது... இவள் எதுக்காக என்கிட்ட மறைக்கணும்? இதை மறைத் தவள் நாளைக்கு எதை எதையோ மறைப்பாள் இல்லியா, மலரு?”

“சுயம்பு கையைப் பிசைந்தான். கையெடுத்துக் கும்பிடப் போனான். அப்போது கூட்டம் கூடுவது போலிருந்தது. திருவள்ளுவர் பஸ்ஸும் வந்துவிட்டது. தாய்க்காரி குரல் கொடுத்தாள். “மகளே... மகளே... வா மகளே...”

பல்லைக் கடித்துக் கொண்டிருந்த மோகனா கத்தினாள்.

“போய்த் தொலையேண்டா... அக்காவையும் ஒரு வழி பண்ணிட்டே என்னையும் ஒரு வழி பண்ணிட்டே! இதுக்குமேல யார வழி பண்றதுக்காக நிக்கே.... ஒன்ன இப்படி பட்டப்பகல்ல சேலை கட்டிக்கிட்டு யாரு நிக்கச் சொன்னது! அந்தத் துணி ஒனக்கு சேலை. அதுவே எனக்கு பாடை! தூ...”

சுயம்பு, ஓடினான். மெள்ள நகர்ந்துகொண்டிருந்த அந்த பஸ்ஸின் பின்னால் தலைதெறிக்க ஓடினான்.

20

சுயம்பு வழி தவறியவன் போல் அங்குமிங்குமாய் பார்த்தபடியே, அந்த வழியை ஆகாயத்திலும் தேடுவது போல் ‘அம்மா’ காட்டிய வழியில் நடந்தான்.

சென்னைப் பெருநகரில் மிக முக்கியமான ஒரு சாலையிலிருந்து ஒரு பாதை துள்ளிக்குதித்து மேட்டில் ஏறியது அதில் ஆட்டோவை நிறுத்திச் சுமைகளைத் தூக்கிக் கொண்டு, தாயும் மகளுமாய் நடந்தார்கள். கூண்டிலிருந்து கீழே விழுந்து பறக்கத் தவிக்கும் காக்கைக் குஞ்சுபோல், தனித்தும் தவித்தும் கிடப்பது போன்ற பகுதி... வெளியே எதுவுமே தெரியாத மதில் சுவர். சர்க்கார் சுவர், தலைவர்களின் பாதுகாப்புக்காக, கட்டப்பட்ட ஓரச்சுவர், அதன் மத்தியில், போனால் போகிறது என்பது போல் ஒரு சைக்கிள் ரிக்ஷா போகக்கூடிய பாதை, அந்தப் ‘பெண்’ சுயம்புவின் கையைப் பிடித்துக் கொண்டு நுழைவாயிலுக்கு அருகே நின்றாள். ஒரு பக்கம் தேநீர்க்கடை மறுபக்கம் லாண்டரிக் கடை. இரு கடைகளின் உரிமையாளர்களுக்கும் ‘வந்துவிட்டேன் பாருங்கள்’ என்பது மாதிரி கண்குலுங்கச் சிரித்துவிட்டு, நடையைத் தொடர்ந்தாள். அவர்கள் லேசாய்த் தலையாட்டிச் சிரித்தார்கள். சைக்கிள் இருக்கையில் உடம்பைப் போட்டு இரு கால்களையும் முன்பக்கம் போட்டு முடங்கிக் கிடந்த ரிக்ஷா மணியை, அவள் அடித்து எழுப்பிவிட்டாள். மகளிடத்தில், தனக்கிருக்கும் செல்வாக்கைக் காட்டிக் கொள்வதில் -

அதற்காக செலாவணிகளைத் தேடிக் கொள்வதில் ஒரு மகிழ்ச்சி. அதே சமயம், அந்த மணி, தன்னைத் திட்டி தனக்கு மகளிடம் ஒரு கெட்ட பெயர் வந்துவிடக்கூடாதே என்ற பயம். நல்லதனமாகப் பேசப்போன மணியை, பொல்லாப்பாய் பார்த்தபடியே இன்னொரு வளைவுப் பாதையில் திரும்பி, மளிகைக் கடைக்காரரைப் பார்த்து, கண்களால் குசலம் விசாரித்தாள். வடக்குப் பக்கம் குடிசைகளை எல்லாம் தாண்டி கம்பீரமாக இருந்த ஒரு கட்டிடத்தைப் பார்த்து நடக்கப் போன சுயம்புவை கையைப் பிடித்துத் திருப்பி, சைக்கிள் மட்டுமே தட்டுத் தடுமாறிப் போகக்கூடிய ஒரு சந்துக்குள் இட்டுச் சென்றாள்.

கோணிகளே, கதவுகளான குடிசைகள், மேல் கூரை போனாலும், அதைப்பற்றிய கவலையோ அல்லது கவலைப்பட்டுக் கவலை இல்லை என்ற தெளிவாலோ, நான்கு மண்சுவர் கட்டிடங்களுக்கு இடையேயே குடித்தனம் செய்கிறவர்கள். ஒற்றைக்கண் பூதம்போல், ஒரு பொந்தையே வீடாய்க் காட்டும், குடியிருப்புக்கள், கரையான் புற்றுமாதிரி ஆங்காங்கே கும்பலாய்க் கிடந்த சின்னச் சின்ன நாலுகால் கூடாரங்கள். இவைகளுக்குள் குச்சிக்கால் குழந்தைகள், வயிறு தள்ளிய பிள்ளைகள் உடம்புகளில் கோடுகள் போட்டது போன்ற நரம்பு மனிதர்கள். அதே சமயம், ஏழ்மை, உடையையும் உடைத்தெறியும் பருவக்காரிகள்.

சுயம்பு அவள் பின்னால் பீதியோடு நடந்தான். ஓடப்போவது போல் திரும்பிப் பார்த்தான். அவளோ, ஆங்காங்கே பாத்திரங்களை விளக்கிக் கொண்டும், பல் தேய்த்துக் கொண்டும், திட்டு முட்டாக நின்ற தேகக்காரர்களிடம் குசலம் விசாரித்தாள். அவர்கள் இது யார் என்று கேட்கமாட்டார்களா என்ற ஆவல். 'என் மகள்' என்று சொல்ல வேண்டுமென்ற ஆசை. எல்லோரும் அவளை சிநேகிதத்தோடு பார்த்தார்களே தவிர, பேசவில்லை. பேசுவதற்கு நேரமும் இல்லை.

அந்தச் சேரிக்குள்ளேயே ஒரு சேரி மாதிரியான பகுதி. அதன் முன்னால், பச்சைப் பச்சையாய் உருண்டை உருண்டையாய் தண்ணீரை மறைக்கும் குட்டை. கல்தோன்றி மண் தோன்றாக்காலத்தில், தமிழன் எப்போது மூத்துப் பிறந்தானோ அப்போதே தோண்டப்பட்டது. போன்ற ஊத்தக்குட்டை. அதன் மேல் வாசம் செய்த கொசுக்கள்,

உருண்டை உருண்டையாய் அங்குமிங்குமாய் பறந்து கொண்டிருந்தன. இங்கேயும் குடிசைகள், ஆனால், அந்தக் குடிசைகளைவிட இளைத்துப் போனவை. ஓரிரண்டு தவிர, அனைத்திலும் தவழ்ந்து போக வேண்டும். மரப்பலகையில் சுவர்க் குடிசைகள். தகர நெளிவுகளில், வாழும் இடங்கள். இவற்றிற்கு இடை யிடையே எச்சில் தையல் இலைகள். குழந்தைகளின் அசிங்கங்கள்.

இப்போது அவளையும் சுயம்புவையும், எல்லாக் கண்களும் மொய்த்தன. சுயம்புவை இனங்கண்டு கொண்டவர்கள்போல் அவர்கள் பார்த்த பார்வைக்கும் கேட்ட கேள்விகளுக்கும் ‘என் மகள்’ என்றாள். முக்கிய சிநேகிதர்களிடம் மட்டும் அவனைப் பற்றிச் சிறிது விவரம் சொன்னாள். சிலதுகள், சுயம்புவின் தோளைத் தட்டி குதூகலித்தனர். சிலருக்குப் பொறாமைகூட வந்தது. ஆனால் அத்தனைபேரும் சுயம்புவோடு சுற்றிச் சுற்றி நடந்தார்கள். வழியில் ஒரு தூக்கலான மேடு. அங்கிருந்த குடிசையிலிருந்து குருவக்கா இறங்கினாள். அந்தக் காலத்து சிரட்டைப் பொட்டு மாதிரியான முகம். அசல் வட்டம். நிதானமான பார்வை. ஆவேசம் கொடுக்காத அழுத்தமான கண்கள். அலிராணி. அதற்கேற்ற கம்பீரம். சுயம்புவை நோட்டமிட்டாள். அந்தப் பெண்ணிடம் கேட்டாள்:

“பாவம் பச்சை மதலை... எங்க அலைஞ்சுதடி...”

“எங்க ஊருக்கு பக்கத்து ஊருக்கா... நம்மள மாதிரியே அவளுக்கும் சூடு போட்டு சொரணை கொடுத்திட்டாங்க. அதனால என் பின்னாலயே வந்திட்டாள். காலேஜ் படித்திட்டு இருந்திருக்காள்.”

“அடிப்பாவி... பச்சை மண்ணு, பானையா மாறுமுன்னே எடுத்துட்டு வந்திட்டியேடி...”

“எக்கா எந்தப் பேச்சுப் பேசினாலும் இந்தப் பேச்ச பேசாதே... இங்கயே அஞ்சு வருஷமா இருக்கேன்... இன்னுமா நீ என்னப் புரிஞ்சுக்கலை?”

“தப்பா நினைக்காதடி பச்சையம்மா.. இவள இங்க கொண்டு வரதுக்கு நமக்கு தகுதி இல்லியேன்னுதான் கேட்டேன். சரி மொதல்ல வீட்டுக்குக் கூட்டிக்கிட்டு போ! அப்புறம் ஆக வேண்டியதைப் பார்க்கலாம்.”

சுயம்புவைச் சுற்றி நின்றவர்கள் இப்போது அவனைச் சிறிது, வித்தியாமாகப் பார்த்தார்கள். பித்துப் பிடித்த அவனை,

சித்தம் கலைக்க, சிலர் அவன் சேலையை கையால் இஸ்திரி போட்டார்கள். முகத்தை, முந்தானையால் துடைத்தார்கள். அவனைப்பார்த்து, அங்குமிங்குமாய் ஆடப்போன 'ஒருத்தியை', பலர் இடுப்பில் இடித்தார்கள். குரலைத் தவிர அனைத்துமே பெண்மையின் வெளிப்பாடுகள். அந்தக் குரல்களில் ஒரு சிலதான் தடித்தவை. பூ வைத்த இந்திராக்கள். பொட்டு வைத்த மலர்க்கொடிகள், கண்சிமிட்டும் மோகனாக்கள், இவர்களைப் பெண் கூட்டத்திலிருந்து பிரிப்பது கடினம். இதனால்தானோ என்னவோ, அருகருகே உள்ள சேரிகளில் உள்ள பெண்களில் இருந்து இவர்களைப் பிரிக்க முடியவில்லை.

பச்சையம்மா தன் மகளைப் பெருமை பிடிபடாமல் பார்த்தாள். அதே சமயம் தோழிகள் போட்ட அச்சச்சோவின் சிறுமையில் சிக்கியும் தவித்தாள். அவள் கிட்டத்தட்ட சுயம்புவை வலுக்கட்டாயமாக இழுத்துக் கொண்டே ஒரு மூலையில் பதுங்கிக் கிடந்த தனது குடிசைக்குப் போய் கதவைத் திறந்தாள். உள்ளே நோட்டமிட்டாள். வைத்தது வைத்தபடியே இருந்தன. தகரப் பெட்டி சௌக்கியமே... நார்க்கூடையும், அதற்குள் இருந்த சில்லறைப் பொருட்களும் நலமே. ஈயப் போணிகள், ஒன்றின்மேல் ஒன்றாய் அடுக்கப்பட்ட பிளாஸ்டிக் குடங்கள்... ஏதோ நோய் பிடித்ததுபோல் தூசி துகள்களான 'கிருமிகளைக்' காட்டின.

பச்சையம்மா, மூலையின் இரு சுவர்ப் பிரிவில் சாத்தி வைத்த கோரைப் பாயை எடுத்தாள். ஒரு உதறு உதறி, விரித்தாள். உறை இல்லாத தலையணையை எடுத்துப் போட்டாள். சுயம்புவை கொஞ்சம் கொஞ்சமாய் அங்குலம் அங்குலமாய்ச் சரித்து அதில் உட்காரவைத்தாள். அதற்குள் அங்கேயும் ஒரு சிறு கூட்டம். பாயிலும் தரையிலுமாய்ப் படர்ந்தார்கள். பல்வேறு வகை பெண்ணுடம்புக்காரிகள். வெளியே துருத்திய கண்காரிகள். அவையே ஒடுங்கிப் போன நடுத்தரங்கள். விஜயன் என்ற பூர்வாசிரமப் பெயரைக் கொண்ட விஜயா சுயம்புவின் தோளில் கை போட்டாள். அச்சடித்த சிவப்பு. புள்ளியோ முடியோ இல்லாத முகம். ஆழ்ந்த கண்கள். ஒவ்வொருத்தி கண்ணும் உலகின் அத்தனை துக்கக் கடல்களிலும் அந்தக் கண்களைப் புரட்டி குறுகத் தரித்து மீண்டும் பொருத்தியது போல் தோன்றின.

இதற்குள், எவளோ ஒருத்தி எங்கிருந்தோ ஒரு பானைத் தண்ணீரைக் கொண்டு வந்தாள். பச்சையம்மா கையால்,

தண்ணீரைத் தொட்டு, கதவுக்கு வெளியே ஒரு உதறு உதறிவிட்டு, மேற்கு பக்கமுள்ள பூசைத் திட்டின் முன்னால் உட்கார்ந்தாள். மத்தியில் சேவல்மீது ஆசனம் போட்ட திரிசூலி. அவளுக்கு ஒரு பக்கம் பிள்ளையார். மறுபக்கம் புல்லாங்குழல் கிருஷ்ணன். அவள் அப்பாவின் படம். அவள் கற்பூரத்தை ஏற்றப்போனபோது, "பச்சையம்மா..." என்ற சப்தம் கேட்டுத் திரும்பினாள். கன்னத்தில் தப்பளம் போடுபவளைப் பார்த்தாள். குருவக்கா... அங்கிருந்தே பேசினாள்.

"மனசே கேக்கலைடி... ஊர்ல இருந்து திரும்பி வாறியே... ஒன்னப்பத்தி ஒரு வார்த்தை நான் கேக்கலை பாரு... மொதல்ல அம்மாவுக்கு பூசையை முடி. இவளும் நல்லா இருக்கணும்னு கும்பிடு... அப்புறமா வர்றேன்!"

"ஒட்காருக்கா... ஒங்கிட்ட சொல்லாட்டா தலையே வெடிச்சுடும்..."

குருவக்கா, சுயம்புவின் பக்கத்தில் போய், அவன் தோளைத் தட்டிவிட்டபடியே உட்கார்ந்தபோது, பச்சையம்மா தாம்பாளம் போன்ற தகரத்தில் கற்பூரம் ஏற்றி அம்மாவைச் சுற்றிச் சுற்றி வட்டமிட வைத்தாள். அந்தக் கற்பூரம் மாதிரியே, உள்ளுக்குள் எரிந்தவளுக்கு குருவே விபூதி கொடுக்க வேண்டும் போல் தோன்றியது. அவள் சைகை செய்ததும், குருவக்காவும் எழுந்தாள். எல்லோருக்கும் விபூதி குங்குமம் கொடுத்தாள். பிறகு, அவளது கவனத்திற்காகவே காத்திருந்த பச்சை அம்மாளை அந்தப் படத்திற்கு முன்னால் உட்கார வைத்துவிட்டு, தானும் உட்கார்ந்தாள். அவள் "ம்... ம்... சொல்லு" என்றாள். பச்சையம்மாள் விறுவிறுப்பாகவும் வெறுவெறுப்பாகவும் பேசினாள்.

'அம்மா என்னக் கட்டிப்பிடிச்சு அழுதாள். அப்பா எப்பவோ செத்துப் போயிட்டாராம். நான் தோளுல தூக்கி வளர்த்த தம்பி, தொலைவில் நின்னே கண்ணக் கசக்கினான். பெண்டாட்டி அவன் காதுல ஏதோ சொன்னாள். அப்புறம் அவன் என் பக்கமா வந்து 'எங்கே இருக்கப் போறேன்னு' அந்நியமாகக் கேட்டான். 'சொந்த வீட்ல இருக்காமல் எந்த வீட்டுக்கடா போவான்னு' அம்மா திருப்பிக் கேட்டாள். 'இப்படியா சேலை கட்டி வாறது? இனிமேல், எல்லாப் பயல்வளும் என்வேட்டிய கூட சேலை மாதிரிதானே பார்ப்பாங்கன்'னு சொன்னான். அம்மாதான் என் வயிற்றுல ஒரு மாடு பிறந்தாலும் எனக்கு பிள்ளதாண்டா...

உனக்கு உடன் பிறப்பு தாண்டான்னு அழுதழுது தம்பிக்குச் சொன்னாள். என்கிட்ட ஏதோ ரத்த வாடையில் ஓடிவரப் போன, பிள்ளைகளை அவன் பொண்டாட்டி ரெண்டு சாத்து சாத்தினாள். அதுக்குமேல அங்க இருக்க பிடிக்கல... நான் வீட்டுக்குள் போயி, வெளிப்படையாகவே கெஞ்சினேன். 'தம்பி, தம்பி... நமக்கு பொதுச் சொத்து. அஞ்சு ஏக்கர். ஆத்துப் பாசனம். நீயும் நானும் பிறக்கறதுக்கு முன்னால இருந்த முப்பாட்டன் சொத்து... சூடு போட்ட அப்பா வாங்குன சொத்துகூட வேண்டாம்... முப்பாட்டன் சொத்துல சரி பாகத்தையும் கேக்கல... கணக்குப்படி அக்காவுக்கு அஞ்சு லட்சம் வரும். ஆனால் எனக்குத் தேவையில்ல... அக்கா பொண்ணாயிருந்தாலே, கல்யாணம் காட்சின்னு அப்பா மூணு லட்சமாவது செலவழிச்சிருப் பாரு... நீ, அவ்வளவையும் தர வேண்டாம். ஒனக்கு எது தோணுதோ, எவ்வளவு தோணுதோ அதக் கொடுடா. அக்காவால இப்ப எதுவுமே முடியல... நீ கொடுக்கிற பணத்தை பாங்கில போட்டுட்டு மெட்ராஸ்ல மொடங்கிக்கிறேன்... உனக்கு விடுதலை பத்திரம் வேணுமுன்னாலும் எழுதிக் கொடுக்கே'ன்னு நான் கெஞ்சினேன். கையை திருவோடு மாதிரி வச்சுக்கிட்டு அழுதேன்..."

"சரி... அழாதே! எனக்கு நடந்ததுதான் ஒனக்கும் நடந்திருக்கு... ஒன் தம்பி அதுக்கு என்ன சொன்னான்?"

"சாட்டைக் கம்ப எடுத்துட்டு அடிக்க வந்தான்... அப்புறம் 'நீ நம்ம குடும்பத்துக்கு ஏற்படுத்தியிருக்கிற கேவலத்துக்கு நீதான் நஷ்டஈடு தரணும்'னான். பதினைஞ்சு வருஷம் கழிச்சுப் பார்க்குற, அந்தக் காலத்து அண்ணனை ஒரு அரைமணி நேரத்துலயே கழுத்தப் பிடிச்சுத் தள்ளினான். 'அம்மாவை மட்டுமாவது நல்லா வச்சுக்கடா'ன்னு தள்ளாத அம்மாவைக் கட்டிப்பிடிச்சுக் கதறிட்டு ஒரு ஆஸ்பத்திரில ரூம் எடுத்து தங்கினேன்... பணம் வாங்க எடுத்துட்டுப்போன பணமெல்லாம், நாசமாப் போயிட்டு, இவள் எனக்கு மகளா கிடைச்சது எல்லாத்தையும் சரிக்கட்டிட்டு.... இந்த சந்தோஷமே போதும்..."

"இவளப்பத்தி... நா ஒங்கிட்ட அப்புறம் விவரமா பேசணும். சாயங்காலமா பேசிக்கலாம்..."

"குருவக்கா எழுந்தாள். எழுந்தபடியே ஆறுதலாகவும், அன்பாகவும் பேசினாள்.

"ஒம்பேரு என்னடி..."

"சுயம்பு...."

"நல்ல பேரு. நல்லவளாவே இரு... ஏண்டி தடி முண்டங்களா... இவளுக்கு எவளாவது நாஷ்டா வாங்கிக் கொடுங்களேண்டி.... அவளையே நாஷ்டா மாதிரி பாக்கீங்க..."

குருவக்காவிற்கு, மற்றவள்கள் மரியாதை காட்டி எழுந்திருக்கவில்லை தான். ஆனாலும், அவர்கள் கால்களை குறுக்கிக் கொண்டு, அவளுக்கு வழிவிட்டதில், ஒரு தோழமை உறவும், அந்தத் தோழமைக்குத் தொண்டாற்ற அவர்கள் தாயாராய் இருப்பது போலவும் தோன்றின. இதற்குள், ஒருத்தி 'நாஷ்டா' கொண்டு வந்தாள். குருவக்கா, அவசரப்பட்டு திட்டிவிட்டமே என்பது மாதிரி உதட்டைக் கடித்து நின்றுவிட்டு, போய்விட்டாள். இதற்குள், பச்சையம்மா நாஷ்டா வாங்கி வந்தவளுக்குக் காசை நீட்டி, அவள் மறுக்க ஒரு செல்லச் சண்டையே நடந்தது. "போங்கடி... என் மகள் கொஞ்சம் தூங்கட்டும்' என்று அத்தனை பேரையும் விரட்டி விட்டாள். கதவைச் சாத்திவிட்டாள்.

சுயம்பு, அழப்போனான். அந்த வாய்க்குள் பச்சைய்மமா இட்டிலித் துண்டை எடுத்து வைத்தாள்.மசால்வடைத் துண்டை சட்டினியில் புரட்டி ஊட்டினாள். அவன் வீட்டுக் கோழிகூட கொத்த விரும்பாத வாடை வெளியே துப்பப்போனவன், அம்மாவின் கண்களில் பொங்கிய பாசத்தைப் பார்த்துவிட்டு, துடித்த துடிப்பைக் கண்டுவிட்டு, அப்படியே விழுங்கினான். வாந்தி வரப்போனது. வீட்டை நினைத்து அழப்போனான். அந்த அழுகையே துக்கத் துண்டுகளாக மாற்றி, உணவுத் துண்டுகளோடு கலந்து உண்டான்.

பச்சையம்மா, வீட்டைப் பெருக்கினாள். விரித்த பாயை எடுத்து உதறியபடியே மீண்டும் அதை விரித்தாள். அழுக்குத் தலையணைக்குப் பழைய புடவையை மடித்து உறையாகப் போட்டாள். சுயம்புவை அப்படியே கிடத்தினாள். தொலைவில் கிடந்த ஒரு தூக்குப்பை பொட்டலத்தைக் கால் விரல்களைக் கொக்கியாக்கி லேசா வளைத்துப் பிடித்து மகளின் கால்களை மயிலிறகு போல் தூக்கிப் பிடித்து அதில் வைத்தாள். பிறகு எழுந்து, உடம்பில் மூச்சோட்டம் இன்றி எந்த ஓட்டமும் இல்லாமல் கிடந்த மகளை ஆசை தீரப் பார்த்துவிட்டு, கதவைத் திறந்து வெளியே சாத்தினாள்.

21

சுயம்பு பிணம் போலக் கிடந்தான். துக்கத்திற்கு இதற்குமேல் எல்லை இல்லை என்பது போலவும், அது எல்லை தாண்டி தூக்கத்திற்கு வந்துவிட்டது என்பது போலவும் கிடந்தான். ஆகாயக் கூரையின் ஓட்டைக்கு மேல் கண்போட்டு உயரமாய்ப் பறந்த ஒரு கழுகுகூட, அது பிணமோ என்பது போல் தாழப் பறந்து பிறகு தன்பாட்டுக்குப் போனது, காக்கைகள் கூடக் கரைந்தன. ஒரு மணி நேரமல்ல, இரண்டு மணி நேரமல்ல. கிட்டத்தட்ட இரண்டு சினிமாக்கள் பார்க்கும் நேரம்.

என்றாலும் சுயம்பு அங்குமிங்குமாய்ப் புரண்டு மெள்ள மெள்ள கண்விழித்து மெல்ல மெல்ல எழாமல் அப்படியே வாரிச்சுருட்டி எழுந்தான். 'எம்மா... எம்மா' என்று பீறிட்டுக் கிளம்பிய வார்த்தையோடு 'எக்கா' என்ற வார்த்தையை விரவிக் கலக்கவிட்டு, அங்குமிங்குமாய்ப் பார்த்தான். அது கண்ணாடி பீரோ உள்ள அக்கா அறையில்லை... அக்காவும் அங்கே இல்லை. சிமெண்ட் போட்ட தரையுமில்லை. வேப்பமரக் காற்று வீச்சுமில்லை. விசாலமான பரப்பும் இல்லை. கோழிக்கூடுமில்லை. அந்தக் கூடே அவன் வீட்டில் இதைவிடப் பெரிதாகவே இருக்கும். இது எது... என்னது... ஓகோ... இதுதான் நிரந்தரமான வீடோ... நான் கனவுல எங்கக்காக்கூட தேக்குக் கட்டில்ல சத்தம் போட்டு சிரித்துக்கிட்டு இருந்ததா கனவு கண்டனே அது பொய்யோ...? பொய்யேதான்...!

சுயம்பு கண்ணைத் துடைத்துக் கொண்டான். அது, அவன் வீடல்ல.. பெற்றோர் இல்லை. உடன்பிறப்புகளில் ஒருவருமில்லை... அவர்களை இனிமேல் பார்க்க முடியாது. பார்க்கவே முடியாதா? கூடாதா... எம்மா.... அய்யோ... அண்ணா... என்ன வந்து கூட்டிட்டுப்போ அண்ணா... அப்பா... என்னை இழுத்துட்டுப்போய் ஊர்லயாவது வெட்டிப் புதையுமப்பா...

சுயம்பு வீறிட்டுக் கத்தினான். ஆனால் அந்தக் கத்தல் தனக்குள்ளே ஏற்பட்ட சத்தம் என்பது அவனுக்குத் தெரியாது. குடும்பத்தினரை, இனிமேல் பார்க்கவே முடியாது என்ற நினைப்பு.... அவர்களை அப்போது பார்க்கவேண்டும் என்று துடிப்பாக மாறியது. இங்கிருந்து இதோ இந்த ஓட்டைவழியாய்... ஊடுருவி ஆகாயத்தில் துள்ளிக் குதித்து, அங்கிருந்து பிறந்த வீட்டில் பிணமாகவாவது விழ வேண்டும் என்ற ஆவேசம். கூட்டி

வந்த பச்சையம்மா மேலேயே ஒரு கோபம் உடம்பெல்லாம் ஒரே ஆட்டம். அவனுக்குள், தான் மட்டுமே பிறந்து, தான் மட்டுமே தனித்து இருப்பது போன்ற கொடுமையான கொடூரம்.

சுயம்பு மீண்டும் வீறிட்டான். எல்லோருக்கும் இப்போது கேட்டது. அக்கம் பக்கமே ஒட்டுமொத்தமாய் அங்கே வந்தது. குடிசையை இடித்துக்கொண்டு வருவது போன்ற ஒரு கூட்டம். எல்லோரும் பதைபதைத்தபோது, ஒரு இருபது வயதுக்காரி அவன் பக்கத்தில் போனாள். மற்றவர்கள் பயந்து போய் நின்றபோது, அவள் அவனைத் தோளோடு சேர்த்துப் பிடித்தாள். ஒன்ன மாதிரிதாண்டி நானும் பத்தாவது படிச்சவள். மாடி வீட்ல வாழ்ந்தவள். நமக்கு இனிமே யாருமே கிடையாதுடி... ஒருத்தருக்கு ஒருத்தர்தான் ஆறுதல்டி... நானும் இங்க வந்தப்ப ஒன்ன மாதிரிதான் தவிச்சேன்... அதனால சொல்லுகிறேன். நல்லது செய்யாததை நாளு செய்யும் தங்கச்சி... அழாதே... வீட்ல போய் அழுதாலும் பார்க்கதுக்கு கண்ணு வராது. கேக்கிறதுக்குக் காது கிடைக்காது" என்றாள்.

சுயம்பு ஆவேசம் சிறிது குறைந்து அந்தப் பத்தாவது வகுப்புக்காரியின் முட்டிக்கால்களில்முகம்போட்டுமுட்டினான். மோதினான். சிலதுகள், கஷ்டப்பட்டுப் போனதால் அந்தக் கஷ்டமே ரசனையாக சிரித்தன. துக்கத்தை மூளை மாற்றிய ரசாயனச் சிரிப்பு... இதற்குள் பச்சையம்மாள் வந்துவிட்டாள். 'என்னடி, என்னடி' என்று சொல்லிக்கொண்டே சுயம்புவை மடியில் கிடத்தினாள். பிறகு "அழாதடி...நீ அழுகிறத பார்த்துட்டு நான் ஒன்ன கடத்திட்டு வந்ததா நினைப்பாளுகடி... ரிக்ஷா மணியோட கையைக் காலப் பிடிச்சு..லாண்டரிகாரருக்கு துணி துவைச்சுக் கொடுத்து நாளைக்கே ஒன்ன வேணு முன்னா, ஒன் வீட்லய விட்டுடறேன். அழாதே! அழப்படாதுடி" என்றாள். பிறகு, "போங்கடி போங்க. என் மவள கொஞ்சநேரம் என்கிட்டய விடுங்க" என்றாள்.

எல்லோரும் போய்விட்டார்கள். அவர்களோடு போகப் போன ஒரு காலத்துப் பத்தாவது வகுப்புப் பயலை சுயம்பு காலைப்பிடித்து இழுத்தே பக்கத்தில் வைத்துக் கொண்டான். பச்சையம்மாள் கேட்டாள்.

"எதுக்காக அழுதே என் மகளே... தாய்கிட்ட மறைக்கப்படாதுடி..."

"ஆமா... சுயம்பு... இவங்களுக்கு நீ மகளா வந்தது ஒனக்கு ஒரு அதிர்ஷ்டம். எனக்கும் இருக்காள ஒருத்தி... கார்ல போறவங்கள பார்த்து மட்டும் கண்ணடிக்கணுமாம்..."

சுயம்பு ஓலமிட்டான். இழுத்து இழுத்துப் பேசினான். கேழ்வரகு கூழாய்க் குழைந்த முகத்தில் தொட்டுக்க வைத்த எள்ளுருண்டை மாதிரியான கண்கள், நிலைகுத்த ஏங்கி ஏங்கிப் பேசினான்.

"எங்கக்கா எப்படித் துடிக்காளோ... அவளுக்கு இனிமேல் கல்யாணம் நடக்குமோ? நடக்காதோ... நான் பாவி! என் தங்கச்சி வாழ்க்கையையும் கெடுத்துட்டேனே!"

சுயம்பு எழுந்தான். நான்கைந்து குச்சிகளை வைத்து, குறுக்கு நெடுக்குமாய் கொண்ட பொந்து வழியாய் பிறந்த திசையைப் பார்த்தான். பிறந்த வீட்டை ஊரோடு சேர்த்துக் கண்களால் நகர்த்தி நகர்த்தித் தன் பக்கம் கொண்டு வரப்போவதுபோல் பார்த்தான். இதற்குள் அந்தப் பத்தாவது வகுப்புக்காரி பாத்திமா அவன் ஜாக்கெட்டைப் பிடித்திழுத்து, முதுகுப் பக்கத்தைத் திருப்பி முகத்துக்கு எதிராகப் பேசினாள்.

"எந்தப் பிரச்சினையையும் அதன் எல்லைவரைக்கும் போய்ப் பார்க்கணும் சுயம்பு... நீ வீட்டுக்குப் போனால், அங்கே போய் என்ன பண்ணப்போற... கற்பனை செய்து பாரு... புடவையைக் கட்டாமல் இருக்க முடியுமா? அப்பா சூடு போடாமல் இருப்பாரா? ஊரு சிரிக்காமல் இருக்குமா? நீ போறதால ஒன் வீட்டுக்கு பிரச்சினை வருமே தவிர, எந்தப் பிரச்சினையும் தீராது! நல்லா யோசிச்சுப் பாரு... காரு வச்சிருக்கிற குடும்பத்துல பிறந்திட்டு, இங்கே கால இழுத்துக்கிட்டு திரியுற எனக்கு மட்டும் எங்க வீட்டுக்குப் போக ஆசையில்லையா..."

சுயம்பு, யோசிக்க யோசிக்க யோசனையே அற்றுப் போனான். பச்சையம்மா, அவனைக் கட்டிப் பிடித்துக்கொண்டு கேவினாள்.

"கரையான் புத்துல இருந்து வெளிப்பட்ட ஈசலு பழையபடி அந்தப் புத்துக்குள்ள போக முடியாது மகளே! உடைஞ்ச கல்லு ஒட்டாது மகளே! நாம பிறத்தியார் சிரிக்கதுக்காக - சினிமாவில் காமெடிக்காக - முரட்டுப் பயலுக்கு வடிகாலாகப் பொறந்த பொட்டைங்கடி..."

சுயம்பு மெள்ள மெள்ளக் கேட்டான்.

"ஒரு லெட்டராவது, ஒரே ஒரு தடவை..."

"லட்டர் வேண்டாம் மகளே! அது அவுங்கள கெஞ்சுறது மாதிரி இருக்கும். நான் எங்க வீட்டுக்கு செய்ததை ஒனக்கும் செய்யப்போறேன்… உங்க அக்கா, பேருக்கோ அப்பா பேருக்கோ இருபத்தஞ்சு ரூபாய் அனுப்பி வைக்கேன். நம்ம அட்ரஸையும் கொடுக்கேன். நீயும் கீழ நாலு வரி எழுது. அப்புறம் என்ன நடக்குதுன்னு பார்க்கலாம்….என்ன. குருவக்காவா? இதோ வந்துட்டேன்."

பச்சையம்மா குடிசைக்கு வெளியே வந்தாள். குருவக்கா அவளை ஒருபக்கமாய் கூட்டிப் போனாள். அவள் சொன்னதைக் கேட்டு பச்சையம்மா பதறினாள்.

"முடியாதுக்கா… முடியவே முடியாது… என் மகள யாருக்கும் கொடுக்க முடியாது. ஊசி முனையில ஒத்தக் காலுல தவம் இருந்து எடுத்தது மாதிரியான மகள். நெருப்ப வளர்த்து அதுல திரௌபதியா வந்தது மாதிரியான மகள். இதுல பேசுறதுக்கு எதுவுமே இல்ல…"

22

காவல் துறையினர் சொல்வார்களே, நிலைமை 'கட்டுக்குள்' இருப்பதாக, அப்படிப்பட்ட நிலைமை சுயம்புவின் சொந்தக் குடும்பத்தின் நிலைமை.

சுயம்பு காணாமல் போயும், மரகதத்தின் கல்யாணம் ரத்தாகியும் ஐந்தாறு நாட்களாகிவிட்டன. ஆறுமுகப்பாண்டி, தலையில் துண்டைப் போட்டுக்கொண்டு வயலுக்குப் போகத் துவங்கிவிட்டான். எங்கேயோ 'கண் காணாத சீமைக்குப் போன பிள்ளையாரும் ஊர் திரும்பி விட்டார். அவரது மருமகள் கோமளமும், மகனைப் பள்ளிக்கூடத்திற்கு அனுப்பத் துவங்கி விட்டாள். அக்காளின் கல்யாணம் நின்ற மறுநாள் காலையிலேயே, டவுனில் காதலனைக் காணவந்த மோகனா, அண்ணனைப் பார்த்ததை மூச்சு விடவில்லை. அவள் குட்டும் வெளிப்பட்டுவிடும் என்ற பயம். தாய்க்காரி வெள்ளையம்மாகூட, சரியாய்ச் சாப்பிடத் துவங்கி விட்டாள். ஆனால் 'அன்னம் தண்ணி' அதிகமாய் இறங்காமல் கட்டிலில் படுத்த படுக்கையாகக் கிடப்பவள் மரகதம் மட்டுமே வெள்ளையம்மா அவ்வப்போது, மோகனாவின் துணையோடு, அவள் வாயைப் பலவந்தமாகத் திறந்து நீராகாரத்தையும், குழைத்துக் கரைத்த அரிசிக் கஞ்சியையும் ஊற்றி விடுகிறாள்.

அந்த ஆறுமுகப்பாண்டி, மாட்டுத் தொட்டியில் புண்ணாக்கைப் போட்டு, பனைமட்டையால் கலக்கிக் கொண்டிருந்தான். கோமளம் பள்ளிப்பயலுக்குத் தலை சீவிக்கொண்டிருந்தாள். வெள்ளையம்மா பாயில் கிடந்தாள். மோகனா பள்ளிக்குப் போனதாகக் கேள்வி. பிள்ளையார்கூட வயலுக்குப் புறப்பட்டுக் கொண்டிருந் தார். அப்போது-

உயரமான ஒருவனும், தடியான ஒருவனும் இவர்களுக்கிடையே ஒரு பெண்ணுமாக அங்கே வந்தார்கள். கோமளம், எழுந்திருக்கும் முன்பே, பிள்ளையார் அடையாளம் கண்டார்.

“வாப்பா முத்து, தம்பி நீங்க என் மகனைக் கொண்டு வந்து... எங்கிட்ட விட்டீங்களே, டேவிட் என்கிறது நீங்கதானே... வாப்பா. சரி... சரி... நீ யாராயிருந்தா என்னம்மா. என் வீட்டுக்கு வந்ததே பெரிசு. உங்கள நிக்கவச்சே பேசறேன் பாருங்க...”

திண்ணையில் படுத்துக் கிடந்த வெள்ளையம்மா தட்டுத் தடுமாறி எழுந்து உள்ளே போனபோது, பிள்ளையார் அங்குமிங்குமாய்க் கிடந்த மூன்று நாற்காலிகளை ஒரே சமயத்தில், ஒரே இடத்தில் கொண்டு வந்து போட்டார். ஆறுமுகப்பாண்டி, பனை மட்டையைப் போட்டுவிட்டு, அவசர அவசரமாய்க், கை கால்களைக் கழுவினான். அந்த வீட்டில், தாய்ப் பிள்ளையாய்ப் பழகிய முத்து, உள்ளே போனான். அவன் போன நிமிடத்திலேயே புலம்பல். மரகதத்தின் ஒப்பாரி... ‘வா... முத்துத் தம்பியா’ என்ற திட வார்த்தைகளுக்குப் பிறகு. அத்தனையும் திரவ வார்த்தை.

“எப்பா... என்கூடப் பெறக்காத பெறப்பே! எனக்குக் கலியாணமும் வேண்டாம். கருமாதியும் வேண்டாம்பா... நான், இப்படியே இருந்துட்டுப் போறேன்பா... என் ஆசைத்தம்பியை என் கண்முன்னால கொண்டு வந்து நிறுத்துனா.. அதுவே எனக்குப் போதும்பா... ஒனக்கு கோடிப்புண்ணியம்ப்பா. என் தம்பி...என் கூடப்பிறந்தபிறப்பே...நீஎங்கேஇருக்கியோ...எப்படித் துடிக்கியோ, இந்தப் பாவியே ஒன்ன விரட்டிட்டேனடா... உயிரோட கொலை செய்துட்டேனடா!”

“அழாதக்கா... அழாதே. அவனை ஒங்க கண்ணு முன்னால நான் கொண்டு வந்து நிறுத்துறேன்கா!”

“நீ ஆறுதலுக்குச் சொல்லுறே தம்பி... என் கூடப் பிறந்த பிறப்பு வரவேமாட்டான். வருவானா முத்து?”

“வருவான்கா... வருவான்!”

ஊனுருகக் கத்திய மரகதம், மேற்கொண்டு கத்த முடியாதவள்போல் சன்னஞ் சன்னமாய் சத்தமடங்கி, முனங்கலாய் இழுத்து, தன்னை முடித்துக் கொண்டவள் போல் கிடந்தாள். பிள்ளையார்தான் வெளியே இருந்த படியே ‘சத்தம்’ போட்டார்.

“நாமும் என்ன சும்மாவா இருக்கோம். தேடாத இடமே கிடையாது. பேப்பர்ல போடாத குறைதான். எந்தத் திசையில் போனான்னு தெரிஞ்சாலாவது அந்த திசையைப் பார்த்துப் போகலாம். எங்க போயிட்டு வறே மோகனா... உன் அண்ணன்மாருக்கும் அக்காளுக்கும் மோரு கொண்டுவா.”

முற்றத்தில் நின்ற மோகனா, தன்னையே சுமக்க முடியாதபடி உள்ளே போனாள். அண்ணனுக்கு, மலர் எழுதிய கடிதத்தை இவளும், இவள் அண்ணனைத் துரத்தியதை அவளும் மூச்சு விடக்கூடாது என்று ஒரு ஏற்பாடு... ஆனால், இப்போது அண்ணன் போன திசையைச் சொல்லிவிடலாமா என்று ஒரு ஆவேசம். பாதி ரத்தப்பாசம். மீதி எந்த அண்ணனால் தன்னை வெறுத்தானோ அந்த “அத்தான்,” இப்போது அண்ணனாகி விட்டான். முறைக்கு அத்தை மகளான மலர்க்கொடியை சினிமாவுக்குக் கூட்டிப்போய், இவளை தங்கையாக்கி விட்டான். மலர்க்கொடி... நீ உருப்படுவியாடி... எங்க அண்ணன் சேல கட்டுன ஜோக்கரு... ஒன்ன ஏமாத்துனதா நினைச்ச... நான் கலியாணம் பண்ணிக்கப் போறவன் கிட்டயே அவன் யாருன்னு சொல்லி என் காதலைக் கலைச்சிட்டியே... ஒனக்கும் ஒருத்தி வருவாடி.

மோகனா சிரத்தையோ சுரத்தோ இல்லாமல் அந்தப் பெண்ணுக்கு மோரைக் கொடுத்தபோது மெல்லக்கூடச் சிரிக்கவில்லை. பிள்ளையார் கேட்டார்.

“பாப்பா யாரு...”

அவ்வளவுதான். அந்தப்பெண் தலையே வெடிப்பது போல் ஏங்கினாள். பிறகு அழுவது நாகரிகமில்லை என்பது போல், மெல்ல எழுந்து, அங்குமிங்குமாய் நடமாடினாள். மீண்டும் உட்கார்ந்து அழுகை குரலோடு பேசினாள்.

“நான்தான் ஒங்க மகன் யுனிவர்சிட்டியை விட்டு விலக்கப்படுறதுக்கு காரணமான பாவி... ஆத்திரத்துல அவர

அடிச்சது மட்டுமில்லாம, புகார் கொடுத்து சில அயோக்கியப் பயல்களுக்கு கையாளாயிட்டேன்... டேவிட்டு ஒங்க பையனோட நிலமையைச் சொன்னதும், என்னால தாங்க முடியல... ஒங்க காலுல... கா..."

பிள்ளையார் ஓடிப்போய் நின்றுகொண்டு, அவள் முதுகைத் தட்டிக் கொடுத்தார்.

"அழாதம்மா... நீ காரணமா இல்லாட்டாலும், வேற யாராவது காரணமா ஆயிருப்பாங்க... அப்படியே இல்லாட்டாலும், அவனால் அங்க நீடிச்சிருக்க முடியாது. நீ வந்ததுல ஒரு சந்தோஷம்... நீ அழுகிறதுலகூட ஒரு ஆனந்தம். ஏன்னா, நீங்க வாரது வரைக்கும் நாங்க அனாதை மாதிரியே தவிச்சோம்... எம்மா... கோமளம் சட்டுப்புட்டுன்னு சோறு பொங்கும்மா..."

டேவிட், கோமளத்தைப் பார்த்துக் கையாட்டிவிட்டு, பிள்ளையாரை நோக்கிப் பேசினான்.

"வேண்டாங்கையா... காபி கொடுங்க போதும்... வழில கொஞ்சம் வேலை இருக்கு... கலியாணத்துக்கு வந்த மூர்த்தி என்கிட்ட நடந்ததைச் சொன்னாரு... சொந்த அக்கா கலியாணமே நின்னது மாதிரி அழுதாரு... ஒங்க மகன் சுயம்பு எனக்கு சில லெட்டர்களை எழுதியிருந்தாரு... அவரு நடையுடை பாவனை... எல்லாவற்றையும் கணக்குல வச்சுப் பார்த்தப்போ... ஒங்க மகனால் சேல கட்டாம இருக்க முடியாது என்கிறதும், அவருக்கு எந்தப் பொண்ணோடயும் கலியாணம் காட்சி இருக்க முடியாது என்பதும், புரிஞ்சுது. அவர் தானாச் செய்யலை! உடம்போட உள்ளூறுப்புக்கள் அப்படிச் செய்ய வைக்குதுங்க."

ஆறுமுகப்பாண்டி, துண்டால் கையைத் துடைத்த படியே, அங்கே வந்தான். இன்னொரு நாற்காலியில் உட்கார்ந்தபடியே "அப்போ இவனக் குணப்படுத்தவே முடியாதா தம்பி... இது பரம்பரைக் குணமோ..." என்று கேட்டான். அவனுக்கும், ஒரு வேகம். தம்பிக்கு வந்தது தனக்கும் வந்துவிட்டதாக அவள் கூசாமல் சொன்னது, ஒருவேளை உண்மையாக இருக்குமோ என்ற எண்ணம். ஆமாம் என்று சொல்லி விடக்கூடாதே என்று ஒரு நடுக்கம். ஆகையால் அவன் மேற்கொண்டு பேசாமல் இருந்தபோது, டேவிட் சுற்றும் முற்றும் பார்த்தபடியே கேட்டான்.

"பிரமிளா... நீங்க கொஞ்சம் உள்ளே போயி, அக்காவுக்கு ஆறுதல் சொல்லுங்க. நாங்க வெளியிலப் போய் பேசுறோம்..."

தகப்பனும், மகனும், முத்துவும் டேவிட்டும் ஒருசேர நடந்தார்கள். வேப்ப மரத்தடிக்கு வந்தார்கள். அவர்களை எங்கே உட்கார வைப்பது என்ற பிரச்சினை பிள்ளையாருக்கு, ஆனால், டேவிட்டோ வேப்பமர வேரில் போய் உட்கார்ந்து கொண்டதைப் பார்த்தவர், அவனுக்கு முன்னால் துண்டை விரித்து தரையில் உட்கார்ந்தார். ஆறுமுகப்பாண்டி, தன் தோளில் கிடந்த துண்டை எடுத்து, வைக்கலோடு சேர்த்து, முத்துவுக்குப் போட்டான். பிறகு தானும் தரையில் சம்மணம் போட்டு உட்கார்ந்தான்.

டேவிட் அவர்களுக்கு விளக்கினான்:

"பிரபஞ்சம் ஒரு கடல் என்றால், இந்த பூமியை நிசமாகவே ஒரு துளி என்று சொல்லலாம். ஆனாலும், தனித்துளி. இதுல பல அதிசயங்கள். இருபத்தாறு லட்சம் வகை உயிரினங்கள். இவை ஒன்றை ஒன்று சார்ந்திருக்க வேண்டிய சந்தர்ப்பங்கள், சங்கடங்கள். பொதுவாய் இருபத்தாறு லட்சம் உயிரினத்துக்கும், இருபது வகை புரோட்டீனும், அதிலுள்ள அறுபத்து நாலுவகை சத்துக்களுமே ஆதாரம். அத்தனை சீவராசிகளும், ஜெனடிக்கோட் - அதாவது பிறப்பியல் முறைமைப்படியே இயங்குகின்றன. அத்தனை சீவராசிக்கும் நாலெழுத்து எனப்படும் ஒரு உயிரினக் கோட்பாடே ஆதாரம்! சரி, நுட்பமான விஷயம் வேண்டாம். நீங்க சுயம்பு பிரச்சினையைத் தெரிஞ்சுக்கணும் என்கிறதுக்காகவும் ஒங்களுக்கும் ஒரு தெளிவு வரணும் என்கிறதுக்காகவும் நான் பேசறேன். நீங்க விழிக்கிறதைப் பார்த்தால் - ஒங்களுக்குப் புரியல... எதுக்கும் வைக்கேன்!"

இந்த ஜீவராசிகள் சுற்றுப்புறச் சூழலில் உள்ள கார்பன், ஹைடிரஜன், நைடிரஜன், ஆக்ஸிஜன் ஆகியவற்றை உட்கொண்டே பிழைக்கின்றன. ஆனால், இயற்கை எந்த சீவராசியையும் ஒரு குறிப்பிட்ட எல்லைக்கு மேல் வளர்த்து, தனது கார்பன் போன்ற சக்திகளை இழக்கத் தயாராக இல்லை. அது மட்டுமல்லாமல், இயற்கை ஒரு உயிரை மட்டுமல்ல, ஒரு உயிரின வகையையும் அழிக்கப் பார்க்கிறது. இப்படிப் பலவகை உயிரினங்கள் அழிந்து போயும் உள்ளன. இந்த நிலமை ஏற்படாதிருக்க, உயிரினங்களும், இயற்கையை ஒரு வகையில் ஏமாற்றுகின்றன. எவ்வளவு சீக்கிரம் இனவிருத்தி செய்யணுமோ, அவ்வளவு சீக்கிரம் இனவிருத்தி செய்து விட்டு, மரணமடைகின்றன. மனிதன் இறந்தாலும், மானுடம் நிற்பது இப்படித்தான். இயற்கையும், ஒரு வகையில் முயற்சி திருவினையாக்கும் காரியங்களுக்கு உடன்படுகிறது. ஒரு பூச்சி, ஒரு பூவில் முட்டையிட்டுவிட்டு, அந்த முட்டையின்

பாதுகாப்புக்காக இன்னொரு பூவையும் இழுத்து மூடி, மகரந்தச் சேர்க்கையையும் ஏற்படுத்துகிறது. அந்த முட்டையின், முதிர்ச்சியும் பூ பழமாவதும் ஒரே காலகட்டத்தில் நிகழ்கின்றன. பூச்சிகளுக்கு, இன்ன பூக்களில்தான் முட்டையிட வேண்டும் என்பது தெரிகிறது. பூக்களுக்கும் இன்ன பூச்சிதான் வர வேண்டும் என்றும் புரிகிறது. அதனால்தான், எல்லா மலர்களும் ஒரே சமயத்தில் மலர்வதில்லை. எல்லாப் பூச்சிகளும், ஒரே சமயத்தில் பறப்பதில்லை!

“இத்தகைய இனவிருத்தி உத்திகள், மனிதனுக்கும் பொருந்தும். மற்ற சீவராசிகளைப் போல், குறிப்பிட்ட பருவத்தில் மட்டும் இனச்சேர்க்கை செய்பவன் அல்ல மனிதன். இவனுக்கு, எக்காலமும் சம்மதமே. ஆகையால், இந்த மானுட சேர்க்கையால் ஏற்படும் இனவிருத்திப் பெருக்கத்தை, இயற்கை ஒரு கட்டுக்குள் வைக்க விரும்புகிறது. இதற்காகப் பிறந்தவர்கள் அலிகள். ஆணின் விந்துத் துகள்களில் உள்ள கோடிக்கணக்கான உயிர்ப்புகளில் ஒன்று, பெண் தன்மை உள்ளதாகவும் இன்னொன்று ஆண் தண்மை உள்ளதாகவும் இருக்கும். பெண்ணின் கருப்பை முட்டையோ பெண் தன்மை உள்ளது. இதில் ஆணின் ஆண் தன்மை உள்ள உயிர்த்திரள் சேர்ந்தால், குழந்தை ஆணாகிறது. பெண் தன்மை சேர்ந்தால் பெண்ணாகிறது. இதை ‘எக்ஸ்எக்ஸ்’ ‘எக்ஸ் ஒய்’ என்று சொல்வார்கள். தேனீக்களில் ராணி ஈ, கருத்தரிப்பதற்காக, வேலைக்கார ஈக்கள், ஒரு காரியம் செய்கின்றன. பருவதாகத்தால், பறந்து போகும் பெண் ஈ, பின்னாலேயே, ஆண் தேனீக்களைத் துரத்துகின்றன. இனச்சேர்க்கை ஏற்பட்டதும் கூட்டுக்குத் திரும்பும் ராணி ஈ, முட்டைகள் இடும். இவற்றில் வெளிப்படும் ஆண் ஈக்களை அப்படியே விட்டுவிடும். ஆனால் பெண் ஈக்கள் பிறந்தால், அவற்றில் ஒன்றையோ இரண்டையோ போஷாக்குடன் வளர்த்து, மற்ற பெண் ஈக்களை, போஷாக்கு இல்லாமல் காயடிக்கும். போட்டிக்கு அவை வந்துவிடக்கூடாதே என்கிற பயம். இப்படி போஷாக்கு குறைந்த அலி ஈக்கள்தான், வேலைக்கார ஈக்கள். இதனால் மனித சமுதாயத்திலும் ஏதோ ஒரு சமச்சீர் நிலையை பராமரிப்பதற்கு அலிகள் உருவாகிறார்கள். இவர்களுக்கு நம்மைப்போல்தான் நாற்பத்தாறு குரோமோசோம்கள் என்றாலும், இவர்களுக்கு எப்படி இந்த அலித்தன்மை வருகிறது என்பது இன்னும் சரியாக கண்டுபிடிக்கப்பட வில்லை. ஆனால், தேனீ இனம் வாழக்

காரணமான வேலைக்கார ஈக்கள் போல், இவர்களும் மானுடம் வாழ பிறப்பிக்கப் படுகிறார்கள். ஆனாலும், அலித்தன்மைக்கு குரோமோசோம்களில் ஏற்படும் திரிபுகளோ ஹார்மோன் சுரப்பிகளின் கோளாறோ... துல்லியமாய் தெரியவில்லை.

"மானுடத்தின் இந்த மூன்றாவது பிரதியான அலியை கிண்டல் செய்வதும் கேலி செய்வதும் காட்டுமிராண்டித் தனம். நமக்கு சாப்பிடுவது எப்படி இயற்கையோ அப்படி அவர்களுக்கு பெண்ணாகவோ, அல்லது ஆணாகவோ பெண் உடம்பில் ஆணும், ஆண் உடம்பில் பெண்ணும் இருப்பது இயற்கை. இதனால் இவர்கள் வீரத்திலோ விவேகத்திலோ குறைந்தவர்கள் அல்ல. தில்லியிலிருந்து மதுரை வரைக்கும் வந்து நம் முன்னோர்களுடைய முதுகுத் தோலை உரித்த மாலிக்காபூர் ஒரு அலி. இன்னும் பலர் மனதுக்குள் சேலை கட்டி, உடம்புக்கு ஆணுடை தரித்து ஆபீஸர்களாய் கூட இருக்காங்க. ஒங்க மகனுக்கும், சொல்ல வேண்டிய விதமாச் சொல்லியிருந்தால் அவரும் ஒரு என்ஜினீயரா மாறியிருக்கலாம். டாக்டருக்கு படிக்கிற எனக்கே இது ஞாபகத்துக்கு வரல.... ஒங்களைச் சொல்லிக் குத்தமில்லே... ஆனால் அவரு சேலை கட்டறது, பெண் மாதிரி நடந்துக்கறது வேணுமுன்னு செய்யற காரியம் இல்ல. மருத்துவத்துறையில், அலிப்பிறப்பை, ஹெர்மா புராடக்' என்று சொல்கிறோம்."

பிள்ளையார் பெமூச்சு விட்டார். முத்துவுக்கு முழுசும் புரிந்தது. ஆறுமுகப்பாண்டிக்கு அரைகுறையாகத் தெரிந்தது. பிள்ளையார் பெருமூச்சை முடித்துக் கொண்டே கேட்டார்.

"அப்போ என் மகன் சுயம்புவைத் திருத்தவே முடியாதா..."

"திருந்த வேண்டியது நாமதான்."

ஆறுமுகப்பாண்டி மனதிற்குள் மனைவி அழுத்திய சுமையை. கண்களை அவை கலக்கும்படி, வைத்துக் கொண்டு ஒரு சந்தேகம் கேட்டான்.

"டாக்டர் தம்பி, இது பரம்பரை நோயா... தம்பிக்கு வந்தது அண்ணனுக்கும் வருமோ?"

"கிடையவே கிடையாது... அலிகளுக்குக் குழந்தை பெறுகிற தன்மையே கிடையாது. இது முளைக்கும் போதே சாவியாப் போகிற விதை நெல்லு மாதிரி... குஞ்சு இல்லாத கூமுட்டை மாதிரி."

ஆறுமுகப்பாண்டி சிறிது நிம்மதிப் பெருமூச்சு விட்டபோது, முத்து கேட்டான்.

"அப்போ ஆம்பளை,பொம்புளையா மாறுறது,பழனியம்மா, பழனியப்பனா மாறுனது, எப்படி?"

"அலித்தன்மை வேறு... பாலின மாற்றம் வேறு... அலி அலிதான். குழந்தை பெறவும் முடியாது. தரவும் முடியாது. திடீரென்று பெண்ணாய் மாறுகிறவர்களை அலின்னு தப்பா நெனைக்கோம்.... பொதுவா மானிடத்தை ஆண் பெண் என்று பார்ப்பதே தப்பு! ஆண் தன்மை அதிகம் உள்ளவங்க, பெண் தன்மை அதிகம் உள்ளவங்க என்றே பார்க்கணும். ஒவ்வொரு ஆண்கிட்டயும் ஆண் தன்மை உண்டு. முழு ஆண், முழுப் பெண்ணுன்னு கோடு கிழிக்க முடியாது. ஏன்னா பெண்ணின் முட்டையும் ஆணின் உயிர்த்திரளும் சேர்ந்ததே மானுடம். ஆண்தன்மை ஒரு கட்டத்துல அதிகரிக்கும்போது அதுக்கு உட்படுற பெண் ஆணாகவும், பெண்தன்மை முற்றும்போது, ஆண் பெண்ணாகவும் மாறலாம். ஆனால், அலியாக முடியாது. அலித்தன்மை, மானுடத்தின் மூன்றாவது குலம்..."

எல்லோரும் பிரமித்து நின்றபோது, வைக்கோல் படப்பு பக்கத்தில் ஒரு சத்தம் கேட்டது. அங்கே நின்றபடியே கோமளம் அறிவித்தாள்.

"சாப்பாடு ரெடி..."

"அய்யய்யோ... வேண்டாமுன்னு சொன்னேனே."

"நீங்க சொன்னா நான் கேட்கணுமா... எழுந்திரிங்க"

எல்லோரும் எழுந்தபோது, அவர்களோடு சேர்ந்து எழுந்த ஆறுமுகப்பாண்டியின் மனதுக்குள் ஒரு விபரீத சந்தேகம். தம்பி, சேலை கட்டிய நாளிலிருந்து தன்னையும் ஒரு பேடியாகவே நினைக்கும் இந்தக் கோமளம், டேவிட் கிட்ட பேசும்போது எப்படிக் குழைகிறாள். ஆரம்பத்துல என்கிட்டக் குழைஞ்சாளே அதேமாதிரி. எதையாவது கிண்டலா சொல்லிட்டு, முகத்தை எங்கேயோ திருப்பி வைத்துக் கொண்டு, அங்கிருந்தே காக்காப் பார்வையாய் பார்க்கும் நளினம். நளினமாவது மண்ணாங்கட்டியாவது வேசித்தனம்...

ஆறுமுகப்பாண்டி அவர்களோடு சேர்ந்து சாப்பிட வில்லை. அந்த நிலமையிலும், கோமளம் நல்ல சாப்பாடாகவே போட்டாள். நன்றாகவே சிரித்துப் பேசினாள்.

எல்லோரும், மீண்டும் நாற்காலியில் உட்கார்ந்தார்கள். பிரமிளா டேவிட்டிடம் ஏதோ சொல்ல, அவன் மரகதம் படுத்துக் கிடந்த அறைக்குப் போனான். சிறிது நேரத்தில் வெளியே வந்தவன், பாண்ட் பைக்குள் இருந்த ஒரு நோட்டுப் புத்தகத்தில் எழுதியபடியே பேசினான். ஆறுமுகப்பாண்டியைத் தன் பக்கத்தில் வரவழைத்த படியே சொன்னான்.

“உங்க தங்கை ரொம்ப வீக்கா இருக்காங்க... எங்கயாவது மருத்துவமனையில் சேர்த்து குளூகோஸ் ஏத்துங்க... கொஞ்சம் நடமாட முடிஞ்சதும் இந்த மருந்துகளைக் கொடுங்க... ஒங்க ஸிஸ்டருக்கும் உடல் நில பாதிச்சது மாதிரி மனநிலையும் பாசிச்சுடப்படாது... இது தூக்க மாத்திரை... ஒவ்வொரு ராத்திரிக்கும் ஒரு மாத்திரையாய், ஏழு நாளைக்குக் கொடுங்க...”

“தெய்வம் மாதிரி வந்தீங்க!”

“நான்தான் பேயாயிட்டேன்...”

பிள்ளையார், பிரமிளாவின் முதுகை மீண்டும் தட்டிக் கொடுத்தார். முத்து உள்ளே போனான். இப்போது மீண்டும் மரகதத்தின் ஒப்பாரி... அவளின் குரல் அடங்கியதும் முத்து கண்களைத் துடைத்துக்கொண்டு வெளியே வந்தான். பிள்ளையார் மகனுக்கு ஆணையிட்டார்.

“ஏடா பெரியவன். இன்னிக்கு பஸ்ல நெரிசலா இருக்கும்... சேர்மன் கோவில் விசேஷம் பாரு... பஸ்ல இடம் பிடிச்சு ஏத்திட்டு வா. நான், வயலுக்குப் போறேன். நான் உங்களை மறக்கவே மாட்டேன்... பிரமிளா... ஒன்னோட பெருந்தன்மை... பெரு...”

பிள்ளையாரால் பேச முடியவில்லை. ஓடிவிட்டார்.

அவர்களை வழியனுப்ப டவுன்வரைக்கும் போக வேண்டியிருந்ததால், ஆறுமுகப்பாண்டி வீட்டுக்குள் போனான். அவனுக்குச் சட்டையை நீட்டியபடியே கோமளம் கேட்டாள்.

“சுயம்புவோட நிலமைபற்றி ரகசியமா பேசினது மாதிரி இருந்ததே... டாக்டர் என்ன சொல்றார்?”

ஆறுமுகப்பாண்டி அவள் நீட்டிய சட்டையை வாங்காமல் வேறு சட்டையைப் போட்டுக்கொண்டு வெடித்தான்.

“அன்றைக்குக் கேட்டே பாரு... நானும், சுயம்புவுக்கு அக்காளா ஆகிட்டு வாறேன்னு. அது நிசந்தானாம்... நானும் பொம்பளையா ஆகிக்கிட்டே இருக்கேனாம்... ஒனக்கு எந்த

சுகமும் தர முடியாதாம். ஒன்னைப் பொறுத்த அளவில் நான் பேடிதான்...!"

"அய்யோ... கடவுளே... நீங்களும் ஏதாவது மருந்து சாப்பிடலாமேன்னு சொல்ல வந்தேன்.. டேவிட்டு ஒங்களுக்கு மருந்து சாப்பிடணுமுன்னு சொன்னாரான்னு கேட்கவந்தேன்..."

"ஒனக்கு எல்லாருமே அவன் இவன்... இந்த டாக்டர் பையன் மட்டும் எப்படி 'அவரு'... அவன் மருந்து எனக்கு வேணுமா? இல்ல அவனே ஒனக்கு மருந்தா வேணுமா..."

கோமளம், வெடித்திருப்பாள். அது அசிங்கம் என்று அப்படியே தரையையே பார்த்துக்கொண்டு நின்றாள். அவன் வெளியேறினான். அவர்கள் "எக்கா வாறோம்" என்று விடைபெற்றதோ, அவளை ஆச்சரியமாகப் பார்த்துவிட்டுப் போவதோ, அவள் பார்வையில் படவில்லை. செவியில் விழவில்லை. அப்படியே குன்றிப்போய் நின்றாள். சுயம்புவை, சுக்கு நூறாக்க வேண்டுமென்ற ஆவேசம். அந்த ஆவேசத்திலேயே அங்குமிங்குமாய் பார்த்தபடி நடந்தாள். கால் வலித்தபோதுதான் கால நேரம் தெரிந்தது. வெளியே வேப்பமரத்தடியிலிருந்து திரும்பப் போனாள்.

"ஒங்களுக்கு மணியார்டர் வந்திருக்கு. சுயம்பு அனுப்பியிருக்கார்..."

கோமளம், அந்த தபால்காரரையே சுயம்புபோல் எரித்துப் பார்த்தாள்.

23

அந்தச் சேரியின் சேரிக்குள், சராசரி நாளைவிடச் சுவையான நாள்.

சென்னையிலுள்ள அத்தனைப் பேட்டைகளிலிருந்தும் 'அலி அலியான' கூட்டம். பெரும்பாலானவர்கள் பட்டுச் சேலை கட்டியிருந்தார்கள். 'கில்ட்டோ,' 'கவரிங்கோ' அல்லது தங்கமோ அத்தனை நகைகளும் கழுத்திலும் காதிலும் மின்னின. ஒரு பந்தல்கூடப் போடப்பட்டிருந்தது. அத்தனை பேரும், பேட்டை, பேட்டையாய் நின்று கொண்டிருந்தனர். பந்தலுக்கு அப்பால் மூன்று பெரிய கல் அடுப்பில் அண்டாச் சோறு கொதித்தது. அதேமாதிரியான சின்னக்கல் அடுப்பில் இன்னொரு ஈயப் பாத்திரத்தில் கோழியோ, ஆடோ குழம்பாகிக்

கொண்டிருந்தது. அந்தச் சேரிப் பெண்களில் நிசமான பலரும், சமையலுக்கு ஒத்தாசை செய்தார்கள். காய்ந்துபோன வயிறுகளையும் ஒடுங்கிப்போன மார்பெலும் பையும் காட்டிய குழந்தைகளை அவர்களின் அம்மாக்கள், இழுத்துக் கொண்டு போனாலும், அலிச்சமூகம் விடவில்லை. தாய்களையும் குழந்தைகளையும் சேர்த்தே இழுத்தது.

அந்தப் பந்தலின் நடுப்பகுதி ஒரு ஓலைக்குடிசையின் வாசலுக்குமேல் உள்ள ஆகாயக் கூரையைத் தட்டி நின்றது. அந்தக் குடிசையின் சுவரோரத் திட்டில் முர்கேவாலி மாதாவின் படம். சாமுண்டீஸ்வரி மாதிரியான தோற்றம். ஆனாலும், அம்மா சிங்கத்திற்குப் பதிலாக, சேவல் மீது சாய்ந்து நின்றாள். அந்தச் சேவல் கொண்டை பெருத்தும் சிவந்தும், வானவில் வண்ணக் கலப்பில் தோன்றியது. அதன் அலகில் ஒரு மூர்க்கத் தனம் - மாதாவின் கண்களைப்போல். அந்தக் கண்களில் கீழ்நோக்கிப் பாயும் ஒளிக்கற்றைகள் படத்துக்குள், மேலே ஒரு கோவில் படம். மாதாவின் பல கைகளில் ஒன்றில் திரிசூலம். இத்தனை லட்சணங்களும் கொண்ட அந்தப் புகைப்படத்தின் முன்னால் வாழையும் ஆரஞ்சும் மண்டிக் கிடந்தன. குத்துவிளக்கு தீபம் குதித்துக் குதித்து ஒளிர்ந்தது. ஊதுபத்திகள் ஊதாமலே சிவப்புக் குன்றி முத்துக்களைக் காட்டின.

அம்மாவின் படத்திற்கு முன்பு, பத்தாவது படிப்புக் காரியான பாத்திமா சம்மணம் போட்டு உட்கார்ந்திருந்தாள். அவர்கள், வழக்கப்படி ஒரே பச்சை மயம், அவளின் புடவையும் பச்சை, ஜாக்கெட்டும் பச்சை, வளையல்களும் அப்படியே; புருவ மையும் உதட்டுச் சாயமும், பச்சை பச்சை... நெற்றியிலும், பச்சை பிளாஸ்டிக் பொட்டு... எல்லாமே பச்சையாக, அவள் இலை தழைகளோடு கூடிய செடியில் சிவப்பு ரோஜாவாக ஜொலித்தாள்.

இதற்குள், பேட்டை அலிகளுக்கிடையே ஒரு சின்னச் சண்டை. சேலை கட்டாமல் லுங்கி கட்டியவர்களை 'ஜமா' விலிருந்து தள்ளிவைக்க வேண்டுமென்று ஒரு புடவை சொல்ல, லுங்கிகளுக்கும் புடவைகளுக்கும் போர் துவங்கியது. ஒரு பக்கத்து லுங்கிகள், இடதுகையை நீட்டி, வலது கையை அதற்குமேல் பிடித்து, மேல் கையை அங்குமிங்குமாய் உருட்டி, இரு உள்ளங்கைகளையும் ஒன்றோடு ஒன்று தட்டி, போர்ச் சத்தம் எழுப்பினார்கள். இது மாதிரிதான் எதிரணியும்...

“புடவை வாங்கிக் கொடுங்கடி. கட்டிக்கிறோம்...” அடியே என் சக்களத்திகளா லுங்கிய கிழிச்சு புடவை மாதிரி கட்டுங்களேன்டி... அடுத்தவாட்டி இப்படி ஜமாவுக்கு முண்டமா வந்தீங்க, நடக்கிற கதையே வேற...”

இருதரப்பும், போர் வார்த்தைகளை விட்டன. ஒரு தரப்பு பேசும்போது, மறுதரப்பு இடையில் குறுக்கிடாது. அது பேசி முடித்ததும், மேல் கையையும் கீழ் கையையும் தட்டி திட்டுக்களை வெளிப்படுத்தும். இருபக்கமும் சேராதவர்கள் ‘தத்தேறி முண்டைங்களா! நீங்க போடற சத்தத்துல முர்கேவாலி மாதாவே ஓடிடப்போறாள். ஒக்காருங்கடி... ஓங்க புத்திக்குத்தான் நம்மள பொட்டை பொட்டைன்னு பொறுக்கிப் பயல்க சத்தாய்க்கிறாங்க. அதைக் கேக்க வக்கு இல்ல. வந்துட்டாளுக சக்களத்திங்க...”

இதற்குள், குருவக்கா, ஐம்பது வயது மதிக்கத்தக்க ஒரு அலியைக் கூட்டி வந்தாள். பின்னால் பவ்வியமாய் திரும்பித் திரும்பிப் பார்த்தபடியே, அவளை லேசாய்க் கையைப் பிடித்து முன்னோக்கி நடந்தாள். வழி அடைத்தவள்களில், அவளுடைய ‘சேலாக்களை’ மட்டும் காலால் இடறிப் ‘பெரியவங்களுக்கு வழி விடுங்கடா, விடுங்கடி’ என்று மாறி மாறி ‘டா’வும், ‘டி’யும் போட்டு போட்டு குரு அலியைக் கூட்டிப்போனாள். உடனே பத்தாவது வகுப்பு பாத்திமா உட்கார்ந்தபடியே இருவர் கால்களையும் கையால் தொட்டு, அதற்காக வளைத்த உடம்பை நிமிர்த்தினாள். குருவக்கா, அவள் தாய் மதனாவிடம் கத்தினாள். ‘நல்லா இருக்குடிம்மா ஒன் பொண்ணு செய்யுற காரியம். எழுந்து கும்பிட்டால் என்னவாம்...’

இதற்குள், குரு அலி, முர்கேவாலி மாதா முன் உட்கார்ந்தார். எல்லோரும் கல்லடுப்பில் வைக்கப்பட்ட பச்சை வண்ணம் தீட்டப்பட்ட பால் செம்பையே பார்த்தார்கள். பால் பொங்கியபிறகே, பூஜை...

முன்னால், ஒரேயடியாய் போகமாலும், அதே சமயம் பின் தங்காமலும் மத்தியில் சுயம்புவோடு இருந்த பச்சையம்மா, அந்த நிகழ்ச்சிபற்றி விளக்கப்போனாள். பச்சைக் கரை போட்ட, வெளிர் மஞ்சள் சேலையில், வெள்ளை வளையல்களில், பச்சை மதலைபோல் அனைவரையும் ஊடுருவிப் பார்த்த சுயம்புவை, முட்டியில் செல்லமாய் தட்டியபடியே, மெதுவான குரலில், பச்சையம்மா விளக்கினாள். எவளாவது, ஒரு

லோலாயி தன்னோட விளக்கம் சரியில்லை என்று தட்டிக் கேட்டுவிடக்கூடாதே என்ற எச்சரிக்கை உணர்வோடு இந்த மாதிரி சமாசாரங்களை இப்படித்தான் ரகசியமாய் பேச வேண்டும் என்பது போல் பேசினாள்.

"அதோ படத்துல இருக்கவள்தான் ஒன்னோட, என்னோட, நம்மோட லோகமாதா... இந்த மாதா மூலம் தான் மகளே நாம் உற்பத்தியானோம். அந்தக் கதைய சொல்றேன் கேள். அதோ... மாதா படத்துல... மேலே ஒரு கோட்டை தெரியுது பாரு... அந்தக் கோட்டையில் இருந்து ஒரு காலத்துல அரசாண்ட மவராசா காட்டுக்கு வேட்டையாடப் போயிருக்கான். அங்கே, துர்க்காதேவி தன் தம்பியோட ஏதோ பேசிட்டு இருந்திருக்காள். மவராசா பார்த்துட்டான். தேவிகிட்ட போயி "ஒன்னோட நான் 'சேரணும்.' சாயங்காலம் வருவேன். தயாரா இரு"ன்னு சொல்லிட்டுப் போயிட்டான். அரசனாச்சே... தடுக்க முடியுமோ... இப்போ நமக்கு எப்படி போலீசோ, அப்படி அப்போ அவங்களுக்கு மவராசா துர்க்கா தேவி, தவியாய் தவிச்சாள். உடனே, தம்பிக்காரன் அக்கா சேலையை உடுத்துக்கிட்டு அவள மாதிரியே வேசம் போட்டான். அக்காவுக்கு தன்னோட துணியக் கொடுத்து, அவளுக்கு ஆம்பளை வேஷம் போட்டு வாசல்ல உட்கார வச்சுட்டு இவன் குடிசைக்குள்ள போயிட்டான். சொன்ன நேரத்துக்கு வந்த மவராசா, குடிசைக்குள் போய், பொம்பளை வேடம் போட்டவனை ஏதோ பண்ணிட்டுப் போயிட்டான். வெளியே வந்த தம்பி, துர்க்காதேவியைப் பார்த்தான். பக்கத்துல வந்த ஒரு நாயை கீழே வெட்ட வேண்டியதை வெட்டிட்டு, தம்பிக்கும் அப்படி வெட்டிட்டாள். தம்பிகிட்ட சொல்லிட்டாள். 'இனிமேல் நீ அலியப்பா... ஒனக்குன்னு தனி ஒலகத்தைநான் தாறேன்! நீ அலி அவதாரமாக பக்ராஜி என்கிற இடத்துக்குப் போ... அங்க ஒனக்கு கோயில் கட்டிக் கும்பிடுவாங்க. ஒன்னத் தேடி வார அலிகள் காலுலயும், எல்லோரும் விழுந்து கும்பிடுவாங்க... நீயோ ஒன் வம்சாவளியில யாரோ ஒருத்தரைப் பார்த்து பொட்டையா போன்னு சொன்னால் சொன்னதுதான். நிச்சயமா பலிக்கும்... இது, நான் ஒனக்கு கொடுக்கிற வரம் என்று துர்கா சொல்லிவிட்டால் இதுதான் நம்ம வரலாறு... அதனாலதான் 'அறுத்துப்போட்ட' ஒவ்வொரு பொட்டையும், முதல்ல நாய்கிட்ட காட்டணும். அப்புறம் நாற்பது நாள் விரதம் இருக்கணும். அதற்குப் பிறகு இந்த பாத்திமாவுக்கு நடக்கிறது மாதிரி பூஜை நடக்கும். அப்புறம்தான் அதெல்லாம்."

பச்சையம்மா, மூச்சு விட்டபோது, சுயம்பு அவள் சொன்னதைக் காதுகளில் ஏற்றிக்கொண்டாலும் கருத்தில் ஏற்காததுபோல் கிடந்தான். அப்போதுதான், அவன் 'உம்' கொட்டாமல் இருந்ததை நினைத்த பச்சையம்மா, அவனைத் தன் பக்கமாய் நிமிர்த்தினாள். அவன் கண்கள் நீரிட்டன. உதடுகள் துடித்தன. அவள் அவன் முதுகைத் தட்டிக்கொடுத்தாள். மனசுக்கும் ஒத்தணம் போட்டாள்.

"ஒடஞ்சக் கல்லு ஒட்டாது மவளே... பிரிஞ்ச உமி நெல்லோட சேராது மவளே... நான் இருபத்தஞ்சு ரூபாய அந்த பத்தாவது வகுப்புக்காரிக்கிட்ட கொடுத்தப்போ நீ என்ன பைத்தியக்காரின்னு கூட நினைச்சிருப்பே... நீயும் வேலையில சேர்ந்து நல்லா இருக்கிறதா அட்ரஸோட எழுதியும் பார்த்தேன். அப்படியும் 'மனுதாரர் பணத்தை வாங்க மறுக்கிறார்" என்கிற எழுத்தோட பணம் திரும்பி வந்ததைப் பார்த்தாவது, நீ திருந்தணும்... நீ அவளை பாசத்தோட அக்கான்னு நினைக்கிறதாலேயே, அவள், உன்னை தம்பின்னு துடிக்கிறதா ஆயிடாது... ஒருத்தரப் பத்தி, நாம அவங்க மேல வச்சிருக்கிற பாசத்தை வச்சு தீர்மானிக்கோம். இது தப்பு. ஒருத்தர நம்ம விருப்பத்துக்கு தக்கபடி பார்க்காமல், அவங்க விருப்பத்துக்கு தக்கபடி எடை போடணும் மவளே..."

சுயம்பு மெள்ள முணுமுணுத்தான்.

"ஒருவேளை அக்காவுக்கு தெரியாம இல்லன்னா அவளைக் கட்டாயப்படுத்தி..."

"முள்ளுல சேல பட்டாலும், சேலையில் முள்ளு பட்டாலும் சங்கதி ஒண்ணுதானே மகளே!"

"அப்போ எப்பவுமே என் அக்காவ, எங்க அம்மாவ..."

"இனிமேல் எப்பவுமே பார்க்க முடியாதுன்னு நெனச்சிக்க மகளே... இனிமேல், நான்தான் ஒனக்கு அம்மா... நல்லதுக்கும், கெட்டதுக்கும் பொறுப்பு... ஒன்னயும் அந்த பாத்திமா மாதிரி பூஜையில் வச்சு பார்க்கணும்னு ஆசை... அதுக்கு முன்னால ஒன்னை நான் தத்து எடுத்துக்கணும்.. அந்த குருவக்கா என்னடான்னா, தானே ஒன்னத் தத்து எடுப்பாளாம்... அவளும் நல்லவள்தான்... ஒன்மேல அவளுக்கும் ஒரு பாசம்... அவள் மகளேன்னு கூப்பிட்டாலும், நீ அக்கான்னுதான் பதில் சொல்லணும்... சரியாடி...!"

சுயம்பு, பேசாமல் இருந்தபோது, பச்சையம்மா அவன் தலையை அங்குமிங்குமாய் ஆட்டினாள். பிறகு கேட்டாள். "ஒனக்கு யாருடி அம்மா... நானா... குருவக்காவா?"

"எங்கக்கா... எங்கக்கா..."

பச்சையம்மா, விட்டுப் பிடிக்க நினைத்தாள். இதற்குள் பால் பொங்கியது. அந்த பச்சை செம்பின் நாலு பக்கமும் வெள்ளைக் கோடுகள் விழுந்தன. அது பொங்கிய வேகத்தில் எல்லோருக்குமே சந்தோஷம். அது மாதாவின் முன்னால் கொண்டுவரப்பட்டது. கற்பூரம் ஏற்றப்பட்டது. எல்லா அலிகளும் அவர்களோடு இரண்டறக் கலந்த பெண்களும் ஒரு சேர எழுந்து கும்பிட்டார்கள். அவர்களின் மரபுப்படி சந்தோஷத்தில் ஒரு கவலையைப் புகுத்தி ஒரு தோத்திரம் பாடினார்கள்,

"மாதா மாதா... பகுச்சார தேவி மாதா... முர்கேவாலி மாதாவே... இனிமேல் எந்த பிறப்பு எடுத்தாலும் இந்த அலிப்பிறப்பு ஆகாது தாயே... ஆகாது..."

குரு அலி, தாம்பாளத் தட்டிலிருந்து திருநீறையும், குங்குமத்தையும் பாத்திமாவுக்கு பூசினார். பொட்டிட்டார். தலை நிறைய பூக்குவியலோடு இருந்த பாத்திமா, கள்ளச் சிரிப்பாய் சிரிக்காமல் கண்ணை மூடிக்கொண்டு தலையைச் சுற்றினாள். என்ன நினைத்தாளோ... ஏது நினைத்தாளோ...

எல்லா அலிகளும், குரு அலியிடம், பயபக்தியோடு குங்குமத்தை வாங்கிக் கொண்டார்கள். முன்வரிசை, பின்வரிசையாகும்படி முகங்கள் திரும்பின. ஆனாலும் தலையில் பால் குடத்தை ஏற்றிய பாத்திமா முன்னால் வந்தாள். இருபுறமும் குரு அலியும், குருவக்காவும், தாய்க்காரி மதனாவும் சூழ, அவள் தன்பாட்டுக்கு நடந்தாள். அத்தனை அலிகளும், தத்தம் அந்தஸ்தை தாமே நிச்சயித்துக் கொள்வதுபோல் திருத்தி அமைந்த வரிசையில் பொருத்தமான இடத்தைத் தேர்ந்தெடுத்தார்கள். 'என்ஜினியர்' மகள் கிடைத்ததால் தனது அந்தஸ்தை உயர்த்திக்கொண்ட பச்சையம்மா சுயம்புவோடு அந்த ஊர்வலத்தின் தலைக்குக் கழுத்துப் பகுதியானாள்.

24

அந்த அலி ஊர்வலம், சிரிப்பும் கும்மாளமுமாய் புறப்பட்டது. வளையல்கள் குலுங்கின. கொலுசுகள்

கும்மாளமிட்டன. சிலர் சினிமாப் பாட்டுப் பாடினார்கள். சிலர் அதற்கு ஏற்றாற்போல் அங்குமிங்குமாய் ஆடினார்கள். அதேசமயம், வழக்கமான ஊர்வலத்தைப் போல் அக்கம் பக்கத்தை அலட்சியமாகப் பார்க்காமல், அடக்க ஒடுக்கமாகப் போனார்கள். பிரதான சாலை வழியாய், மயிலாக ஆடி குயிலாகப் பாடி, ஒயிலாக நடந்து, அண்ணா சதுக்கம் வந்து, அதற்கு அப்பால் எழிலகத்திற்கு எதிரே ஒரு இறங்கு முனைக்குப் போனபோது, சரிவுப் புல்தரையில் உட்கார்ந்திருந்த நான்குபேர் நேரடி வர்ணனை கொடுத்து, விசிலடித்தார்கள்.

"ஏய் பொட்டைங்களா... ரேட்டைக் கூட்டிட்டிங்களாமே... பொட்டைங்களா... ஏய் பொட்டை, ஒன்னத் தான்... கொஞ்சம் போஸ் கொடுமே..."

"இதுகளுக்கு இன்னிக்கு இன்னடா வந்திட்டு..."

"ஏதாவது ஒரு பொட்டை வயசுக்கு வந்திருக்கும்... இதோ அந்த பொட்டைக்கிட்டய கேக்கலாமே... ஏய் பொட்டை ... பொட்டைப் பையா... உங்களுக்கு வயசுக்கு வாறதுன்னா என்னாடி... சொல்லு கண்ணு... கபீரிச்சி மாதிரி போறியே..."

பெரும்பாலான,அலிகள் கண்டுக்கவில்லை.இந்தமாதிரியான வார்த்தைகளை இந்தக் கடற்கரை பொறுக்கிகளிடம் மட்டுமல்லாமல், பங்களா பொறுக்கி களிடமும் கேட்டுக் கேட்டு மரத்துப் போன மனங்கள். ஆனால் சுயம்பு திரும்பித் திரும்பிப் பார்த்தான். ஒரு சில இடங்களில் வீறாப்பாய் நின்று முறைத்தான். அவனிடமே, ஒருத்தன் 'வயசுக்கு' வாறது பற்றிக் கேட்டதை, பச்சையம்மாவால் பொறுக்க முடியவில்லை. மகளின் பார்வையில் ஒரு வீரத் தாயாக விளங்க நினைத்தாள். மேற்கொண்டு நடக்காமல், திருப்பிக் கொடுத்தாள்.

"ஏண்டா எச்சிக்கலைங்களா... பொறுக்கிப் பசங்களா... ஒங்க வீட்லயும் ஒரு பொட்டை விழ எதுக்குடா எங்கள வம்புக்கு இழுக்குறீங்க!"

"இது கோபப்பட்டாக்கூட அயகாத்தாண்டா கீது..."

"ஒங்க ஆத்தாளுங்களப் போய்க் கேளுங்கடா... ஏண்டா எங்கள சித்ரவதை செய்யுறீங்க?"

"அப்படின்னா என்னம்மா கண்ணு... சித்திரத்துல படம் போடுறதா... செந்தமிழ் தேன் மொழியாள்... அவள்... திட்டும் மலர்கொடியாள்."

இதற்குள் குருவக்கா, அங்கே ஓடி வந்தாள். அந்த அலி வரிசையும் காச்சு மூச்சு சத்தத்தோடு அவர்களை வட்டமாய் சூழப்போனது. ஆனால் குருவக்கா விடவில்லை... இன்றைக்கு அடித்துவிடலாம்... நாளைக்கு அவஸ்தைப்படுவது... அவள் பச்சையம்மாவை உலுக்கிய போது, பச்சையம்மா உஷ்ணமாகக் கேட்டாள்.

“போலீஸ் நாயிங்கதான் பொய் கேசு ஜோடிச்சு எங்கள அலக்கழிக்குது... நீங்களும் ஏண்டா பிராணனை வாங்குறீங்க...”

குருவக்கா, பச்சையம்மாவை இழுக்க, பச்சையம்மா சுயம்புவை இழுக்க, அவன், அந்தப் ‘புல்லர்களை’ப் பார்க்க, அவர்கள் வரிசையோடு சேர்ந்தார்கள். குருவக்கா பச்சையம்மாவிடம் காதில் பேசினாள். அதற்குள் அவள் புலம்பிக்கொண்டே நடந்தாள்.

“ஒரு நாளா ரெண்டு நாளா... பொழுது விடிஞ்சா பொட்டை... பொழுது போனால், பொட்டை... சம்பாதிக்கிற பணத்தைக் கத்தியக் காட்டிப் பிடுங்குறாங்க. இந்தப் பொறுக்கிங்களைப் பத்தி போலீஸ்கிட்ட சொன்னா, அந்தப் பொறுக்கிங்களும் நம்மளத்தான் புரட்டி எடுக்காங்க... பேஜாரான பொழப்பு... நீ ஏன், கண் கலங்குறேடி! நான் இருக்கேன். குருவக்கா இருக்காள்.”

“ஏய் பச்சம்மா... ஒனக்கு மூளை இருக்குதா... அவன் யார் தெரியுமா? பிளேடு ராக்கப்பன். பஸ்ல பப்ளிக்காவே கண்டக்டருக்குத் தெரியும்படியாவே அறுக்கிறவன். போலீஸுக்குக் கையாளு. அவன்கிட்ட போயாடி வாயாடுகிறது...”

“அடக்கடவுளே... எனக்குத் தெரியாமப் போச்சே! நாளைக்கு அவன் குப்பத்துக்குப் போயே மன்னிப்புக் கேட்டுக்கப் போறேன்... பயப்படாதே மகளே, நட! நாங்க இருக்கோம்!”

பச்சையம்மாவும், குருவக்காவும் சுயம்புவோடு கூட்ட வரிசையில் பழைய இடத்தைப் பிடித்துக் கொண்டார்கள். இதற்குள், கூட்டமாய்க் கிடந்த கல்லூரிப் பயல்கள் ‘ஜிலுக்கு ஜிலுக்குத்தான், குலுக்கு குலுக்குத்தான்’ என்று ஆரவாரம் செய்தார்கள். உடனே, பல அலிகள் அந்தக் கூட்டத்தின்மீது கொசுக்கள் மாதிரி மொய்த்து ‘வெளிச்சத்துல பாடுறது வீரமில்லடா. இருட்டுப் பக்கமா வாங்கடா மச்சி’ என்று சாதாரணமாய் கேட்டபோதே, கல்லூரிப் பயல்கள் வாயடங்கினார்கள். அலிகளும் தெரிந்து வைத்திருக்கிறார்கள் - எந்த செட்டை விடணும், எந்த செட்டை தொடணுமுன்னு...

அந்தக் கூட்டம், ஆளில்லாத கடலோரமாய்தான் போனது. அங்கேயும் வேடிக்கை பார்க்கும் கூட்டம் திரண்டது. அதைப் பொருட்படுத்தாமல் சிறிது நேர பிரார்த்தனை. பிறகு பாத்திமா செம்புப்பாலை கடலில் ஊற்றினாள். இப்போது அந்தக் கூட்டத்தைப் பார்த்து வெட்கத்தோடு சிரித்தாள். வயதுக்கு வந்தாச்சே...

அவர்கள் ஏதோ ஒரு பெரிய காரியத்தை முடித்து விட்ட திருப்தியில், திரும்பி நடந்தார்கள். இப்போது, வயிறு வலிப்பது மாதிரியான பசி. பந்திக்கு முந்து என்ற பழமொழிக்கு ஏற்ப ஆடியாடி ஓடினார்கள். அப்போது அந்தப் பக்கமாக ஒரு வாட்டசாட்டமான ஆசாமி... இருட்டில் சரியாகத் தெரியவில்லை. ஆனாலும், அவன் 'சிக்னல்' புரியும்படியாகவே இருந்தது. இடம் பொருள் ஏவல் தெரிந்து நடப்பதுபோல், சற்றுத் தள்ளி, சுயம்பு மேல் பார்வை போட்டபடியே நடந்தான். பச்சையம்மா குருவக்காவிடம் கிசுகிசுத்தாள்.

"எக்கா... அதோ பார் என்னையே முறைக்கான் பார். போகட்டுமா..."

"சாப்பிட்டுட்டு போ..."

"அதுக்குள்ள அவன் பசி அடங்கிடுமே..."

"இன்னிக்கு நல்ல நாளுடி..."

பாத்திமாவுக்கு நல்ல நாளுன்னா, எனக்கு என்ன வந்தது? எனக்கு எவ்வளவு கடன் இருக்கு தெரியுமா... அதோட, இவளுக்கு அறுக்கதுக்கு பணம் வேணும்... தத்துக்கு பூஜைச் செலவு? எத்தனை செலவு இருக்குது. என் தம்பிப்பய ஒரு பைசாகூட கொடுக்காமப் போயிட்டானே! அவன் வீட்லயும் பொட்ட விழ... அய்யய்யோ மூர்கேமாதா வாய் தவறி சொல்லிட்டேண்டி... அதைப் பெரிசா எடுத்துக்காதடி... என் தம்பிமேல கோபப்படாதடி... எங்க வம்சத்துக்கு நான் ஒருத்தி போதும்டி..."

"சரி, சீக்கிரமா போயிட்டு சீக்கிரமா வா... இவள எதுக்குடி இழுக்குறே..."

"இப்பவே தொழில் செய்யாட்டியும், தெரிஞ்சு வச்சுக்கட்டுமே..."

"எனக்கு என்னமோ சரியாப்படலை... அப்புறம் ஒன் இஷ்டம்!"

'கவலைப்படாத குருவக்கா. என் மகளுக்கு இஷ்டமில்லாமல் எதையும் செய்யமாட்டேன். அவள்மேல ஒரு துரும்பு விழக்கூட பொறுக்கமாட்டேன்... வாடி என் ராசாத்தி..."

சுயம்புவுக்கு, ஒன்றும் பிடிபடவில்லை. ஆனாலும், அந்த சேரிப்பகுதிக்குப் போகவும் அவனுக்குப் பிடிக்கவில்லை. ஒரே நாற்றம். சுடுகாட்டு வாசனை. கருவாட்டுக் குமட்டல், கண்ணால் பார்க்க முடியாத அசிங்கம்... இந்தக் கடற்கரை எவ்வளவு அகலமா இருக்கு...

பச்சையம்மா குருவக்காவிடம், மகள்மேல் இருந்த தனது ஆதிபத்திய உரிமையை நிரூபிக்கும் வகையில், சுயம்புவை இஷ்டமில்லாமல்தான் இழுத்துக்கொண்டு போனாள். விட்டுவிட்டுப் போனால் குருவக்கா 'மகளின் மனதை கலைத்துவிடுவாள் என்ற பயம்'. முறைப்படி தத்துப் பூஜை நடைபெறும்வரை இவள் சட்டப்படியான தாயல்ல... முர்கே மாதாவின் படத்துக்கு முன்னாலோ, அல்லது பல்லவன் போக்குவரத்து தலைமையகத்திற்கு அருகே உள்ள கோட்டக்கல் முனீஸ்வரன் கோவிலில் சுவிகாரச் சடங்குகள் நடத்தி, ஊசி போட்டுப் பெரிதான தனது மார்பகத்தைத் திறந்து, அதன் மேல் பூஜை செய்த ஒரு கிண்ணத்துப் பாலை ஊற்றி இந்த சுயம்பு அந்தப் பாலை அண்ணாந்து குடிக்கும் வரை அவள் முறைப்படி தாயுமல்ல சுயம்பு மகளுமல்ல...

சுயம்பு, பசுமாட்டின் பின்னால் நின்று நின்று, போகும் கன்றுக்குட்டிபோல் நின்று நின்று நடந்தான். பச்சையம்மாவும் அதேபோல் நின்று நின்று, அவன் தன் பக்கம் வந்தபிறகே நடந்தாள். இதற்குள் அந்த ஆசாமியும் போக்குக் காட்டியே நடந்தான். பச்சையம்மா சுயம்புவை சிறிது தொலைவில் நிறுத்திவிட்டு அந்த ஆசாமியின் அருகே போனாள். அவன் கைகளைத் தூக்கி, தன் தோளில் போட்டுக்கொண்டு நிமிர்ந்து பார்த்தாள். பிளேடு ராக்கப்பன்.

அங்குமிங்குமாய் அப்பாவிகள்போல் 'மப்டியில்' சிதறியிருந்தவர்கள் வட்டம் போட்டு ஓடி வந்தார்கள். ஒருத்தன் எதிர் ஓட்டம் போடாமல் சும்மாவே நின்ற சுயம்புவை அவன் முடியைப் பிடித்து இழுத்தான். அவனைப் பார்த்து ஓடிய பச்சையம்மாவை நான்கு பேர் குப்புறத் தள்ளினார்கள். ஒரு மப்டி போலீஸ் மிரட்டியது.

"யாருடா... பொட்டப்பசங்க... போலீஸ்னா ஒனக்கு அவ்வளவு கேவலமாப் போச்சா? டேய்... அந்தப் புதுச்சரக்கையும் கையைக்

கட்டுங்கடா... முகவெட்டு நல்லா இருக்கு... ஏண்டி பச்சை... போலீஸ் நாயிங்களா... ஒன்ன நாய அடிக்கது மாதிரி சாவடி கொடுப்பேன் பாரு...” பிளேடு ஊக்கிவித்தது.

“யாரை விட்டாலும் இவள விடப்படாது சார்...”

போலீஸ்காரர்கள் சொல்லப் பொறுக்காமல், பச்சையம்மாவுக்கும், சுயம்புவுக்கும் விலங்கு போட்டார்கள்.

சுயம்புவும், பச்சையம்மாவும் வாய்வலி தாங்க முடியாமல் துடித்ததால் அவர்களுக்குப் பின்னணிக் குரலாக அந்த ஆட்டோவே அலறிக்கொண்டு ஓடியது.

கையில் விலங்கிடப்பட்ட பச்சையம்மா, ஆட்டோவில் திணிக்கப்பட்ட போது விலங்கும் கையுமாய் கும்பிட்டாள்.

“அது பச்ச மதலை சார்... விட்டுடுங்க சார்... அது ஓட நெனச்சால ஓடியிருக்கலாம்... சும்மா நின்னுதே சார்... அதோட, குற்றவாளி நான்தான் சார்... என் மகள் இல்ல சார்...”

அவள் பேசுவதைக் கேட்டுக்கொண்டிருந்த போலீஸாரில் ஒருத்தர் பச்சையம்மாளின் வாயில் ஒரே குத்துதான் குத்தினார். அவள் அந்த ஆட்டோவிற்குள் சரிந்து விழுந்தாள். இன்னொருத்தர் சுயம்புவின் முடியைப் பிடித்து இழுத்து அவனை அங்குமிங்குமாய் ஆட்டினார். தலைமைக் காவலர் சவாலிட்டார்.

“தேவடியாப் பையா... திருட்டு மூதேவி... யாருடா நாயி... ஒனக்கு ஆறு மாசமாவது வாங்கித் தர்ரேனா... இல்லியா பாரு...”

25

அந்த ஆட்டோவுக்குள், மேலும் நான்குபேர் தங்களை திணித்துக் கொண்டார்கள். ஏதோ பேசப் போன பச்சையம்மாவை, ஒருத்தர் முட்டிக் காலாலே இடித்தார். அந்த வாகனம், சம்பந்தப்பட்ட காவல் நிலையம் முன்னால் போய் நின்றதும், இரண்டு மப்டிகள் இருக்கையில் இருந்தபடியே, அவர்களைக் கீழே தள்ளி விட்டார்கள். இருவரும் தரையில் விழப்போன வேளை... ஆனாலும், பச்சையம்மாவும் சுயம்புவும் ஒருவரை ஒருவர் ஆதரவாகப் பிடித்தபடி கீழே விழாமல் சமாளித்தார்கள். அது போதாதென்று அந்தப் போலீஸ்காரர் பச்சையம்மாவின் பிட்டத்தில் வலதுகால் பூட்ஸின் அடையாளத்தைப் பதிய வைத்துவிட்டு, அவர்கள் இருவரையும்

ஆடுமாடுகளைப் போல் போலீஸ் துரைத்தன முகப்பிற்குள் தள்ளி விட்டார்.

'கிரைம்' இன்ஸ்பெக்டர், இருந்த இடத்தில் இருந்தபடியே, சிறிது தொலைவில் உள்ள 'எல் அன்ட் ஓ' இன்ஸ்பெக்டரிடம் கோபம் கோபமாய்ப் பேசிக் கொண்டிருந்தார். குற்றங்களைக் கவனிக்க வேண்டிய தன்னை, 'செக்யூரிட்டி' டியூட்டிக்குப் போட்டு குடிக்க தண்ணீர்கூட கிடைக்காமல் அலைக்கழித்ததை ஒரு அன்றாட நிகழ்ச்சியாகச் சொல்லிக் கொண்டிருந்தார். அப்போதுதான் வந்ததுபோல் அவர் முகத்தில் வேர்வைத் துளிகள். கைகளில் புழுதித் துகள்கள். கத்தினார்.

"மென்னும் கிடையாது. கன்னும் கிடையாது... முகமூடிக்கொள்ளைய குறைடான்னா எப்படிக் குறைக்கறது... வேற பக்கமா போயிடுங்க சாமின்னு கொள்ளக்காரன் காலுல விழுந்து கும்பிட முடியுமா... காலையில சாப்பிட்டதப்பா... நீயாவது சட்டம் ஒழுங்கு... ஜாலி வேல..."

அந்த 'எல் அன்ட் ஓ இன்ஸ்பெக்டர்' ஏதோ பதில் சொல்லப்போனபோது, அந்தப் பக்கமா பச்சையம்மாவும் சுயம்புவும் கொண்டுவரப்பட்டார்கள். சுயம்பு அங்கேயிருந்த போலீஸ்காரர்களைக் கண்டு பயந்து விட்டான். கையில் துப்பாக்கி. அதுக்கு மேலே சூரிக்கத்தி. என்ன செய்யப் போறாங்களோ... அப்போதும் பச்சையம்மா ஆறுதல் சொன்னாள். 'மகளே... அழாதே என் மகளே! நம்ம இன்ஸ்பெக்டர்தான் மகளே! மாமூலான மனுஷர்...!

அந்த கிரைமும், பச்சையம்மாவைப் பார்த்து சிரிக்கப் போனார். அவள் முன்கை கட்டப்பட்டிருப்பதைக் கண்டு கோபப்படப்போனார். இதற்குள் அவர்களைக் கொண்டு வந்த போலீஸாரில் ஒரு வயிற்றுவலிக்காரர் சலூட்டோடு விவரம் சொன்னார்.

"இந்தப் பொட்டை நம்ம ராக்கப்பன்கிட்ட நம்மை போலீஸ் நாயிங்கன்னு சொல்லியிருக்கான் சார்... போலீஸூம் பொறுக்கியும் ஒன்றுதானாம். தனியாச் சொன்னாக்கூட பரவாயில்ல சார். பொட்டப்பயலுக ஊர்வலத்துல அவனுக கைதட்டுறதுக்காக அப்படிப் பேசியிருக்காள்... இவள விட்டுட்டு வந்தால் அப்புறம் எந்தப் பொட்டை நம்மள மதிக்கும் சார். நாமும் பொட்டன்னுதானே அர்த்தம்...!"

இன்ஸ்பெக்டர், சுயம்புவின் மீது படர்ந்த பார்வையை விலக்கி, பச்சையம்மாமேல் வியாபிக்க வைத்து, அவளை மேலும் கீழுமாகப் பார்த்தார். அந்த ஏச்சு எந்த செக்ஷனில் வரும் என்பது மாதிரி நினைத்தார். இதற்குள் வெளியேயிருந்து ஒட்டுக் கேட்டுக்கொண்டே ஒரு கான்ஸ்டபிள் வந்து, சலூட் அடித்தார். அதற்கு எதிர் விகிதாசார விகிதத்தில் பச்சையம்மாவைப் பார்த்துவிட்டு, இன்ஸ்பெக்டரிடம் அவர் பேசினார்.

“சார்... ஒன் மினிட் சார்... நான் போன வாரம் கஞ்சா கேஸ் சம்பந்தமாய், இவள் ஏரியாவுக்கு போனப்போ, ஒரு வளைவுப் பாதையில நடந்துட்டே இருக்கேன். அப்போ இதே இந்த பொட்டைப் பயதான் ‘வந்துடுவானுவ போலீஸ்... வாங்கிக் குடிக்கன்னு’ பொட்டப் பயல் கிட்ட பேசிட்டிருக்காள் சார். நான்தான் மரியாதையைக் காப்பாத்திக்கிறதுக்காக திரும்பி நடந்து பத்து நிமிஷம் கழிச்சுப் போனேன்...”

இன்ஸ்பெக்டர், பாதிக் கோபத்தோடு கேட்டார்.

“திட்டுனதுக்காக மட்டும்தான் பிடித்திங்களா?”

இப்போது, பச்சையம்மாவே தன்னம்பிக்கையோடு பதிலளித்தாள்.

“இல்லிங்க சார்! வழக்கம்போல பீச்ல ஒருத்தனோட... ஆனால் அவன் அடுத்துக் கெடுத்த ராக்கப்பன்...”

இன்ஸ்பெக்டர் எழுந்தார். நிதானமாக நின்றார். ஏதோ ஒரு நன்னம்பிக்கையோடு பார்த்த பச்சையம்மாவைப் பார்த்து நடந்தார். உயரத்தில் ஆறடிக்கு ஒரு அங்குலம் குறைவு. பருமனில் முப்பத்தேழு அங்குலத்திற்கு ஒன்று அதிகம். அவர் பார்த்த பார்வையில், நடந்த நடையில் சுயம்பு பயந்துபோய் பச்சையம்மாவின் முதுகுப் பக்கம் ஒளிந்தபோது-

இன்ஸ்பெக்டர் பூட்ஸ் காலால் ஒரு எகிறு எகிறினார். ‘எம்மா போனேனே’ என்று அலறியபடியே பச்சையம்மா கீழே விழுந்து, சுயம்புவையும் விழத்தட்டினாள். அந்த இன்ஸ்பெக்டர், சுயம்புவை கழுத்தைப் பிடித்துத் தூக்கினார். அவரது கைகளே வாயாகி அவன் கழுத்தைக் கவ்வின. அப்படியே அவனைத் தூக்கி பச்சையம்மா மேலே போட்டார். சுயம்பு ஓலமிட்டான். ‘எக்கா, எக்கா... நான் என்ன பாடு படுறேன்னு பாருக்கா... பாருக்கா...’

அக்கா மட்டும் இதைப் பார்த்தால்... இன்ஸ்பெக்டரை விடுவாளா? எக்கா... எக்கா.. இங்க வாக்கா இங்க வந்து பாருக்கா... ‘மரகதக்கா...’

இன்ஸ்பெக்டர்... போலீஸ்காரர்களை, 'சம்திங்காக' பார்த்துக்கொண்டு, "இந்த மைனர் பொட்டை சொல்லுற மேஜர் பொட்டையை ஏன் விட்டீங்க?" என்றார்.

உடனே ஒரு போலீஸ் இன்னொரு சலூட் அடித்துக் கொண்டு "சத்தியமா ரெண்டே ரெண்டுதான்" என்றார். இப்படித் தன்னை வம்பில் சிக்க வைத்த சுயம்பு கவனிக்கப் படவேண்டிய விதத்தில் கவனிக்கப்படுவான் என்பதுபோல் அந்த போலீஸ்காரர் அவனை பயமுறுத்திப் பார்த்தார். பச்சையம்மா, வாயில் ஊறிய ரத்தத்தை துடைத்துக் கொள்ளாமல் சுயம்புவின் வீங்கிப்போன நெற்றிப் பொட்டைத் தடவி விட்டாள். பிறகு ஏங்கி ஏங்கி அழுதாள். அந்த அவல ஒலியின் பின்னணியில் இன்ஸ்பெக்டர் போர்க்குரல் கொடுத்தார்.

"ஏண்டா பொட்டை! அமைச்சருங்க... ஐ.ஏ.எஸ். அதிகாரிங்க நடமாடுற இடத்துல நடமாடக்கூடாதுன்னு ஒனக்கு எத்தனை தடவை சொல்லியிருக்கேன்... நீ அரவானுக்கு அறுக்கதுமாதிரி நான் அமைச்சருக்கு தாலி அறுக்கணுமா... பாரிமுனை பாலத்துக்குப் போக வேண்டியதுதானடா... ஒனக்கு புத்தி சொல்ற போலீஸ்காரங்க நாயா...? அந்த அளவுக்கு ஒனக்கு திமுரு! போலீஸ, மாமா மச்சான்னு நெனச்சிட்டே.... இந்தாப்பா... இவங்கள கவனிக்கிற விதமா கவனியுங்க..."

பச்சையம்மாவையும், அவள்மேல் கிடந்த சுயம்புவையும், காலால் ஒரு எத்து எத்தி, மறுபக்கம் தள்ளிப்போட்டு விட்டு, இன்ஸ்பெக்டர் வெளியேபுறப்பட்டார். அதற்குமேல் அவர்களை அடிக்கவில்லை. அவருடைய அந்தஸ்துக்கு அவ்வளவுதான் முடியும். இதற்குமேல் துப்பாக்கிதான் அவருடைய அந்தஸ்து! ஆகையால் லத்திக் கம்பிடம் பொறுப்பை ஒப்படைத்தார்.

சுயம்பு, "மரகதக்கா, மரகதக்கா..." என்று மீண்டும் மீண்டும் சொல்லிச் சொல்லி அழுதான். ஒரு தொப்பி மிரட்டியது.

"ஏண்டா... மரகதக்கா எங்கடா இருக்காள்? எங்க இருந்தாலும் அந்தப் பொட்டப் பயல நான் சொன்னேன்னு ஸ்டேஷனுக்கு வரச் சொல்லணும்... தெரிஞ்சுதா..."

சுயம்பு துடித்துப் போனான். கையைக் கட்டிய விலங்கை வைத்தே அவரை அடிக்கப் போவதுபோல் உடம்பை ஆட்டினான். இதைப்பார்த்து ஏதோ ஒன்றைப் புரிந்துகொண்ட ரைட்டர், தலையைக் கவிழ்த்தி, எழுதியபடியே யோசனை சொன்னார்.

"பச்சையம்மா அப்படியே இருக்கட்டும்... அந்த சின்னப் பொட்டையோட டிரஸை எடுத்துட்டு ஜட்டியோட விடுங்க... பக்கத்துல எதையும் வைக்காதீங்க... தூக்குப் போட்டு சாகப் போறவன்மாதிரி முழிக்கான் பாருங்க... அப்புறம்... சொல்றதைக் கேட்காமல் கஸ்டடி டெத், கற்பழிப்புன்னு வம்ப விலைக்கு வாங்காதீங்க..."

ஒரு போலீஸ்காரர் ஜோக்கடித்தார்.

"கற்பழிப்புக்குப் பிறகுதான் சார் கஸ்டடி டெத்து... மாத்திச் சொல்லுறீங்க..."

"ஒன்னமாதிரி ஆளுங்க பிணத்தைக்கூட கற்பழிப்பீங்க... மூள இருக்காய்யா ஒனக்கு... சீரியஸ் சமாசாரம் பேசறேன்னு தெரியல..."

"எஸ் சார்..."

இதற்குள், இந்தக் காவல் நிலையத்தின் பின் கதவு திறக்கப்பட்டது. மூன்று கான்ஸ்டபிள்கள் லத்திக் கம்புகளோடும், ரூல்தடியோடும் பச்சையம்மாவையும் சுயம்புவையும் தள்ளிவிட்டார்கள். பிறகு இவர்களும் துள்ளிக் குதித்து அங்கே போய் கதவைத் தாழிட்டார்கள். திறந்த வெளி... சுற்றுமுற்றும் சுவர்... நான்கைந்து மரங்கள். ஒரு பெஞ்சில் ஒரு லுங்கிக்காரன் குறட்டை போட்டுத் தூங்கினான். அவன் தலைமாட்டில் ஒரு பெண்... அவளும் தூக்கம்.

ஒரு போலீஸ் சுயம்புவின் சேலையை அவிழ்த்தார். ஜாக்கெட்டைக் கிழித்தார். பிறகு அவனை உற்றுப் பார்த்து, "பூ இதுக்குத்தான் இவ்வளவு அமர்க்களமா..." பாவாடையைக் கீழே கொண்டு வந்தார். மெல்லக் கண்ணைத் திறந்தார். அவருக்கும் பொட்டைக எப்படி இருக்கும் என்று பார்க்க ஒரு ஆசை... ஆனால், அவன் ஜட்டி போட்டிருந்தான். அதற்காகவே, அவனை அடித்தார். லத்திக் கம்பால் குத்திவிட்டார். முட்டியைப்பிடித்து இழுத்து முட்டிக்கு முட்டி தட்டிவிட்டார். அவன் வலி பொறுக்காமல் அலறியபோது, பச்சையம்மா, "ஏற்கெனவே சூடுபட்ட பிறவிய்யா... அடிபட்ட உடம்புய்யா... அடிக்கணுமுன்னா அவளுக்கும் சேர்த்து என்ன அடியுங்கையா" என்று மருவினாள். மன்றாடினாள். கும்பிட்டாள். கும்பிட்ட கரங்களை எடுக்காமலே நின்றாள்.

போலீஸார் அந்தச் சவாலை, ஏற்றுக்கொண்டார்கள். ஒருவர் தோளைப் பிடித்து அவளை உட்கார வைத்தார்.

இன்னொருத்தர் முட்டிக்கால்கள் வரைக்கும் அவள் புடவையை மடித்துவிட்டார். பிறகு இரண்டு கால்களை நெருக்கி வைத்துக்கொண்டு, கால் பாதங்களை வளைத்துப் பிடித்துக்கொண்டார். ரூல்தடிக்காரர், அந்தக் கால்களில் அந்தத் தடியை வைத்து உருட்டினார். நிலத்தை ஏர்க்கலப்பை உழுவது மாதிரியான உருட்டல், உழுத நிலத்திலிருந்து வருவது போன்ற கசிவு... நீர் கொண்ட மண்... ரத்தம் உண்ட சதை... பிராணனை பிடுங்கும் வலி.

"எம்மா... எம்மா... முர்கே மாதா... இவனுவ வீட்லயும் ஒரு பொட்டை விழ! ஐயோ, என் கண்ணு போச்சே! ஐயோ என் காது போச்சே...!

அந்த இரவு முழுவதும், பச்சையம்மா வழி பொறுக்க முடியாமல் அலறினாள். சுயம்பு, அக்காவைப் பற்றி அவர்கள் சொன்ன சொல் பொறுக்க முடியாமல், முடங்கிக் கிடந்தான். காவலுக்கு இருந்த போலீஸாரும் அடித்த களைப்பில் தூங்கிவிட்டார்கள். அந்த, இருவரும் மாடுகள் கட்டப்பட்டதுபோல், சுவரில் உள்ள இரும்பு வளையங்களில், விலங்கோடு சேர்த்து கட்டப்பட்டிருந்தார்கள். அந்த விலங்கோ சுயம்புவுக்குத் தலையணை... நாய்ச் சங்கிலி... அனால் நாய்கள் குலைக்கலாம். இவர்கள் குலைத்தால், அவர்கள் கடிப்பார்களோ... பச்சையம்மா, முனங்குவதைக்கூட, மெதுவாய் முனங்கினாள்.

26

மறுநாள், காலை ஒன்பது மணி...

இன்ஸ்பெக்டர், ரவுண்டுக்குப் புறப்படத்தயாரானார், ஜீப்பில் ஒயர்லெஸ் கருவி கத்தியது. அவர் மேஜையில் பொருத்தப்பட்ட மைக்கும் யார் யாரிடமோ பேசிக்கொண்டிருந்தது. சிலர் துப்பாக்கிகளை துடைத்துக் கொண்டிருந்தார்கள். போலீஸ் சித்திரகுப்தனான ரைட்டர் கேஸ் கட்டுகளை அடுக்கிக்கொண்டிருந்தார்.

இன்ஸ்பெக்டர், ஒரு ஓரமாய் ஒடுங்கி நின்ற குருவக்காவை ஓரம்கட்டிப் பார்த்தபடியே "எஸ்..." என்று இழுத்தார்.

இரண்டு கான்ஸ்டபிள்கள், சலூட்டோடு, இரு வரிசைகளைக் கொண்டு வந்தார்கள். மகளிர் அணி ஒரு பக்கம். ஆண்கள் அணி மறுபக்கம். இதற்குள் ஒருத்தர், சுயம்புவையும்,

பச்சையம்மாவையும் விலங்கோடு கொண்டு வந்து மத்தியில் நிறுத்தினார். பாதி பேருடைய முகங்கள் வீங்கி இருந்தன. இமைகள் பெருத்துக் கண்களை மறைத்தன. குருவக்காவைத் தட்டுத் தடுமாறிப் பாதிப் பார்வையால் அடையாளம் கண்ட பச்சையம்மா, கதறினாள். கதறிய வாயில் ஒரு லத்தித் தட்டு... கப்சிப்.

இன்ஸ்பெக்டர், மகளிர் அணியை ரசனையோடு அனுப்பி வைத்தார். ஆண்கள் அணியில் ஒரே ஒருவரை மட்டும் நிறுத்திவிட்டு, மற்றவர்களை வெளியே அனுப்பினார். அவர்கள் போனதும் கைவிலங்கோடு நின்ற பச்சையம்மாவை உற்றுப்பார்த்து, 'பாடம்' நடத்தினார்.

"ஒன் பேர்ல இன்னிக்கு மாற்றமில்ல... பச்சையம்மாதான்... அதோ நிக்கான் பாரு... பிச்சுமணி... அவன் கொடுத்த கால் கிலோ கஞ்சாவை காலேஜ் பக்கமா கொண்டு போகப் போனே... அதுக்காக அவன்கிட்ட முந்நூறு ரூபாயும் அட்வான்ஸா வாங்கிட்டே... அதுக்குள்ள... நானும் அந்தக் கான்ஸ்டபிளும் கஞ்சா கை மாறுனபோது வெடுக்குன்னு பிடிச்சிட்டோம்... நல்லா ஞாபகம் வச்சுக்க... கோர்ட்ல சொல்லும்போது மாற்றிச் சொல்லிடாதே, அப்புறம் லத்தி பிஞ்சுடும்."

பச்சையம்மா, புலம்பப்போனபோது, குருவக்கா சிறிது தைரியப்பட்டு, இன்ஸ்பெக்டர் முன்னால் வந்தாள். அவரைக் குனிந்து கும்பிட்டாள். சேவலாசனம் போட்ட முர்கேமாதாவை எப்படிக் கும்பிடுவாளோ, அப்படி அந்தத் துப்பாக்கி மனிதரைக் கும்பிட்டாள். கும்பிடும் கையுமாகக் கெஞ்சினாள்.

"ஸார்... ஸார்... நீங்க கூப்பிட்ட குரலுக்கெல்லாம் வாறவங்க நாங்க... குடிசைக்கு, நீங்க ஆள் சொல்லி அனுப்பினாலே போதும்... நேர கோர்ட்டுக்கு வந்து செய்யாத குற்றத்தை செய்ததாயும், சொல்றோம்... கைக் காசுலேயே அபராதமும் கட்டறோம்... இந்த ஒரு தடவை மட்டும் இந்த பச்சையம்மா செய்த குற்றத்தை கோர்ட்ல சொல்லுங்க சார்... பொய் கேஸ் வேண்டாம் ஸார்..."

"ஏய் குருவக்கா... கிண்டலா பண்றே... ஒன்ன மாதிரி பொட்டைங்க விபச்சாரம் செய்யுறதா கோர்ட்ல வழக்குப் போட்டால், ஜட்ஜ் சிரிப்பார்... எனக்கே சிரிப்பு வரும்... அப்புறம் கொஞ்சநாளா ஒன்ன காணலை... ஏன்?"

“கூவாகம் கோயிலுக்குப் போயிருந்தேன் சார்... அப்புறம் கோர்ட்ல நாங்க செய்யுற தொழிலையே சொன்னா என்ன சார்? அப்படியாவது ஜட்ஜுக்கு கண் திறக்கட்டும்... சர்க்காருக்கு புத்தி வரட்டுமே...”

“குருவக்கா... நீ ஓவராப் போறே... மாமூல்காரியேச்சுன்னு விட்டு வைக்கேன்.”

“அந்தப் பாசத்துலதான் சார் நான் பேசுறேன்... வேற இன்ஸ்பெக்டரா இருந்தால், பேசமாட்டேன் சார்... தயவுசெய்து கேளுங்க சார்... எங்கள மாதிரிப் பொட்டைகளை... யாரும் வீட்டு வேலைக்குச் சேர்க்க மறுக்காங்க... சில்லறை வியாபாரம் செய்தால், பொறுக்கிப் பசங்க கிண்டல் பண்றாங்க... எங்களுக்கும் வயிறு இருக்கே சார்... அதனாலதான் சார் வேற வழியில்லாமல் இந்தப் பொழப்பு செய்யுறோம் சார்... நாங்களும், நல்ல குடும்பங்கள்ல இருந்து நாசமாகி வந்தவங்கதாங்க சார்... அதோ அதுகூட என்ஜினீயரிங் காலேஜ்ல படிச்சது சார். அரசாங்கம் ஊனமுற்றவங்களுக்கு உதவி செய்யுது... பெண்களுக்கு எல்லாம் செய்யுது... ஆனால், பெண்ணாவும் ஆகாமல், ஆணாவும் போகாமல் அந்தரத்துல நிற்கிற எங்களுக்கு என்ன சார் செய்யுது... இவள விட்டுடுங்க சார்... இல்லாட்டால் நிச வழக்கு போடுங்க சார்...”

“ஒனக்காக என்ன வேணுமுன்னாலும் செய்வேன். ஆனால், இவள விடப்போறதாய் இல்ல.”

“பொறுக்கிப் பயல்க எங்களை கத்தியக் காட்டி பணம் பறிக்காங்கன்னு ஒங்ககிட்ட எத்தனையோ தடவை எழுதிக் கொடுத்தோம்... எழுதிக் கொடுத்ததைத்தான் கிழிச்சுப் போட்டிங்க... இதையாவது கேளுங்க சார்... பங்களா விபச்சாரத்துக்கும், பப்ளிக் விபச்சாரத்துக்கும் என்ன சார் வித்தியாசம்... எங்கள மட்டும் ஏன் சார் இந்தப் பாடுபடுத்துறீங்க! போலீஸ் உறவும் பனைமரத்து நிழலும் ஒண்ணுன்னு சொல்றது சரியாப்போச்சே சார்!”

“இந்தாய்யா டேவிட்... இவளயும் உள்ள தள்ளு... ஏண்டா பொட்டப்பயலே... எல்லாப் பொட்டைகளும் சொல்றதுமாதிரி நானும் ஒன்னை குருவக்கான்னு மரியாதையாய் பேசுறேன்... ‘அய்யோ பாவமுன்னு’ பார்த்தால் அதிகப்பிரசங்கித்தனமா செய்யுறே... இந்தாப்பா டேவிட்!”

எங்கிருந்தோ ஓடிவந்த கான்ஸ்டபிள் டேவிட், இன்ஸ்பெக்டருக்கு முதலில் சலூட்டை அடிப்பதா, அல்லது குருவக்காவை அடிப்பதா என்று யோசித்தார். ஆனாலும், சலூட்டைவிட, அடிப்பதில் ஒரு சந்தோஷம் கிடைக்கும் என்பதால் குருவக்காவின் பிடறியில் ஒன்று போட்டார். இன்ஸ்பெக்டர் அதற்குமேல் அடிக்காமல் தடுத்து விட்டார். பிறகு வெட்டொன்று துண்டொன்றாய் பேசினார்.

"நீ தலைகீழ நின்னாலும் கஞ்சா கஞ்சாதான்... கடத்துனது பச்சையம்மாதான்..."

குருவக்கா, விரக்தியுடனும், வெறுமையுடனும் கேட்டாள்.

"அபராதம் எவ்வளவு சார் போடுவாங்க..."

"அப்படிக் கேளு...புத்திசாலி...ஐநூறு ரூபாய்க்குக் குறையாது... இல்லாவிட்டால், ஒரு மாதம்."

குருவக்கா, பச்சையம்மாவைப் பார்த்தாள். அதில் பாதிக் குற்றப்பார்வை. பச்சையம்மா புலம்பினாள்.

'ஒன் பேச்சைக் கேட்காதது தப்புத்தாங்கா... டிரங் பெட்டிருக்குள்ள பேப்பர் மடிப்புக்குக் கீழே இருநூறு ரூபா இருக்குது... ரிக்ஷா மணி, பத்திரமா வச்சுக்கச் சொல்லிக் கொடுத்தது.முர்கேமாதா படத்துக்குப் பின்னாலே கஷ்டப்பட்டு வாங்குன கால் பவுனு தங்க மோதிரம் வச்சிருக்கேன். அய்யோ... கடவுளே... என் மவளுக்காக பாக்கேன். இல்லாவிட்டால், அபராதம் கட்டாமல், ஜெயிலுக்கே போவேன்! "மகளே... என் மகளே... கவலைப்படாதே என் மகளே."

பச்சையம்மா, சுயம்புவை நெருங்கப் போனபோது, அவன் வீறாப்பாய் சிறிது விலகிக் கொண்டான். இன்ஸ்பெக்டர் உச்சரித்த டேவிட் என்ற வார்த்தை அவனை சிலிர்க்க வைத்தது. டேவிட்... என் நிலமையைப் பார்தீங்களா டேவிட்! அன்றைக்கு என்னைக் காப்பாற்றுனது மாதிரி இன்னைக்கும் காப்பாற்று வீங்களா டேவிட்! இந்தப் பச்சையம்மாவால நான் படுற பாட்டைப் பாருங்க டேவிட்... பாவம் அவளும்தான் என்ன செய்வாள் டேவிட்..."

குருவக்கா, இன்ஸ்பெக்டரிடம் நல்வார்த்தை கேட்டு விட்டுப் போகவேண்டும் என்பதுபோல் கால்களைத் தேய்த்துத் தேய்த்து நின்றாள். அவரோ, எதையும் படிக்காமல் கையெழுத்துக் கையெழுத்தாய் போட்டுக்கொண்டிருந்தார்.உடனே குருவக்கா, பச்சையம்மாவைப் பார்த்து 'கோர்ட்டுக்கு வாறேன்'னு குரல் எழுப்பாமலே அந்த வார்த்தைகளை மனதுக்குள் சொல்லி,

அதற்கு ஏற்ப உதடுகளை ஆட விட்டாள். பிறகு, மெள்ள மெள்ள நகர்ந்தாள். இதற்குள், சகல போலீஸ் சம்பிரதாயங்களையும் உணர்ந்த ஒரு போலீஸ்காரர் பச்சையம்மாவின் விலங்குப் பூட்டைத் திறந்தார். சுயம்புவின் விலங்கும் திறக்கப்பட்டது. இன்ஸ்பெக்டர், முகத்தைத் திருப்பாமலே ஆணையிட்டார்.

"பச்சையம்மாவ மட்டும் வேன்ல ஏத்து... சின்னப் பொட்டையைப் பற்றி அப்புறம் யோசிக்கலாம்... பின்னால கொண்டு போய் நிறுத்து."

ஒரு கையில், இரு விலங்குகளை வைத்துக் கொண்டிருந்த கான்ஸ்டபிள் ஒருவர், இன்னொரு கையால், சுயம்புவின் கையைப் பிடித்து இழுத்தார். பச்சையம்மா இன்ஸ்பெக்டரை காலைத் தொட்டுக் கும்பிட்டாள். கும்பிட்ட கையோடு நிமிர்ந்தாள்.

"நான் பெறாமல் பெற்ற பிள்ளை சார்... என்னோட அனுப்பி வையுங்க சார்! அவளுக்கும் சேர்த்து அபராதம் கட்டுறேன் சார்..."

"எனக்குத் தெரியும்... என்ன செய்யணும்முன்னு... இனிமேல் அந்தப் பொட்டையை நீ பார்க்க முடியாது..."

பச்சையம்மா, சிறிது திகைத்து நின்றாள். அவர் சொன்னதன் பொருள் புரிந்து அதிர்ந்து போனாள். மீண்டும் ஒரே ஒரு சொல்லில் சொல்ல வேண்டிய அத்தனையையும் ஏற்றி வைத்துச் சொன்னாள். 'சார்... சார்... சார்... சார்...'

இன்ஸ்பெக்டர், இப்போது பச்சையம்மாவைத் திரும்பிப் பார்த்தார்.

"அந்த சின்ன பொட்டையை வச்சு... நீ பொழப்ப நடத்தணும். நான் அதுக்கு ஆமாம் போடணுமா... இவன எப்படிக் கவனிக்கணும்னு எங்களுக்குத் தெரியும்... ஏம்பா! நீங்களும் பொட்டைங்களா இவன வேன்ல ஏத்துங்களேப்பா!"

சுயம்புவை ஒரு கான்ஸ்டபிள் பின்னாலும், பச்சையம்மாவை இரண்டுபேர் முன்னாலும் இழுத்துக் கொண்டு போனார்கள். பச்சையம்மா, திரும்பித் திரும்பி கத்தினாள். 'என்ன செய்யணுமோ செய்யுங்கடா' என்று சொல்வதுபோல் விரக்திப் பார்வை போட்ட சுயம்புவைப் பார்த்து ஒப்பாரி வைத்தாள்.

"நான் ஒன்ன பொழப்புக்கு அனுப்பமாட்டேன் மவளே..." இவங்க ஒன்ன எங்க அனுப்பி வச்சாலும் எங்கிட்ட ஓடி

வந்துடு மவளே... இவங்க என்ன பாடு படுத்துனாலும் அதுக்கு மருந்து போட நான் இருக்கேண்டி... நீ வாரது வரைக்கும் நான் உண்ணவும் மாட்டேன் ஒறங்கவும் மாட்டேன்... ஒன்ன போலீஸ் வரைக்கும் கொண்டு வந்துட்டேனே மவளே..."

பச்சையம்மாவை, போலீஸ்காரர்கள் மீண்டும் அடிக்கப் போனார்கள். அவளோ வாயிலும் வயிற்றிலும் தலையிலும் அடித்துக்கொண்டு கால்களைத் தரையில் தூக்கித் தூக்கிப் போட்டுக்கொண்டும் அல்லோ கல்லோலப் பட்டதால், அந்தப் போலீஸ்காரர்களுக்கு அவளிடம், அடிக்க இடம் கிடைக்க வில்லை. அந்த ஏமாற்றத்தை அவளை இழுப்பதில் ஒரு வேக மாக்கி, வேனுக்குள் ஏற்ற, வெளியே கொண்டு போனார்கள்.

27

சுயம்பு, ஆண் என்றோ, பெண்ணென்றோ தன்னை அடையாளம் காணாமலும் அடையாளப்படுத்திக் கொள்ளாமலும், ஏதோ ஒரு 'பிறவி' என்பது போல் நின்றான்.

இன்ஸ்பெக்டர், அவன் உடலனைத்தையும், தேடிப் பார்த்தார். ஜட்டியோடு மட்டுமிருந்தாலும், அந்தப் பார்வை தாங்கமாட்டாது சுயம்பு, தனது கைகளை எடுத்து குறுக்கே போட்டுக்கொண்டான். அவனை அடிப்பதற்காக எழுந்திருக்கப் போனவர், அவன் முகம் மாவுபோல் குழைந்திருப்பதையும், கண்கள், பார்வைக்கும் தங்களுக்கும் சம்பந்தம் இல்லை என்பது போலவும் இருப்பதைப் பார்த்துவிட்டு, சிறிது இறங்கினார், இரங்கினார். ஆனாலும் குரலில் எந்தக் குழைவையும் காட்டாமல் அதட்டினார்.

"ஒரு நாளைக்கு எவ்வளவுடா சம்பாதிக்கிறே... எத்தன பேருகிட்டடா..."

சுயம்பு, இரு கைகளையும் விரித்துக் காட்டினான்.

"நீ ஏதோ என்ஜினீயரிங் காலேஜில படித்ததா பெரிய பொட்டை சொன்னான். எந்தக் காலேஜுடா... சொல்றியா... முதுகுத் தோலை உரிக்கணுமா?"

சுயம்பு பேசப் போவதில்லை என்பதாய் நின்றான்.

"போலீஸ் எதுக்கு இருக்குதுன்னு நெனச்சடா... ஒன்ன மாதிரி பொட்டங்களை இஷ்டத்துக்கு விட முடியுமா? சொல்றியா... இல்ல முட்டிக்கு முட்டி வாங்கணுமா..."

சுயம்பு, மார்பில் குறுக்காய்க் கிடந்த கைகளை எடுத்துக் கீழே போட்டு, முட்டிகளை இடுப்புப் பக்கமாக மறைத்துக்கொண்டான்.

“பொறுக்கிப் பயலே... மரியாதையா கேக்கிறதுக்கு பதில் சொல்லு... இல்ல... ஒன் கூட இருக்கிற பொட்டப் பயலுவ எல்லாரையும், இங்கே, கூட்டிவந்து முட்டிக்கு முட்டி தட்டுவோம்... ஒன் அம்மாவா... பச்சையம்மா... அந்தப் பயல தட்டுற தட்டுல அவள் தானாச் சொல்லிடுவாள். அப்புறம் ஒன்ன பிழைப்பு நடத்த இங்க அனுப்பி வைச்சிருக்கறதா குற்றம் சாட்டி, ஒப்பனையும், ஒம்மாவையும் ஊர்லருந்து, இங்கே, விலங்கு பூட்டி இழுத்துட்டு வருவோம். போலீஸ்ன்னா லேசு இல்லடா... கிராமத்துப் பயல் மாதிரி தெரியுது... உள்ளதச் சொல்லு.”

சுயம்பு அழுதான். பலமாக அல்ல, மெதுவாக.

“சொல்றேன்... எங்க அம்மாவ விட்டுடுவீங்களா... அப்போ வேனுல ஏறுனாங்களே...”

“அவளா ஒங்க அம்மா...”

“அப்படின்னு அவங்கதான் சொல்றாங்க... அவங்கள விட்டுடுவீங்களா!”

“எங்களுக்கு அதைவிட வேற வேலை இருக்குடா...சொல்லு.”

“ஊரு உல்லாம்பட்டி... மதுரைக்கும், தூத்துக்குடிக்கும் மத்தியில... அப்பா பேரு பிள்ளையார். என்ஜினீயரிங் காலேஜ்ல படிச்சேன்! சேல கட்டிக்க ஆசை வந்தது. அந்த ஆசை எங்க அக்கா கலியாணத்தையும் அடிச்சுட்டு போயிடிச்சு.”

சுயம்பு, அந்த இன்ஸ்பெக்டரையே ஒரு ஆறுமுகப் பாண்டியாக, நினைத்ததுபோல் அழுதான். அழுது அழுது, சொன்னதையே திரும்பத் திரும்பச் சொன்னான். அவனுக்கு தான் இப்படி ஆகிவிட்டோம் என்பதைவிட, அக்காள் கலியாணம் நின்றுபோனதே பெரிதாய்த் தெரிந்ததைப் புரிந்துகொண்ட இன்ஸ்பெக்டர், சிறிது சிறுமைப்பட்டார். “நானும் இருக்கேன்... எனக்கும் ஒரு சிஸ்டர். அவளையும் ஒரு கிரிமினலாவே பார்க்கேன்.”

இன்ஸ்பெக்டர் இப்போது மனிதக் குரலில் பேசினார்.

“இந்தாப்பா, இவன எதுவும் செய்யாதீங்க... இவனுக்கு எங்க ஊர்ப்பக்கம்... இவன் ஏரியா போலீசுக்கு இன்பர்மேஷன்

கொடுத்துடுங்க... இவன அவங்கமூலம் இவன் வீட்ல ஒப்படைக்கணும். அந்தப் பொட்டப் பயல்வள இவனப் பார்க்க விடாதீங்க. ஏதாவது வாங்கிக் கொடுங்க. அங்கே போய் உட்காருடா...”

சுயம்பு, தானே தன்னைக் கைது செய்துகொண்டு போவது போல் போனான். பின்பக்கமாகப் போனான். எவரோ ஒருத்தர் மப்டியில் வந்தார். போலீஸோ... கிரிமினலோ... அவனுக்கும், தனக்கும், டீயும் பன்னும் வாங்கிவரச் சொன்னார். இதற்காகவே ஓரங்கட்டியிருந்த லாக்கப்பிலிருந்து ஒருவரை பத்து நிமிடத்திற்கு ‘தேநீர் ஜாமீனில்’ விடுவித்தார்.

அந்தக் காவல் நிலையத்தில் கொல்லைப்புறத்தில் போடப்பட்ட பெஞ்சில் உட்கார்ந்து பன்னைக் கடித்து தேநீரை உறிஞ்சிவிட்டு, சுயம்பு அந்த பெஞ்சிலேயே முடங்கினான். அங்குமிங்குமாய், போலீஸ் நடமாட்டம். ஒரு பெட்சீட் வந்தது. ‘இன்ஸ்பெக்டரின் அண்டை ஊர்க்காரனுக்கு, இதுகூடச் செய்யாவிட்டால் எப்படி... அநேகமா சொந்தக்காரனா இருக்கணும்... இன்ஸ்பெக்டர், கௌரவத்துக்காக மறைக்கான்...’

சுயம்பு, திடீரென்று ‘எக்கா’ என்று சொல்லி, வீறிட்டு எழுந்தான். தூக்கம் கலைந்து, துக்கம் வந்தது. அந்த அக்காவிடம் தன்னை அழைத்துப் போகிறார்கள் என்பதில் ஒரு சந்தோஷம்... ஆனாலும் அந்த சந்தோஷத்தை அடுத்த நிமிடத்தில் ஒரு சந்தேகம் துரத்தியது. ‘எதுக்குப் போகணும்? இனிமேல் அக்காவுக்கு நடக்கபோற கலியாணத்தை தடுக்கவா... என் காதலைக் கெடுத்திட்டியேன்னு தங்கச்சிகிட்ட திட்டு வாங்கவா... அம்மாவா, ஒரு பாவமும் அறியாத என் அம்மாவ பழையபடியும் திட்டவா? இதுல்லாம் கெடக்கட்டும்... முகவரியோட பணம் அனுப்பி வெச்சேன்... மூஞ்சியில் அடித்ததுமாதிரி திருப்பி அனுப்பிட்டாங்க. அது என் வீடுல்ல...நான் இன்னும் அக்காவுக்கு தம்பி, பெத்தவங்களுக்கு பிள்ளை... ஆனால் தம்பிக்கு அக்கா இல்ல... பிள்ளைக்கு பெத்தவங்களும் இல்ல...

சுயம்பு, வீறாப்பாய் உட்கார்ந்தான் மாட்டேன். பார்க்க மாட்டேன்; போனால்தானே பார்க்க. அப்போ...

சுயம்பு, அங்குமிங்குமாய் நோட்டமிட்டான். பின்பக்கமும், கிழக்குப் பக்கமும் சின்னச் சுவர்கள்தான். ஒரே தாவில் குதித்து விடலாம்... தப்பித்தாக வேண்டும். இல்லையானால், வீட்டுக்குக் கொண்டு போகப்பட்டு, அந்த வீடே ஒரு லாக்கப்பாகும். இவன் பிரச்சினையே, அந்த வீட்டுக்கு ஒரு தண்டனையாகும்.

சுயம்பு, கிழக்குப் பக்க சுவர் அருகே போனான். எக்கிப் பார்த்தான். சரிப்படாது. ஏதோ ஒரு கம்பெனி... பழையபடியும் பிடிபட்டு, முன்பக்கம் வழியாய் இந்தப் பின்பக்கத்திற்குக் கொண்டுவந்து விடுவார்கள். அவன், அந்தச் சுவரைப் பிடித்தபடியே பின்பக்கமாய் வந்தான். எட்டிப் பார்த்தான். குடிசைப் பகுதி... இதற்கும் அந்தப் பகுதிக்கும் இடையே ஏகப்பட்ட மரியாதைத் தனமான இடைவெளி.

அந்தச் சுவரில் கை போடப்போன சுயம்பு, தன்னையே பார்த்துக் கொண்டான். ஜட்டி, இதோடு போனால், அவன் அடிக்கடி கேள்விப்பட்டிருக்கிறானே, கீழ்ப்பாக்கம், அங்கே சேர்த்துவிடுவார்கள். அவன் மீண்டும் இருந்த இடத்திற்கே வந்தான். இப்போது போலீஸ் நடமாட்டம் முன்பக்கம்கூட அதிகமாக இல்லை. லேசாய் பின் கதவைச் சாத்தினான். கீழே குவியலாய்க் கிடந்த சேலையைப் பார்த்தான். அதன் மேலேயே பல பூட்ஸ் தடங்கள். அவன் அந்தப் புடவையை எடுத்தான். பச்சைக்கரை போட்ட வெளிர் மஞ்சள் புடவை... கட்டலாமா... பட்டறிவு எச்சரிக்க, அவன் பகுத்தறிவுவாதியானான். அந்தச் சேலையை அவன் இரண்டாகக் கிழித்தான். ஒன்றை இடும்பில் சுற்றிக் கொண்டான். ஒன்றை இடுப்புகுமேல் கழுத்துவரை சுற்றி உடம்பின் ஒரு அங்குல இடைவெளி தெரியாமல் தன்னை மறைத்துக்கொண்டான். மறைந்து கொண்டான்.

ஆனாலும், அவனுக்கு ஒரு உறுத்தல், போலீஸார் தன்னை இவ்வளவு தூரம் நம்பும்போது, இப்படிப் போகலாமா? 'ஏன் போகக்கூடாது... காரணம் இல்லாமல் என்னை எதுக்காகக் கொண்டு வரணும்... இந்தக் காரணமின்மையே நான் தப்பிக்க ஒரு காரணம்...'

சுயம்பு, பின்புறமாய் நகர்ந்து, அந்தச் சுவரைப் பிடித்தபடியே காவல் நிலையத்தின் பின் சுவர்ப்பக்கம் வந்தான். இரண்டு கைகளையும், ஊன்றியபடி ஒருப்பக்கமாய் உடலைச் சாய்த்து, அதில் ஏறினான். மறுபுறம் 'காவாய்ச்' சுவரில் குதித்தான். நல்லவேளை, யாரும் பார்க்கவில்லை. கிழக்குப் பக்கமாக ஓடினான். ஒரு முட்டுச் சந்து அங்கிருந்து, தெற்குப் பக்கமாய் போய், குடிசைப் பகுதிக்குள் மறைந்து... அதன் மேற்குப் பாதை வழியாய் நடந்து... மனிதக் கூட்டத்தில் கரைந்து அங்குமிங்குமாய் திரும்பித் திரும்பி ஓட வேண்டிய வெட்ட வெளியில் ஓடி, நடக்கவேண்டிய சந்தடிப் பகுதியில் நடந்து, நிற்க வேண்டிய 'பல்லவப்' பகுதிகளில் நின்று-

சுயம்பு எப்படியோ சென்ட்ரல் ரயில் நிலையத்திற்கு வந்துவிட்டான். ஏதோ ஒருபோலீஸ் ஜீப் அவன் பக்கமாக நகர்வது போல், ஒரு மாயை... டிக்கெட் வாங்கப் போவது போல் ஓடினான். ஒரு இடுக்கு கவுண்டர் வழியாக நடந்து மறுபக்கம் போய் மற்றொரு வாசல் வழியாய் உள்ளே காத்திருப்போர் கூட்டத்தில் கலந்து கொண்டான். பயணச் சோர்வில் படுத்தவர்கள்... பயணத்திற்காகத் துடிப்பவர்கள்... எதுவுமே புரியாமல் விழிப்பவர்கள்... அழுகின்ற குழந்தைகள், எங்கும் ஏதோ ஒரு அவலச் சத்தம் மாதியான ஓசை... சிறிது நேரத்தில் சில போலீஸ் தொப்பிகள்...

சுயம்பு எழுந்தான். தலையில் முக்காடு போட்டுக் கொண்டான். மஞ்சள் ஆடை கட்டிய ராமலிங்க சுவாமிகள் மாதிரியான தோற்றம். போலீஸிடமிருந்து தப்பிக்க, அந்தச் சேரியின் சேரிக்குப் போகவேண்டும் என்ற ஒரு சின்ன எண்ணம்கூட அவனுக்கு ஏற்படவில்லை. அதை நினைப்பதற்கே மறுத்தான். அந்த வாசத்தை ஏதோ ஒரு கெட்ட கனவு என்றே நம்பினான். அங்கே போவதைவிட எங்கே வேண்டுமானாலும் போகலாம். ஆனாலும் அந்தப் பச்சையம்மா மேல் ஒரு பச்சாதாபம்.

ஏதோ ஒரு ரயில் கூச்சலிட்டது. அது, எதுவாக இருந்தாலும் பரவாயில்லை என்பதுபோல், அதை நோக்கி ஓடினான். கண்ணுக்குத்தெரிந்த போலீஸ் தொப்பிகளில் அவனைக் கட்டியடித்தவர்களும் இருப்பதாக அவனுக்கு ஒரு அனுமானம். அவர்களும் தன்பக்கம் நகர்வதுபோன்ற எண்ணம். அவன் ஓடினான். அந்த ரயில் பெட்டியில் ஒரு பிடியைப் பற்றியபோது, கால்கள் தரையில் உராய்ந்தன. உள்ளே நின்ற யாரோ இரண்டு பேர், அவன் கையைப் பற்றி உள்ளே இழுத்துப் போட்டார்கள். பயணிகளின் இருக்கைக்கு அப்பாலுள்ள எல்லைப்புறம். நான்கைந்து பேர் நின்றார்கள். அத்தனைபேரும், வாழ்க்கையைத் தொலைத்தவர்களாய், அல்லது அதற்குள் தொலைந்தவர்களாய்த் தோன்றினார்கள். அந்தப் பக்கம் வந்த பயணிகள் அவர்களை முறைத்துப் பார்த்தார்கள்.

28

ரயில், தாலாட்டாய் ஓடியது... தடா தடாவாய் ஓடியது. அதன் சத்தத்தைப் பலர் தங்களின் மனோபாவத்திற்கு ஏற்ப

ஒலியமைத்துக் கொள்ளலாம், 'போறேனே... போறேனோ' என்றோ, 'அய்யாவே... அம்மாவே' என்றோ...

விஜயவாடாவுக்குரயில்வந்தபோதுடிக்கெட் இன்ஸ்பெக்டர் தலையைக் காட்டினார். அங்கே நின்ற மானுட மீறல்களையும், கழிவுகளையும் கீழே தள்ளி விட்டார். சுயம்புவின் முறை வந்ததும் நிமிர்ந்து பார்த்தார். 'பாலயோகியோ... இந்த வயதிலேயே இப்படி ஒரு சந்நியாசமா... இப்படி ஒரு ஒளி மயமா...'

டிக்கெட் சோதகர் சுயம்புவைக் கையெடுத்துக் கும்பிட்டு வழிகாட்டினார். பயணிகள் பக்கம் வந்து ஒரு இடத்தைக் காட்டிப் பணிவோடு நின்றார். சுயம்பு அந்த இடத்தில் உட்கார்ந்து, அவரைப் பார்க்காமல் அப்படியே கண்களை மூடினான். அதையே ஒரு யோகமாகவும், இலவசப் பயணத்திற்கு அனுமதித்ததன்னைப்பற்றித்தான் அவர் தியானிக்கிறார் என்றும் சோதகர் நினைத்தார். சுயம்பு, தற்செயலாய் அவரைப்பார்த்து லேசாய் சிரித்தபோது, அதை ஆசீர்வாதமாகக் கொண்டார். மகான் தரிசனம், பாபவிமோசனம் லஞ்ச விசாரணையில் வெற்றி கிடைக்கும். சீனியர்களுக்கு முன்பாகவே புரமோஷன் கூட வரலாம்...!

அந்தப் பெட்டியில், ஒரு தமிழ்முகம் கூட இல்லை. அத்தனைபேரும் இந்திக்காரர்கள். ஏதோ, ஒரு மதச்சடங்கிற்காகஒருபெட்டியையேசட்டப்படி'வளைத்து'ப் போட்டிருந்தார்கள். டிக்கெட் சோதகர் திரும்பித் திரும்பி பார்த்துச் சென்ற சுவாமிஜியை, அவர்களும் பார்த்துக் கொண்டார்கள். பெரிதாக எடுத்துக்கொள்ளவில்லை; என்றாலும் சிறிதாகவும் நினைக்கவில்லை. அவ்வப்போது, பூரியை நீட்டினார்கள்.

அந்த ஜி.டி.ரயில், இரவையும் பகலையும், உருட்டி விட்டு ஓடியது... இரண்டு இரவுகளையும், ஒரு பகலையும் கழித்துக்கட்டிவிட்டு, ஒருநாள் முழுவதும் ஓய்வெடுக்கப் போவதுபோல், காலையிலேயே புதுதில்லி ரயில் நிலையத்தில் வந்து நின்றது.

சுயம்புவுக்கு அந்த ரயில் நின்றதுகூட நினைவில்லை. சில மனிதர்களைக் கழித்துவிட்டு, சில மனிதர்களைக் கூட்டிவிட்டு, அது மீண்டும் புறப்படும் என்று நினைத்தான். அவன் பாட்டுக்கு உட்கார்ந்துகொண்டான். எப்படியோ அந்தப் பெட்டியின்

வெறுமை புரிந்து, கீழே இறங்கினான். டிராலி வண்டிச் சத்தங்கள். பிரிந்தவர் கூடிப் பேசிய பேச்சுக்கள். ஆயிரம் தலைகொண்ட அதிசயப் பிறவி ஒன்று நகர்வது போன்ற மனிதக்கூட்டம். 'க்யா காலே... ஏமாண்டி... எந்தா... யா..." போன்ற வார்த்தைகளை அத்தனைக்கும் பொதுவான இன்னொரு வார்த்தை... 'அச்சா'

சுயம்பு, தனக்கு ரயிலில் கிடைத்த மரியாதையின் காரணகாரியங்கள் புரியாமல், தன் பாட்டுக்கு நடந்தான். முன்னால் ஒரு சத்தம் 'மனுஷன் போவானா... ஊருக்கு... என்ன தருவோம்னுதான் பாக்காங்களே தவிர, என்ன வேணும்னு கேட்கலை. நீங்க ஒண்ணு. அது ஒங்களோட பார்வை. எனக்கு இந்த ரயிலிலேயே இங்கயே நின்னு திரும்பி ஊருக்குப் போகலாம்னு ஒரு ஆசை வருது.'

சுயம்பு, அந்த ரயிலை தேவதூதுவனாகவும், அசுர உருவாகவும் அனுமானித்த அந்த ஆணுக்கும், பெண்ணுக்கும், இணையாக நடந்து இரும்புப்படிகளை ஏறி, அவர்கள் பக்கமாகவே நடந்தான். மூன்று நாட்களுக்குப் பிறகு முதல் தடவையாய்த் தமிழைக் கேட்டது மகிழ்ச்சியாக இல்லையென்றாலும், துக்கச் சுமையைக் குறைத்தது. அவர்கள் மௌனமாக நடந்தபோதெல்லாம், இவன் 'பேசுங்கள், பேசுங்கள்' என்று தனக்குள்ளேயே சொல்லிக் கொண்டான். ஆகாயப் பாலத்தில் அவர்கள் பக்கமே நடந்து, அவர்கள் பக்கமே இறங்கினான், இதற்குள் அவர்கள் கையிலுள்ள சூட்கேஸ்களையும். ஒரு சின்ன சுமையையும் பறிக்கப்போன ஆட்டோ புரோக்கர்களை தமிழில் திட்டிவிட்டு, "ஆபீஸ் கார் ஆயகா... ஆபீஸ் கார் வரும்" என்று ஒரு பொய்யை ஆசையாகச் சொல்லிவிட்டு, ஆட்டோக்கள் வரிசையாக நிறுத்தப் பட்டிருந்த இடத்திற்கு வந்தார்கள். சுற்றிலும் தமிழ் இல்லா ஓசை. ஒன்றும் புரியாத அச்சாக்கள். அந்த அந்நியக் கூட்டத்தில் சுயம்புவிற்கு அந்தத் தம்பதியர் தன்னைப் பெற்றவர்கள் போலவே தோன்றியது. பிறர் பேசும் முன்பு பேசிப் பழக்கப் படாதவன், அவர்கள் முன்னால் போய் நின்றான். ஏதோ ஒரு தமிழ்ப் பாசம்... தனித்துப் போய்விடவில்லை என்ற ஆறுதல் அவர்களிடம் முகம் கூப்பிக் கேட்டான்.

"சார் நீங்க தமிழா..."

"ஆமா... அதுக்கென்னயா இப்போ..."

சுயம்புவிற்கு, அப்பா போட்ட சூடு நினைவுக்கு வந்தது. அண்ணன் கொடுத்த அடி, நெஞ்சுக்குள் தாண்டவமாடியது. ஆனாலும், அவர்கள் அடித்துவிட்டு அணைப்பவர்கள். இவர்களோ, அதற்குமேல் அவனிடம் முகம் கொடுக்க மறுத்து, போலீஸ் கண்காணிப்போடு ஆட்டோ, டாக்ஸிகளில் ஏறும் பயணிகள் வரிசையில் முன்னோக்கி நகரும் மனித மூடிகள்.

சுயம்பு, வெறுமையோடு ரயில் நிலையத்திற்கு வெளியே வந்தான். சுற்றுப்புறம் அற்றுப்போனதுபோல் பார்த்தான். இதுவேதான் தனக்குச் சுற்றம் என்பது போலவும் எண்ணினான். ஆங்காங்கே தமிழ் பேசிக்கொண்டே நடந்தவர்களின் அருகே நடந்து பார்த்தான். ஒரு தள்ளு வண்டியில் மிளகாய்ப் பொடி தூவிய வெள்ளரிக்காய்களை கவ்வியபடியே தமிழை வடிகட்டிப் பேசியவர்களைப் பார்த்தான். பீடிகைப் பேச்சாக 'டைம் என்ன சார்' என்று கேட்டுப்பார்த்தான். பார்க்கப்பட்ட தமிழ் முகங்கள் எல்லாம் இந்தி மயமாயின. இவனுக்குப் பாராமுகமாயின.

சுயம்பு இப்போது தமிழ் வேறு, தமிழன் வேறு என்பதுபோல் நின்றவர்களை நெடுமரமாய்க் கருதி அங்குமிங்குமாய்ப் பார்த்தான். சிறிது தொலைவில், ஆகாயப் பாலத்தில் இரண்டு ஜோடி பஸ்கள்... எதிரும் புதிருமான வாகனங்கள். அதற்குக் கீழே பின்வாங்கிய இடத்தில் ஆரிய சமாஜ் ரோடு என்ற இந்திப் போர்டுகளைச் சுமந்த டி.டி.சி. பஸ்கள்... நமது பல்லவனின் சகாக்கள். சுயம்பு அந்தப் போர்டைப் பொறுத்தவரை ஒரு தற்குறி. ஆனாலும் அந்த பஸ் வந்து திரும்பி நின்றது. அதற்குள், ஆடுமாடுகள் கூட அப்படி ஏறாது... டில்லி மனிதர்கள் பெண்டாட்டியைக் கூட கீழே தள்ளிப்போட்டு விட்டு படி ஏறுவது போலிருந்தது. இந்த பஸ்ஸிற்கு எதிர்ப்புறம் நான்கு இருக்கைகள் கொண்ட சைக்கிள் ரிக்ஷா மாதிரியானயந்திர 'பட்பட்'கள். இவை போட்ட கூச்சல்கள். திரும்பிப்பார்த்தால், மோடாக் கடைகள். சோபா செட் போட்ட தேநீர்க் கடைகள். பாய்லருக்குப் பதிலாக ஸ்டவ் அடுப்பில் அவ்வப்போது கைப்பிடி உள்ள ஒரு ஈயப் பாத்திரத்தில் பாலையும் வெந்நீரையும் கொட்டித் தயாரிக்கப்படும் திடீர் உஷ்ண பானங்கள். நடுத்தெருவிலேயே சூட்கோட் போட்டிருந்தவர்கள் கூட, அங்கேயே ஒளிவு மறைவு இல்லாமல் வெந்த முட்டைகளைத்தின்று கொண்டிருந்தார்கள்.

பல்வேறு வித சத்தங்கள். யந்திரச் சத்தம். ஒரு மந்திரச் சத்தம். ஓடும் சத்தம். இருமும் சத்தம். பேச்சே இல்லாத பெருஞ்சத்தம். ஆக மொத்தத்தில் அந்தப் பகுதி மொழியின்றிப் பேசிக்கொண்டிருந்தது.

சுயம்புவுக்கு இலக்குப் புரியவில்லை. அந்த அம்மா சொன்னதுபோல், மீண்டும் அதே ரயிலைப் பிடித்து ஊருக்குப் போகலாமா என்று ஒரு சின்னச் சிந்தனை.

மனதிற்குள் போட்ட அந்த விதை, மரமாய் மாறுமுன்பே, அவன் அதை முளையிலேயே கிள்ளிவிட்டான். இருபத்து ஐந்து ரூபாய்க்கும் பெறாதவன் அவன்.

சுயம்புவின் கண்கள் மீண்டும் பொங்கின. கழுத்திற்குள் ஏதோ ஒன்று உள்பிடி போட்டது போன்ற நெரிச்சல்... கருப்பாய் ஏதோ ஒன்று உருண்டு திரண்டு, அவன் உடல் முழுவதையும் ஆக்கிரமிப்பது போன்ற தள்ளாமை. அக்காவைப் பற்றிய சிந்தனை.

'எக்கா... எக்கா...' நான் இருக்குமிடம் ஒனக்குத் தெரியுமா அக்கா... நான் தவிக்கும் தவிப்பு ஒனக்குத் தெரியுமாக்கா... நீ அங்கிருந்து என்னையும், நான் இங்கிருந்து ஒன்னையும், ஒளி வேகத்தில் - விநாடிக்கு ஒரு லட்சத்து இருபத்தையாயிரம் மைல் வேகத்தில் பார்ப்பதாய் நினைக்கேன் அக்கா... உன் கை நீண்டு நீண்டு, நீள நீள அதுவே அழகாகி இங்கிருந்தபடியே, என் தலையைக் கோதிக் கொடுப்பதாய் தவிக்கேன் அக்கா... நானும் என் தலையை... கால்களை நகர்த்தாமலே கொக்குபோல் நீட்டி, நீட்டி, ஆகாய மின்கோடாய் ஆகி ஆகி, ஒன் மடியில் முகம் வைக்கேன் அக்கா... முகமறியா மனிதரக்கா... ஒவ்வொருவரும் இங்கே அந்நியமாய்ப் படும்போது, நீ நெருங்கி நெருங்கி வாறேக்கா... அக்கா... ஒன்னைப் பார்ப்பேனோ மாட்டேனோ... பார்ப்பேன்னு வாழவா... பார்க்க மாட்டேன்னு சாகவா...

சுயம்பு பொங்கிப் பொங்கிக் குமுறுவதை சுற்றுமுற்றும் நிற்பவர்கள் பார்ப்பது போலிருந்தது. ஆனாலும், அவனை வேடிக்கையாகப் பார்க்கவில்லை. இதெல்லாம் சகஜம் என்பது மாதிரியான பார்வை.

சுயம்பு மெள்ள நகர்ந்தான். அந்த ஆகாயப் பாலத்தில் அடிவார வீதியில் நடந்தான். பார்வையற்ற நடப்பு... பாதம் மட்டுமே இயங்கும் பயணம். கால்கள் முன் ஏக ஏக, நினைவுகள்

பின்னோக்கிப் போயின. அப்பாவுக்குத் தலைக்குனிவு... அக்காவுக்கு நிராசை... அம்மாவுக்கு மயக்கம்... தங்கைக்குத் தாழ்த்தி... அண்ணனுக்கு மானபங்கம், இவை அத்தனையும் எனக்கு... ஒட்டு மொத்தமாய் எனக்கு... நடந்தால் என்ன... நின்றால் என்ன...

29

சுயம்புவின் கால்கள், அவனைச் சுமந்தபடியே கரோல்பாக் பகுதிக்கு வந்தன. சரிவுச் சாலையில் அவனைச் சாய்த்திழுத்த கால்கள், ஒரு ரவுண்டானாப் பக்கம் நிற்க வைத்தன. சுற்றுமுற்றும் சுத்தமற்ற தமிழ்ப் பேச்சுக்கள். சுற்றமற்ற குரல்கள். அவன் கால்கள் தரையைத் தேய்த்துத் தேய்த்து, அவனை நகர்த்தின. இப்படியே நடந்தால் எறும்பு ஊர, இரும்பும் தேயும் என்பதுபோல், நிற்கக்கூட பூமியில் இடம் கிடைக்காது என்பது மாதிரியான தேய்ப்பு நடை... அவன், அஜ்மல்கான் சாலையை நெருங்கினான். தரையில் குவியல் குவியலாய் இருபக்கமும் கிடந்த தட்டு முட்டுச் சாமான்கள். விளையாட்டுக் கருவிகள்... காய்கறிகள். இனிப்புப் பண்டங்கள்... சுவர்களில் பிரிந்தாடும் புடவை விரிப்புகள்... இடையிடையே நடக்கும் பாட்டுக்கள்... இவற்றில் எதையும் அவன் கண்கள் எதிர்கொள்ள மறுத்தன. பிரபஞ்ச சங்கமத்தில், அனைத்தையும் சுற்றவைக்கும் பௌதிக விதி ஒன்றிற்கு மட்டுமே உட்பட்டவன்போல் நடந்தான். அந்தச் சாலையைத் தாண்டி. ராமானுஜம் மெஸ்ஸைக் கடந்து, அதற்குமேல் அதிகச் சந்தடியில்லாத அந்தச் சாலையில் சுயம்பு சித்தன் போக்கு சிவன் போக்காய் நடந்தபோது -

"ஹேய்... இதர் ஆவ்..."

சுயம்பு நின்றபடியே திரும்பினான்.

ஒரு வீட்டுக்குள் இருந்து வெளிப்பட்ட கூட்டுக்குரல்... பச்சையம்மா... குருவக்கா மாதிரியான தோரணைகள்... அதே சமயம் வாளிப்பான முகங்கள்...

அவன் தனது உண்மையான சொந்தங்களைக் கண்டதுபோல், ஓடிப்போய்-அந்த முள் மலர்களுக்கு மத்தியில், மகரந்தத் தண்டாய் நின்றான்.

அந்த வீட்டிற்குள் ஆடல் பாடலாய்க் குதித்தவர்கள் எல்லாரும் வெளியே ஓடிவந்து அவனைச் சுற்றி வட்டமாய்ச் சூழ்ந்து கொண்டார்கள். மொத்தம் ஐந்துபேர். ஒன்று அசல்

காளி மாதிரியான தோற்றம்... வஞ்சகம் இல்லாமல் வளர்ந்த உடம்பு... மங்கலான வெள்ளை... கழுத்தோடு சேர்த்து தொங்கப் போடப்பட்ட டோலக். இன்னொன்றின் கையில் புல்புல்தாரா... சதுரமான படிமப் பெட்டியின் பட்டன்களை அழுத்தி அழுத்தி, அதன் மூலம் மெல்லிய கம்பிகளை மேல் கம்பிமேல் தட்டவிட்ட குள்ளமான உருவம்... மூன்றாவது அசல் அழகுமயம்... உதட்டுச் சாயம்தான் அதிகம். மோவாய் நீளத்திற்கான பின்கொண்டை... தெலுங்குச் சாடை... மற்றொன்று, கன்னட வாடை... ஒரு கண்ணைச் சுண்டி, மறுகண்ணைச் சீண்டிவிட்டுப்பார்க்கும் குறும்புப் பார்வை. நாட்டுக் கட்டை உடம்பு... உருக்கு வட்டக் கம்பிக் கண்கள்... மற்றொன்று, நம்ம ஊரின் அந்தக் காலத்து ‘ஒடக்கு’ மாதிரியான ஒல்லி...

சுயம்பு கிட்டத்தட்ட குட்டிச்சாமியார் போல் மற்றவர்களுக்குப் பட்டாலும், அவர்களுக்கு அல்லது அவள்களுக்கு, அவனுக்குள்ளே ஒரு ‘குட்டி’ இருக்கும் அடையாளம் தெரிந்தது. ஆளுக்கு ஆள், அவன் கையையும் காலையும் தொட்டார்கள். எதிர்பாராத இனிய விருந்தாளி வந்தால் எப்படிக் குதூகலிப்போமோ... அப்படி... அவள்கள் டோலக்கைத் தட்டிவிட்டு, புல்புல்தாராவை ஒலியெழுப்பி அவனைச் சுற்றிச் சுற்றியே ஆடினார்கள். டோலக்காரி கேட்டாள். அந்தக் கேள்விக்கு பதிலும் சொல்லிக் கொண்டாள். ‘நீ யாரு... ஒனக்கு நாங்க இருக்கோம்...’ பிகர் மத் கரோ...

அவன், புரியாமல் முழித்தபோது, மொழி ஒரு முக்கிய விஷயம் இல்லை என்பது போல் டோலக்காரி, அவன் முதுகையும் டோலக் மாதிரியே தட்டினாள்.

இதற்குள், எல்லோரும் சுயம்புவை இடுப்பிலும் தோளிலும் கை போட்டபடி, அவனை, எந்த வீட்டிலிருந்து வெளிப்பட்டார்களோ அங்கே கூட்டிப் போனார்கள். அவனுக்கும், அவர்களைப் பார்க்கப் பார்க்க, அவர்களின் வாய்களில் துள்ளி, தனது காதுகளில் விழுந்த வார்த்தைகளில் ‘இனம்’ கண்டான். தேனைக் கொடுத்து மகரந்தத் தூளை வாங்குவதற்கு மலர்ந்த மலர்போல், வாய் விரித்தான். அவர்கள் அருகே நிற்பதிலேயே ஒரு ஆனந்தம், பட்ட பாடெல்லாம் பழங்கதையானது போன்ற இரட்டிப்பு சந்தோஷம்...

அந்த ரூம்செட’டின் முதலாவது அறையின் மத்தியில் இரண்டு வெள்ளைக் கம்பிகளுக்கு இடையே இணைக்கப்பட்ட

பச்சைக் கம்பிக்குக் கீழே ஒருதொட்டில்... பூ மெத்தை போன்ற வெல்வெட் மெத்தை... ஒரு நான்கு மாதக் குழந்தை ஒன்று மல்லாந்து கிடந்தது. ‘அவள்கள்’ இல்லாமல் அழப்போன அந்தக் குழந்தை, இப்போது அவர்களைப் பார்த்துவிட்டு, பொக்கைவாய்ச் சிரிப்பைச் சிந்தியது. கைகளை லேசாய்த் தூக்கப் போனது. அந்தத் தொட்டில் அருகே ஒரு மோடாவில் இருந்த இருபத்து நான்கு வயதுப் பெண், அந்தக் கூட்டத்தில் புதிதாய் நின்ற சுயம்புவைப் புதுநோக்காய் நோக்கினாள். பிறகு, கீழே குனிந்து குழந்தையின் வாயோரத்தை முந்தானையால் துடைத்தாள். அப்போது முப்பது வயதுக் காரன் பாண்ட் சிலாக்கோடு, இரண்டாவது அறையிலிருந்து வெளியே வந்தான். அதுவரை குழந்தையைப் பார்த்துக் கையை அங்குமிங்கும் ஆட்டி வேடிக்கை செய்த அந்த ஐவரும் இயங்கத் துவங்கினார்கள்.

காளியக்கா மாதிரியானவள் டோலக்கை, இரண்டு கைகளால் வருடிவிட்டாள். தடவிவிட்டாள்... அப்புறம் தட்டோ தட்டென்று தட்டினாள். திரும்பி வந்து தொட்டிலில் வயிற்றோடு சேர்த்து முதுகைத் தூக்கிய குழந்தையின் முன்னால், டோலக்கை கொண்டுபோய் ஒரு சின்னத் தட்டுத் தட்டிவிட்டு, மீண்டும் அதை வெளியே கொண்டுவந்து நொறுக்கித் தள்ளினாள். உடனே அத்தனைபேரும் பம்பரமாய்ச் சுழன்றார்கள். இசைக் கருவிகள் இல்லாத மூவர், கைகளைத் தாள லயத்தோடு தட்டினார்கள். டோலக்காரி, வாயைத் திறந்து ‘தொகையறா’ பாடியபோது, சும்மா இருந்ததுகள் அப்புறம் அவள் எதுகை மோனையோடு பாடியபோது, துள்ளி துள்ளிக் குதித்தார்கள். அதனால், அவர்களின் தலைகளிலிருந்தும் பூக்கள் தரையில் துள்ளின. அவள் வேக வேகமாய்ப் பாட, மற்றவர்கள் அணில் அணிலாய்த் தாவினார்கள். உடனே டோலக்கின் டொக் என்ற சத்தத்துடன் பாட்டை மொட்டையாய் முடித்து காளியக்கா மூச்சு விட்டபோது, அவள்கள் கால்களும் அப்படியே ஒருச்சாய்த்து நின்றன. மழை விட்டது போன்ற சூழல்... கால் நிமிடத்தில், ஒரு பெருஞ்சப்தம். அப்புறம் மெட்டுச் சத்தம், மேடும் பள்ளமுமான ராகம். உடையும் குடைவுமான குரல். உடம்பைக் குலுக்கி ஒரு குதி. உச்சக்குரல் நிற்கும்போது ஒரு முக நிமிர்வு. இதையடுத்து மெட்டச் சிட்டான பாடல். உடனே முன்னால் ஒரு துள்ளல். பின்னால் ஒரு தாவல். ஒருத்தி சுயம்புவையும், அங்குமிங்குமாய் ஆட்டி விட்டாள்.

இடையை இடையால் இடித்துவிட்டாள். மீண்டும் ஒரு பாட்டு. 'ஷாதி கியா டிசம்பர்மே... பச்சா பைதாகுவா! செப்டம்பர்மே, குவா பச்சேகோ சார் மகினே." அவர்கள் பாடிக்கொண்டே போனார்கள்.

பிள்ளைக்காரி டில்லிக்குப் புதுசு! இந்தியை இஞ்சி தின்றதுமாதிரி கேட்பவள். அந்தப் பாடலுக்கு அர்த்தம் புரியவில்லை. ஆனாலும், கணவன் சிரித்ததில் அவளும் சிரித்தாள். 'தூர்தர்ஷனில்' வேலை பார்க்கும் கணவனின் பாண்ட் பையைப் பிடித்திழுத்து, அந்தப் பாட்டுக்கு அர்த்தம் கேட்டாள். அவனும், அந்த தர்சனுக்கே உள்ள இலக்கணப்படி கொஞ்சம் கைவரிசையையும் கலக்கவிட்டு.மொழிபெயர்த்தான்.

"செய்தாளே கல்யாணம் டிசம்பரில்...
பெற்றாளே பிள்ளை செப்டம்பரில்...
வந்ததே பிள்ளைக்கு நாலு மாசம்...
வளருதே இவள் வயிற்றில் ஒரு மாசம்
போவாளோ மாட்டாளோ அம்மா வீடு.
'போக்கிரி' அம்மாவுக்கும் மூணுமாசம்."

அவன் கிட்டத்தட்ட ராகம் போட்டே பாடினான். அந்த ஐவரும் லேசாய் உடம்பைக் குலுக்கி, லயித்துப் போனார்கள். பிள்ளைக்காரி கணவனைக் கண்குத்திப் பார்த்தாள். கிராமத்து மஞ்சளை, டில்லி பவுடர் இன்னும் துரத்தவில்லை. வாயில் புடவைக்குள் ஒரு வடிவழகு... அவனிடம் செல்லமும் சிணுங்கலுமாய்க் கேட்டாள்.

"அடிப்பாவிங்க... இந்த மாதிரி பாட்டா பாடுறாள்கள். நல்லவேளை எனக்கு இன்னும் இந்தி வரலப்பா! எனக்கு ஒரு மாசம்னு எப்படிக் கண்டாளுங்க! எல்லாம் ஒங்களால!"

"ஒங்க அப்பாவாவது சும்மா இருந்திருக்கலாமே..."

"ஏனுங்க... எங்கம்மா உண்டாயிருக்கதும் இதுகளுக்கு எப்படித் தெரியும்?"

"எப்படியோ தெரிஞ்சுக்கிடுறாங்க... தூக்கணாங் குருவிக்கூடு மாதிரி ஒரு ஆச்சரியமான விஷயம்."

"சரி... சரி... அவங்கள போகச் சொல்லுங்க! தலைக்கு ஐம்பது பைசா வீதம் இரண்டரை ரூபா கொடுத்துடுங்க... ஒரே கூத்து... தரை தேஞ்சிடும்."

அந்த ஐவரும், தம்பத்தியர் பேசுவதையே உன்னிப்பாய்க் கேட்டார்கள். எதுவும் புரியாததால், தொட்டில் பிள்ளையைப்

பார்த்து 'அழகு' காட்டினார்கள். இதற்குள் அவன், அவர்கள் எல்லாப் பணத்தையும் பார்த்துவிடக்கூடாதே என்பதற்காக, வேறு புறமாய்த் திரும்பி பெல்ட்டுக்குக் கீழே ஜிப்பைத் திறந்து, ஒரு கத்தை நோட்டை உருவி, அதில் ஒரு ஐந்து ரூபாய் நோட்டை எடுத்து, பாடகியிடம் கொடுத்தான். அவள் உதட்டைப் பிதுக்கி, எல்லோரிடமும் அந்த நோட்டை நீட்டி இளக்காரமாய்ச் சிரித்தாள். அதைப் பறித்துக் கொண்டே ஒரு அழகு முகம் பொய்க்கோபம் போட்டுப் பேசினாள். "தும் துமாரே பகலே பச்சே கேலியே கித்னா ரூபே தேதே கோ... க்யா துமாரா கந்தான் கா கீமத் யஹி ஹை..." மொதல் குழந்தை பெறந்திருக்கு... இவ்வளவுதான் கொடுக்கே... இதுதான் அதோட விலையா?"

அதோடு, அவள் விடவில்லை. பொய்க்கோபம் போட்டு, அந்த ரூபாயைக் கைமுகப்பில் பிடித்து, அவன் ஜிப் பைக்குள் திணித்து, ஒரு தட்டுத் தட்டினாள். அவன் 'ஏ... ஏ' என்று நெளிந்தபோது, இன்னொன்று அவன் சட்டைப் பைக்குள் கையை விட்டுப் பணத்தைத் தேடுகிற சாக்கில் அவன் மார்பை வருடிவிட்டது.

அவன், 'சீச்சீ' என்று அங்கேயும் இங்கேயுமாய் நெளிந்து முகத்தை, வேண்டுமென்றே நாணிக் கோணி வைத்திருந்தவளின் தோளில் தற்செயலாய்த் தலையைப் போட்டான். ஒருத்தி அவன் கழுத்தை வருடிவிட்டபோது, நிசப் பெண்டாட்டியான பிள்ளைக்காரி 'என்ன இது... சொகமா இருக்குதோ' என்று எரிந்தாள். இதற்குள், இரண்டுபேர் அவன் இரண்டு பைக்குள்ளும் கையை விட்டார்கள். ஒரு கை, கைக்குட்டையோடும், இன்னொரு கை ஒரு பெண்ணின் புகைப்படத்தோடும் வெளிப்பட்டன. வீட்டுக்காரி அழுகைக் குரலில் கத்தினாள்.

"என்னை என் வீட்ல கொண்டு போய் விட்டுடுங்க... அப்பவே ஊர்ல ஒங்களப்பத்தி ஒருமாதிரிச் சொன்னாங்க..."

"நான் 'ஒருமாதிரி' புருஷன் இல்ல... ஒரு 'மாதிரி' புருஷன்... இந்த போட்டோ ஒரு 'டாலண்டோட' படம். நல்லா பாரு... அசல் கிழவி. அறுவது வயசு. என்ன சுலோச்சனா, இவளுக முன்ன வச்சு..."

சுலோச்சனா, அந்தப் படத்தை உற்றுப் பார்த்தாள். குமரிமாதிரி மேக்கப் செய்த கிழிவிதான். இதற்குள்,

தொட்டிலுக்குள் கையை விட்டு இரண்டுபேர் குழந்தையைத் தூக்கிக்கொண்டு வெளியேறினார்கள். அதைப் பார்த்த சுயம்புவுக்கு அண்ணன் குழந்தையை அதே பிராயத்தில் பார்த்த நினைப்பு; வெளியே போய் அந்தக் குழந்தையை வைத்திருந்த ஒல்லிக்காரியிடமிருந்து, அதை வாங்கிக்கொண்டான். உள்ளே, தாய்க்காரியிடம் கொடுக்கப் போனான். உடனே அந்த இருவரும் தொழில் ரகசியம் தெரியாதவனைக் காதைப் பிடித்து செல்லமாக முறுக்கிவிட்டு, குழந்தையைப் பலவந்தமாக வாங்கிக் கொண்டார்கள். சுலோச்சனா, வாசலுக்கு வந்து கத்தினாள்.

"அய்யோ, என் குழந்தை... ஏங்க, ஒங்களைத்தான். எவ்வளவு பணம் கொடுத்தாவது குழந்தையை வாங்குங்க! இவ்வளவு சம்பளம் வாங்கிட்டு... அஞ்சு ரூபா கொடுத்தால் எப்படி? அந்த ராட்சசி என்ன சொல்றாள்?"

"ஒனக்கு மொதல் தடவையா குழந்தை பிறந்திருக்காம்."

"ஒங்களுக்கு ஒண்ணும் தெரியாதது மாதிரிச் சொல்றீங்க"

"அவள் சொல்றதச் சொல்றேன்... நான் வெறும் மீடியம்தான்."

"நான் பெத்தா இவளுக்கு என்னவாம்... சரி. சொல்லுங்க... ஒங்க மகன் அவளைப் பார்த்துச் சிரிக்கான் பாருங்க... அப்பன் புத்திதான் அவனுக்கும் இருக்கும். இன்னும் என்னமோ சொல்றாள். என்னவாம்..."

"அதுவும் ஆண் குழந்தையாம்... நூறு ரூபாய்க்குக் குறையாமல் கொடுக்கணுமாம்."

"அய்யோ... குழந்தையைத் தூக்கிட்டுப் போறாள் பாருங்க! அடுத்த குழந்தைக்குக் கவனிக்கிறதாச் சொல்லி ஒரு ஐம்பது ரூபா கொடுங்க... சரியான கஞ்சன் நீங்க!"

அவன், ஐம்பது ரூபாய் நோட்டை எடுத்துக்கொண்டு அந்த ஒல்லிக்காரியின் பக்கம் போனான். அதைக் கொடுத்துவிட்டு குழந்தையைக் கேட்டான்... உடனே கிடைத்தது. வீட்டுக்குள் வந்து, சுலோச்சனாவிடம் குழந்தையைக் கொடுத்தபோது, சுலோச்சனா அவர்களைப் பார்த்துத் தமிழில் வெளுத்து வாங்கினாள். "தடிச்சிங்களா... தட்டுக்கெட்டதுகளா... எச்சிக்கலை எறப்பாளிகளா... என் குழந்தையை இனிமே தொடுங்க பார்க்கலாம்..." உடனே அவள் கோபத்தைப் புரிந்து கொண்ட டோலக்காரி, படபடப்பாய் இந்தியில்

பொரிந்து தள்ளினாள். அதைக் கணவன் மனைவிக்கு தமிழில் பரிமாறினான்.

“நாங்களும்மனுஷிங்கதான்..எங்களுக்கும்குழந்தையைஎப்படி எடுக்கணும்னு தெரியும். பூனகுட்டியைக் கவ்வுறது மாதிரிதான் பிடிச்சோம்... குழந்தைக்கு ஒரு ஐட்டி போடு. பால் வராமல் இருக்க மாத்திரை சாப்பிடாதே! தாய்ப்பாலு தாய்ப்பாலுதான்! புட்டிப்பாலு எங்கள மாதிரி... பிரயோசனப்படாது. போயிட்டு வாறோம். அடுத்த பிள்ளைக்கு இருநூறு ரூபாய். அதுக்குள்ள விலைவாசி மூணு மடங்கா ஆயிடுமே... வயித்துப் பிள்ளய அபார்ஷன் செய்யாதே! புருஷனை அனுசரிச்சுப் போ! அச்சா ஆத்மி. நல்ல யங்மென்.”

“ஒங்க வார்த்தையே ஒங்கள காட்டிக் கொடுத்திட்டு பாருங்க! இந்த ஆட்களுக்கு இதெல்லாம் தெரியுமா என்ன?”

“நெசமாவே கடைசி வரிதான் என்னுது... மீதி அவளே சொன்னது.”

“ஏதோ இன்னும் கேக்கறாளுங்க... பணம் போதலியா?”

“எங்கே வேலைன்னு கேக்காங்க...”

இப்போது, சுலோச்சனாவே பிள்ளையை மார்போடு சேர்த்துக் குலுக்கியபடியே ‘தூர்தர்ஷன், டெலிவிஷன்’ என்று பெருமையாய்ச் சொன்னாள்.

தலைகளில் கைகளை வைத்து சலாம் போட்டு வெளியேறப் போன அந்த ஐவரும், அந்த அறையை நெருங்கி வந்து அவனைச் சுற்றி நெருக்கினார்கள். பே ாலக் குரலெழுப்பியது. புல்புல்தாரா நாதமெழுப்பியது. கொலுசுக்கால்கள் தாளமிட்டன. பாடகி ஜாக்கெட்டுக்குள் திணித்த ஐம்பது ரூபாய் நோட்டை எடுத்து அவன் பைக்குள் திணித்துவிட்டு, “பாய்சாப்... ஹமே டி.வி.மே. தி காதோ... சம்திங் தே... ஹேங்கே... இஸ் பச்சாஜ் ரூபியாகோ அட்வான்ஸ்... மே... லேலோஜி.

சுலோச்சனா, கணவனைக் குழப்பத்தோடு பார்த்த போது அவன் விளக்கினான்.

“டெலிவிஷன்ல இவங்க முகத்தை எப்படியாவது காட்டிடணுமாம். இந்த ரூபாய் லஞ்சமா வச்சுக்கணுமாம். இன்னும் எவ்வளவு பணம் கேட்டாலும் தருவாங்களாம்!”

“உங்க டெலிவிஷனை நல்லா தெரிஞ்சு வச்சிருக்குதுங்களே... சரி சரின்னு தலையாட்டுறீங்களே... ஒங்களால, கொடுத்த

வாக்கைக் காப்பாத்த முடியுமா? அப்புறம் இதுங்களுக்கு, 'எல்லாம்' தெரியும்னு சொன்னீங்க... நீங்க டெலிவிஷன்ல இருக்கறது தெரியலை."

"எல்லாமுன்னா, நீயும் நானும் எப்படிக் கொஞ்சுவோம்னு விஷுவலாகூட தெரியுமா என்ன... பழைய ஆல் இண்டியா ரேடியோவுல இருக்கிறதா நெனைச்சிருக்கலாம்."

இப்போது, சுலோச்சனாவே அவர்களிடம் தமிழில் பேசி, அதற்கு ஏற்ப சைகை செய்தாள்.

"இவரு நான் கிழிச்சி கோட்டைத் தாண்ட மாட்டாரு... எப்படியாவது ஒங்க முகத்தை டி.வி.யில. காட்ட வைக்கேன். டோண்ட் ஒர்ரி... நானாச்சு. ஏங்க, அந்த ஐம்பது ரூபாயை அப்படியே வச்சுக்குங்க... சொன்னா பொறுக்க மாட்டீங்களே... வெளையாட்டுக்குச் சொன்னா அப்படியே வச்சுக்கிட்டீங்களே."

அவர்களுக்கும் புரிந்தது. தலைகளைத் தரைதட்டும் படி சலாம் போட்டுவிட்டு அவன் திருப்பிக் கொடுத்த ஐம்பது ரூபாயை வாங்கிக்கொண்டு, திரும்பப் போனார்கள். சுலோச்சனா, புருஷனின் கைக்கடிகாரத்தைப் பிடித்த படியே கண்கள் சொருகக் கேட்டாள்.

"ஏங்க இந்த பச்சை லுங்கிக்காரப் பையன்... என் தம்பி மாதிரியே அசப்புல இருக்கான் பாருங்க... யாரு பெத்த பிள்ளையோ... ஒரு வேளை தமிழ்நாடா இருக்குமோ..."

"தம்பி ஒன் பேரு என்னப்பா..."

சுயம்பு இரண்டு கைகளையும் விரித்துக் காட்டினான். அவர்களும் அவனைத் தமிழ்நாட்டின் சாயல் கொண்ட பீஹார்க்காரன் என்பது போல் நினைத்துவிட்டார்கள். சுயம்பு பெருமினான். 'நான் கெட்ட கேட்டுக்கு பேச்சு ஒரு கேடா...'

அந்த ஐவரும் அவனைப் பிடித்து இழுத்தார்கள். அவனுக்கு அந்த சுலோச்சனா வீட்டிலேயே இருக்க வேண்டும் என்பது மாதிரி ஒரு ஆசை! அவசரப்பட்டு சைகை செய்துவிட்டோமே என்று வருத்தம். இதற்குமேல் பேசினால், அசிங்கம் என்று சுயமரியாதைத் தனம், அவர்கள் இழுத்த இழுப்புக்கு அவன் நடந்தான். அவர்கள் அவனைச் சுற்றிக் கூத்தாடாத குறையாகக் கூட்டிப் போனார்கள். ஒருத்தி, அவன் தலைத்தூசியைத் தட்டிவிட்டாள். இன்னொருத்தி 'சாப்பிட்டியா' என்பதுபோல், வாயில் கை வைத்துக் கேட்டாள். அவனுக்கும் ஒரு தெம்பு...

அதே சமயம் இவள்களும் என்ன செய்வார்களோ என்ற அச்சம். சென்னைச் சம்பவம் திரும்பிவிடுமோ என்ற பயம்.

எதிர்த்திசையிலிருந்து இரண்டு 'சேலைகட்டிகள்' வந்தார்கள். சமவயது... ஒருத்தி, கருப்பற்ற - சிவப்பற்ற பொதுநிறம். ஒல்லி, இன்னொருத்தி தடிச்சி, சுயம்புவைச் சுற்றி நின்றவர்களிடம், இந்தியில் ஏதேதோ பேசி கொண்டிருந்தார்கள். அந்த ஏரியாவில் எவனோ ஒருத்தன் விபத்தில் இறந்துட்டானாம்... ஒருத்தனுக்கு ஆபீஸ்ல சஸ்பெண்டாம். அழவேண்டிய இடத்திற்கு அழப்போக வேண்டுமாம். அதற்காக ஒரேயடியாய் அழவேண்டியதும் இல்லை என்பதுபோலவும் பேசினாள். ஒரு பஞ்சாபிக்கு புதுக் கார் வந்திருக்கிறதாம்... விடப்படாதாம்...

அந்த இரண்டு பெண்களும், அன்று தாங்கள் கண்டுபிடித்த வார்டுநடப்புகளை மாற்றி மாற்றி விளக்கிக் கொண்டிருந்தார்கள். திடீரென்று ஒல்லிக்காரி, சுயம்புவின் தோளில் கை போட்டாள். பாடகி நீலிமா விவரம் சொன்னபோது தடித்தவள் சுயம்புவிடம் கேட்டாள்.

"நீ தமிழா..."

சுயம்பு, வெறுமனே தலையாட்டவில்லை. ஆமாம் என்று ஒவ்வொரு எழுத்தையும் தனிப்படுத்தியும் ஒன்று படுத்தியும் பதிலளித்து, அவளை நெருங்கியடித்தான். அவள் அவனை இடுப்போடு சேர்த்து அணைத்துக் கொண்டாள். பிறகு அவன் மோவாயை. நிமிர்த்தியபடி, ஆனந்தமாய்க் கூவினாள்.

"எப்பாடி எனக்கு மகள் கெடச்சிட்டாள். இனிக் கவலையே இல்ல..."

அவள் சுயம்பு தோளில் கையை அழுத்தமாகப் போட்டபோது, ஒல்லிக்காரி அந்தக் கையை எடுத்துக் கீழே போட்டாள். இருவரும் மலையாளத்திலும், தமிழிலும் மோதிக்கொண்டார்கள்.

"நீ அல்லே ரெண்டு மக்களே... தத்து எடுத்தது..."

"ரெண்டு முண்டைகளும் மெட்ராசு குப்பத்துக்கு பழையபடி ஓடிட்டாள்களே." "நீ தொட்டது ஏதும் சரியாவ்லியா... நண்ட முகராசி அவ்வன என்ன... ஞான்... இவளே... தத்தெடுக்கண."

இதற்குள் தலைப்பாட்டுக்காரியான நீலிமா, டோலக்கை ஒரு தட்டுத் தட்டி, ஒருத்தி கையை எடுத்து இன்னொருத்தி வாயிலும்

இன்னொருத்தி கையை எடுத்து அடுத்தவள் வாயிலும் வைத்து அடைத்தாள். சுயம்பு குழம்பிப் போய் நின்றான். அவனுக்கு எவளுக்கும் மகளாக ஆசையில்லை. பட்டது போதும்...

அடுத்த எட்டு பேரும், ஒரு சந்தைத் தாண்டி, திறந்த வெளி மைதானத்தைக் கடந்து மூன்று மாடிக் கட்டிடக் குவியல்களை நோக்கிப் போனார்கள். சின்னச் சின்ன அறைகள்தான். அரசாங்கக் குடியிருப்புகள். அன்னை இந்திரா, இந்தப் பிறவிகளுக்கும், அங்கே இடம் ஒதுக்கியிருந்தார். அவருக்கு, இவர்களிடம் இருந்த அன்பைப் போல், இன்னும் ஈரம் உலராத சுவர்கள்.

அந்த மாடிக் கட்டிடங்களுக்கு ஒரு ஓரமாக தனித்திருந்த ஒரு சின்ன வீடு, அந்த வீட்டுக்கு வெளியே ஒரு ஆலமரம். அதைச் சுற்றி ஒரு வட்டச் சுவர். அதன் அடிவாரத்திலும் கோழியாசனம் கொண்ட முர்கேமாதா... ஒரு டப்பா நிறைய விபூதி, இன்னொன்றில் குங்குமம்...

அந்த ஆலமரத்தடியில் இருந்தவளை, இவர்கள் எல்லோரும் பயபக்தியோடு பார்த்தார்கள். அவர்களின் குரு அலி கங்காதேவி... ஐம்பது வயதிருக்கும். பின்பக்க முடி மூன்று சடைகளாகத் தொங்கின. அரிசிப் பற்கள். ஊசியை வைத்து அங்குமிங்குமாய்க் குத்தியது மாதிரியான முகம்... பவுன் மாதிரிமான நிறம்.

பாடகி நீலிமா சுயம்பு கிடைத்த விவரத்தை விளக்கினாள். அந்த இருவரும் சொல்லாதே என்று அவளை ஜாடைமாடையாக இடித்தாலும், அவள் இவர்களுக்குள் நடந்துகொண்டே நடந்த ‘சுவீகார’ விவகாரத்தையும் விளக்கினாள்.

கங்காதேவி சுயம்புவைத் தன்பக்கம் வரவழைத்தாள். விபூதியிட்டு, குங்குமம் வைத்தாள். இந்தியில் ‘நதி கடலுக்கு எப்படி வரணுமோ அப்படி வந்திட்டே... கவலைப்படாதே... இனிமேல் உன் வாழ்வும் தாழ்வும் எங்களோடு’ என்றாள். அதை அந்த இரண்டு பேரும் தமிழிலும் மலையாளத்திலும் போட்டி போட்டு விளக்கினார்கள்.

கங்காதேவி, தீர்மானமாகச் சொன்னாள்.

“மொதல்ல இதை, ‘இவளாக்கணும்’... முழுப் பெண்ணாக்கணும்... அந்தச் செலவுக்கு யார் மொதல்ல பணம் கொடுக்காங்களோ, அப்போது யாருக்கு மகள்னு யோசிக்கலாம்.”

30

சுயம்பு, தன்பிறப்பைத் தானே கண்டவன்போல் - இந்தப் பிறவியிலேயே நிர்வாணம் பெற்றவன்போல் தெளிவடைந்தான்.

இந்த ஒரு மாத காலத்தில் அவர்களின் பெயர்களைச் சொல்லுமளவிற்கும் ஓட்டை உடைசல் இந்தியில் பேசும் அளவிற்கும் முன்னேறிவிட்டான். நீலிமா... நசிமா... மார்க்கிரெட்... லட்சுமி... பகுச்சார்தேவி... குஞ்சம்மா...

அது, சுமாரான அறை. நான்கு கட்டில்கள். கயிற்றுக் கட்டில்கள் ஆனாலும் அவற்றுக்கு மேலே மெத்தை. குளிர் காலத்தில் மூடிக்கொள்வதற்குப் பயன்படுத்தப்படும் ரசாய் மெத்தை. இதுவரை ஒண்டிக்கட்டிலில் குடித்தனம் செய்த சுயம்புவுக்கும், ஒரு சொந்தக் கட்டில் கிடைத்தது.

ஒல்லிக்காரியான 'மலையாளத்தா' குஞ்சம்மா எப்போதோ பிசைந்து வைத்த சப்பாத்தி மாவை இப்போது சலவைகல் மாதிரியான வட்டக்கல்லில் உருட்டிக் கொண்டிருந்தாள். அடுப்பில் சின்னச் சின்னத் துண்டுகளாக வெட்டப்பட்ட உருளைக் கிழங்குகளை தமிழ்காரி லட்சுமி பொரித்துக் கொண்டிருந்தாள். வேக வைக்காமலேயே அப்படியே பொறிக்கப்படும் அவசர சப்ஜி. இன்று குஞ்சம்மாவின் சமையல் முறை. அவளுக்கு அவசர சப்ஜி செய்யத் தெரியாது என்ற அனுமானத்தில், லட்சுமி ஒத்தாசை செய்தாள். பாடகி நீலிமா, தனது பற்களை மாதிரி நீளநீளமான செண்பகப் பூக்களைத் தடவியபடியே டோலக்கைத் துடைத்துவிட்டாள். நஸிமா சுற்றிலும் கடல்சிப்பிகளால் பிரேமாக்கப்பட்ட முட்டை வடிவக் கண்ணாடியின் முன்னால் முந்தானையை இழுத்துப்போட்டு ஒய்யாரமாக எழுந்தாள். இவள்தான், அங்கு அழகு மயம். இதற்குள் மார்க்கிரெட், நஸிமாவிடம் ஒரு ஒயர் சுருளை நீட்டினாள். நஸிமா அதை விசாலப்படுத்தினாள். இரண்டு ஒயர்க் கம்பிகள். அவற்றில், பல்லி முட்டை மாதிரி சின்னச் சின்ன பல்புகள், பல்வேறு வகை வண்ணக் கலப்புக்கள்.. நஸிமா, ஒன்றை வட்டமாக்கி, கழுத்தைச் சுற்றியும், இன்னொன்றையும் அதே மாதிரி வட்டமாக்கி உச்சந்தலையைச் சுற்றி வில்போல வளைத்துக் கொண்டாள். மார்பகப் பள்ளத்தாக்கில் இரண்டு சாதா பேட்டரிகளைக் கொண்ட ஒரு சதுரப் பெட்டியைத் தொங்கப் போட்டு ஒரு வளைவை நிமிர்த்திவிட்டாள். உடனடியாக அவள் முகம் பிரகாசித்தது. நீலமாய், மஞ்சளாய்,

சிவப்பாய், பச்சையாய்... தலைக்குமேல் மேலும் கீழும் பல்புகள் பளபளத்தன. தலைக்குமேல் வானவில் ஒளிவட்டம். இவையும் போதாது என்று முகத்தில் ஆங்காங்கே ஜிகினாச் சரிகைகளை ஒட்டிக்கொண்டாள். ஏற்கெனவே இதைப்போல் சிங்காரித்துக் கொண்ட மார்க்கிரெட்டோடு, நசிமா 'சதையாக' நின்று கொண்டாள். நீலிமா, எந்த மேக்கப் போட்டாலும், தேறாத கேஸ். அவளுக்குத் தெரியும். ஆகையால் சாதாரணமாகவே இருந்தாள். டோலக்கை, மட்டும் கண்ணைச் சிமிட்டித் தட்டினாள். வேறு அறையிலிருந்து வந்த பகுச்சார் தேவியும், ஜிலுஜிலு கொலுசுக் கால்களைத் தரையில் தட்டி, கை வளையல்களைக் குலுக்கிவிட்டு, டோலக் சத்தத்திற்கு சுருதி சேர்த்தாள்.

சுயம்புவிற்கு, அவர்களைப் பார்க்கப் பொறாமையாக இருந்தது. நஸிமா அவனுக்கு 'ஆட்டக்கலையைச்' சொல்லிக் கொடுத்துவிட்டாள். இரண்டு மூன்று இந்திப் படங்களுக்கும் கூட்டிப் போய்விட்டாள். ஆனாலும் இன்னும் 'ஸ்டெப்' சரியாக வரவில்லை. அப்படியும் ஆடப்போனால், அங்கேயும், குஞ்சம்மா லட்சுமி யுத்தம்! இப்படித்தான் ஆட வேண்டும், அப்படித்தான் ஆட வேண்டும் என்று ஆளுக்கு ஒருத்தியாக அமர்க்களப் படுத்துகிறார்கள். சுயம்பு தனக்குக் கொண்டை வந்துவிட்ட அனுமானத்தில் பெரிய மனுஷித்தனமாய், லட்சுமியின் சேலையை எடுக்கப் போனான். நீலிமா, டோலக்கைத் தட்டி அவனைத் திரும்ப வைத்து, திட்ட வட்டமாகச் சொல்லிவிட்டாள். அவன் முழு மனுஷியாய் மாறுமுன்னால், புடவையைத் தொடப் படாது. இப்போது இருக்கிற இதே பாவாடை தாவணியிலேயே இருக்க வேண்டும்.

சப்பாத்தியை, அவசர அவசரமாகச் சாப்பிட்டுவிட்டு எல்லோரும் வாசலுக்கு வெளியே வந்தார்கள். சேட்டு வீட்டுக் கல்யாணம். இவர்கள் ஆட வேண்டும். பாட வேண்டும். அட்வான்ஸும் வாங்கிவிட்டார்கள். புல்புல்தாராக்காரியும், அங்கே வந்துவிட்டாள். 'பாவாடை தாவணி' சுயம்பு, இப்போது சல்வார் கமீஸ் போட்டிருந்தான். ஆடமாட்டான். ஆனால் ஆட்டப் பயிற்சிக்கு அழைக்கப்பட்டான்.

மாலை உருக்குலையும் நேரம்...

அந்த 'கல்லியில்' தெற்கு வரிசையிலும் மேற்கு வரிசையிலும் ஹஜ்ராக்களின் - அதுதான் அலிகளின் ஆதிக்கம்... மற்ற

குடியிருப்புகள் சாதாரண மனிதர்களின் சகவாசக் கூடுகள். இதனால், குழப்பம் ஏற்பட்டு, அங்கே வந்தவர்களில் சிலர் அடி வாங்கிக்கொண்டும் போயிருக்கிறார்கள். இப்போது இவர்களின் பகுதி, சராசரிகளைவிட அதிகமாய் ஜில்லடித்தது. ஒரு குடியிருப்புப் பக்கம் ஒரு பளபளப்பான கார். உள்ளே நுழைந்ததும் 'ஒன்று' ஏறிய சுவடு தெரியாமலே அந்தக் காரில் கம்பீரமாகப் போய் உட்கார்ந்து, காரைப் பறக்க வைத்தது. 'இன்னொன்று', மோட்டார் பைக்கில் ஏறிவிட்டது. சில வீடுகளுக்கு முன்னால், சைக்கிள்களும், 'டபுளாகப்' போய்க் கொண்டிருந்தன. அந்த வளாகத்தின் மத்தியில் உள்ள பொது மண்டபத்தில் ஒரே கூத்து... கவாலிப் பாடல்கள். சிரிப்பும் கும்மாளமுமான இரு பிரிவின் லாவணிப் பாடல்கள். அதைப் பார்க்கும் கூட்டத்தில் கலகலப்பான சலசலப்பு...

ஹியா... கீத்கே... ஒன்ஸ்மோர். ஆலமரத்தடியில் சில கார்கள்... காரில் வந்தவர்கள்கூட, கீழிறங்கி குரு அலியான கங்காதேவியின் காலைத் தொடுகிறார்கள். அவர், ஒரு காரை, இவர்கள் பக்கமாய் கையாட்ட, அந்தக் கார் வருகிறது... ஒரு ஆஜானுபாகுவான ஜாட்... அசல் தேவிலால் தோற்றத்தில் நடுத்தரத் துடிப்பு... 'சுயம்பு... சுயம்போ.. ஹை சுயம்போ...'

சுயம்பு அந்தக் குடியிருப்புத் திண்ணையிலிருந்து கீழே குதித்து, அந்த ஜாட் மனிதரின் அருகே போகிறான். அவர் ஒரு நூறுரூபாய் நோட்டை எடுத்து அவன் பைக்குள் திணிக்கிறார். முதுகைத் தட்டிக் கொடுக்கிறார். அவன் கையை எடுத்து தனது தலைமேல் போட்டு சிறிது நேரம் ஆசீர்வாதமாக வைத்துவிட்டு, நீலிமாவிடம், ஏதோ பேசப் போனார். அதற்குள் சுயம்பு அரைகுறை இந்தியில் ஆங்கிலத்தைத் துணைக்கிழுத்துப் பேசினான்.

"கியா பிதாஜி... ஒய் ஹண்ட்ரட் ரூபி நோட்டு..."

அந்தப் பிதாஜி, இந்தியில், உணர்ச்சிவசப்பட்டுப் பேசினார். ஒரு நிமிடம்வரை, பேசினார்.

சுயம்பு புரியாது விழித்தான். அவனுக்கு அதை விளக்கும்படி, நீலிமா, பாட்டுக் குரலோடு, குஞ்சம்மாவிடம் கொஞ்சிப் பேசினாள். உடனே லட்சுமி ஒரு அதட்டு அதட்டிவிட்டு, தமிழச்சியானாள்.

"நீ மலையாளத்துல பேசி, நான் அதைவேற என் மகளுக்கு தமிழுல சொல்லணுமோ...!"

"நீ பரையன தமிழோட, ஞான் பரையன மலையாளம்... அவளுக்கு நன்னாய் மன்சிலே... ஆவுண்டு."

"வாய மூடிக்கிட்டு சும்மா இருடி குஞ்சம்மா... ஏடி சுயம்பு... இந்த பிதாஜி புதுசா நட்டுக்கடை அதான் ஸ்பேர் பார்ட்ஸ் கடை தெறந்தப்போ நீதான கற்பூரம் கொழுத்துனே... இப்போ அந்தக் கடைக்கு என்ன கர்மத்துக்கோ ஒரு ஏஜென்ஸி கிடைச்சிருக்காம். நீ கைராசிக்காரியாம். மெனக்கெட்டு வந்திருக்கார். ஒனக்கு வந்திருக்கிற பவுசப் பாரு... ஒன்ன பெரிய மனுஷியாக்குற செலவுக்கு இவளும் நானும் போட்டி போட்டு சம்பாதிக்கோம்... நீ என்னடான்னால், எங்களவிட ரெண்டு மடங்கா சம்பாதிக்கே, பேசாம எங்கள தத்து எடுத்துக்கடி...."

சுயம்பு அந்த நூறு ரூபாய் நோட்டை யாரிடம் கொடுக்கலாமென்று யோசித்தான். தமிழின் இனமானமும், மலையாளத்தின் திராவிட சக்தியும், அவனை இழுக்கடித்தன. பிறகு தேசியவாதியாகி, நீலிமாவிடம் நீட்டினான். அவளோ, அந்த நோட்டை மீண்டும் அவன் ஜாக்கெட்டுக்குள் திணித்தாள். இதற்குள் ஆஷா அங்கே ஓடிவந்தாள். மராத்திக்காரி - துப்பறிவதுதான் அவள் வேலை. அந்த சுயம்புவைப் பார்த்து முதல் குரல் கொடுத்தவளும் இவளே. மராத்தி வாடையில் 'சுயம்போ, சுயம்பு' என்றாள். சுயம்பு அவளை சிநேகிதமாய்ப் பார்த்துச் சிரித்தபோது, அவள் லட்சுமியிடம் காது வழியாகச் சொல்ல, அவள், அதை, வாய் வழியாக விட்டாள். காதுக்கும் வாய்க்கும் இடையே ஒரு மொழி மாற்றம்.

"நீ திக்குத் தெரியாமல், அலைஞ்ச மொதல் நாளுலே ஒரு மதராசிப் பொண்ணு அதுதான் - நம்ம தமிழாளு வீட்டுல குழந்தை பிறந்ததுக்கு பாடுனீங்களாமே. அந்தக் குழந்தைக்கு உடம்புக்குச் சரியில்லயாம்... பிழைக்கறது கஷ்டமாம். இவள் இத மட்டும் சொல்ல வந்தான்னு நெனைக்காதே. இங்கே நின்று அந்தக் கள்ளப் பயலப் பார்க்க இவளுக்கு வசதியா இருக்கு...

சுயம்புவின் முகம் கூம்பிப் போனது. இப்போதுதான் தனது முகராசியை நினைத்துப் பெருமைப்பட்டான். ஆனால், முதல் நாளே தான் தொட்ட குழந்தை அதுவும் அண்ணன் மகள் மாதிரியான சின்னக் குழந்தைக்கு இப்படி ஒரு ஆபத்தா? கூடாது. வரக்கூடாது. வரவிடக்கூடாது.

பாடகி நீலிமா பட்டென்று பேசினாள்.

"நாம் ஒரு வீட்டு சந்தோஷத்தை மட்டும் பங்கு போட்டுக்க மட்டும் இல்ல. கஷ்ட நஷ்டத்தையும் பங்கு போடணும். அதனால, சுயம்புவோ, பகுச்சார் தேவியோ அந்தப் பொண்ணு வீட்டுக்குப் போகட்டும்! அச்சாலமிடுக்கி..."

சுயம்பு பகுச்சார்தேவியைக் கையைப் பிடித்து இழுத்தான். அவள் மொக்கை முகத்தைப் பிடித்து ஆட்டினான். இருவரும், ஒருவர் கையை ஒருவர் பிடித்துக்கொண்டு ஓடினார்கள். சேட்டு வீட்டுக் கலியாணத்தில் தின்னவும், சேர்க்கவும் நிறையக் கிடைக்கும். ஆனால், இதையெல்லாம் பார்க்க முடியாது... கூடாது.

31

தொட்டிலில் கிடந்த குழந்தையை சோக மயமாய்ப் பார்த்துக்கொண்டு கையைப் பிசைந்த சுலோச்சனா, சுயம்புவைப் பார்த்து ஆச்சரியப்பட்டாள். பிறகு அவளிடம் 'ஆப் ஹமாரா கர்மே' என்று அதற்குமேல் இந்தியில் பேசத் தெரியாமல் விழித்தாள். பகுச்சார்தேவி இந்தியிலும் குஜராத்தியிலும் ஏதோ, அந்த மதராசிப் பெண்ணுக்குத் தெரியும் என்பதுபோல் பேசினாள். இறுதியில் சுயம்பு சொந்த மொழியில் பேசும் உணர்வு இல்லாமலே பேசினான்.

"குழந்தைக்கு என்னக்கா செய்யுது?"

சுலோச்சனா அவனை அதிர்ந்து பார்த்தபோது, அவன் மேற்கொண்டும் தொடர்ந்தான்.

"அன்றைக்கு ஒங்ககிட்ட வேணுமுன்னுதான் தமிழில பேசலே! ஏன்னு கேட்காதீங்க. நானும் ஒரு நல்ல குடும்பம் தான். இப்படியாயிட்டேன். என்னடா பண்ணுது மருமகனே... அத்தைகிட்டே.... நீயாவது சொல்லுடா."

அவள் கண்ணீர் சிந்தி கதை சொல்லும் குரலில் சொன்னாள்.

"ஒரு மாசமா திடுதிப்புன்னு வெட்டு வருது... பிட்ஸ்ஸாம். கட்டுப்படுத்த முடியாதாம். மருந்து மாத்திரை கொடுத்து எட்டு வயசு வரைக்கும் எச்சரிக்கையாய்ப் பார்த்துக்கணுமாம். இல்லாவிட்டால், எது வேணு முன்னாலும் நடக்குமாம்... இவரு வேற இன்னிக்கு ராத்திரிதான் வருவார். பத்துநாள் டூர்..."

சுயம்பு மூச்சே ஒரு வெட்டாவதுபோல், முடங்கிக் கிடந்த குழந்தையைப் பார்த்துவிட்டு, அவளுக்கு உபதேசித்தான்.

"டாக்டருங்க கெடக்கானுக. எங்க அண்ணன் பயலுக்கும் இப்படித்தான் அடிக்கடி வெட்டு வந்திச்சு. ஒரு நாட்டு வைத்தியரு கஸ்தூரி மாத்திரையை தேனுல ஒரு வாரம்

கொடுத்தார். வெட்டு, வெத்து வேட்டாயிட்டு. பேசாமல், அதை வாங்கிக் கொடுங்கக்கா."

"எங்கே கிடைக்கும் தெரியாதே!"

"எனக்குத் தெரியும். பூசா ரோட்டுல ஒரு ஆயுர்வேத ஆஸ்பத்திரி இருக்கு. ஒரு நொடியில போயிட்டு வாறேன்."

சுயம்பு பகுச்சார்தேவியிடம் 'தும் இதர் பைட்டியே' என்று சொல்லிவிட்டு ஒரு ஆட்டோவைக் கை தட்டிக் கூப்பிட்டான். அது வந்ததும் ஒரே தாவல்.

பகுச்சார்தேவி, அந்தக் குழந்தையின் தலையைப் பிடித்து முர்கேவாலி தேவியை அந்த 'அச்சா பச்சாவுக்காக' தியானித்தாள். சுலோச்சனாவின் முதுகைத் தட்டி 'குச் நை. குச் நை' என்றாள். அதாவது கவலைப் படும்படி ஒன்றும் இல்லையாம்.

இதற்குள், சுயம்புவும் திரும்பி வந்துவிட்டான். ஒரு கையில் தேன் பாட்டில். மறு கையில் பத்து மாத்திரை பொட்டலம். ஒரு மாத்திரையைக் கையாலேயே நசுக்கி தூளாக்கி உள்ளங்கையில் ஏந்தி தேனில் குழைத்து, ஆள்காட்டி விரலில் தேய்த்து, குழந்தையின் வாயில் வைத்தான். தாய்க்காரி பதறியபோது, 'இந்த மருந்து நல்லது செய்யும், அப்படி செய்யாட்டாலும், கெட்டது செய்யாது. மூணு வேளைக்குக் கொடுக்கா' என்றான்.

"எவ்வளவு ரூபாப்பா?"

"ஒங்களுக்கு ஏன் அதெல்லாம்!"

"முன்னப் பின்ன தெரியாத எனக்கு..."

"நீங்க எனக்கு அக்காமாதிரி இருக்கீங்க... அது எங்க அண்ணன் குழந்தை மாதிரி இருக்குது... அப்படி நீங்க இல்லாவிட்டாலும் என்ன, ஒருத்தருக்கு ஒருத்தர் உதவப்படாதா? நான் வாறேன். மாத்திரை அவ்வளவுதான் இருந்தது. தீர்ந்துபோனதும், ஸ்டாக்குக்கு வந்துடும்."

"ஒனக்கு எந்த ஊருப்பா?"

"ஊரைச் சொன்னாலும் பேரச் சொல்லப் படாதுன்னு சொல்லுவாங்க! ஆனால், நான் ரெண்டுமே சொல்லப் படாது! படிச்சது காலேஜ். இனிமேல் ஆடப்போறது தெரு டான்ஸ்! ஏக்கா அழுவுறே... குழந்தைக்கு ஒன்னும் ஆகாதுக்கா."

"நான் கொழந்தைக்காக அழலப்பா. நீயும் என் தம்பி மாதிரி. ஒன் கோலத்தை நெனச்சால், ஒனக்கு நான் ஏதாவது செய்யணும் தம்பி!"

"அப்படின்னா, இந்தத் தங்கச்சிக்கு ஒரே ஒரு உதவி செய். ஒங்க ஹஸ்பெண்ட எங்க ஆட்களை படம் பிடிச்சு டி.வி.யில் காட்டச் சொல்லு. அட்ரஸ் வேணுமா? பகுச்சார்... டி.வி. கம்மிங்... தும் அட்ரஸ் போலோ."

பகுச்சார்தேவி முகவரி சொல்ல, சுலோச்சனா எழுதிக் கொண்டாள். சுயம்பு தானிருக்கும் இடத்தைக் கைநீட்டி விளக்கிவிட்டு, புறப்பட்டுவிட்டான்.

32

மறுநாள் காலையில், எல்லோருக்கும் முன்னாலேயே குளித்துவிட்டு, ஆலமரத்தடி கங்காதேவியின் காலைத்தொட்டுக் கும்பிட்டு, வீட்டுக்கு ஓடிவரப் போனான் சுயம்பு. இன்றைய சமையல் அவன் முறை. அப்போது ஒரு மாருதி ஜீப் குறுக்கே நின்றது. அதன் முன்பக்கம் இருந்து குதித்தவன், 'இஎன்ஜி' காமிராவை சரிபார்த்துக்கொண்டிருந்தான். பேச்சையும் பேசிய உருவத்தையும் ஒரே சமயம் பதிவு செய்யும் காமிரா. அந்தக் குழுவின் தலைவரைப்போல் தோன்றிய சுலோச்சனாவின் கணவன் சுயம்புவை அடையாளம் கண்டுகொண்டான்.

"நல்லவேளையா இன்னிக்கு ஒரு சங்க் காலியா இருக்குது... டூர் இழுத்துட்டதால, ரிக்கார்ட் செய்ய முடியாமப் போச்சு! ஒங்க ஆட்கள் டான்ஸ் செய்யணும். ஒங்க தலைவர் பேட்டி கொடுக்கணும்."

"மொதல்ல என் மருமகப்பிள்ளை எப்படி இருக்கான் - அதைக் சொல்லுங்க."

"தேங்க்யூ. தெளிவா இருக்கான். அப்புறம் நீயும் பேட்டி கொடுக்கணும்."

"வேண்டாம்... எங்கப்பா பார்த்தா துடிச்சுடுவார்."

"இந்த நெட் ஒர்க் இந்தி ஏரியாவுக்குள்ளதான். நேஷனல் நெட் ஒர்க் இனிமேதான் வரணும். இது வரைக்கும் இங்க போடறது அங்க தெரியாது. சரிப்பா குயிக்..."

"இப்படி திடுதிப்பென்னு வந்து நிக்கீங்களே! எங்க ஆட்கள இனிமேல்தான் தேடிப் பிடிக்கணும்."

"நீ வேற... உள்ள போய்ப்பார்!"

சுயம்பு தன் அறைக்குள் ஓடிப் பார்த்தான். ஒவ்வொன்றும் தன்னை, இந்திக் கதாநாயகியாக நினைத்துக்கொண்டு போஸ் முகங்களோடு போக்குக் காட்டின.

சுயம்புவைக் கட்டிப்பிடித்து முத்தம் கொடுத்தன. அவசரப் பவுடர்கள். ஈரம் காயாத முகங்களில் பட்டு, வெள்ளைத் திட்டுக்களாய் விகாரமெடுத்து நின்றதும் உண்மைதான்.

சுயம்பு அந்த டி.வி. குழுவைக் கூட்டிக்கொண்டு கங்காதேவியிடம் போனான். சுலோச்சனா கணவன், அந்த குரு அலியிடம் ஒரு ஸ்டேட்மெண்ட் கொடுக்கச் சொன்னான். அவர் நமது அரசியல்வாதிகளைப் போல எந்தவித ஒத்திகையும் இல்லாமல் யார் யாரோ எழுதிக் கொடுப்பதைப் படிக்காமல், சரளமாகப் பேசினார்.

"அலிகள் மனித குலத்தின் மூன்றாவது பரிமாணம். பீஷ்மர் மரணத்திற்குக் காரணமான சிகண்டி ஒரு அலி. அர்ஜுனன் அலியின் உருவத்தோடு இருக்கும் போதுதான், கௌரவப்படைகளை தன்னந்தனியாய் தோற்கடித்தான். கடவுள், ஆண் வடிவாகவோ அல்லது பெண் வடிவாகவோ பாரபட்சமாய் இருக்க முடியாது. அலி வடிவத்தில்தான் இருக்க வேண்டும். அலிகள், நம்பிக்கைக்கு உரியவர்கள். அந்தக் காலத்து அந்தப்புர காவலர்கள். ஆனால், இந்த ஆண்களும் பெண்களும்... அவர்கள் செய்யும் அயோக்கியத் தனங்களும்..."

"குருஜி மேடம்... விவாத் நையே... கான்ஸன்ட்ரேட் ஆன் யுவர் பிராப்ளம்."

கங்காதேவி, இணங்கினாள். இந்தச் சின்னத் தடங்கலோடு, ஒரே 'டேக்கில்' எல்லாம் முடிந்தது. பிறகு அந்த டி.பி. குழு 'லேண்ட் மார்க்' - பனோரமா ஷாட்' என்ற புதிய டி.வி. மந்திரங்களை உச்சரித்தபடியே, அங்குமிங்குமாய் சுழன்றது. சுயம்புவும் ஒரு ஸ்டேட்மெண்ட் கொடுத்தான். இப்போதுதான், தனக்குத்தானே ஒரு சமாதானம் ஏற்பட்டிருக்கிறது என்றும், அவன் தமிழ் மொழியிலேயே சொன்னான். சில சராசரி மனிதர்களிடமும், ஸ்டேட்மெண்ட் வாங்கப்பட்டது. நீலிமா குழு, இதுவரைக்கும் பாடாத பாட்டாய்ப் பாடி, ஆடாத ஆட்டம் ஆடி, ஒரு அமர்க்களம் செய்துவிட்டது.

அந்த காமிராக்குழு, நல்ல உபசரிப்போடு போனதும், எல்லோருக்குமே ஒரு எதிர்பார்ப்பு... அன்றைக்கே சாயங்காலம் ஏழு மணிக்கு போடப்போவதாக, சுலோச்சனா புருஷன் சொல்லிவிட்டுப் போய்விட்டான். இப்போதே இருட்டாதா என்று ஏக்கம். கூடவே இருட்டடிப்புச் செய்துவிடுவார்களோ என்ற ஒரு பயம்.

கங்காதேவி, அந்தப் பெருநகரில் உள்ள, குரு அலிகளுக்கும், சேதி சொல்லிவிட்டாள். சுலோச்சனா கணவன், தலையிட்ட பிறகு, அவருடைய பேச்சு, உணர்வு வெளிப்பாட்டிலிருந்து, அறிவு வெளிப்பாட்டிற்கு வந்தது. பக்கத்து நகரங்களுக்கு எஸ்டிடி மூலம் இந்தச் செய்தியை அவரே தெரியப்படுத்தினார். பிரதமர் இந்திரா காந்தியும் தான் பேசுவதைக் கேட்பார் என்று சந்தோஷம்.

அந்த வளாகத்தில் ஏழு மணிக்கே கண்கொள்ளாக் கூட்டம். சராசரிகளும் அலிக்கூட்டத்தில் கலந்து கொண்டனர். பல்வேறு அலிப்பேட்டைகளிலிருந்து ஆட்கள் குவிந்தனர். நீலிமாவுக்கு இன்னும் கொஞ்சம் நன்றாக டிரஸ் செய்திருக்கலாம் என்று ஒரு 'பின்புத்தி'. கங்காதேவி வீட்டுக்குள்ளிருந்த டி.வி. செட்டை ஆலமரத்தடித் திட்டில் வைத்துவிட்டாள். சரியாக ஏழு மணி முப்பத்தாறு நிமிடம். அறிவிப்புப் பெண்ணை அடித்துப் போட்டுவிடலாமா என்ற கோபம். அந்தக் கோபம் தீர்வதற்குள்ளேயே...

பனித்துளியில் பனைமரத்தைப் பார்ப்பதுபோல், அந்தச் சின்னத் திரையில் அந்த ஏரியாவை நிரூபிக்கும் லேண்ட் மார்க் ஷாட். கங்கம்மாவின் பேச்சு... இடையிடையே பீஷ்மர், சிகண்டி, அர்ச்சுனன், மாலிக்காபூர் ஆகியோரின் படங்கள். அப்புறம் நீலிமா கோஷ்டியின் ராகம் தாளம் பல்லவி. அலிகளைப் பற்றிய சராசரிகளின் உயர்வான கருத்துக்கள். சுயம்புவின் தமிழ்க்குரல். அவன் பேசியதை அடக்கி, அதன்மேல் சத்தம் போட்டு ஒலித்த, இந்த ஓவர்லாப். இறுதியில், கங்கம்மாவின் வேண்டுகோள். கடைசியாக "இவர்களும் - நம்மவர்கள் - நல்லவர்கள்" என்ற டைட்டில். நீலிமா, தன்னைப் பாராட்டியே, தனக்குத்தானே கைதட்டினாள். நசிமாவுக்கு குளோசப்பில் வரவில்லை என்று ஒரு கவலை.... குஞ்சம்மா, லட்சுமியோடு சண்டைபோடுவது டி.வி.யிலும் காட்டப்பட்டது. சுயம்பு தனது கதையைச் சொன்னது கண்ணீரை வரவழைத்தது.

கங்காதேவி சுயம்புவைத் தன் பக்கம் வரவழைத்து கட்டியணைத்தாள். ஒரு நாளிலேயே தன்னை ஊரறிய உலகறிய செய்துவிட்டதற்காக அவனை அந்த டி.வி.யைப் பார்த்தது போலவே பார்த்தாள். பிறகு திட்டவட்டமாக அறிவித்தாள்.

"இன்று முதல், இவள் என்மகள். இதுக்கான சடங்கு சீக்கிரம் நடக்கும். அதுக்கு முன்னால் பூப்பு நீராட்டு, சுவீகார

சடங்கு, நாற்பது நாளுக்கு மேல்தான் நடக்கப் போகுது. ஆனாலும் இப்பவே சொல்லிட்டேன்... அடுத்த சித்ரா பௌர்ணமியில பெண் சடங்கு வச்சுக்கப் போறேன்! அப்புறம் அலி பட்டாபிஷேகம்..."

ஒரே கும்மாளம். ஒரே நீளவாக்கு கைதட்டல். கங்காதேவியை, மனதுக்குள் திட்டிய லட்சுமியும் குஞ்சம்மாவும், பிறகு ஒருவரை ஒருவர் பார்த்து சந்தோஷப்பட்டார்கள். சுயம்பு அவளுக்குக் கிடைக்கல என்று இவளும், இவளுக்குக் கிடைக்கலைன்னு அவளும், தங்களுக்குள் ஒரு சந்தோஷத்தை ஏற்படுத்தி, அதில் ஏமாற்றத்தைத் தேய்மானமாக்கினார்கள்.

சுயம்பு, லட்சுமியிடம் கேட்டான். ஒட்டுக் கேட்க வந்த குஞ்சம்மாவையும் பார்த்துக் கேட்டான்.

"பெண் சடங்குன்னா என்னது..."

"அதுவா? ஒனக்கு தெரிய வேண்டாம்... சொன்னாலே மயக்கம் போட்டு விழுந்துடுவே..."

33

*சு*யம்புவை பௌர்ணமிப்பதற்கான சித்ரா பௌர்ணமி...

அந்த அறையில் ஒரு சுவரில் சுயம்பு சாத்தி வைக்கப்பட்டான். உடல் அளவில் நிர்வாணப்பட்டு, நிர்க்கதியாய் நின்றான். நின்றானில்லை. நிறுத்தி வைக்கப்பட்டான். பிறந்தமேனிக் கோலம் போட்டவன், எதிரே கண்ணில் பட்டதைப் பார்த்துக் கதறப்போனான். ஆனால் அவனது நீண்டு வளர்ந்த தலைமுடியே அவன் வாயில் திணிக்கப் பட்டிருந்தது. இதனால் அந்த முடிக் கற்றைகள் வழியாகத்தான் அவன் அரைகுறைப் பார்வை போட வேண்டியிருந்தது. அந்தப் பார்வையில்கூட அந்த அரிவாள் மின்னியது. ஒரு முழு நீளமுள்ள வெட்டரிவாள்... பார்த்தால் முகம் தெரியும். தொட்டால் ரத்தம் வரும். அதைப் பிடித்துக் கொண்டு நின்ற அலியும், அசல் தாடகை மாதிரி கோர சொரூபம்... சுயம்பு அனிச்சையால் துள்ளப் போனான். அவனைப் பிடித்தவர்கள் அங்குமிங்குமாய் இறுக்குகிறார்கள். முடியின் பிடி வலுத்தது. அவன், அப்படியும் கத்தப்போனபோது, வாயிலிருந்த தலைமுடி கீழ்நோக்கிப் போய்க் கொண்டிருந்தது. உள்நாக்கை ஆக்கிரமித்துக் கொண்டிருந்தது.

சுயம்பு அங்குமிங்குமாய்ப் புரளப் போனான். இரண்டு அலிகள் இருபக்கமும் அவன் கைகளை இழுத்துப்

பிடித்திருந்தனர். இடுப்புக்குக் கீழே 'அதில்' ஒரு கருப்புக் கயிறு முடிச்சாகி, இரு பக்கமும் நீண்டிருந்தது. முகமறியா இரண்டு அலிகள் அந்தக் கயிற்றின் இருமுனைகளையும் இழுத்துப் பிடிப்பதற்காக, தங்கள் உடம்புகளையும் முறுக்கோடு நிறுத்தி வைத்தார்கள். அந்தக் கயிற்றின் ஆதாரத்திலேயே அவர்கள் நிற்பது போலிருந்தது. சுயம்புவின் பாதங்களுக்குச் சிறிது பின்புறமாய், விபூதி குங்குமம் வைக்கப்பட்ட ஒரு புது மண்பானை. விழுவதை விழுங்குவதற்கு வாய் பிளந்து காத்திருந்தது.

அந்த அறையின் ஜன்னல்கள் அனைத்தும் மூடப்பட்டிருந்தன. உள்ளேயும் ஒரு வட்டமான சித்ரா பௌர்ணமி மின் விளக்கு... எதிர்ச்சுவர்ப் பக்கம் முர்கேவாலி மாதா, சேவல் மேல் சரிந்து நின்றாள். இவனையே பார்க்கும் உக்ரப் பார்வை. இவனுக்குக் குறி வைத்தது போன்ற திரிசூலம். பழவகைப் படைப்புக்கள். ஊதுபத்திகள், மேகமண்டலத்தை உற்பத்தி செய்தன. எல்லோரும், சுவர்க்கடிகாரத்தையே பார்த்தார்கள். அது நள்ளிரவு பன்னிரண்டு மணியைக் காட்டி அடிப்பதற்கு, இன்னும் நூறு தடவை சொடக்குப்போட்டு விடலாம்.

சுயம்புவால் விம்மத்தான் முடிந்தது. மனம் விட்டுத் தேம்பி, வாய்விட்டு அழ முடியவில்லை. டி.வி. காரர்கள் போன மறுநாளே, அவன் குரு அலி கங்காதேவிக்கு நிச்சயிக்கப்பட்ட மகளாக அவள் வீட்டுக்கே, சுயம்பு வந்துவிட்டான். இல்லை, வரவழைக்கப்பட்டான். மயில் இறகில் செய்தது மாதிரியான கட்டில் படுக்கை. தனித்த அறை. மின்விசிறி. வேளா வேளைக்கு, பிரியாணி முதல் பிரிஞ்சி வரை கொடுக்கப்பட்டது. ஆனாலும், அது ஒரு உயர் ரக சிறைவாசம். அவனுக்குப் பழக்கப்பட்ட எந்த அலியும் உள்ளே அனுமதிக்கப்படவில்லை. ஆனால், கங்காதேவி அவ்வப்போது வருவாள். இவனிடம், தனக்குத் தெரிந்த பல மொழிகளிலும் சில வார்த்தைகளை உருட்டிப் போட்டு ஒருவிதம் புது மொழியில் பேசுவாள். ஆனாலும், அந்தப் பேச்சு செய்யாத காரியத்தை அவரது செல்லமான முதுகுத் தட்டும், கன்ன வருடலும் செய்துவிட்டன. இடையிடையே 'மகளே... நீ இப்போ இருப்பது மாதிரி, பலர் இருந்தாலும், நீ என்னுடைய மகள் என்பதாலும், எனக்குப் பிறகு ஒருவேளை குரு அலியாக வரலாம் என்பதாலும் இந்தத் தியாகத்தைச் செய்துதான் ஆகவேண்டும்' என்றாள்.

சுயம்புவும் ஏதோ அலி சமுதாயத்திற்காக விடுதலைப் போர் தியாகிகள்போல், ஏதாவது ஒன்றைச் செய்வதற்கு தன்னை ஆயத்தப்படுத்துவதாகத்தான் நினைத்தான். அவனுக்கு, உணவு கொண்டுவரும் சேலா அலிகளிடமும், கையால் சைகை செய்து வாயால் 'க்யா தமாஷா ஹை' என்றுகூடக் கேட்டுப் பார்த்தான். அவர்கள் அவனது தமிழ்ப்படுத்திய இந்தி வார்த்தையை ரசித்தார்களே தவிர பதிலளிக்கவில்லை. போதாக்குறைக்கு லட்சுமியக்கா, பூடகமாய் சொன்ன சொல்லும், பயமுறுத்தியது...

இன்று காலையில்தான், அவனுக்கு வெறும் தயிர் சாதம் மட்டும் கொடுத்தார்கள். வழக்கமான பிரியாணி குருமா கண்ணில்கூடக் காட்டப்படவில்லை. அதற்குப் பிறகு, முழுப் பட்டினி. குரு அலி, அவ்வப்போது எட்டிப் பார்த்தாள். எதுவுமே பேசவில்லை. அவனைத் தூங்கும்படி தொலைவிலேயே நின்று சொல்லிவிட்டுப் போய் விட்டாள். இரண்டுபேர் அவனை இரவு பத்தேமுக்கால் மணி அளவில் எழுப்பிவிட்டார்கள். குளிக்கச் சொன்னார்கள். குளித்தான். பட்டினுள் பட்டான ஒரு மின்வெட்டு லுங்கியை கட்டச் சொன்னார்கள். கட்டிக்கொண்டான். சிறிது நேரத்தில், இரண்டு புது அலிகள், அவன் கைகளை சிநேகிதமாகப் பிடித்தார்கள். அவர்கள் கண்காட்டிய இடத்தில், கால் போட்டான். அந்த வீட்டுக்குள்ளேயே அலங்கரிக்கப்பட்ட ஒரு முக்கடி அறை. கங்காதேவி தனது அறை வாசல் வரை வந்து அவன் முதுகைத் தட்டிக் கொடுத்தாள். நெற்றியில் தனது கையை வைத்து 'முர்கே மாதா' என்றாள். அவளுக்காக, அவனை நிற்க வைத்தவர்கள், அவளது கண்ணசைவாலேயே உள்ளே கொண்டு போனார்கள். உடனடியாய், கதவு சாத்தப்பட்டது. கசாப்பு அலியின் கையில் இருந்ததைப் பார்த்துவிட்டு, கத்தப்போன சுயம்புவை, அப்படியே மோதிப் பிடித்துக் கோழியைப் பிடிப்பது மாதிரி பிடித்து அவன் தலைமுடியாலேயே வாயடைக்க வைத்தார்கள்.

சுயம்பு கத்தப் போனான். கதறப் போனான். உடம்பை அங்குமிங்குமாய் ஆட்டினான். இதையெல்லாம் எதிர்பார்த்த மாதிரி கிடுக்கிப் பிடிகள். ஆனாலும் அப்படி பிடி போட்டவர்களால்கூட, அவன் கண்களில் பெருக்கெடுத்த நீரை நிறுத்த முடியவில்லை. முன்பக்கமாய்க் குவிந்த முடிக்கற்றையில், அந்தக் கண்ணீர்த்துளிகள் உருண்டு உருண்டு, கருமேகம் ஒன்று, மழைத்துளிகளை உருட்டிவிடப் போவது போல் இருந்தது.

சுயம்பு எல்லோரையும் நொந்துகொண்டே, வெந்தான்.

‘எக்கா... நீ அப்படிப் பேசாவிட்டால், நான் இப்படி ஆவேனா... அண்ணா... ஒன் காலடியிலேயே காலமெல்லாம் கிடக்கேன்னு சொன்னேனே... இப்போ ஒரு அரிவாள் அடியிலே துடிக்கேனே... டேவிட். ஒரு லட்டருக்குக்கூட பதில் போடாத நீங்கள் ஒரு மனிதனா டேவிட்! அடிப்பாவி வஞ்சகி... நீ பச்சையம்மா இல்லடி. கொச்சையம்மா. என்னை டில்லிக்கு விரட்டாமல் விரட்டி, இந்தக் கோலத்துக்குக் கொண்டுவந்ததுக்கு நீதாண்டி காரணம்... அடே குருவலி... ஒன்ன நான் டி.வி.யில உலகறியச் செய்ததுக்காடி என்ன இங்க கொண்டுவந்து அடைச்சே... இருக்கட்டும், இருக்கட்டும்... உயிரோட ஒன்னப் பார்த்தால், முதல் வெட்டு ஒன் தலைக்குத்தான்... எனக்கும் ஒரு அரிவாள் கிடைக்காமலா போகும்... அப்பா... அம்மா... நீங்க ரெண்டுபேரும்தான் என் நிலமைக்குக் காரணம்... ஒங்கள அப்படிக் கூப்பிடறதே பாவம்...’

சுவர்க்கடிகாரம் பன்னிரண்டு தடவையில் ஆறு தடவை அடித்தது. உடனே ஏழாவது சத்தத்தில் கீழே இறங்கிய அரிவாள், எட்டாவது சத்தத்தில் செந்நீரோடு மேலே நிமிர்ந்தது. எட்டாவது சத்தம் கேட்பதற்கு முன்பே, பானைக்குள் ஒரு சத்தம். சுயம்பு கீழே கிடப்பது துள்ளுவது போலவே துள்ளினான். அதற்குள், வாய்க்குள் இருந்த முடி நாக்கைச் சுற்றியது. முகத்தோடு சேர்த்து மூக்கடைப்பு... யாரோ இரண்டுபேர், இரண்டு இருபக்கமும் கைகளைப் பிய்த்தெடுக்கப் போவது போன்ற இழுப்பு...

சுயம்பு அப்படியே மயங்கி, சுவரில் சாய்ந்தான். நினைத்து நினைத்து நினைவே சூன்யமானது... அழுது அழுது கண்ணீரே கட்டியானது.

எல்லா அலிகளும் கீழே பீறிட்டு விழும் ரத்த அருவியையே பார்த்தார்கள். அவர்கள்முகங்களில் ஏதோ ஒரு நல்ல காரியத்தைச் செய்துவிட்ட திருப்தி. அந்த ரத்த ஊற்று நிற்கக்கூடிய அனுமான நேரத்தைச் சரி பார்ப்பது போல், சுவர்க்கடிகாரத்தைப் பார்த்தார்கள். ரத்த அருவி சிறுகச் சிறுக நின்று, மலைக் குன்றைக் காட்டும் ஆறுபோல், சதையைக் காட்டியது.

சுயம்புவின் வாயிலிருந்து, தலைமுடி எடுக்கப்பட்டது. கைகள் அவனிடம் மீண்டும் ஒப்படைக்கப்பட்டன. ஆனால் அவனால்தான் ஒப்படைக்கப்பட்ட கரங்களை இயக்க

முடியவில்லை. இப்போது அந்த அலிகளே அவற்றை இயக்கினார்கள். அவன் கைகளைப் பிடித்துக் கழுத்துப் பக்கம் போட்டுக்கொண்டே ஒரு அலி புறப்பட்டது. இன்னொரு அலி அவன் கால்களைத் தாங்கிக்கொண்டது. அவன், எந்த அறையில் இருந்தானோ, அந்த அறையில் - அதே ஒற்றைக்கட்டிலில் ஒரு உறுப்பு இழந்து போடப்பட்டான்.

மறுநாள், எப்போது கண் விரித்தானோ, அப்போது அவன் கண்களில் நீலிமா கோஷ்டியினர் பட்டார்கள். நீலிமா அவன் தலையைக்கோதிவிட்டாள். வெட்டுச் சிகிச்சை சுகமாய் நடந்தது போன்ற ஒரு குளிர்ச்சிப் பார்வை... நசிமா தனது பணியைச் செய்யக் காத்திருந்தாள். லட்சுமியும், குஞ்சம்மாவும்தான் சேர்ந்தாற்போல் அழுதார்கள். கங்காதேவி கிழட்டுக்கு அவனைப் பறிகொடுத்தாலும், பிள்ளைப் பாசம் அவர்களை உலுக்கிக் குலுக்கியது. அது என்றென்றும் நிலைத்திருக்கும் என்பதை, அவர்கள் பார்வை காட்டியது. நீலிமாதான், தனக்கும் அழுகை வந்துவிடக்கூடாது என்பதற்காக, ஒரு அதட்டு போட வேண்டியதாயிற்று.

சுயம்பு, லட்சுமியையும், குஞ்சம்மாவையும், காய முணங்கலோடு பார்த்தான். பிறகு அவர்கள் பார்த்த இடத்தை, தானும் பார்த்தான். தலையைத் தூக்கி தலையைக் கீழே தாழ்த்திப் பார்த்தான். பார்க்க முடியாமல், கண்களை மூடினான். நசிமா அவன் தலையை நிமிர்த்தி, தனது வயிற்றில் சாத்திக் கொண்டாள். நீலிமாதான் இந்தியில் சந்தோஷமாகப் பேசினாள். டோலக் அடிப்பதுபோல் கைகளை வைத்துக்கொண்டு 'லடுக்கி, லடுக்கி' என்று ஒரு நாட்டுப்புறப் பாட்டைப் பாடினாள். இதற்குள் வாட்டசாட்டமான இரண்டு அலிகள் உள்ளே வந்தார்கள். இருவர் கைகளிலும் இரண்டு சின்னப் பாத்திரங்கள். இரண்டுமே 'ஆவி ஆவியாய்' மூச்சு விட்டன. ஒன்றில் கொதிக்கும் எண்ணெய். இன்னொன்றில் அதைவிட அதிகமாகக் கொதித்த வெந்நீர்.

சுயம்பு அவர்களைத் துக்கித்துப் பார்த்தபோது, அவர்கள் அவனைப் பார்க்காமல் நீலிமாவிடம் பெங்காலியில் பேசினார்கள். உருவமும், உள்ளடக்கமும் மாறினாலும், தாய்மொழிக்காரிகளிடம் பிற மொழியில் பேசாத வங்காள ரத்தத்தின் ரத்தங்கள். அந்த பெங்காலி அலிகள் சொன்னதை நீலீமா லட்சுமிக்கு இந்தியாக்க, அவள் சுயம்புவின் ஒரு

காலை எடுத்துத் தன் மடியில் போட்டுக் கொண்டாள். அவள் உட்கார்ந்தால், தானும் உட்காருவது ஒரு அவமானம் என்று நினைத்ததுபோல் குஞ்சம்மா அவன் இன்னொரு காலை எடுத்து நின்றபடியே தன் இடுப்போடு இணைத்துக்கொண்டாள். மார்க்கிரெட் நசிமாவின் வறிற்றோடு சேர்த்து அவன் தலையை பின்பக்கமாய்ச் சாய்த்தாள். அத்தனையும் செல்லப்பிடிகள் தான்.

சுயம்பு உதறப் போனான். லட்சுமி அறிவுறுத்தினாள்.

"சும்மா அப்படியே கெட்டி... இது நல்ல மருந்து..."

சுயம்பு அப்படியே கிடந்தான்.

ஒரு அலி ஆவி பறக்கும் எண்ணெய்க்குள், ஒரு ஸ்பூனைமொண்டு, சுயம்புவின் காயம்பட்ட இடத்தில் கவிழ்த்தினாள். உடனே வெந்நீர் அலி, அதே மாதிரி சுடு நீரைக் கொட்டினாள். ஆரம்பத்தில் பிராணன் போவது மாதிரி வலி... முகத்திலேயே ஒரு சுரீர் ஒலி, அப்புறம் ஒரு இதம். அப்படி ஊற்றவில்லையானால்தான் வலிக்கும் என்பதுமாதிரியான நிலை. சுயம்பு சும்மாவே கிடந்தான். லட்சுமி சிகிச்சை அலிகளை 'சம்திங்காக' பார்த்தபோது, அவர்கள் கையை ஓங்கினார்கள். 'நாங்க என்ன ஆஸ்பத்திரிகாரிகளா' என்றார்கள். 'அதுவும் குரு அலியோட வாரிசுகிட்டயா' என்று யோக்கியத்தனத்தில் பாதியைக் குறைத்துக்கொண்டு பேசினார்கள்.

நீலிமா தவிர, மற்றதுகள் சுயம்புவை பிரமித்துப் பார்த்தனர். இந்த நீலிமாதான் பொய் மரியாதையுடன் முகத்தைக் கோண வைத்து, தலையைத் தாழ வைத்துக் கையை மேலே கொண்டுபோய் 'சலாம் சாப், சலாம் சாப்' என்றாள். ஒன்றும் புரியாமல் விழித்த சுயம்புவுக்கு, லட்சுமி விளக்கம் சொன்னாள்.

"நீ நம்ம குருவுக்கு வாரிசாகப் போறியாம்... இதுவரை எவளையும் மகளா தத்து எடுக்காத அந்தக் கிழவி ஒன்ன மகளா எடுத்தது ஒரு பெரிய அதிசயமாம்... எல்லாச் சொத்தும் ஒனக்குத்தானாம். எல்லாம் முர்கே மாதாவாலி அருள்."

'இல்லே, டி.வி. மாதா கிருபா...'

லட்சுமியும், குஞ்சம்மாவும் கைகளை நீட்டி நீட்டி, தட்டித் தட்டிப் போர்ப்பரணி பாடினார்கள். அடிக்காத குறைதான். இன்றைக்காவது அடிச்சுக்கட்டும் என்பது மாதிரி எல்லோரும் சும்மா நின்றபோது அவர்கள் வாய் வலித்துப் போர் நிறுத்த

ஒப்பந்தத்திற்கு வந்துவிட்டது போல் வேறு வேறு பக்கமாக முகம் திருப்பினார்கள். சுயம்பு வேதனையோடு முனங்கினான்.

“எல்லாம் போயிட்டு... இனிமேல் சொத்து வந்தா ஆகப்போகுது... விளக்குமாற்றுக்கு பட்டுக்குஞ்சம் கட்டுனதுமாதிரி. கழுதைக்கு, முத்துமாலைன்னு பேரு வெச்சதுமாதிரி... எங்க அக்காவ விட எந்தச் சொத்து உசத்தி... அவளே எனக்கு இல்லாம போயிட்டாள்...” பள்ளிக்கூடத்தில் முதலாவது வந்ததும், வாழ்க்கையில் பின்னால் வந்தாச்சு...

லட்சுமியால், தாள முடிந்தாலும், குஞ்சம்மாவால் தாள முடியவில்லை. அதிர்வேகமாய் திரும்பி, அவன் பக்கமாய் குவிந்து, கண்களைத் துடைத்துவிட்டாள். நீலிமா விவரம் புரியாமல் விளக்கம் கேட்டாள். லட்சுமி, விளக்கியதும், நீலிமா, முகம் திருப்பினாள். அழவைப்பது தவிர, அழுதறியாத நீலிமாவை, அப்படிப் பார்த்ததில் நசிமாவுக்கு அதிக அழுகை வந்தது. வங்காளத்தில், பள்ளியில் படிக்கும்போதும், பாட்டென்ன, பேச்சென்ன... பரிசுகள்தான் என்ன... வங்காள லதா என்று பட்டம் வாங்கிவிட்டு இப்போது ஒரு தெருப்பாடகியாய், உள்ளுக்குள் ஒரு பிச்சைக்காரியாய்.... ஓலமிட வேண்டிய நிலை... இதைப் பிரதிபலிப்பது போல் மார்க்கிரெட் ‘ஏசுவே! ஏசுவே’ என்றாள்.

மயான அமைதி. ஒவ்வொருவரும் இயற்கை கொடுத்த சுமையை மேலும் கனமாக்கிய பெற்றோரையும் மற்றோரையும் நினைத்துப் பார்த்தார்கள். மனத்தைப் பின்நோக்கி நகர்த்தினார்கள். அந்த வைத்திய அலிகள்கூட, அந்த மயானப் பார்வைக்குக் கட்டுப்பட்டது போல் சிறிது இடைவேளையாய் நின்றுவிட்டு, மீண்டும் எண்ணெயையும் வெந்நீரையும் மாறி மாறி ஊற்றினார்கள். சுயம்பு, துக்க உணர்வோடு பார்த்தான். நீலிமாவின் கையை எடுத்துத் தனது கழுத்தில் சுற்றிக்கொண்டான்.

திடீரென்று எல்லோரும் எழுந்தார்கள்.

குரு அலி கங்காதேவி, ஒரு தட்டோடு உள்ளே வந்தாள். அதில் இரண்டே இரண்டு காய்ந்த ரொட்டிகள். இதேமாதிரியான கோலத்தில் அவளைப் பார்த்தறியாத சேலாக்கள் அவள் பக்கம் ஓடிப்போய் அந்தத் தட்டை வாங்கப் போனார்கள். ஆனால், அவளோ ஒரு தலையாட்டு மூலம் அவர்களை நின்ற இடத்திலேயே நிறுத்திவிட்டு, தன்னைப் பார்த்து முகத்தைத்

திருப்பிய சுயம்புவைப் பார்த்தே நடந்தாள். அவன் கால்மாட்டுப் பக்கமாக உட்கார்ந்தாள். அவள் பார்த்த பார்வையில் எல்லோரும் வாசலைப் பார்த்தார்கள். சிகிச்சை அலிகளும் காலிப் பாத்திரங்களைக் காட்டிவிட்டு, போய்விட்டார்கள். புறப்படப் போனவர்களில் லட்சுமியின் கையை மட்டும் பிடித்துக்கொண்டு, கங்கா தேவி, மற்றவர்களைப் போகும்படி தலையாட்டினாள். சுயம்புவைப் பார்த்துப் பேசப் பேச லட்சுமி, அதைத் தமிழாக்கிக் கொண்டிருந்தாள். மனம் ஒன்றும்போது திறமை தானாய் வெளிப்படும் என்பதற்கு லட்சுமி உதாரணமாகி விட்டாள். குரு அலி மூச்சு வாங்கும் போதெல்லாம், லட்சுமி சுயம்புவுக்குப் பேச்சு வாங்கிக் கொடுத்தாள்.

"சுயம்பு... என் மகளே...என் வயத்துல பிறக்காமல் உன் வாஞ்சையில பிறந்த மகாராணியே... ஒனக்கு என் மேல் கோபம் இருக்கதை ஒன் பார்வையாலேயே தெரிஞ்சுக்கிட்டேன். நீ இந்தத் தியாகத்திற்கு சம்மதிச்சது நம்மோட அலி சமுதாயத்தின் பொது வாழ்க்கைக்கு அவசியப்பட்டது. முழுப் பெண்ணான சேலா அலிகளில் யாரையும், தத்து எடுக்காமல், பாதிப் பெண் போல் இருந்த உன்னை தத்து எடுத்தால், நம் சமுதாயம் என்னையே மதிக்காது... நம் சமூகத்தில் வெட்டுப்படாதவங்க வெட்டுப்பட்டவங்கள விட ஒருபடி தாழ்த்தி. லுங்கி கட்டுறவங்க, சேலைகட்டுறவங்களைவிட, அந்தஸ்துல சின்னவங்க... என் சிஷ்யைகள் ஒன்ன தாழ்வா பார்க்கக் கூடாதுன்னுதான் இதுக்கு ஏற்பாடு செய்தேன்... என்னமோ தெரியல... ஒன்னப் பார்த்த உடனேயே என்னோட மலட்டு வயித்துல ஒரு துடிப்பு... என் வாழ்நாளுல எனக்காக நான் செய்துக்கிட்ட ஒரே ஒரு நன்மை, ஒன்னநான் தத்து எடுத்துக்கிட்டதுதான்..."

"என் கண்ணே... நான் அடிக்கடி பேசுறவள் கிடையாது. என்னப்பற்றித் தம்பட்டம் அடிப்பதும் கிடையாது. ஆனாலும், மகளான ஒன்கிட்ட சொல்லியாகணும்... நீயாவது கொடுத்து வச்சவள். நான், என்னையே யார்னு தேடிக்கிட்டு முப்பத்தைந்து வருஷத்துக்கு முன்னால இங்க வந்தேன். ஜமீன் குடும்பத்துல 'சூடு' வச்சாங்க... ஒனக்கு இரும்புச் சூடுன்னா... எனக்கு வெள்ளிச்சூடு...

எப்படியோ, அங்கே இருந்து, தப்பிச்சு கர்நாடகத்துல பெல்காம் பக்கத்துல இருக்கிற எல்லம்மா கோவிலுல நம்மள மாதிரி பாவப்பட்ட தேவதாசிகளோடு இருந்தேன். அப்புறம்

டெல்லி... அப்போ இது ஒரு காடு... என் நிலயப் புரிஞ்சுக்கிட்ட, பலர் என்னை ஆட்டிப் படைச்சாங்க... ஒவ்வொரு குரு அலியும் இன்னொரு குரு அலிகிட்ட என்ன அடிமையா வித்தாங்க... அடி அடின்னு அடிச்சாங்க... போலீஸ் அடிச்சு, 'பிள்ளை திருடி'ன்னு பொதுமக்கள் அடிச்சு, கை ஒடிஞ்சுது... கால் ஒடிஞ்சுது... இது பொறுக்காமல், என்னை நானே அடிச்சு தலை கிழிஞ்சுது... ஆனாலும் பொறுத்துக்கிட்டேன். கடைசியில ஜமீன்தார் - அப்பன், அவன் கண்ணுல நான் முழிக்கக்கூடாது என்கிற கண்டிஷன்ல பத்து ஏக்கர் நிலத்தை எழுதி வச்சான். வேற பக்கம் வீடு தாரேன்னான். நான் இங்கயே கட்டிக்கிட்டேன். அது என்னமோ தெரியல... ஒன்னை மாதிரி எல்லா அனாதைகளும் இந்தப் பக்கம் தான் வாராங்க... இந்திரா காந்தி மற்றவங்களுக்கு எப்படியோ... நமக்கு அந்தப் புண்ணிவதிதான் குடியிருப்பில் இடம் கொடுத்தாள். போலீஸ் கையக் கட்டிப் போட்டாள்.

"என் செல்வமே! இன்னும் பல இடங்களில், குரு அலிகளோட கொட்டம், இன்னும் அடங்கல! சேலா அலிகளை விற்கிற காலம் போகல்ல.. அவங்க உழைச்சுக் கொண்டு வாற காசுல இந்த குரு அலிங்க வயிறு நிரப்புறாங்க... இது போதாதுன்னு, சில சமூக விரோதிகள் அப்பாவிப் பையன்களைக்கூட பலவந்தமா கொண்டு வந்து அறுத்துப்போட்டு நம்மளமாதிரி ஆக்கிடுறாங்க. அஜ்மீரி கேட் - சிவப்பு விளக்கு மாதிரி, கள்ளச்சாராயம் காய்ச்சுவதுமாதிரி இந்த ஆயாராம் - காயாராம் அரசியல் மாதிரி, அப்பாவிப் பிள்ளைகளை அலிகளாகக் காயடிக்கிற காலமும் உருவாகி செயற்கை அலிகளும் உற்பத்தி செய்யப்படுறாங்க! இதை என்னளவில் எதிர்த்து நிக்கேன். இதற்காகவே போலீஸ் சூழ்ச்சியில, குரு அலிகளோட வஞ்சத்தில், ஜெயிலுக்கும் போயிருக்கேன் மகளே! ஆனாலும், இயற்கை அலிகளைக் காப்பாத்துறதுக்கும் செயற்கை அலிகள் உற்பத்தியைத் தடுக்கிறதுக்கும் போராடி வரேன் மகளே! ஏனோ தெரியலை. நீ எனக்குப் பிறகு அந்தப் பொறுப்ப எடுத்துக்குவேன்னு ஒரு நம்பிக்கை. இதுக்குமேல என்னப் பற்றிப் பேச, கூச்சமா இருக்குதடி.... இதுக்குமேல் ஒனக்கு எதுவும் தெரியணுமுன்னா, இந்த லட்சுமிகிட்ட கேட்டுத் தெரிஞ்சுக்கோ. நல்லதா சொன்னால், சொல்ல வேண்டாம். கெட்டதாய் சொன்னால், சொல்லு. திருத்திக்கிடறேன்."

சுயம்பு, பேச்சை அப்படியே நிறுத்திவிட்டு, விக்கித்து நின்ற குரு அலியைப் பார்த்தான். அந்தப் பெரிய தேகத்திற்குள்

அத்தனை அணுக்களும் அண்டசராசரமாய்ச் சுற்றுவது போலிருந்தது. அம்மாவைக் கண்டுகொண்டான். லோகமாதா கிடைத்துவிட்டாள். ஊனத்தாய் இல்லையென்றாலும் ஒரு ஞானத்தாய் கிடைத்தது போன்ற உணர்வு. அதற்காக ஆயிரம் உறுப்புக்களையும் ஐயாயிரம் தடவை வெட்டுக்குக் கொடுக்கலாம் என்பது போன்ற வெள்ளப் பிரவாக உணர்வு.

“எம்மா... என்னை ஒங்கிட்ட ஒப்படைச்சிட்டேம்மா...!

34

சுயம்புவுக்கான, முப்பெரும் விழாக்களில், மூன்றாவது, பெரியதுமான பெருவிழா.

அவனுக்கு அறுவை நடத்திய நாற்பதாவது நாளில் அதே இடத்தில் அலி பட்டாபிஷேக விழா நடைபெற்று விட்டது. அதையடுத்து, அவன் பூப்பெய்ததைக் குறிக்கும் விழாவும் நடந்து முடிந்தது. அவனை ஒப்புக்கு, ஒரு சவுக்குக் கம்பியில் உட்கார வைத்துவிட்டு, அவனே, தானாய் எழுந்திருக்கும்படி விட்டுவிட்டார்கள். இன்று நடப்பது முறைப்படியான சுவீகார விழா. குரு அலியான கங்காதேவி, சுயம்புவை, மகளாக தத்து எடுத்து அலி உலகிற்கு பிரகடனப்படுத்தும் விழா! முன்னைய நிகழ்ச்சிகள் இரண்டிலும் முகம் சுழித்துக் கலந்து கொண்ட சுயம்பு, இன்று முழுமனத்தோடு ஈடுபடும் விழா.

அந்த வெட்டைவெளி முழுவதும் ஷாமியானா பந்தலால் போர்த்தப்பட்டது. உள்ளே சர விளக்குகள். தோரண வாயில் மாதிரியான ஜெபமாலை மின் விளக்குச்சரங்கள். பந்தல் தாங்காத கூட்டம். டில்லியிலும், அதன் சுற்றுப்புறங்களிலும் உள்ள அத்தனை அலிகளும் அங்கே கூடிவிட்டனர். கங்காதேவியைப் பற்றி, எல்லோருக்கும் நல்ல முறையில் தெரியும் என்பதை எடுத்துக் காட்டும் பெருங்கூட்டம். அவள் அழைப்பின் பேரில், பலர், கல்கத்தா, பம்பாய், சென்னை, போன்ற முக்கிய நகர்களிலிருந்து வந்திருந்தார்கள். அந்தப் பந்தலுக்கு வெளியே ஏழெட்டுக் கார்கள். ஐம்பதுக்கும் அதிகமான ஸ்கூட்டர்கள். பெரும்பாலானவர்கள் வாயில் புடவை கட்டியிருந்தார்கள். கால்வாசிப்பேர் இயற்கைப் பட்டையும் செயற்கைப்பட்டையும் உடுத்தியிருந்தார்கள். இவர்கள் எப்படி அலியாக இருக்க முடியும் என்பது மாதிரியான பெண் அழகுகள். ‘அறுவை’ செய்யாமல் லுங்கிகளைக் கட்டி, மார்பில் மாராப்பைப்போல்

துண்டைப் பரப்பியவர்கள், தீண்டத்தகாதவர்களாய் ஓரங்கட்டி நின்றார்கள்.

ஆலமரத்தடி, முர்கேவாலி மாதாவுக்கு தனிக்களை கொட்டியது. ஆத்தாவின் பெரிய புகைப்படத்தைச் சுற்றி கலர் பல்புகள் மின்னி மின்னிக் காட்டின. அம்மாவின் முன்னால் தேங்காய், மாங்காய், திராட்சைப் படைப்புக்கள். ஒரு செம்புப் பால். கற்பூரம் ஜோதியாய் தொடர்ந்து எரிந்தது. அது குறையக் குறைய, யாரோ கற்பூரக் கட்டிகளை எடுத்துப் போட்ட வண்ணம் இருந்தார்கள்.

இதற்காகவே மதுரையிலிருந்து வரவழைக்கப்பட்ட அலிகள் கரகாட்டமும் காவடியாட்டமும் நடந்து கொண்டிருக்கின்றன. இதே 'செட்டு' இன்னொரு பிரிவாகி 'மதுரை மணிக்குறவன்' செய்த மாபெரும் செயல்களைக் கூத்தாய் முழங்கின. ஒலிபெருக்கியில் இந்திப்படப் பாடல்கள். ஆங்காங்கே அலிகளும், அவர்களோடு வந்த இளைஞர்களும் 'பிரேக் டான்ஸ்' ஆடிக்கொண்டிருந்தார்கள். இன்னொரு பக்கம் ஒரு கவாலிப் பாடல்... எங்கும் ஒளி மயம். ஒலி மயம்.

சுயம்பு முல்லைச் சரங்களால் அலங்கரிக்கப்பட்ட மேடையில் கங்காதேவியுடன், இணையாக உட்கார்ந் திருந்தான். ஒரு அலி புரோகிதர் ஏதோ மந்திரங்களைச் சொல்லிக் கொண்டிருந்தார். சுயம்புவின் உடல்மேல் காஞ்சிபுரம் பட்டுப்புடவை. அவனுக்குப் பிடித்த பச்சை பார்டரும், வெள்ளைச் சரிகையும் கொண்ட வெளிர் மஞ்சள் சேலை. அதே வண்ண ஜாக்கெட். காதுகளில் தங்க வளையங்கள். கழுத்தில் வளைந்து நெளிந்த மூன்று தங்கச் சங்கிலிகள். பெருவிரல் தவிர்த்து, எட்டு விரல்களிலும் எட்டுவகை மோதிரங்கள். தங்கச்செயின் கடிகாரம். சுயம்புவைச் சுற்றி நீலிமா கோஷ்டி... பக்கத்தில் நெருக்கமாக யார் நிற்பது என்பதில் அங்கேயும் குஞ்சம்மா - லட்சுமி 'யுத்தம்.' சொந்த வீட்டுநிகழ்ச்சி என்பதால், நீலிமா பாடவில்லை. மார்க்கிரெட் ஆடவில்லை. நசிமா சுயம்புவின் அலங்காரத்தைப் பராமரிக்க அவன் கன்னத்தை, பவுடர் மெத்தையால் ஒத்தினாள். வேர்த்த பகுதிகளைத் துடைத்து விட்டாள். சென்ட் பாட்டிலை அடித்துவிட்டாள். ஜிகினா ஜரிகைகளை ஒட்டிவிட்டாள். அவன் முகம் அவர்களே வகுத்துக் கொண்ட வரையறை வட்டத்திற்குள், நிமிர்த்தியும் கவிழ்த்தியும் வைக்கப்பட்டது. லட்சுமி - குஞ்சம்மா பூனைகளின் சண்டைக்கு நீலிமா 'குரங்கின்' ஒரு நபர் விசாரணைக் கமிஷன்.

மேடைக்கு முன் வரிசையில் போடப்பட்ட மூங்கில் நாற்காலிகளில், முக்கியமான புள்ளிகள். குரு அலிகள். அலிகள் சங்கப் பிரமுகர்கள். கங்கம்மாவின் ஆசீர்வாதத்தால் முன்னேறியிருப்பதாக நினைக்கும் 'சராசரி' பணக்கார மனிதர்கள். ஒவ்வொருவர் கரத்திலும் ஏதோ ஒரு பரிசுப் பொருள். பெரும்பாலானவை சேலைகள். சிறுபான்மை மோதிரங்கள்.

அந்த அலி புரோகிதர் கங்காதேவியின் கையைப் பிடித்துக் கடிகாரத்தைப்பார்த்துவிட்டு கையாட்டிச்சொன்னார். உடனே, கங்காதேவி, சுயம்புவைப் பிடித்துக் கொண்டு சுற்றுமுற்றும் அலிகளும், நட்பு மனிதர்களும் சூழ முர்கேவாலி மாதாவின் ஆலமரத்தடிக்குப்போனார்கள்.நசிமா அங்கிருந்த பால்செம்பை பயபக்தியோடு முர்கே மாதாவின் முன்னால் நகர்த்தி வைத்தாள். இதற்குள், அதே அந்த கசாப்பு அலி, ஒரு பிளேடை எடுத்து, கங்காதேவியின் பெருவிரலில் ஒரு கோடு போட்டது. பிறகு அந்த விரலை எடுத்துப் பால் செம்பின் வாய்ப்பக்கம் பிடித்து அழுத்தியது... ரத்தத்துளிகள் சொட்டுச் சொட்டாய், பாலில் விழுந்தன. உடனே எல்லோரும் 'முர்கேமாதா, முர்கேவாலி' என்று கன்னங்களில் தப்பளம் போட்டுக்கொண்டனர். மகளைப்போல், சேலைகட்டியிருந்த சடாமுடி கங்காதேவி, தனது ரத்தம் கலந்த அந்தப் பால் செம்பை எடுத்து, சுயம்புவின் வாயில் ஊற்றினாள். உடனடியாக புரோகித அலி, சுயம்புவின் கையை எடுத்துக் கங்காதேவியின் கரங்களில் ஒப்படைத்தாள். உடனே சேட்டு வீட்டு கல்யாணங்களில் ஈடுபடுத்தப்படும் மேள வரிசைகள் ஆரவாரம் செய்தன. அந்தச் சத்தத்தை அமுக்கும் வகையில் கிளாரினெட் குழாய்க் உச்சகட்டத்தில் ஓங்காரமிட்டன. சுயம்பு தாயின் காலைத் தொட, கங்காதேவி அணைத்துக் கொண்டாள். இருவரும் பின்னர் புரோகிதியின் ஆலோசனைப்படி,மீண்டும்மேடைக்குவந்தார்கள்.ஒன்றுபோல் உட்கார்ந்தார்கள். அப்போது, சுயம்புவுக்கு சென்னையில சேரியின் சேரியில் வாழும் பச்சையம்மாவின் நினைவு வந்தது. போலீஸ் வேனில் ஏறும்போதுகூட, அவள் 'மகளே, மகளே' என்று கூக்குரலிட்டது இப்போது சந்தோஷத்திற்குச் சிறிது தாழிட்டது. பச்சையம்மாவும் ஒரு அம்மாதான். சின்னம்மா.. உடனே சுயம்புவுக்குத் தனது குடும்பத்தினர் இந்த நிகழ்ச்சியைப் பார்த்துப்பெருமைப்படுவதுபோல்ஒரு கற்பனை, ஆனால்,இது பெருமைக்குரிய விஷயந்தானா என்று சந்தேகம். இறுதியாக,

டேவிட் குறுஞ்சிரிப்பாய்ச் சிரித்துக் கையை ஆட்டி ஆட்டிக் காட்டுகிறான். முத்தம் கொடுக்கப் போவது போல் உதடுகளைக் குவிக்கிறான். டேவிட்... என் டேவிட்! இந்தப் பட்டுச்சேலை நல்லா இருக்கா டேவிட்... எக்கா... நீ மட்டுமே வாழவேண்டிய இந்த மனசுல யாரைப் பற்றியெல்லாமோ நெனைக்கேன் பாரு... என்னை மன்னிச்சுடுக்கா!

இதற்குள், நீலிமா, அவன் முகத்தைத் திருப்பிப் பேச்சுக் கொடுக்கிறாள். அப்புறம் சுயம்பு, அவள் காட்டிய திசையில் பாக்கிறான். சுலோச்சனாக்கா... அழுகிறாளா, சிரிக்கிறாளா! இவன் கையாட்டிக் கூப்பிட்டபோது, எல்லாக் கண்களும் அவளை மொய்க்கின்றன. உடனே அவள் லேசாய் தலையாட்டிவிட்டு, கூட்டத்தில் கரைந்துவிடுகிறாள்.

புரோகிதி, கங்காதேவியின் காதில் கிசுகிசுத்தாள். அப்போதுதான் தேவிக்கே அந்த எண்ணம் வந்தது. மகளுக்குப் பெயர் சூட்ட வேண்டும். என்ன பேர் வைக்கலாம். கங்காதேவிக்கு தனது பாட்டி பேரான சீத்தாதேவி பெயரை வைக்க ஆசை. ஆனாலும் சுயம்புவே தேர்ந்தெடுக்க வேண்டும் என்ற சுயாட்சி சிந்தனை. சுயம்புவின் காதில் கிசுகிசுத்தாள்; என்ன பெயர் வைக்கலாம்?

சுயம்பு பின்னால் நிற்கும் தன் சிநேகிதிகளைப் பார்க்கிறான். ஒவ்வொரு யோசனைக்கும் தலையாட்டி மறுக்கிறான். லட்சுமி, கண்ணகி என்கிறாள். வேண்டாம். அந்தப் பெயரைக் கொச்சைப்படுத்த வேண்டாம். அகலிகை...அதுவும் வேண்டாம். பாவப்பட்டவள். இறுதியில், சுயம்புவையே, 'நீயே சொல்' என்பது மாதிரி பாக்கிறார்கள். அவன் மனதுக்குள் ஒரு மின்னல். பத்தாவது வகுப்பில் படித்த ஆபூத்திரன் வரலாறு நினைவுக்கு வருகிறது. அதற்காகத் தமிழாசிரியர் விவரித்த மணிமேகலை பற்றிய குறிப்பு... ஐம்பெரும் காப்பியங்களில் ஒன்றான ஒரு காப்பியத்தின் நாயகியான மணிமேகலை, விலைமாதர் குடும்பத்தில் பிறந்த குலமாது. சோழ இளவரசன் உதயகுமாரன், அவளைப் பலவந்தமாகக் கவரப் பார்க்கிறான். அவனாலேயே, படாத பாடுபடுகிறாள். அனுபவித்த இன்னல்களும் கொஞ்ச நஞ்சமல்ல... ஆனாலும், அவன் மீது அவளுக்கும் ஒரு காதல். முற்பிறப்பை அறிந்தபிறகு அந்தப் பற்றற்ற நிலையிலும் காதல் ஒரு பற்றுக்கோலாகிறது. இறுதிக் கட்டத்தில், அவன், தன்னைக் கைப்பற்றாமல் இருப்பதற்காக, துறவிப் பெண்

மணிமேகலை, காயசண்டிகை என்ற தேவப் பெண்ணின் வடிவம் எடுக்கிறாள். எப்படியோ உதயகுமாரன் அவளைப் பின் தொடர்கிறான். மனைவியை அவன் பெண்டாள நினைப்பதாக தவறாய் எண்ணிய காயசண்டிகையின் கணவன், இளவரசனை வெட்டிப் போடுகிறான். உடனே காயசண்டிகை உருவத்திற்குள் ஒளிந்திருக்கும் மணிமேகலை கத்துகிறாள். கதறுகிறாள். உச்சகட்டமாக 'காயசண்டிகை வடிவினள் ஆயினேன் காதல்' என்று நெகிழ்கிறாள். ஒரு துறவி காதலியானாள். ஆனால் இங்கேயோ, ஒரு காதலி, கடைசிவரை துறவியாய் வாழவேண்டிய நிர்ப்பந்தம்... மணிமேகலையாவது, காயசண்டிகை என்ற பெண் உடம்பிற்குள் பெண்ணாய் நின்றாள். நானோ, சுயம்பு என்ற ஆண் உடம்பிற்குள் பெண்ணாய்த் தவிக்கிறேன். அதோடு, சோழ இளவரசனைப் போல எனது டேவிட் மோசமானவரல்ல.. ஆனாலும் கூட்டிக் கழித்துப் பார்த்தால் நான், அந்த மணிமேகலை மாதிரிதான். எவரிடமும் சொல்ல முடியாமல் மனதுக்குள்ளே குமுற வேண்டும். அவள் துறவி. நான் அலி. இரண்டுக்கும் பெரிய வேறுபாடு என்றாலும், அதன் தாக்கம் ஒன்றுதான்.

அறுவைக்குப் பிறகு நாற்பது நாள் ஓய்வில் கங்காதேவியின் மூலமும் பல புத்தகங்களின் வழியாகவும் ஓரளவு தெளிவு பெற்ற சுயம்பு, இப்போது கங்காதேவியின் காதில் கிசுகிசுத்தான். மணிமேகலையின் வரலாற்றை ஒரு நிமிடத்தில் சொல்லி முடித்தான். கங்காதேவி கண்ணீர் மல்கிக் குலுங்கினாள். அவளுடைய தாய்வழிப் பாட்டியின் பேரும் மேகல்தான். உடனே மைக் முன்னால், அவளே எழுந்து "சுயம்பு என்ற பெயர் மேகல்" என்று இழுத்தபோது, சுயம்பு எழுந்து அந்த அவசரத்தில் மணி என்ற சொல்லை மறந்து மேகலை என்று சொல்லிக் கொடுத்தான். இரண்டு தடவை சுயம்புவிடம் சொல்லி ஒத்திகை பார்த்துவிட்டு, கங்காதேவி கூட்டத்திற்கு கம்பீரமாகச் சொன்னாள். "என் மகள் பெயர் மேகலை."

பலத்த கைதட்டலுக்கு இடையே மேளதாளத்திற்கு மத்தியில், பலர் அந்தப் பெயரை கஷ்டப்பட்டும், கஷ்டப்படுத்தியும் உச்சரித்தார்கள். பிறகு கூட்டத்திலிருந்தவர்கள் ஒருவர் ஒருவராய் எழுந்தார்கள். சீர்வரிசைகள் கொண்டு வரப்பட்டன. நஸிமா, ஒரு நாற்பது பக்க நோட்டில் இவற்றைக் குறிப்பெடுத்துக் கொண்டிருந் தாள். குஞ்சம்மா, அவற்றை ஓரங்கட்டி வைத்தாள்.

சீர்வரிசை அதுபாட்டுக்கு நடந்தபோது, மைக்கிற்கு முன்னால் நீலிமா டோலக் இல்லாமல் வந்து இடுப்பின் இரண்டு பக்கங்களையுமே அப்படிப் பாவித்துத் தட்டிக் கொண்டு, பாட்டுப் பாடினாள். உடனே நாலைந்து அலிகள் அந்தப் பாட்டிற்கு ஏற்ப ஆட்டம் போட்டன.

சீர்வரிசைகள் முடியும்போது பந்தியும் துவங்கியது.அதற்காகத் தனிப்பந்தல் போடப்பட்டிருந்தது. நீலிமா வகையறாக்கள் எல்லோரையும் விழுந்து விழுந்து உபசரித்தார்கள். சப்பாத்தி தீர்ந்துபோனதால், வெளியே இருந்து அவசர அவசரமாக அவை கொண்டு வரப்பட்டன. ஆனால் பிரியாணியும், இனிப்பு வகையறாக்களும் அந்தக் குறையைப் போக்கின. அந்த அலிகளின் குடியிருப்புக்களை அடுத்து கவுரவம் பார்த்துக் கொண்டிருக்கும் சிலருக்கும் நீலிமா சிலர் மூலம் சாப்பாட்டு வகையறாக்களைக் கொடுத்தனுப்பினாள்.

கங்காதேவியும், மேகலையும் பந்தல் ஓரம் நின்று எல்லோரையும் வழியனுப்பி வைத்தார்கள். அம்மா அறிமுகப் படுத்தும் ஒவ்வொரு பிரமுகரையும், மேகலை தலைதாழ்த்தி, அங்கீகரித்தாள். பிரமுகர்கள் பேசிப் பேசியே நேரத்தைக் கடத்தினார்கள். கூட்டத்தினரோ, சாப்பிட்ட கை ஈரம் உலரும் முன்னே ஆங்காங்கே, இந்தமாதிரி சந்தர்ப்பங்களில் மட்டுமே பார்க்கக்கூடிய அலிகளோடு பேசிக்கொண்டிருந்தார்கள். எப்படியோ, கூட்டம் எப்படி வருவது தெரியாமல் வந்ததோ, அப்படிப் போவது தெரியாமல் போனது.

35

தாயும், மகளும் வீட்டிற்கு வந்தார்கள். மேகலை, தனது அறைக்குள் நுழையப் போனாள். உடனே கங்காதேவி, அவள் கையைப் பற்றி, செல்லமாக கன்னத்தைக் கிள்ளி, தனது அறைக்குள் கொண்டு வந்தாள். மூவர் புரளக்கூடிய பெரிய கட்டில். மாடத்தில் முர்கேவாலி மாதா... சுவர்களில் பல்வேறு வகைப் படங்கள். கங்காதேவி மகளுக்கு விளக்கினாள்.

“இந்த ஆயில் பெயிண்டிங் எங்க தாத்தா படம். அசல் ராஜ்புத்... இது எங்க அம்மா படம்... எப்படி ராணி மாதிரி இருக்காள் பாரு... அது என் அக்கா... இவன் என் அண்ணன். இவனுக்கு நான் தம்பியாகாமல், தங்கையாய் ஆன கோபத்துல துப்பாக்கியை எடுத்து சுட வந்தான். பாலுல விஷத்தைக் கூடக்

கலந்தான். அண்ணனுக்கு தம்பி, தங்கையா மாறுனாலும், தங்கைக்கு எப்பவும் அண்ணன் அண்ணன்தானே... அதனால அவனை என்னால் வெறுக்க முடியல...ஒனக்கும் ஒரு வகையில், இவன் உங்க பக்கம் சொல்றது மாதிரி தாய்மாமன்... பழைய ஜமீன் மாமன்..."

கங்காதேவி பெருமையோடு பேசப்போனதை வெறுமையோடு முடித்தாள். பிறகு தனக்கும் பாசம் கொடுக்க அதைத் திருப்பி வாங்க ஒரு ஜீவன் கிடைத்திருக்கிறது என்ற ஆறுதலில் மேகலையிடம் மனம் காட்டிப் பேசினாள்.

"நெசமாவே சொல்றேன்... நீ என் மகளா வந்ததுக்கு பெருமைப்படறேன்... இன்னும் பல ஜென்மங்கள்ள நீ மகளாய் வாரதுக்கு நான் ஆயிரம் தடவைகூட அலியாய்ப் பிறக்கத் தயார். ஆனால் ஒரு கண்டிஷன்... அடுத்த ஜென்மத்துல நீ நெசமாவே பெண்ணாப் பிறக்கணும்... நானும், அப்படிப் பிறந்தால், சந்தோஷம்... இதே பிறப்புதான் தலையில் எழுதி வச்சது என்றால், நெசமான பெண்ணா பிறக்கற ஒன்னை, நான் தத்து எடுத்துக்கணும்... இதுதான் என் ஆசை... இப்படி இப்போகூட பல அலிங்க நெசமான ஆண்களையும், பெண்களையும் குழந்தையிலேயே தத்து எடுத்து வளர்க்காங்க. நான் கும்பிட்ட முர்காதேவி, என்னைக் கைவிடலை... உன்னை மாதிரி கள்ளங்கபடம் இல்லாத அதே சமயம், புத்திசாலியான ஒரு மகள் கிடைத்ததுல நான் படுற சந்தோஷத்துக்கு அளவே இல்லடி பேட்டி... இப்போ எனக்கே என் எல்லை தெரியுதுடி எப்போ சாவு வந்தாலும் சந்தோஷமா போவேண்டி... ஒனக்கு என்கிட்ட மகளாய் வந்ததுல சந்தோஷமோ, இல்லியோ, ஆனால், எனக்கு சந்தோஷம் தாங்க முடியலைடி...."

மேகலையால் தாள முடியவில்லை. அம்மாவைக் கட்டிக்கொண்டு "எனக்கும்தான். எனக்கும்தான்" என்று அவள் கழுத்திலேயே வார்த்தைகள் உரசும்படி கையைச் சுற்றி விம்மினாள். ஐந்து நிமிட நேர உணர்ச்சிக் கொந்தளிப்புக்கள்.

தாயும் மகளும் அங்கேயே சேலை மாற்றினார்கள். கங்காதேவி தனது பட்டுப்புடவையை மடித்து வைக்கும் மகளைப் பார்த்தபடியே, நைட் கவுன் போட்டுக் கொண்டாள். மகள் கழுத்தில் ஒரு செயினை மட்டும் விட்டுவிட்டு, மீதியை அவளிடம் கொடுத்தாள். மாடத்தில் வைக்கப்பட்ட ஒரு சாவிக்கொத்தை அவளிடம் நீட்டினாள். பிறகு, எதேச்சையாகப் பேசினாள்.

"கொஞ்ச நாளைக்குப் பொறுத்துக்கோடி... ஒரு மாதம் கழிச்சு ஹார்மோன் ஊசி போட்டாள், மார்பகத்துல 'பேடு' தேவையே இல்லை... பெரிசாயிடும். வெட்டுப் புண்ணு இப்பதான் ஆறியிருக்கு... இது முடிஞ்சதும் அது மேல நெனவு வரும் அதனாலதான் சொன்னேன்..."

மேகலை "நை மாதாஜி, நை" என்று அவசர அவசரமாய் சொல்லிக்கொண்டே அம்மாவிடம் வந்தாள். உணர்ச்சிப் பிழம்பாகப் பேசினாள்.

"வேண்டாம்மா... ஒங்க சொல்லைத் தட்டுறதாய் நினைக் காதீங்க. நான் இப்படியே இருந்துட்டுப் போறேன். ஊசியே தேவையில்லை... பூப்பு நீராட சவுக்குக் கம்புல உட்கார்ந்ததுகூட உங்க மனச நோகடிக்கக்கூடாது என்கிறதாலதான்."

"உன்னிஷ்டம். ஆனாலும் சொல்ல வேண்டியது என் கடமை. உனக்கும் ஆசாபாசம் உண்டு... ஆம்பளைங்க மேல ஒரு 'இது' வரும்... அந்த மாதிரி சமயத்தில், அதோ பார்... நான் அடையாளம் காட்டாத மீசைக்காரன்... பத்து வருஷத்துக்கு முன்னால ஒரு வாரத்துக்கு ஒரு தடவை இங்க வருவார்... அப்புறம் மாரடைப்புல செத்துட்டார்... எனக்கும் இப்ப வயசாயிட்டது. அவரோட நினைப்பு கூடிக்கிட்டே இருக்குது. ஆனால் 'அந்த நெனப்பு' போயிட்டது."

'நானும், உங்ககிட்ட எதையும் ஒளிக்க விரும்பலம்மா. எனக்கும், ஒருத்தர் இருக்கார். ஆனால், என் அளவில தான் இருக்கார்... நானும் அவரைக் காதலிக்கேன், அவருக்கு இது தெரியாது... தெரிஞ்சால், ஒருவேளை காறிக்கூடத் துப்புவார்...நானும் அவர்கிட்ட தெரியப்படுத்தப் போறதில்ல. காதல் ஒரு வழிப் பாதையா இருந்தாலும் காதல் காதல் தானம்மா... எங்க இலக்கியத்துல இதைப் பொருந்தாக் காமம் என்று சொல்லுவாங்க... இருக்கட்டுமே... பொருந்துதோ பொருந்தலியோ... அவரு இருக்கிற இந்த மனசுக்குள்ள. அடுத்தவன் போக முடியாதும்மா..."

கங்காதேவி மகளையே பார்த்தபடி நின்றாள். மனத்திற்குள் வியாபித்த மீசைக்காரன் லேசாய் விலகி, மருமகனைப் பற்றிய ஒருவடிவக் கோட்டை அந்த மனமே போட்டுக் கொண்டது. இதற்குள் மேகலை, தனது பழைய அறைக்குள் ஓடிப்போய், பழைய சூட்கேஸோடு வந்தாள். துணிகளையும் அங்கேயும் இங்கேயுமாய்ச் சிதற அடித்துவிட்டு ஒரு புகைப்படத்தை

நாணிக்கோணியபடி, கங்காதேவியிடம் காட்டினாள். அவள் செல்லமாக அதட்டினாள்.

“இப்படியாடி படத்தை கசக்கி வைக்கிறது... நான் சொல்றேன். சாமுத்திரிகா லட்சணப்படி இவன் நல்லவன். அரவானுக்கு முப்பத்திரண்டு லட்சணங்கள் இருந்தால், இவனுக்கு இருபதாவது தேறும். இவனை நினைத்தால், எவன் நெனைப்புமே வாராதுடி, இதைக் கொஞ்சம் பெரிசுபடுத்தி பிரேம் போட்டு மாட்டிடலாம் ஒன் மேஜையிலேயே வச்சுக்கோ... அப்புறம் ஒங்க அம்மா அப்பா, அடிக்கடி என்கிட்டச் சொல்வியே அக்கா, அவங்க படம் இருந்தாலும் கொடு... பிரேம் போடுவோம். இந்த வீட்ல இனிமேல் ஒனக்குத்தாண்டி முதல் மரியாதை. நான் முர்கேமாதாவோட ஆலமரத்தடியில் ஒதுங்கப் போற கிழவி...”

மேகலை, மீண்டும் சுயம்புவாகி, பெற்றோரை நினைத்தான். கூடப்பிறந்தவர்களை நினைத்தான். சின்னப்பிள்ளைகளை நினைத்தான். கண்கள் பொங்கின. இதயம் கழண்டுவிடும் போலிருந்தது. பிறகு உடம்பை ஒரு குலுக்கு குலுக்கி, மனத்தை ஒரு நிறுத்து நிறுத்திக் கங்கா தேவியின் தோளில் சாய்ந்து மேகலையாய் ஓலமிட்டாள்.

“ எல்லாமே நீதாம்மா... நீதாம்மா...”

அப்போது-

சுயம்புவின், கத்தலைப்போல் ஆயிரம் ஆயிரம் கத்தல்கள், வாயிலும் வயிற்றிலும் அடித்துக் கொள்ளும் அலிகளின் புலம்பல்கள். பலத்த ஒப்பாரி. அங்கு மிங்குமான காலடிச் சத்தங்கள். ‘மாதாஜி மாதாஜி’ என்ற புலம்பல்கள். தாயும், மகளும் வெளியே எட்டிப் பார்த்துப் பரபரத்தார்கள். படபடத்தார்கள்.

தாயும், மகளும், வாயும், வயிறும்கூட வேறில்லாத வர்கள்போல் வெளியே வந்து ‘என்ன, என்ன’ என்ற ஒரே வார்த்தையை ஒரேசமயம் அடுக்கடுக்காய்க் கேட்டார்கள்.

அவர்களைக் கண்டதும் அழுது கொண்டிருந்த எல்லா அலி ஜீவன்களும் அங்கே ஓடி வந்தன. கீழே புரண்டவர்களும், வாயிலும் வயிற்றிலும் அடித்துக் கொண்டவள்களும், தலைவிரி கோலமாக அவர்கள் முன்னால் வந்து நின்றார்கள். எல்லோரும் ஒரே சமயத்தில் சொல்ல முற்பட்டனர். இதனால் வேகமான சுழலில் நீர் மொள்ள முடியாது என்பது போல், வாய்க்குள் இருந்து வார்த்தைகளை எடுக்கமுடியாமல், அல்லாடினார்கள். ஒரே ஒருத்தி நீலிமா ‘மாதாஜி இந்திரா மர்கயா... மாதாஜிகோ...

பாடிகாட்ஸ்... மார்த்தியா...' என்று அரற்றினாள். அப்போது எல்லா அலிகளும் மீண்டும் ஒரேயடியாய் அழுதார்கள். சிலர், வளையல்களைத் தலையில் அடித்தே உடைத்தார்கள். நீலிமா தான் சிறிது சமாளித்து, 'ரொக்கே, ரொக்கே' என்று சொல்லிவிட்டு, கண்ணீரும் கம்பலையுமாய் ஒப்பித்தாள்.

"மாதாஜி... நம்மையெல்லாம் மனுஷஜீவனா மதிச்சு, வீடு கட்டி விளக்கேத்தித் தந்த இந்திராஜியை... அவங்களுக்குக் காவல் காக்கிற போலீஸே சுட்டுக் கொன்னுட்டாங்களாம். அம்மாவை ஆஸ்பத்திரியில பார்த்துட்டு, அலைமோதி வந்தவங்க அழுதுகிட்டே சொல்றாங்க..."

கங்காதேவி, கத்தினாள். அவள் தோரணைக்குப் புறம்பான காட்டுக் கத்தல்.

"இருக்காது. இருக்க முடியாது. எங்கம்மா இந்திராஜி சாகமாட்டாள். அவள்மேல் குண்டு பாய்ந்தாலும், குண்டுதான் சாகும். நம்மோட அம்மா சாகமாட்டாள்."

கங்காதேவி, ஒப்பாரி போடுகிறவர்களே, அன்னை இந்திரா இறந்துவிட்டதாக தங்கள் ஆசைக்கு ஒரு வெளிப்பாடு செய்கிறார்கள் என்பதுபோல் அவர்களை ஒட்டுமொத்தமாய் கோபத்தோடு பார்த்தாள். ஒரு சிலரை அடிக்கக்கூடக் கையை ஓங்கினாள். ஆனால், யதார்த்தம், அவள் விருப்பத்திற்கு விரோதமாகக் கூத்தாடியது. கோரதாண்டவமிட்டது.

கடைகள் 'டப்டப்' பென்று மூடப்பட்டன. ஆங்காங்கே சாலைகளில் ஓடிய பஸ்கள் அப்படி அப்படியே நின்றன. மக்கள் கும்பல் கும்பலாய்ப் போய்க்கொண்டிருந்தார்கள். ஒருசில இடங்களில் மயான அமைதியோடு கூடிய நடை. இன்னும் சில இடங்களில் 'குய்யோ முறையோ' என்ற கூப்பாடோடு ஓடிய மனிதக் காலடிச் சத்தங்கள். கங்காதேவி நிலை குலைந்தாள். நம்ப முடியாதது, நடந்துவிட்டது. அரவான் தன்னைத்தானே காவுக்குச் சம்மதம் கொடுத்ததுபோல் அம்மாவும் தன்னையே காவு கொடுத்துவிட்டாள். எல்லாத் தலைவர்களும் மானிடத்தின் மூன்றாவது தரப்பைப் பற்றித் தெரியாமலும், தெரிந்துகொள்ள விரும்பாமலும், அலிகளை அலட்சியப்படுத்தியபோது இந்த அன்னை, அவர்களை அரவணைத்தவள். இன்னும் உயிரோடு இருந்தால், என்னவெல்லாமோ செய்திருப்பாள். செய்தாலும் செய்யாவிட்டாலும், பரவாயில்லை. அவள் உயிரோடு இருந்திருந்தால் அதுவே அவள் செய்தது மாதிரி...

கங்காதேவி, கனத்த சிந்தனையுடன் முர்கே மாதாவை முறைத்துப்பார்த்தாள்.பிறகு அந்தத் திட்டில் ஏறி,குடைசாய்ந்து கிடந்தாள். கீழே நின்ற அலிகளோ ‘மாதா மாதா... எதுக்குமே பிரயோசனப்படாத எங்களை எடுத்துட்டு எங்க அம்மாவைக் கொடுத்துடும்மா’ என்றார்கள். பலர், தத்தம் முகத்தில் மாறிமாறி அடித்துக் கொண்டார்கள். இந்தத் தாக்கத்தில் தன் முகத்திலும் அடிக்கப் போன கங்காதேவியை, மேகலை பிடித்துக் கொண்டாள். நீலிமா பின்னால் வந்து தாங்கிக் கொண்டாள். முர்கே மாதாவிடம், கங்காதேவி தலையை அவலத்தனமாக ஆட்டியபடியே முறையிட்டாள்.

“எம்மா, எம்மா... எத்தனையோ வேலைக்கு மத்தியில் இந்தப் பக்கம் வந்து எங்களை விசாரிக்கிற தாயே...தேர்தலுக்கு முன்னால வராமல் பின்னால் வந்த மாதா... ஒன்னைப் பேடித்தனமாய் கொன்னுட்டாங்களே... முர்கேமாதா, நீ ஒரு மூர்க் மாதா. எங்க அம்மாவோட சாவை தாங்கிக்க சக்தியாவது கொடுடி...”

மேகலையும், கேவிக் கேவி அழுதாள். அன்னை இந்திராவுக்கு ஒரு அழுகையும் அவளுக்காக இப்படி அழும் தாய்க்காக ஒரு அழுகையுமாய் அழுதாள்.

கங்காதேவி எழுந்தாள். எல்லோரும் அவளையே பார்த்தபோது அவள் ஒருவர் ஒருவருக்காய்ச் சொல்வது போன்ற உரத்த குரலில் சொன்னாள்.

“வாங்க எல்லோரும் போகலாம். அம்மாவக் கடைசியா பார்ப்போம்!

கவுனோடு புறப்படப்போன கங்கா தேவியை, நீலிமாவும், லட்சுமியும் வீட்டுக்குள் கொண்டு போனார்கள். அவர்களே அவளுக்குப் புடவை கட்டிவிட்டார்கள். மேகலை எதுவும் புரியாமல் அம்மாவையே சுற்றிச் சுற்றி வந்தாள். கங்காதேவி மகளிடம் சொன்னாள்.

“உனக்கு இன்னும் வெட்டுப்பட்ட இடம் ஆறலடி... கூட்டத்திலே இடிபட்டு ஏதாவது ஆயிடப்படாதும்மா. நீ இங்கேயே இரு. லட்சுமி! நீயும் இங்கே இருந்து என் மகள பத்திரமா பார்த்துக்கடி.”

“நீங்க இந்தக் கோலத்தோட போக வேண்டாம்மா... எனக்காக பத்துப் பதினைந்து நாளா ராத்தூக்கம் இல்லாமல் போனவங்க நீங்க... டி.வி. யிலதான் அம்மாவக் காட்டுவாங்களே.

இங்கேயே பார்த்துக்கலாம். கூட்டத்தில இடிபட்டு ஏதாவது ஆயிடப்படாதும்மா..."

"என் மாதாவின் காலுல தலையை வெச்சிட்டு வரணும் மகளே. இல்லாட்டால், நான் உயிரோட இருக்கிறதுல அர்த்தமில்லடி... லட்சுமி, ஜாக்கிரதைடி..."

லட்சுமி, மேகலையின் கையை உரிமையோடு பற்றிய போது, கங்காதேவி ஒரு ராணித் தேனீ பறப்பதுபோல் நடந்தாள். உடனே, அத்தனை சேலா அலிகளும் அவள் பின்னால் நடந்தார்கள். அத்தனைபேரும், அவளைப் போலவே அழுது நடந்தார்கள். 'மாதாஜி அமர் ஹை... ஜிந்தாபாத், இந்திரா காந்தி ஜிந்தாபாத்!'

36

லட்சுமி மேகலையை வீட்டுக்குள்ளேயே பிடித்து வைத்துக்கொண்டாள். அறைக்கதவைப் பூட்டிவிட்டு, டி.வி. ஸ்விட்சைப் போட்டுப் பார்த்தாள். ஒரு அலைவரிசையல்ல, பல அலைவரிசைகள். லட்சுமி, தொலைக்காட்சியைத் திட்டித் தீர்த்தாள். அந்தப் பெட்டியைக் கையால் குத்தப்போன மேகலையைத் தடுத்துக் கொண்டாள். மேகலைக்கு ஒரே அழுகை... என்னைக்கு அவளுக்கு ஒரு நல்ல நாள் வந்ததோ, அதுவேகெட்ட நாளாகும்படி இப்படி நடந்திட்டே... கங்காதேவி அம்மா பொறி கலங்கி போகும்படி ஆயிட்டே...!

மேகலை, லட்சுமியிடம் இதைச் சொல்லிச் சொல்லி மாய்ந்தாள். அவள்தான் 'மொட்டைத் தலைக்கும் முழங்காலுக்கும் முடிச்சுப் போடாதடி... எப்படியோ உனக்கு எல்லாம் முடிஞ்சபிறகு இது தெரிஞ்சுதேன்னு ஆறுதல் படுடி...' என்றாள். மேகலை தன்னைப் பற்றி மேற்கொண்டு நினைக்க மறுத்தாள். அன்னை இந்திரா கொலையுண்ட நிகழ்ச்சியைத் தனக்குள்ளேயே சுற்றிவிடுவது அசிங்கம் என்பதைப் புரிந்து கொண்டவள் போல், லட்சுமியின் தோளில் கைபோட்டு முடங்கிக் கிடந்தாள். ஜன்னலைத் திறந்துவிட்டாள். இருவரும் ஒருவர் முகத்தை ஒருவர் பார்த்து சோகமாய் சோகத்தைப் பகிர்ந்து முடங்கிக் கிடந்தனர். குப்புறப் படுத்தும் தூங்கினர். அன்னை இந்திராவின் சோகமும், கடந்த பத்து நாட்களாக பட்ட பாடும் தூக்கமாய் வந்தது. என்றாலும் சிறிது நேரத்தில், பயங்கரமான சத்தங்கள்... அவர்கள், ஒரே சமயத்தில் எழுந்தார்கள்.

எங்கும் காரிருள். மின்சாரக் கம்பங்கள், பல்புகள் இல்லாமல் கிடந்தன. அதில் ஒட்டியிருந்த கண்ணாடிச் சிதறல்கள்தான் மின்மினியாய் மின்னின. மற்றெல்லாம் காரிருள், காட்டிருள். மேகலை சுயம்புவாக, மாணவனாக இருந்தபோது, அந்த தார்ச்சாலையைப் பிடித்ததே இருள் அதைவிட அதிகப் பிடிப்பான இருள். இருளுக்குப் பின்னே எல்லாம் என்பதுபோல, விதவிதமான சத்தங்கள். எவையோ நொறுக்கப்படுவது போன்ற சத்தம். வெடிப்பது போன்ற சத்தம், வெட்டு மாதிரியான சத்தம். அடிப்பது போன்ற சத்தம், ‘மா, மா’ என்று மருவும் சத்தம். எவையெவையோ கீழே விழுந்து சிதறுவதுபோன்ற சத்தம் முஜே... சோடுதோ. முஜே...பச்சாவோ என்ற சத்தம். சிறுவரும் மகளிரும் கெஞ்சி அழும் சத்தம். அதுவே தானாய் அடங்கி, நிசப்தமாக மாறும்போது, இன்னொரு பகுதியில் இதேமாதிரியான சத்தங்கள். கங்காதேவி விறுவிறுவென்று டோலக்கை சட்டென்று நிறுத்துவாளே, அப்படிப்பட்ட நிசப்தம். மீண்டும் அடிப்பாளே அப்படிப்பட்ட ஓலச் சத்தம். ஜன்னல் வழியாய் எட்டிப் பார்த்தால், ஆங்காங்கே தீப்பந்தங்கள். சாலைகளில் பலரை எரியூட்டுவதற்குப் போதுமான ஜுவாலைகள். அடுக்குமாடிக் குடியிருப்புகளின் கதவுகள் தலையிலடிப்பது போல் சாத்தப்படுகின்றன. மனிதர்கள் சிதறி ஓடுகிறார்கள். மனிதர்களை, மனிதர் துரத்துகிறார்கள். கண் தெரியாமல் ஓடும் கூட்டம். அவர்களைத் தீப்பந்தத்தால் தேடும் கூட்டம். நாலுபேர் ஒரு ஜுவாலைக்குள் தூக்கிப் போடப்படுகிறார்கள். வெந்ததும் வேகாததுமாய்த் துடிக்கிறார்கள். அவர்களின் சுடலை ஒளியிலேயே இன்னொருத்தரின் நீண்ட கொண்டையில் ஒரு திரவம் தெளிக்கப்படுகிறது. ஒரு குச்சி உரசப்படுகிறது. ஒரு மனிதனே தீப்பந்தமாய் எரிகிறான். கும்பிட்ட கைகளுக்கு வெட்டு... காலில் விழுந்த தலைகளுக்குக் காலாலேயே மோட்சம் கொடுக்கப் படுகிறது. மாடியில் இருந்து பலர் கீழே தூக்கிப் போடப்படுகிறார்கள். அய்யோ...இது என்ன கொடுமை. எய்தவன் இருக்க அம்பை நோவானேன். அம்பை எரித்தால் கூட பரவாயில்லை. இவைகூட அம்புகளாகலாம் என்று ஒவ்வொரு மரத்தையும் செடி கொடியையும், சின்னஞ்சிறு மலர்களையும் தீயிட்டுப் பொசுக்கினால் எப்படி?

மேகலை, கண்ணை மூடிக்கொள்கிறாள். அவளின் தானாய்க் கதறிய வாயை லட்சுமி மூடுகிறாள். இரும்படிக் கொலையில் இந்த ஈக்களும் சிக்கிக் கொள்ளலாம் என்ற பயம். அந்தப்

பயத்திற்கு ஏற்ப, கண்ணுக்குத் தெரிந்த பல இடங்களில் பலர் கும்பல் கும்பலாய் வந்து டி.வி. பெட்டிகளை எடுத்துக்கொண்டு போகிறார்கள். பீரோக்களை தூக்கிக்கொண்டு போகிறார்கள். லட்சுமி சுதாரித்தாள். மேகலையைத் தோளில் சாய்த்தபடி ஜன்னல்களைக் கொக்கிப் போடப் போனபோது-

அந்த வெட்ட வெளியில், ஒரு உருவம், ஒட்டுமொத்தமான கருப்பு இருளில் வெள்ளைக் கோட்டு போட்டு இருப்பது போன்ற தோற்றம். பிடரியிலும் மோவாய்க்குப் பின்னாலும் இருளின் அடர்த்திகள். ஐயாம் இன்னொசென்ட். மைனே நிராபராத் ஹூம்... என்று தன்னைக் காப்பாற்றச் சொல்லி, ஒரேயடியாய் அலறும் அவலக்குரல். அந்த உருவத்திலிருந்து வெளிப்படுகிறது. அபயம் கொடுக்க ஆளிருக்கா என்பதுபோல் அங்குமிங்கும் பார்க்கிறது. அந்த உருவத்திற்குச் சிறிது பின்னால் ஒரு தீப்பந்தக்கூட்டம். அரிவாள், பம்புகளோடு அது துரத்துகிறது. அந்த உருவமோ, தனது சிவப்பு டர்பனை கீழே போட்டுவிட்டுத் தலைவிரி கோலமாய் அங்குமிங்குமாய் ஓடுகிறது... முட்டிக்கால்களில் சிக்கிக் கொள்ளும் அளவிற்கான முடி... உருளைக்கட்டை மாதிரியான உடம்பு. ஒத்தைக்கு ஒத்தையாய், எவரையும் சமாளிக்கும் அந்த உருவம், இப்போது ஓடி, ஓடி ஒவ்வொரு வீட்டு முன்னாலும் நிற்கிறது. நிற்கும் வீடெல்லாம் மூடிக் கொள்கின்றன. கேட்கும் காதுகளெல்லாம் செவிடாகின்றன. இதற்குள் ஒரு தீப்பந்தம் முன்னோக்கி தனித்து நகர்கிறது. ஒரு அரிவாள், அதன் பிடறியிலிருந்து சிறிது குறி விலகி கீழே விழுகிறது. அந்த ஒற்றைத் தரப்பிற்கும், தீப்பந்தத் தரப்பிற்கும் இடைவெளி குறைகிறது. உடனே அங்கே காட்டுக் கத்தல்கள். இங்கே கத்தமுடியாத ஓட்டம். குதிகால் ஓட்டம். ஜன்னலுக்கு அருகே நின்ற லட்சுமியைப் பார்த்துக் கையெடுத்துக் கும்பிடுகிறது. அவள் அதற்குப் பதிலாகக் கதவைச் சாத்த முற்படுகிறாள் உடனே, மேகலை அவளைப் பின்னால் தள்ளிவிட்டு, முன்னால் வந்து ஜன்னல் கம்பியில் முகம் பதிக்கிறாள். 'பீச்சே ஆவோ' என்று சொல்லிவிட்டு, ஓடிப்போய் அறைக் கதவைத் திறக்கிறாள். பிறகு கையை இழுத்துப் பிடித்த லட்சுமியை கீழே தள்ளிவிட்டு ஓடுகிறாள். பின்புறக் கதவருகே போகிறாள். கதவைச் சத்தம் போடாமலும் திறக்க வேண்டும். அந்த உருவம் அதற்குள் வெட்டுப்படாமலும் இருக்க வேண்டும். கதவு மெள்ளத் திறக்கப்படுகிறது. இதற்கு மேல் ஓட முடியாது என்பது போல் வெளியே பம்மி நின்ற

உருவத்தை, மேகலை தலையைப் பிடித்தோ, தாடியைப் பிடித்தோ உள்ளே இழுத்துப் போடுகிறாள். பிறகு கதவை இழுத்துச் சாத்துகிறாள். அந்த உருவம் மூச்சு விடுவது நன்றாகவே கேட்கிறது. புயல் மாதிரியான மூச்சு… அவசர அவசரமாய் அவள் காட்டிய சமையலறைக்குள் போகிறது.

இதற்குள், தீப்பந்தக் கும்பல் முன்பக்கக் கதவைத் தட்டுகிறது. எரியும் பந்தங்களின் அடிக்கட்டைகளால் கதவை இடிக்கிறது. லட்சுமி அரற்றுகிறாள். ஆனால், மேகலை அந்த லட்சமியையும் இழுத்துக்கொண்டு முன்பக்கம் வருகிறாள். கதவைத் திறந்து அகலப்படுத்தி வைத்துக்கொண்டு என்ன வேண்டும் என்று கேட்கிறாள். அந்த சர்தார்ஜியை அதற்குள் சமயலறைக்குள் நகர்த்தி விட்ட தைரியத்தோடும் சமர்த்தோடும் கேட்கிறாள். அந்தக் கூட்டம் அவளை மேலும் கீழுமாகப் பார்க்கிறது. ஆம்பளைகளே சர்தார்ஜி நண்பர்களுக்கு அடைக்கலம் கொடுக்க முடியாதபோது, இந்த அலியால் முடியுமா என்று தன்னைத்தானே மார்தட்டிக் கொண்டு ஒரு மனிதன் போலான அந்தக் கும்பல் புறப்படுகிறது. மேகலை கதவைத் திறந்தபடியே வைத்திருந்தாள். அங்கே ஆடிய கூட்டம், வேறு பக்கம் ஆடப்போன போதுதான் கதவைப் பூட்டினாள். அந்தச் சமையலறைக்குள் போய் அந்த உருவத்தை முதுகைத் தட்டி நிமிர்த்தி விட்டாள். அதன் கையைப் பிடித்து எந்த நிர்வாண அறைக்குள் வெட்டுப் பட்டாளோ அங்கே கொண்டு போனாள். மெழுகுவர்த்தியைப் பொருத்தினாள். அது அணையப் போவதுபோல் சுருண்டு, பிறகு வீறிட்டது. அறுபது வயதான சர்தார்ஜி… சொட்டை சொடக்கு இல்லாத கருமுடி. சிக்கல் சிடுக்கல் இல்லாத தாடி… ஆனாலும் அந்த ஒவ்வொரு முடியும் தனித்து ஆடியது. இரண்டு கைகளையும் ஏந்திக் கொண்டது. அதில் கண்கள் தாரைதாரையாக நீர் கொட்டின. "மேரா பத்தினி… மேரா பேட்டி, மேரா பேட்டா" என்று இலக்கணமற்ற இந்தியில் புலம்பியது. 'சாக்லெட் நயி ஹை. இந்திராஜி ஹமாரா மாதாஜி ஹை' என்று மாறி மாறிப் புலம்பியது. மேகலை அப்படியே அவரை அங்கே விட்டு வைத்தாள். சாப்பாடு கொடுக்கலாமா என்று யோசித்தாள். அவரது உணர்வுகளை அவமதிக்க அவள் விரும்பவில்லை. சோறு இறங்குமா…

மேகலைக்கும், லட்சுமிக்கும் தூக்கம் பிடிக்கவில்லை. தூக்கத்தையும் பிடிக்கவில்லை. கண்ணயரும்போது திடீர் ஓலங்கள். துப்பாக்கிச் சத்தங்கள்.

மறுநாள் காலை வந்தது. சேவல்கள் கூடக் கூவப் பயந்தன.

மேகலை, லட்சுமியையும் கூட்டிக்கொண்டு புறப்பட்டாள். சர்தார்ஜி கொடுத்த முகவரியை ஜாக்கெட்டுக்குள் வைத்துக் கொண்டு, கதவைப் பூட்டி விட்டுப் புறப்பட்டார்கள். இடையில், குஞ்சம்மாவும் மார்க்கிரெட்டும் வந்தார்கள். அம்மா கங்காதேவியைப் பற்றிக் கேட்டால், 'இன்னும் வரவில்லையா' என்றார்கள். எதற்கும் நீலிமா இருக்கிறாளே என்று மேகலைக்கு ஆறுதல் சொன்னார்கள்.

அந்த நால்வரும், சர்தார்ஜி சொன்ன முகவரி இடத்தைத் தேடி, தற்செயலாய் நடப்பது மாதிரி நடந்தார்கள். சென்னா மார்க்கட்தான். கூப்பிடும் தொலைவுதான். ஆனாலும்... கடவுளே... இது என்ன... ஒரே ரத்த வாடை... எருக்குழிபோல் பிணக் குவியல்கள். கருகிப் போன தேகங்கள். பாதி வெந்த உடம்புகள். வயிற்றிலுள்ள மரணக் காயங்கள் தெரியாமல் சிரிப்பது போல் குப்புறக்கிடந்த குழந்தைகள். நிர்வாணமாய்க் கிடந்த பெண்கள். ஆங்காங்கே வாசல்களை இழந்த கடைகள். அங்குமிங்குமாய்ச் சிதறிக் கிடந்த விலை உயர்ந்த பொருட்கள். ஒரு லத்திக் கம்புகூட இல்லாத சூன்யம். ஆங்காங்கே கழுகுகள் வட்டமடித்தன. காகங்கள் கொத்திக் கொண்டிருந்தன. நாய்கள் தின்று கொண்டிருந்தன. மனிதச் சதை மேடுகள்... உறைந்த ரத்தக் கட்டிகள்... முண்டம் முண்டமாய்... தலை... தலையாய்...

மேகலை பித்துப்பிடித்துப் போனாள். சுற்றுமுற்றும் பார்த்தாள். கூடவந்தவர்கள் ஓடப்போவது போலிருந்தது. இவளையும் இழுத்தார்கள். அவள் எதிர்ப்புறமாய் இழுத்தாள். பிறகு தான் மட்டும் நடக்கப்போவது போல் சைகை செய்தாள். உடனே லட்சுமி அவளுக்கு முன்னால் போனாள். குஞ்சம்மா பின்னால் வந்தாள். இடையிலே ஒரு வீடு. முதலாவது அறை... குழிகுழியான தேகத்தோடு ஒரு சர்தார்ஜி கிடக்கிறார். சுற்றிலும் நான்கைந்து பேர், அந்த ஆறு மாடிக் குடியிருப்பில் மருந்துக்குக்கூட ஒருவர் வரவில்லை. அந்த சர்தார்ஜி இளைஞனை மடியில் போட்டு வைத்த இளம் பெண்ணோ பித்துப் பிடித்துக் கிடக்கிறாள். இன்னும் சிறிது நேரத்தில் அவளே தன் சேலையைக் கிழித்துக்கொள்ள வேண்டிய நிலைமை. பித்துப் பார்வை... சித்தம் இழந்த செத்தப் பார்வை...

மேகலை, ஓடிப்போய் உட்கார்ந்தாள். அந்தப் பெண்ணை அப்படியே கட்டிப்பிடித்து அழுதாள். அவள் முகத்தை தோளில்

சாய்த்து, 'நீ என் சகோதரி... தும் மேரே பெகன் ஹோ... என்று புலம்பினாள். அவளோடு மற்ற மூவரும் சேர்ந்துகொண்டு தலையில் அடித்துக் கொண்டார்கள். பிணத்தின் காலை ஒருத்தி பிடித்துக் கொண்டாள். மேகலை, தான் கட்டிப் பிடித்தவளைக் கண் மூடிப் பார்த்து, 'ஒனக்கு யார் இல்லாவிட்டாலும் நாங்க இருக்கோம்' என்று சொன்ன போது, அந்தப் பெண் 'ஓ'வென்று அழுதாள். சுற்றி நின்றவர்களும் அந்தப் பிணத்துப் பக்கமாய் குவிந்து குவிந்து அழுதார்கள். மெள்ள மெள்ள வாய்திறந்து காவிரி நீரூற்றாய்ப் பீறிட்டு கங்கை நதிபோல அங்குமிங்குமாய் உடம்பைப் புரட்டிய அந்தப் பெண்ணை, மேகலையும், அவள் தோழிகளும் பிடித்துக் கொண்டார்கள். உடம்பு முழுவதிலும் ஒட்டிக்கொண்டார்கள். இதற்குள் ஒரு சில மாடிகளிலிருந்து, ஒரு சிலர் இறங்கினார்கள். அவர்களைப் பார்த்த மேகலைக்குக் கோபம் வந்தது. கையிலிருந்த வளையல்களைக் கழற்றி ஒவ்வொருவருக்கும் ஒவ்வொன்றாய்க் கொடுக்கப் போனாள். குஞ்சம்மா பிடித்துக்கொண்டாள். இதற்குள் கணவனைப் பறி கொடுத்த சர்தாரிணிப் பெண், மேகலையை விட்டுப் பிரிய மனமில்லாமல் கட்டிப்பிடித்துப் புரண்டாள். கத்தினாள், கதறினாள். கணவன் முகத்தை முத்தினாள். மோதினாள்.

மேகலை சிறிது நேரத்திற்குப் பிறகு அங்கிருந்து புறப்பட்டாள். சர்தார்ஜி முகவரி கொண்ட வீட்டிற்குத் தற்செயலாக போவது போல் போனாள். அங்கே வெளியில் தோழிகளை நிறுத்திவிட்டு, உள்ளே போகிறாள். ஆளுக்கு ஒரு பக்கமாய்ச் சிதறிக் கிடப்பவர்களிடம் 'ஆப்கா பிதாஜி ஹர்பஜன்சிங் ஹமாரா கர் மே டீக்ஹை...' என்கிறாள். அந்தக் குடும்பம் கடைசிவரைக்கும் உயிரைக் கையில் பிடித்திருப்பதுபோல் அவள் வாயைப் பார்க்கிறது... 'டீக்ஹை' என்றவுடன் விவரம் கேட்கிறது. பிறகு ஒருத்தி உள்ளே ஓடிப்போய் ஒரு நூறு ரூபாய் நோட்டை எடுத்து மேகலையிடம் நீட்டினாள். இப்படி வந்தது கோபம் அவளுக்கு...

"நாங்க ரூபாய்க்கு ஆசைப்பட்டு வரலை. அப்படி ஆசைப்படுறதுக்கு நாங்க ஆணுமில்ல... பெண்ணுமில்ல... உங்களுக்குப் பணம் வேணுமானால், கேளுங்க... இங்கயே தாரோம். லட்சுமிக்கா. பர்ஸ்ல எவ்வளவு பணம் இருக்குது... கொண்டுவா..."

கூனிக் குறுகிப்போன சர்தார்ஜி குடும்பத்தை ஆறுதலோடு பார்க்கிறாள். பிறகு சுவரில் தொங்கிய சர்தார்ஜி படத்தை

இவளே எடுத்து ஜாக்கெட்டின் பின்பக்கம் வைத்துக்கொண்டு புறப்படுகிறாள். இங்கே வந்ததுக்கு அத்தாட்சி... அந்த சர்தார்ஜி இதைப் பார்த்தால்தான் சாப்பிடவாவது செய்வார்.

மேகலை தோழிகளோடு திரும்பி நடக்கிறாள். எங்கிருந்தோ இரண்டு சர்தார்ஜிகள் ஒரு வீட்டைப் பார்த்து ஓடுகிறார்கள். அங்கிருந்து இரண்டு தாடி வைக்காத ஆண்கள் ‘ஜல்தி ஆவ், ஜல்தி ஆவ்’ என்று குரல் கொடுத்தபடியே அவர்கள் பக்கமாய் ஓடிப்போய், அவர்களை இழுத்துக் கொண்டு தங்கள் வீட்டுக்குக் கொண்டு போகிறார்கள். ஜன்னல் வழியாய்ப் பார்த்த பெண்கள் சந்தோஷமாகத் தலையை ஆட்டுகிறார்கள். மானுட மரத்தின் கிளைகள் வெட்டப்படுகின்றன. ஆனாலும் அதன் வேர்ப்பிடிப்பு நன்றாகத்தான் இருக்கிறது என்பது போன்ற தியாக பாதுகாப்புக்கள். சுயநல மறுப்பின் அடையாளங்கள், இப்படிப்பட்ட காட்சிகளும், சுயம்புவுக்கும், தோழிகளுக்கும், ஆங்காங்கே கிடைக்கத்தான் செய்தன.

அவர்கள் அங்குமிங்குமாய்ச் சுற்றி, தெருக்களின் பிணத்தோடு பிணமாய்க் கிடந்த அபலைப் பெண்களைக் கட்டிப்பிடித்து அழுதார்கள். அலங்கோலமாய்க் கிடந்தவர்களின் கால்களைச் சரிப்படுத்தி வைத்தார்கள். லேசு லேசான மனித நடமாட்டம் தெரிந்தது. இவர்களைப் பார்த்து பலர் வீதிக்கு வந்தார்கள். இவர்களிடமே விவரம் கேட்டார்கள். வன்முறை பெருத்தபோது மானுடம் சிறுத்துப் போவதற்குக் காரணமான ‘தெருவோருக்கும் உதவாத சிறிய வீணர்கள்.’ வீணர்களில் ஒருத்தர், இவர்களிடம் கேள்வியும் பதிலுமாய்ப் பேசினார்.

“பஞ்சாபிலிருந்து... இந்துக்களை அப்படியே வெட்டி வெட்டி சர்தார்ஜிகள் ரயிலுல அனுப்பி வைக்காங்களாம். டில்லிக்கு தண்ணீர் கொடுக்கிற யமுனை நதியில விஷத்தைக் கலந்துட்டாங்களாம். டில்லியில் பல தொட்டிகளில் விஷயத்தைப் போட்டுக் கலக்கிட்டாங்களாம். கனாட்பிளேஸ்ல ஐம்பதுபேர் செத்துட்டாங்களாம். இன்றைக்குக் காலையில் பல இடத்தில ஒட்டுன போஸ்டர்ல படிச்சேன். தண்ணிய குடிக்கவே பயமா இருக்கு... ஆனால் தாகம்... ஒங்க வீட்ல பழைய தண்ணீர் இருக்குமா... கிடைக்குமா.”

மேகலை அந்த ஆசாமியை ஒரு புழுவைப் பார்ப்பது போல் பார்த்தாள். பக்கத்திலேயே மனிதப் பிணங்கள். அடியும் தலையுமாக உச்சிமுதல் பாதம் வரை ஒன்றுபட்டு நின்ற மனித

எலும்புகள் சிதறிக் கிடக்கின்றன. ரத்த நாளங்கள் வெடித்துக் கிடக்கின்றன. ஆனால் அவருக்குத் தாகம்.

மேகலை அங்குமிங்கும் பார்க்கிறாள். ஒரு தெருக்குழாய். அங்கே போகிறாள். தோழிகள் இழுத்துப் பிடிக்கிறார்கள் அந்தக் குழாயைத் திறந்து தண்ணீரைக் குடிக்கிறாள். கால் நிமிடத்திற்குப் பிறகு வாயில் உள்ள தண்ணீரை அவளிடம் கேள்வி கேட்டவர் பக்கம் கொப்பளிக்கிறாள். செத்தால் சாவோம் என்கிற வேகம்! சாகாவிட்டால் இந்தப் பொய்யைத் தெரிந்தவர்களிடம் சொல்ல வேண்டும் என்ற தாகம்!

அந்த நால்வரும், மயானச் சாலைகள் வழியாகக் குடியிருப்புக்குத் திரும்புகிறார்கள். நீலிமா குறுக்கும் நெடுக்குமாய்ச் சுற்றுகிறாள். இன்னும் எந்தக் கதவும் திறக்கப்படவில்லை. சுடுகாட்டிலாவது வெட்டியான் சத்தம் இருக்கும். சுடலைத் தீயின் பாம்புபோல் சீறும் சத்தமாவது கேட்கும். ஆனால் இதுவோ மனிதர்கள் சும்மா மூச்சு மட்டுமே விட்டுக்கொண்டிருக்கும் மயானப் பகுதி. இன்னும் ஒரு வாரத்திற்குத் தம்மடக்கி வாழ்வதற்காக மூச்சைக்கூட அடக்கி விடுவது போன்ற ஒரு ஒத்திகை.

மேகலை நீலிமாவிடம் கேட்டாள்.

"அம்மா எங்க…"

"அம்மா இங்க வரலியா. நான் எங்கெல்லாமோ தேடிட்டு இங்க வாறேன்…"

மேகலை அழுவாள் என்று எல்லோரும் எதிர்பார்த்தார்கள். ஆனால், அவளோ பித்துப் பிடித்து அந்த சர்தாரிணிப் பெண், இவள் போனபோது எப்படிக் கிடந்து எப்படி முழித்தாளோ, அப்படிக் கிடந்து, அவள் போலவே கண்கள் சொருக, வாய் துடிக்க, அந்தத் தரையிலேயே சரிந்தாள்.

37

கங்காதேவியை நான்கைந்துபேர் கைத்தாங்கலாக நடத்தி வந்தார்கள். அவர்களில் இரண்டுபேர் சராசரி மனிதர்கள். அவர்களின் தோளில் கைபோட்டபடி அவர்களையே ஊன்றுகோலாகப் பயன்படுத்திக் கொண்டு, நொண்டியடித்து வந்த அம்மாவைப் பார்த்ததும் மேகலை துடித்துப் போய்விட்டாள். அவள் முகத்தில் சிராய்ப்புகள். கால்

பாதங்களில் ரத்தம் தோய்ந்த சதைச் செதில்கள். முட்டிக்கைகள் வீங்கிப் போயிருந்தன. தலைமுடி அலங்கோலமாகக் கிடந்தது.

மேகலை அப்படியே எழுந்து அம்மாவைக் கட்டிப் பிடித்துக் கொண்டு, 'எம்மா... எம்மா' என்று போட்ட கூச்சலில், லட்சுமி, நீலிமா, குஞ்சம்மா உட்பட அனைவருமே ஓடி வந்துவிட்டார்கள். கங்காதேவி, அவளைப் பார்த்து மெல்லச் சிரித்து அவளை மார்போடு அணைத்துக் கொண்டாள். இதுவே ஒரு உந்து சக்தியாக, மேகலை ஒப்பாரி போலவே ஓலமிட்டாள்.

"எம்மா நான் துரதிர்ஷ்டம் பிடிச்ச பொண்ணும்மா. அக்காமேல உயிரையே வெச்சிருந்தேன். அவள் கல்யாணம் நின்று போச்சு. பச்சையம்மா மேல பாசம் வச்சேன். அவள் போலீசுல படாதபாடு பட்டாள்.

நீங்களும் என்ன எப்போ தத்து எடுத்தீங்களோ அப்பவே இப்படி ஆயிட்டீங்க... நான் இங்க இருக்கப்படாதும்மா... போயிடுறேன்... போயிடுறேன்..."

முண்டியடித்த மேகலையை நீலிமாவும் குஞ்சம்மாவும் பிடித்துக்கொண்டபோது, கங்காதேவி மேகலையை பெருமிதமாகப் பார்த்து, அவள் தலையைக் கோதிவிட்ட படியே பேசினாள்.

"என்ன மேகல். இப்படிப் பேசுற... நீ மட்டும் எனக்குக் கிடைக்காட்டால், நான் உயிரோட திரும்பியிருக்க மாட்டேன். அன்னை இந்திராவைப் பார்க்கவந்த கூட்ட நெரிசல்லருந்து மீளாமல், என்ன நானே சாகடிச்சிருப் பேன். என்னைப் பெறாமல் பெத்த மகள் கிடைச் சுட்டாள்னு என்னை நானே ஆறுதல் படுத்துறேன். நீ மட்டும் போயிட்டால், நான் மட்டும் இங்க இருப்பனா... ஒரு வேளை உனக்கு என்கூட இருக்க இஷ்டம் இல்லியா..."

மேகலை இருக்கிறது என்பதுபோல் லேசாய் தலையை ஆட்டியபோது, நீலிமா, அந்தத் தலையைப் பிடித்து மேலும் கீழுமாய் பலமாய் ஆட்டிவிட்டாள். கங்காதேவி, எல்லோரையும் ஒரு பறவைப் பார்வையாய் பார்த்துவிட்டு லேசாய் சிரித்தபடியே சொன்னாள்.

"இந்த ரெண்டு நாளுலயே, என் மகளையும் உங்களையும் பார்க்காமல், என்னால இருக்க முடியல. செத்துப்போனால் எப்படித்தான் இருப்பேனோ...'

மேகலை, அப்படிப் பேசக்கூடாது என்பதுபோல் அம்மாவின் வாயைப் பொத்தினாள். பிறகு அவள் பாதங்களைப் பார்த்துவிட்டு மீண்டும் அழப் போனாள். கங்கா தேவி அவள் கண்களைத் துடைத்துவிட்ட படியே பேசினாள்.

“நீ அழுகுறதுக்காக பிறக்கலடி, மகளே... நீ வாழ வைக்க வந்தவள். ஒரு அப்பாவி சர்தார்ஜிய நீ காப்பாத்துன விதத்தைக் கேள்விப்பட்டேன் மகளே. இதுக்காக நான் ரொம்ப ரொம்ப பெருமைப்படறேன்... மகளே. அந்த சர்தார்ஜி எங்க இருக்கார்? சரிசரி இருக்கட்டும், வெளில வரவேண்டாம்னு சொல்லுங்க... பேய் கொண்ட ஜனங்கள். வேலி பயிரை மேயுது. பயிறு நஞ்சை துப்புது... கவலைப்படாத என் மகளே! நீ முழுசா பக்குவப்படுகிறது வரைக்கும், இந்த அம்மாவுக்குக் கல்லைத் தூக்கிப் போட்டாலும் சாவு வராது. ஏண்டி உங்களத்தான், என்னையும் என் பொண்ணையும், கொஞ்சநேரம் தனியா இருக்க விடுறீங்களா...”

கூட்டம், மெல்ல மெல்ல கரைந்தது. ‘வெந்நீர் வெச்சு ஒத்தடம் போடட்டுமா...’ என்று கேட்ட லட்சுமியையும், கங்காதேவி கண்களால் போகச் சொல்லிவிட்டாள். பிறகு மேகலையின் தோளைப் பற்றியபடியே கட்டிலில் உட்கார்ந்தாள். மேகலை கீழே இருந்தபடியே அவளை அண்ணாந்து பார்த்தாள். ஒருவரின் அருகாமை, இன்னொருவருக்கு சுகம் கொடுத்திருக்க வேண்டும். பேச்சற்ற பெரும் சுகத்தில், ஒருவரையொருவர் ஈர்த்தபடியே இருந்தார்கள். பிறகு கங்காதேவி வழியெங்கும் தான் கண்ட கோரக் காட்சிகளை, மனிதர் உயிரை மனிதர் பறித்த கொடூரக் காட்சிகளை விவரித்தாள்.

“எதிரும் புதிருமா வருகிற ரெண்டு நாய்கள்ல ஒரு நாய் கடிக்கப் போகுதுன்னு வச்சுக்கோ, அப்போ... எதிர்ல வருகிற நாய் பதிலுக்குக் குலைக்காம வாலை பின்னங்கால்களுக்குள்ள சொருகிக்கிட்டா, கடிக்கப் போற ரௌடி நாய் அதைக் கடிக்காது. ஆனால் மனுஷன் அப்படியா...” கும்பிடக் கும்பிட வெட்டுறானம்மா... எந்தக் காலுல சரணாகதியா விழுறானோ அந்தக் காலாலயே விழுந்தவன் தலைய மிதிக்கானம்மா... மனுஷனை மிருகம்னு சொல்றது தப்பும்மா... மிருகங்கள் ரொம்ப நல்லதும்மா...”

மேகலை, அந்தப் பகுதியில் தான் கண்ட காட்சிகளை விவரித்தாள். இருவரும் கண்ணீரும் கம்பலையுமாக ஒருவர்

முகத்தை ஒருவர் துடைத்தபோது நான்கைந்து அலிகள் அவர்களுக்கு முன்னால் வந்து கும்பிடு போட்டார்கள்.

“நாங்க போபாலுல இருந்து வாரோம்... முர்கே மாதாவுக்கு ஒரு கோவில் கட்டுற விஷயமா...”

“ஆமா... உங்க லெட்டர் கிடைச்சது... கோவில் கட்ட எவ்வளவு செலவாகும்...”

மேகலை அவசர அவசரமாய்க் குறுக்கிட்டாள்.

“எம்மா... முர்கே மாதாவுக்கு கோவில் கட்டட்டும். வேண்டான்னு சொல்லல. ஆனால் அந்தக் கோவிலோட கோவிலா, நம்மள மாதிரி பிறப்பெடுத்து சூடுபட்டவங்களுக்கும், தெருவுல தூக்கியெறியப்பட்டவங்களுக்கும் ஒரு சத்திரமும் சேர்த்து கட்டணும்னு சொல்லுங்கம்மா...”

“என் ராசாத்தி... இந்தத்திட்டம் எனக்கு வரல பாரு... சரி அப்புறமா இவங்ககிட்ட பேசி மொத்தம் எவ்வளவு ஆகுன்னு கணக்கு பாரு... பாதிச் செலவ நாம குடுத்துடலாம்...”

“சரிம்மா... பாதில பாதிய இப்ப குடுப்போம். அப்புறம் வேலை எப்படி நடக்குதுன்னு தெரிஞ்சு மீதியை அப்புறம் கொடுக்கலாம். தப்பா பேசிட்டேனாம்மா...”

“இல்லடி என் செல்லப் பொண்ணு... தெக்கத்திப் பொண்ணுங்களே புத்திசாலிங்கதான்.”

போபால், அலிகள் போய்விட்டார்கள். மத்தியானம் கணக்கோடு வருவதாக சொல்லிவிட்டு, அந்த இடத்தை விட்டு அகன்றனர். இதற்குள் மேகலை, அம்மாவின் காயங்களை தனது கைக்குட்டையால் துடைத்து விட்டாள். பிறகு “உங்களமாதிரி பெரிய மனசு உள்ளவங்களையும் கடவுள் இப்படி படச்சிட்டாரே” என்று தாபத்தோடு சொன்னாள். கங்காதேவி அவள் கைகளை எடுத்துத் தன் தோளில் போட்டுக்கொண்டே உபன்யாசம் செய்வது போல ஒப்பித்தாள்.

“மேகல்... உடம்புல ஊனம் உள்ளவர்களுக்கு இயற்கை நஷ்ட ஈடா ஒரு அசாத்திய சக்திய கொடுக்குது... ஹெலன் ஹெல்லரே இதுக்கு ஒரு உதாரணம். பைபிளில் கூட ஒரு வாசகம் உண்டு... தேவகுமாரன் உலக பாவங்களைச் சுமந்ததுமாதிரி, அவர் வழியில் மானுடத்தின் பாவங்களைச் சுமக்கக் கடவுள் திடமான, நம்பிக்கைக்குரிய மனிதர்களைத் தேர்ந்தெடுத்து, அவர்களுக்கு சிலுவையைச் சுமக்கச் சொல்லிக் கொடுக்கிறாராம்... இது பொய்யா இருந்தாலும், இதுலயும் ஒரு உண்மை இருக்கு.

முடம், செவிடு, குருடு போன்ற ஊனம் கடவுள் கொடுத்த சிலுவை என்றால், முழுக்க முழுக்க அலித்தன்மை கொண்ட நாம் சுமக்கிற சிலுவை ஏசுநாதர் சுமந்ததை விடப் பெரிய சிலுவை. பிறக்கும்போதே மரித்து அந்த மரிப்பிலிருந்து எழுந்தவர்கள் நாம். அதனால நம்மள பற்றி நாமே இரக்கப்பட வேண்டாம்!"

"உங்களால எப்படியம்மா இப்படிப் பேச முடியுது...?"

"யாரையும் வியந்து பார்க்காதே! நான் இப்படிப் பேசுறது நீ நினைக்கிறது மாதிரி பெரிசல்ல. நம் முன்னோர்கள், நமக்காக எழுதி வைச்சிருக்கிற புத்தகங்களைப் படித்தால்... அறிவு தானாய் பெருகும். பட்டறிவை அதில் கலந்தால், அதுவே போகப் போக ஞானம் ஆகும். எனக்கு நீ ஒரு உதவி செய்யணும்... இன்னைக்கும் நாளைக்குமான உதவி அல்ல... என் வாழ்நாள் வரைக்குமான உதவி."

"அதுக்குத்தானம்மா நான் இருக்கேன்."

"தினமும் காலையில் ஒரு மணி நேரம். மாலையில் ஒரு மணி நேரம் நான் சொல்ற புத்தகங்ளை நீ படிச்சுக் காட்டணும். செய்வியா...?"

"எங்க ஊருல ஒரு பழமொழிம்மா... கரும்பு தின்ன கூலியான்னு..."

"அப்படிச் சொல்லு என் ராசாத்தி... காலைல இந்த சமூகத்தை தராசில் நிறுத்த கார்ல்மார்க்சோட சிந்தனைய எளிய முறையில் விளக்கும் கட்டுரைகளைப் படிச்சுக் காட்டணும். மாலையில் பகவத்கீதை, இல்லன்னா பைபிள். இப்படி என்னோட ஆயுள் பரியந்தம் வரைக்கும் நீ படிச்சுக் காட்டணும்."

"இப்பவே ஆரம்பிக்கலாமா அம்மா..."

"வேண்டாம்மா... முதல்ல அந்த சர்தார்ஜிய போய் பார்ப்போம்.ஆயிரம் புத்தகப் படிப்பைவிட ஒரு மனிதாபிமானம் உயர்ந்தது. இதை நான் புத்தகத்திலதான் படிச்சேன். ஆனால் நீயோ அதைச் செயலில் காட்டிட்டே இந்த வீட்டுக்கு இனிமேல் நீ இளவரசி அல்ல, அசல் மகாராணி! இனிமேல் நான் நிம்மதியா சாவேன்."

"கடைசியில சொன்ன வார்த்த இனிமேல், உங்க வாயில இருந்து வரக்கூடாதும்மா..."

"யார் சொன்னது? ஒரு தாய் பால் குடிக்கும் குழந்தையை ஒரு மார்பகத்திலிருந்து இன்னொரு மார்பகத்திற்கு மாற்றும்போது

உள்ள இடைவெளிதான் மரணமுன்னு டாகூர் சொன்னார். மரண பயத்தை விடுகிறவர்களிடம்தான், வாழ்க்கை சிநேகிதமாய் சிரிக்கும்."

மேகலை, கங்காதேவியை ஆகாயமும் பூமியுமாய் ஆனவள் போல் பார்த்தாள். ஆணென்றோ, பெண்ணென்றோ, அலியென்றோ கூறமுடியாத ஒரு அருள்வடிவாய் கண்டாள்.

38

காலம் ஒன்பது ஆண்டுகளாக ஓடிப்போய் சுயம்புவை முழுக்க முழுக்க மேகலையாக்கிவிட்டது.

அந்த ஆலமரம் அப்படியேதான் இருந்தது. ஆனால், முர்கேவாலி மாதாவுக்கு அந்த மரத்தடி ஒண்டிக் குடித்தனம் தேவையில்லாமல் போய்விட்டது. தன்னந்தனியாய் தனிக்குடித்தனம் நடத்துகிறாள். அவர்களைப் போலவே, அந்த மரத்திற்கு அருகேயே, கூம்புமாதிரியான பெரிய கோவில். கால் வைக்கக் கூசும்படியான பளிங்குக் கற்கள். ஒரு சுற்று பெரிய தளம். அப்போது புகைப்படமாக இருந்த முர்கேவாலி மாதா, இப்போது, சலவைக்கல் சிலையாக மாறிவிட்டாள். அந்தச் சிலைக்கு முன்னால், கிருஷ்ணன் படம். பின்பக்கச் சுவரில் கங்காதேவியின் சடாமுடிப்படம்.

மேகலை, தேவிக்குக் கற்பூரம் ஏற்றி, கண்மூடித் தியானித்துவிட்டு, பழைய ஆலமரத்தடிக்கே வந்தாள். இப்போது அந்தக் கோவில், அலிகளுக்கு மட்டுமல்லாது, அனைவருக்கும் பொதுக்கோவிலாகி விட்டது. இவள்தான், கோவிலை நிர்வகிக்கிறாள்; என்றாலும் ஆட்கள் அதிகமாகும்போது, ஆலமரத்தடிக்கு வந்து விடுவாள். அதோடு, கோயிலுக்குள்ளே அலிகளின் நல்லது கெட்ட துகளை வைத்துக்கொள்ள விரும்பவில்லை. காலை யிலும், மாலையிலும் இந்த ஆலமரத்தடியே ஒரு தியானத் திண்ணையாகவும் தீர்வுத் திடலாகவும் மாறிவிட்டது. நீலிமாவுக்கு முன்பல் ஒன்று தானாய் விழுந்து விட்டதால், இப்போது பாடுவதை விட்டுவிட்டு, டோலக்கை மட்டும்தான் அடிக்கிறாள். அவள் உடம்பில் ஒரு தொய்வு. லட்சுமி முகத்தில் தேமல்கள் மாதிரியான வயதுத் தடங்கள். குஞ்சம்மாவுக்கு அதில் சந்தோஷம். அவளுக்கு இன்னும் சுருக்கங்கள் வரவில்லை. ஆனாலும், உடம்பு முழுவதும் கொஞ்சம் சுருங்கிப்போய்தான் இருந்தது. மேகலைக்குத்தான் பிராய வயதின் மறுபுற எல்லை.

அந்தத் தோழிக் காய்கள் லேசாய்ப் பழுக்கப்போன போது, அந்த மேகலைப் பிஞ்சு இப்போது நல்ல காயாகி விட்டது. கடிக்கும்போதே இனிப்பது மாதிரியான ஒருவித துவர்ப்புக் கலந்த இனிப்பைத் தருமே கொய்யாக்காய் அது மாதிரி முகம். சிறிது லேசாய் கரடு முரடு. பழைய குழைவு இப்போது கம்பீரமாய்த் தெரிந்தது. பழைய சொங்கிப் பார்வை, இப்போது சொக்கும் பார்வையானது.

மேகலைக்குப் பின்பக்கம், நீலிமாவும், நஸிமாவும் நின்று கொண்டிருந்தார்கள். மார்க்கிரெட் அவள் பக்கத்தில் உட்கார்ந்திருந்தாள். லட்சுமியும் குஞ்சம்மாவும் அங்கே வந்துகொண்டிருந்தார்கள். பேர் என்னமோ தனித்தனி வீடுகள். ஆனால், இவர்கள் பெரும்பாலும் 'கிச்சன் காபினெட்' மாதிரி, மேகலை வீட்டில்தான் இருப்பார்கள்.

மேகலை, தன்னைப் பார்ப்பதற்காக அங்குமிங்குமாய் கூடிக்கூடிப் பேசியபடியே நின்றவர்களைப் பார்த்தாள். தாயும் மகளுமாய் தனித்திருந்தவர்கள் கண்ணில் பட்டார்கள்.

"எக்கா! ஏன் அங்கேயே நிற்கீங்க... வாங்கக்கா..."

ஒரு காலத்தில் இறுக்கிக் கட்டிய கயிறுபோல் தோன்றிய சுலோச்சனா, இப்போது தொப்பையாய் சரிந்து நின்றாள். அவள் வயிறு பெருமளவில் முன்னுக்கும் முதுகு சிறுமளவில் பின்னுக்குமாய் தடம் விலகி நின்றன. ஆனாலும் அவள் முகத்தில் குறுஞ் சிரிப்பு. வழக்கம்போல் கண்களைத் தாழ்த்தி தாழ்த்திப் பார்க்கும் மாதக் கடைசிப் பார்வையல்ல. மகளின் தோளில் கைபோட்டு மந்தகாசமாய்ச் சிரிக்கும் அழகுப் பார்வை. மேகலை அந்தச் சிறுவனையே உற்றுப் பார்த்தாள். அறிவு ஜீவிகள் போடும் குர்தா - ஜிப்பா ஜோரான நிறம்.

"என் மருமகன் ரொம்பத்தான் வளர்ந்துவிட்டான்."

"என்ன ஆண்டி? லாஸ்ட் வீக் பாத்தீங்க... அதுக்குள்ளயா வளர்ந்துடப் போறேன்!"

"பொண்ணு வளர்த்தியும் பீர்க்கங்காய் வளர்த்தியும் ஒண்ணுடா. இப்போ ஆம்புள வளர்த்தியும்... அப்படியா ஆகிட்டு."

"மம்மி! வாட் ஆண்டி சேய்ஸ்"

"இப்படித்தான் ஏதாவது புரியாட்டா இங்கிலீஷ்காரனா மாறிடுவான் சுயம்பு."

"இவனைப் பார்க்கும் போதெல்லாம், நான் ஒன் வீட்டுக்கு ரெண்டாவது தடவையா வந்ததும், இவனுக்கு கஸ்தூரி மாத்திரை வாங்கிக் கொடுத்ததும் நேத்து நடந்ததுமாதிரியே இருக்குதுக்கா. ஆனால், போன மாசம் இவனுக்குக் கொடுத்தது மாதிரி கஸ்தூரி மாத்திரைய ஒரு குழந்தைக்குக் கொடுக்கச் சொன்னேன். வெட்டு கூடிச்சே தவிர குறையல. இப்போ கஸ்தூரி மாத்திரயிலயும் கலப்படம்."

சுலோச்சனா ஏறிட்டுப் பார்த்தாள். இளந்துறவி மாதிரி வெளிர் மஞ்சள் சேலை. பிடி தளராத உடம்பு. பார்வையிலேயே ரெண்டு வித பாவம். ஒன்று பிறத்தியார் பாவத்தைப் போக்குவது போன்ற பார்வை... இன்னொன்று, தானே ஒரு பாவமானது போன்ற உட்பார்வை... எதையோ தேடிக்கொண்டிருப்பது போன்ற கண்கள். வெறுமனே உடம்பைவிட்டு, உள்ளுக்குள் யாரையோ பேசவிடுவது போன்ற தோரணை. முகத்தில் லேசான முற்றல். விவேகமோ... விரக்தியோ!

"சுயம்பு... ஏன் அப்படிப் பார்க்கிறே? எனக்கு நீ எப்பவுமே சுயம்புதான். உன் மருமகனுக்கு ஆசீர்வாதம் கொடு. இன்னிக்கு அவன் பிறந்த நாள். இப்போ கூட்டமா இருக்கும். அப்புறமா போகலாம்னா கேட்டாத்தானே... நம்ம காலம் மாதிரியா! நமக்கெல்லாம் பெத்தவங்க சொல்லுதான் வேத வாக்கு."

"இல்லக்கா. அப்பவும் நான் அடங்காப் பிடாரிதான். கேட்கலை... கேட்க முடியலை. போகட்டும், வாடா என் மருமகனே!"

மேகலை காலைத் தொட்ட சிறுவனுக்கு, நெற்றியில் குங்குமமிட்டாள். கூடவே ஒரு எண்ணம். என் அண்ணன் மகளும் இவனைவிட பெரிசா வளர்ந்திருப்பாள்.

மேகலை, நீலிமா காதில் கிசுகிசுத்தாள். அதைச் சிரமப்பட்டுக் குனிந்து கேட்ட நீலிமா, அந்தச் சிறுவனைக் கூட்டிக்கொண்டு உள்ளே போனாள்.

ஒவ்வொருவராக வந்து கொண்டிருந்தார்கள். அலிகள் அல்லாத மனிதர்களும் வந்தார்கள். ஒரு கட்டத்தில், தாயும் மகளுமான இரு அலிகள். பெரியவளுக்கு அழுகை. சின்னவளுக்கு முறைப்பு... சுவிகாரம் எடுத்தவள் புலம்பினாள்.

"நம்ம முறைப்படி தாயான நான் இவள அடிக்கலாம். இவள் என்னை எப்படித் திருப்பி அடிக்கலாம்?"

அங்கே 'நின்றது' அதட்டலோடு கேட்டது.

"பெத்துப்போட்ட அம்மாவே என்னை அடிக்கலை, இவள் எப்படி அடிக்கலாம்!"

மேகலை கண்ணை மூடி, சுயம்புவாக மாறினான்.

அம்மாவை அவன் திட்டியிருக்கிறான். ஆனால் ஒரு நாள்கூட, இவனை அவள் கடிந்ததில்லை. அடிக்கப்போன கையையே செல்லமாகப் பிடித்து சொடக்கு விட்டிருக்கிறாள். 'அம்மா... நீ இப்ப எப்படி இருக்கியோ! இருக்கியா... செத்தியோ...' சுயம்புவுக்கு அம்மாவின் நினைப்புக்கு ஊடகமாக அக்காளின் நினைப்பு நெஞ்சை அரித்தது. 'அண்ணன் எனக்கு சூடு மட்டுமா போட்டான், கழுத்தைக் கட்டி அழுதவனும் அவன்தானே. பல்கலைக்கழக பதிவாளர் முன்னால் அப்பா எப்படிக் கெஞ்சினார். ஒரு லட்டர் போடலாமா? ரூபாயே திரும்பி வந்துதே... நானும் பிள்ளையாருக்கு பிறந்துட்டு சுயமரியாதை இல்லாம இருக்க முடியுமா? மனசே மரத்துப்போச்சு!'

சுயம்பு, அந்த ஆலமரத்தடியில் முர்கேமாதாவிற்கு இணையாக இருந்த கங்காதேவி படத்தையே பார்த்தான். எனக்காக எழுந்து எனக்காகவே வாழ்ந்தவள். அந்தக் காலத்தில் நல்லாம்பட்டியில் வில்லுப்பாட்டாளி, சிங்கி போடும் தன் மகனைப் 'பாட்டாளி' யாக்கிவிட்டு அவனுக்குப் பின்பாட்டுப் பாடுவாரே. அப்படி என்னை முன்னிருத்தி தன்னைப் பின்னிருத்தியவள். இவள் சொல்லிக் கொடுத்த வரலாறும், அள்ளிக் கொடுத்த உபதேசங்களும், படிக்கக் கொடுத்த புத்தகங்களும் நினைத்துப் பார்க்கவே நேரம் தேவைப்படும் அளவிற்கு நீளும். அம்மா பெற்றுப் போட்டாள். பச்சையம்மா எடுத்துப் போட்டாள். ஆனால் இந்த கங்காதேவி அம்மாவோ, என்னை எனக்கு அடையாளம் காட்டி, நானே அவளென்று ஆக்கிக் காட்டியவள். அறுபது வயது பெரிய வயதல்ல. இருந்தாலும் உயிர் படுத்த படுக்கையில் தூங்கும்போதே போய்விட்டது. ஆனால், அந்த அதிர்ச்சி, இன்னும் போன பாடில்லை.

சுயம்பு, மீண்டும் மேகலையாகி கங்காதேவி படத்தைக் கையெடுத்துக் கும்பிட்டாள். கடந்த ஓராண்டு காலத்தில் இவன் இப்படி அடிக்கடி கும்பிடுவதால் அவள் தோழிகளுக்கு அது ஆச்சரியத்தைக் கொடுக்கவில்லை. ஆனாலும் அங்கேநின்ற தாய் அலிக்கு நேரமாவது போலிருந்தது. எங்கேயோ புறப்படப்போன மகளை இழுத்துப் போட்டுக் கொண்டே இருமினாள். மேகலைக்கு உணர்வு வந்தது. அதட்டினாள்.

"ஏண்டி அம்மா அடித்தா நீயும் திருப்பி அடிக்கணுமா..."

"அம்மாகூட பாட்டுப்பாட வாறேனேன். பஞ்சாபி பயலுவ விசிலடிக்கான். வீட்டுக்குள்ளய இரு என்கிறாள். வீட்டுக்குள்ள இருக்கவா நாம பிறந்திருக்கோம்."

"பேசாமல் ரெண்டு பேரும் ஒரு சடங்கு வச்சு சுவிகாரத்தை ரத்து செய்யுறீங்களா!"

கிழவி, மேகலை கண்டிப்பதைப் பார்த்துவிட்டு, 'சரி' என்றாள். உடனே சின்னவள் அழுதாள். 'மாட்டேன், மாட்டேன்' என்று தலையை ஆட்டினாள். அம்மாவை அங்கேயே அடிக்கப்போனாள். பிறகு குரு அலியான மேகலையைப் பார்த்து, நாக்கைக் கடித்தாள். மேகலை தீர்ப்பளித்தாள்.

"அம்மா அடிக்கலாம், மகள் அடிக்கப்படாது என்கிற அலிகள் சம்பிரதாயத்தை பிடிச்சுக்கிட்டு இருக்கக்கூடாது. எல்லாம் ஒரு சொல்லுல அடங்கணும்... கோழி மிதிச்சு குஞ்சு சாகாதுன்னா, குஞ்சு மிதிச்சு கோழி சாகுமா பெரியம்மா... ஏண்டி, இனிமேல் அம்மாவ அடிக்கிற வேலைய வச்சுக்கிட்டால், அப்புறம் நடக்கற சங்கதி வேற..."

அவர்கள் போனதும் லுங்கியும் முண்டாசுப் பனியனுமாய் ஒருவன். பக்கத்தில் ஒரு புடவை அலி.

"இவளுக்கு அடுத்த வாரம் சித்ரா பௌர்ணமியில் நிர்வாணம் வச்சிருக்கேன். முர்கே மாதாவோட ஆசீர்வாதமும் உங்களோட சிறு தொகையும்..."

"கருப்புக் கயிற கட்டி வெட்டிப் போடுற காட்டு மிராண்டித்தனம் இனிமேல் வேண்டாம். நமக்குன்னு ஒரு டாக்டர் தேவ்நகர்ல இருக்கார். இதுக்குன்னே நர்ஸிங் ஹோம் வச்சிருக்கார். அவரே ஆபரேஷன் செய்வார். லட்சுமிக்கா, இவளுக்குக் கொஞ்சம் பணம் கொடு..."

"ஆபரேஷன் சமயத்துல கொடுக்கலாம். இப்ப கொடுத்தால், விஸ்கி விஸ்கியா வயித்துக்குள்ள போயிடும். ஏண்டி முறைக்கே... பணத்தை, டாக்டர்கிட்டத்தான் கட்டுவேன்... கொஞ்சம் சாப்பிட்டுட்டு உட்காரேண்டி...."

மேகலை, எழுந்திருக்கப் போனாள். அதற்குள் நாலு பேர் காரில் இறங்கினார்கள். தலை தாழ்த்திக் கும்பிட்டார்கள். மேகலை அவர்களையும் கூட்டிக் கொண்டு வீட்டுக்குள் போனாள். டைனிங் டேபிளில் உட்கார்ந்தார்கள். லட்சுமி சப்பாத்திகளை வைத்தாள். மார்க்கிரெட் சப்ஜியை

வைத்தாள். குஞ்சம்மாவும், நீலிமாவும் சமையலறைக்குள் உருட்டிக்கொண்டிருந் தார்கள்.

மேகலை, சாப்பிட்டபடியும், அவர்களை சாப்பிட வைத்தபடியும் பேசினாள்.

“ஒங்கவழக்கப்படி ஒங்கபிரிவு அலிகள் யாராவது செத்தபிறகு அவள தலைகீழா போட்டு வைச்சு, பிணத்தை செருப்பு வைச்சு அடிச்சுக்கிட்டே சுடுகாட்டுக்குப் போறது இந்தக் காலத்துக்குப் பொருந்துமான்னு யோசிச்சுப் பாருங்க. நோக்கம் புரியுது. இனிமேல் அடுத்த பிறவியிலாவது செத்துப்போனது அலியாப் பிறந்து சீரழியக் கூடாது என்கிற உங்க ஆவேசத்தைக் காட்டுது... ஆனால், நாமும் மனித சீவராசிகள்தான்... நம்மாலயும் சொந்தக் கால்ல நிக்க முடியும்...”

“எப்படி பழைய சம்பிரதாயத்தை...”

“ஏசு கிறிஸ்துவ சிலுவையில் அறைஞ்ச கோலத்த காட்டுறதையே, இப்போ அப்படி காட்டப்படாதுன்னு கிறிஸ்தவர்கள் மத்தியிலேயே ஒரு கருத்து நிலவுது. எதையும், சோகத்துல முடிக்காமல், ஏசுநாதர் சிலுவையில் இருந்து பீறிட்டு உயிர்த்தெழுந்ததாய் காட்டணும்னு மேல் நாடுகளில் இளம் பாதிரிமார்கள் வாதாடி வாறாங்க. எதுக்கும் யோசிச்சுப் பாருங்க... எங்கம்மா கங்காதேவி இருந்தாலும் இதைத்தான் சொல்லியிருப்பாங்க.”

மேகலையிடம், வாதிடப்போன அந்தக் கிழட்டு அலிகள், அவள் கை கழுவுவதுபோல் கண்களும் தங்களைக் கழுவிக்கொள்வதைப் பார்த்துவிட்டார்கள். யோசிக்க வேண்டிய விவகாரம். செருப்படி பட வேண்டியது. அலிகளை நையாண்டி செய்கிறவர்கள்தான்.

அந்த மூவரையும் வழியனுப்ப மேகலை வாசலுக்கு வந்தபோது, ஒரு படகுக் கார் வந்தது. மேகலை புரிந்து கொண்டாள்.

“பிதாஜி... பிதாஜி”

அந்த சர்தார்ஜி காலில் கைபோட்டவளைத் தூக்கி நிறுத்தி, ஆரத் தழுவினார்.

“கானா காதியா பிதாஜி...”

“நை பேட்டி. இப்பதான் சாப்பிட்டேன்” என் வீட்டுக்கு நீ வந்து ஆறு மாசம் ஆகுது. வேலை தினமும் இருக்கும் மகளே. நாம்தான் அதிலிருந்து ஒரு நாளைக்காவது விலகணும்...”

“எங்க பிதாஜி முடியுது? வெட்ட வெளியாய் இருக்கிற இந்த இடத்துல அலிகளுக்காக ஒரு தர்மஸ்தலா கட்டணும் என்கிறது எங்க அம்மாவோட ஆக்ஞை. அதுக்கு பிளான் போடறதிலயும், போட்ட பிளானைத் திருத்துறதுலயும், இருக்கேன். கட்டிடம் ஒரு கலை என்கிறதை மறந்துட்டு, அந்தக் கலைக்கே சிறைவைக்கிற மாதிரி ஒருத்தன் பிளான் கொண்டு வாறான்...”

“இந்த சர்தார்ஜிகூட பழையபடியும் ஒன்கிட்ட அடைக்கலமா வரலாம். சர்தார்ஜி துரத்துகிற பஞ்சாபி இந்துக்களும், இங்க வரலாம். அதனால பெரிசா கட்டு... என் நன்கொடை எப்போ வேணும்?”

“கடைக்கால் போட்டபிறகு வாங்கிக்கிறேன்... செமத்தியா கேட்பேன்.”

“ஒனக்கு இல்லாத பணமா? அப்புறம் மகளே, கோபப்படாமல் கேக்கணும். ஒனக்கு பரிதாபத்ல ஒரு சின்ன பாக்டரியை எழுதி வைக்கேன்னு சொன்னேன். தட்டிட்டே... ஆனால், இதைத் தட்ட விடமாட்டேன். இந்திரபுரியில் உன்பேர்ல ஒரு வீட்டை எழுதி வைச்சுட்டேன். மாதம் வெறும் பத்தாயிரம் ரூபாதான் வாடகை வரும். அதோட ரெண்டு லட்சத்தை உன்பேர்ல டிபாசிட் போட்டுட்டேன்...”

“இதுக்குத்தான் என் பாங்க் அக்கவுண்ட் நம்பரைக் கேட்டிங்களா... எனக்கு எதுக்கு பிதாஜி...”

“நீ எனக்கு செய்திருக்கிறதை, நான் பழையபடியும் சொல்லிக்காட்ட விரும்பல. ஆனால், நான் உனக்குன்னு ஏதாவது செய்யாட்டால், என் ஆத்மா சாந்தியடையாது. என் ஆத்மா சாந்தியடையணும்னு நீ விரும்புனால், இதை ஏத்துக்கணும்...”

சர்தார்ஜி அவள் மௌனத்தை சம்மதமாக எடுத்துக் கொண்டு, புறப்பட்டார். அவருக்குக் கார் கதவைத் திறந்துவிட்டு, காரிலேற்றி, வழியனுப்பிவிட்டுத் திரும்பிய மேகலை, ‘எங்கம்மா கங்காதேவி சொத்தே நாலு தலைமுறைக்குப் போதும். இதுக்குமேல எதுக்கு?’ என்று சொன்னபடியே ஆலமரத்தடியில் உட்கார்ந்தாள். இந்தப் பேச்சை மட்டும் அவள் தோழிகள் காதில் வாங்க மறுத்தனர்.

இதற்குள், இன்னொரு கூட்டம் எந்தக் கலப்பும் இல்லாத ‘அவர்களின்’ கூட்டம்.

“விவேக்புரியில் ஒரு ஆபீஸர்மேல பஸ் மோதி இறந்துட்டாரு...”

“சரி, கூடமாடப் போய் அழுங்க, காசு கொடுத்தால் வாங்கப்படாது...”

“நம்ம ஏரியாவுக்குள்ள மோசினி குரு அலி, சேலா அலிகளை அனுப்பி வைக்கான். நேற்று கொஞ்சம் கலகலப்பு...”

“அதெல்லாம் கூடாது. இன்னிக்கு மட்டும் அந்த ஏரியாப் பக்கம் போகாதீங்க. மோசினிகிட்ட நான் பேசுறேன்.”

“இவள் மூணு தடவை ஆள மாத்திட்டாள். முதலாவது ஆள் அழுகிறான். ரெண்டாவது ஆள் பொருமுறான்...”

வாசலில் நின்ற லட்சுமி புகார் செய்தவனைக் கண்டித்தாள்.

“ஏண்டி, குதிரைக் கொண்டை, தராதரம் தெரியாமல் இதைப்போய் அவள்கிட்ட சொல்றயடி... இவள் மூணாவது ஆம்பளையாவது மாற்றாமல் இருக்கச் சொல்லு...”

மேகலை மீண்டும் எழுந்தாள். அதற்குள் ஒரு கார்... எந்த நல்ல காரியத்திற்கும் அவளிடம் விபூதி குங்குமம் வாங்கிக்கொண்டு போகும் கார். பத்தாண்டுகளுக்கு முன்பு ஒரு நூறுரூபாய் கொடுத்ததே, அந்தக் காரின் வாரிசுக் கார்.

லட்சுமி, வாசலில் தன்னை ஒருமாதிரிப் பார்ப்பதை புரிந்துகொண்ட மேகலை, உதட்டைக் கடித்தபடியே வீட்டுக்குள் வந்தாள். நீலிமா, நஸிமா, மார்க்கிரெட், குஞ்சம்மா, பகுச்சார் தேவி எல்லோரும் லட்சுமியைப் பார்த்து கண்ணைச் சிமிட்டினாள்கள். மேகலை கேட்டாள்.

“என்னக்கா வேணும்...”

“சித்ராபௌர்ணமி நெருங்குது. கூவாகம் போகணும். நம்ம புருஷன நாம பாத்தாகணுமே...”

“நான், என்ன போகவேண்டாம்னா சொல்லப் போறேன்!”

“நீ வரணும். இவளுக எல்லாம் இந்த வருஷம் நீ இல்லாமல் கூவாகம் போகக்கூடாதுன்னு சொல்றாளுக... ஏண்டி, என்ன பேசவிட்டுட்டு நீங்க சும்மா நின்னா எப்படி....?”

“விழுப்புரம் பக்கத்துல இருக்கிற கூவாகம்தானே. நான் வரமாட்டேன். தமிழ் பேப்பர்ல - பத்திரிகைகள்ல வந்த செய்திகளைப் படித்தால், வாந்தி வருது... அலிகளை அசல் தாசிகளா எழுதுறாங்க. நாம் பிறப்பெடுத்ததே அதுக்குத்தான்

என்கிறதுமாதிரி,பக்கம்பக்கமா எழுதறாங்க.ஆம்பளைங்களைத் தவிர, நமக்கு வேற சிந்தனையே இல்லை என்கிற மாதிரி எழுத்து. இதனாலேயே விழுப்புரம் பக்கத்துல இருந்து விடலப் பயலுக, கூவாகத்துக்கு பஸ் பஸ்ஸா போறாங்களாம். அது கூவாகம் இல்ல, கூவம். இந்தச் சித்ரா பௌர்ணமிக்கு நான் வழக்கம்போல குஜராத்ல இருக்கிற முர்கே மாதா கோயிலுக்குப் போறேன். என்கூட நீங்க வேணுமுன்னா வாங்க. ஆனால் நீங்க கூவாகம் போகக்கூடாதுன்னு நான் சொல்லல."

லட்சுமி, வாயைத் திறந்து வைத்து யோசித்தாள். அப்படி அவள் வாயைத் திறந்தால், சிந்தனை பிறக்காது என்று எண்ணியது போல், குஞ்சம்மா அவளின் இரண்டு மோவாப் பிரிவுகளையும் ஒன்றுபடுத்தினாள். அவள் நினைத்தது போலவே லட்சுமிக்கு ஒரு சிந்தனை பிறந்தது.

"கூவாகத்துல மட்டும்தான் கூத்தாண்டவருக்கு கோயில் இருக்குதா... நினைக்காதடி... பாண்டிச்சேரியில், பிள்ளையார்குப்பத்துல அரவான் இருக்கார். கடலூருக்கு இரண்டு கிலோமீட்டர் தூரத்துல கடற்கரையோரமாய் மஞ்சக்குப்பம் என்கிற இடத்துல நம்ம புருஷன் இருக்கார். இந்த இடம் அருமையான இடம். கூவாகம் மாதிரி அசிங்கம் கிடையாது. பிள்ளையார்குப்பம் மாதிரி வெடிவிபத்துக் கிடையாது. நம்மளூல இருக்குற மேனாமினுக்கிங்க வராத இடம். நான் ஒரு தடவை போயிருக்கேன்... இந்தத் தடவை நீ மாட்டேன்னாலும், நான், அனுமார் ராமலட்சுமணரைத் தூக்கிட்டுப் போனதுமாதிரி ஒன்னை தூக்கிட்டுப் போயிடுவேன்..."

மேகலை, மீண்டும் சுயம்புவானான்.

"கடலூர் படித்த ஊருக்குப் பக்கத்திலுள்ள நகர். ஒரு வேளை டேவிட் அங்கே டாக்டரா இருக்கலாம். அந்த 'ஆம்பளப் பசங்ககூட' கண்ணுல படலாம்.வீட்டுக்குப் போகக்கூடாதுதான். ஆனாலும், தெரிஞ்சவங்க கிடைச்சா குடும்ப நிலமையை தெரிஞ்சுக்கலாம். போகலாமா, வேண்டாமா? இருக்கிற நிம்மதியை எதுக்காகக் கெடுக்கணும்..."

39

கூத்தாண்டவர் கோயிலுக்கு, முன்னாலும் பின்னாலும், சராசரி மனிதர்களுக்குக் கூத்தாகிப் போனவர்களின் கூட்டமயம்.

சந்தனக் காப்பிட்ட கூத்தாண்டவர் சிலை, சிறிது தொலைவில் அலை அலையாய் ஆர்ப்பரிக்கும் கடலைப் பார்த்துக்கொண்டிருப்பது போன்ற பிரமை. அந்தக் கடலிரைச்சல் காதில் பட்டு, கவனம் கலைந்து, கூத்தாண்டவர் திடுக்கிட்டுப் பார்ப்பது போன்ற கண்கள். பீடத்திற்குக் கீழே கிருஷ்ணன், அலியாய் உருவெடுத்து அரவானிடம் கழுத்தை நீட்டும் படம். இதற்கு அருகே பசியடங்காக் காளியின் கோர சொரூபப் படம். அந்தச் சின்னக் கருவறைக்குள், ஒரே புகை மயம். தேங்காய்த் தண்ணீர் குட்டைபோல் பெருகியிருந்தது.

அந்தக் கோவிலுக்குப் பின்பக்கம் ஒரே மாதிரியான குடிசை வீடுகள். அவற்றின் திண்ணைகள் கூட மேடு பள்ளமில்லாமல் இடையிடையே வாய்களைக் காட்டிக் கொண்டிருப்பது போன்று தோன்றின. ஒவ்வொரு திண்ணையிலும், நான்கைந்து அலிகள். ஊர் ஊராய், மொழி மொழியாய், கூடியிருந்தார்கள். நாதியற்றது போல், சாதியற்ற சனங்கள். ஒருத்தி புருவத்திற்கு மை தீட்டிக் கொண்டிருந்தாள். இன்னொருத்தி, மேக்கப் செட்டிலுள்ள கண்ணாடியைச் சார்த்தி வைத்துவிட்டு, அழகு பார்த்தாள். இன்னொருத்தி வேடிக்கை பார்த்த விடலைப் பயல்களை துரத்திவிட்டு, பாவாடைமேல் படர்ந்த வாயில் புடவையைக் கழட்டிவிட்டு, பட்டுப் புடவையைக் கட்டிக்கப் போனாள். கொண்டைக் குருவிகளைப் போன்ற சத்தம். பூணிக்குருவி மாதிரியான சிணுங்கல்கள். சிலருக்குப் பற்கள் மட்டுமே வெள்ளை. சிலருக்கு முழி மட்டுமே கருப்பு. தூக்கணாங்குருவிக் கூடுகள் மாதிரி கொண்டைகள். அவற்றில் அரளிப் பூக்களிலிருந்து அத்தனை பூக்களும் சவகாசம் செய்தன.

அந்தக் கோவிலுக்கு முன்னால், கற்பூரங்கள் திட்டுத் திட்டாய் ஏற்றப்பட்டு, காட்டுத் தீயாய்ப் பற்றி எரிந்தன. பல அலிகள் கருப்பட்டியைவிட, பெரிய பெரிய கற்பூரக் கட்டிகளைப் போட்டார்கள். பேச்சைக் குறைக்காத உருமி மேளம். அலிகள் அல்லாதோர், அந்தக் குப்பத்து மக்கள், தேங்காய் பழத்தட்டுக்களோடு கூடி நின்றார்கள். அக்கம் பக்கத்து அற்புதப் பிறவிகளைக் கூவாகத்தில் பார்ப்பது போல் பார்க்காமல், தங்களில் ஒருவர்போல் பார்த்தார்கள். சிலருக்கு உறவுமற்ற பகையுமற்ற சூன்யப் பார்வை.

கூத்தாண்டவர் கோவிலுக்குக் கிழக்குப் பக்கம், பெரிய பெரிய கற்கள் கோணல் மாணலாகக் கிடந்தன. அவற்றிற்கு இடையே

சதுரம் சதுரமான மணல் திட்டு. அங்கே அக்கம்பக்கத்து அலிகளின் ஜமா...இருவருக்கும் இடையே ஏதோ ஒரு சண்டை. அந்த இருவருக்காக, கட்சி பிரிந்து கையை நீட்டி நீட்டி, தட்டித் தட்டி ஆளுக்கு ஆள் பேச்சு. 'ஜமாத்' தலைவி சுந்தரம்மா, அவர்கள் கத்தி அடங்கட்டும் என்பது போல்விட்டுப்பிடித்தாள். அந்தச் சமயத்தில் ஒரு வெள்ளைக்கார்... கடலில் போகும் படகு போல் வந்து நின்றது. அதன் முன்பக்க, பின்பக்க கதவுகளிலிருந்து, ஆறுபேர் சிநேகிதமாய்ச் சிரித்தபடியே வெளியே வந்தார்கள். மேகலை, வெளிர் மஞ்சள் பட்டுச் சேலையால் தலையை மறைத்த முக்காட்டை எடுத்தாள். நீலிமா, ஒரு அசத்தலான பார்வையோடு நின்றாள். லட்சுமியும், குஞ்சம்மாவும், மேகலை பக்கமே நின்று கொண்ட போது, இதுவரை கடலையே பார்த்திராத மார்க்கிரெட்டும், பகுச்சார் தேவியும் சிறிது ஓடிப்போய் ஆர்ப்பரிக்கும் கடலையே அங்குமிங்குமாய் துள்ளித் துள்ளிப் பார்த்தார்கள்.

கீழே உட்கார்ந்திருந்த அலிப் பெண்கள் அந்த அறுவரையும் 'மேலாய்' பார்த்தார்கள். அவர்கள் கழுத்தில் மின்னிய நகைகளின், கண்கூச்சத்தையும் மறந்து அதிசயித்துப் பார்த்தனர். நிச்சயமாய் அது 'கவரிங்' இல்லை என்பதைக் கண்டறிந்ததும், அவர்களைக் கையாட்டிக் கூப்பிட்டார்கள். விவகாரம் பேசுவதற்கு, தான் ஆயத்தம் செய்தபோது, சேலாக்கள் கார்க்காரி களைப் பார்ப்பதில் ஜமாத் தலைவிக்கு சிறிது எரிச்சல். ஆனாலும், தன்னை அறியாமலே எழுந்து நீலிமா பக்கம் போனாள். ஏதோ பேசினாள். உடனே அவள் - இடுப்பில் கைதட்டி, "மேகலை மே போலோ" என்று அவளைச் சுட்டிக் காட்டினாள்.

ஜமாத் தலைவியான சுந்தரம்மா, தனது குண்டுச்சட்டி உடம்பை ஆட்டியபடியே கேட்டாள்.

"அப் கிதர் ஹை..."

"தமிழிலேயே பேசுங்க. நானும் தமிழ்நாட்டுக்காரிதான்... படித்ததும் பக்கத்துலதான்..."

மேகலை மேற்கொண்டும் பேசாமல் அப்படியே நின்றாள். சுந்தரம்மாவும் புரிந்துகொண்டாள். ஒவ்வொரு நெஞ்சுக்குள்ளும் ஒவ்வொரு சோகம். அதை இடம் பொருள் ஏவல் தெரியாமல் கொட்ட முடியாது. அவள், நீலிமாவின் கையையும் மேகலையின் கையையும் ஒரு சேரப்பிடித்துக்கூட் டிப்போனாள். கீழே காய்ந்து

கிடந்த மரத்தைக் காட்டி உட்காரச் சொன்னாள். பிறகு அது அவர்களுக்குச் சரிப்படாது என்பதுபோல் ‘பக்கியடிக்காத’ ஒரு பாறாங்கல்லைக் காட்டினாள். அவர்களோ தரையிலேயே உட்கார்ந்தார்கள். குஞ்சம்மாவிடம் எதையோ காரசாரமாக விவாதித்துக் கொண்டிருந்த லட்சுமி அங்கே ஓடிவந்து மோவாயை இடித்து இடித்துச் சொன்னாள்.

“நாங்களும் பார்த்தாலும் பாத்தோம்மா... இப்படி ஒரு நிலமைய பார்க்கலம்மா... கடலூர்ல ஈயடிக்கிற பயல்கூட லாட்ஜ்ல ரூம் கிடையாதுன்னு நக்கலாய் சொல்றான். ரூம் இல்லன்னா இல்லேன்னு சொல்ல வேண்டியதுதானே... அதுக்கு ஏன் நக்கல், இளிப்பு, எளக்காரம்... எங்க டெல்லியாயிருந்தால், பீஸ் பீஸா ‘கவாப்’ செய்திருப்போம். இல்லன்னா ஜோடு பிஞ்சிருக்கும்...”

ஒரு மோகன முகக்காரி சலிப்போடு பதிலளித்தாள்.

“நீங்க வேற... அப்படியே ரூம் கிடைச்சாலும், நடுராத்திரியில போலீஸ்காரன் வந்து கதவத் தட்டுவான். கஞ்சா எவ்வளவு வச்சிருக்கேன்னு கன்னத்தில் அறைவான். மதுரையில நான் பட்டபாடு...”

மேகலை, ஜமாத் தலைவியின் பக்கமாய் நெருங்கிப் போய் உட்கார்ந்து கொண்டாள். எதிரில் யாரோ ஒருத்தன் லுங்கியும் பனியனுமாய், பிட்டத்தைக் குலுக்கிக் கொண்டே அன்னநடை போட்டான். சந்தேகம் கேட்டாள்.

“நம்ம இனம் மாதிரி தெரியுது. ஆனால் நம்மையும் கண்டுக்காமல் சேலயும் கட்டிக்காமலே திரியுது.”

“அது எனக்குத்தெருஞ்சவள்தான். சொந்த வீட்லய இருக்காள். அங்கங்க சமையல் வேலைக்குப் போயிட்டு அண்ணன் வீட்டுக்கு போயிடும்... குடும்பத்துலயும், யாரும் கட்டுப்படுத்தல. இது மாதிரி படிதாண்டா பத்தினி மாதிரியும் இருக்காளுக. காய்கறி வித்துப் பிழைக்கிறாளுக. இந்தக் கடலூர்ல கூட ஒருத்தன் அஞ்சு நாள் சைக்கிள் விட்டான். அந்த அஞ்சு நாளும் ஆடிப்பாடுறதுக்கு நம்மள மாதிரி ஜீவன்கள் வந்தாளுங்க. ஆனாலும், ஒன்னை மாதிரி என்ன மாதிரி, வீட்ட விட்டு தொரத்தப்பட்டு அலங்கோலமா ஆனவங்கதான் மெஜாரிட்டி... நீ என்ன நினைக்கே...”

மேகலை, குடும்பத்தை நினைத்தாள். மணியார்டர் பணம் திரும்பி வந்ததையும் நினைத்தாள். என்னையும் வீட்டோடு

வைத்திருந்தால், எப்படி இருந்திருக்கும்... இயல்பான அவளது உள்ளத்தின் இளக்கம் திரவ நிலையிலிருந்து, திடப் பொருளானது. தனக்குள்ளேயே ஏதேதோ முனங்கிக் கொண்டாள்.

இதற்குள், லட்சுமி, 'ஒன்றைத்' தேடிப் பிடித்துச் செல்லம் செல்லமாய்ப் பேசிக்கொண்டிருந்தாள். குஞ்சம்மாவுக்கு, ஒரு மலையாள அலி கிடைத்தாள். மார்க்கிரெட்டும் பகுச்சார் தேவியும், இன்னும் கடல் பக்கமிருந்து திரும்பவில்லை. நீலிமா பெங்காலியில் உரத்துக் கத்தினாள். அப்படியாவது எந்த வங்காளிக்காரியும் தன்னை அடையாளம் கண்டுகொள்ளட்டும் என்பது போல். பிறகு தனது தோல்வியை வெற்றியாக்கும் வகையில் சிறிது தொலைவில் பாட்டுப் பாடிக் கொண்டிருந்த மொழியறியாப் பெண்களுடன் விழியால் பேசினாள். அப்புறம் டோலக்கின் டொக் டொக்... அவர்களின் டக்... டக்...

எல்லோருடைய கவனமும் மேகலையை விட்டு விட்டுப் புதுக்கதாநாயகியான நீலிமாவின் ரொட்டி மாவு முகம் நோக்கிப் போனபோது, அவளைவிட இன்னொன்று அதிகமாகக் கவர்ந்தது.

அரவான் சாமியின் மரத்தலை வைக்கப்பட்ட கோயில் தேர், மேள தாளத்துடனும், வானவேடிக்கையுடனும் வந்துகொண்டிருந்தது. இங்கிருந்த அலிகளைப் போல் பல மடங்கு அலிக்கூட்டம், தேருக்கு முன்னாலும் பின்னாலும் ஆடிப்பாடி வந்தனர். கரகாட்டம், காவடியாட்டம், பிரேக் டான்ஸ். நீலிமா பக்கத்திலிருந்தவள்களை விட்டு விட்டு அந்தக் கூட்டத்தோடு சேர்ந்து டோலக்கைத் தட்ட விட்டாள்.

இதற்குள், அரவான் என்றும் அழைக்கப்படும் கூத்தாண்டவரின் தேர் கோவிலுக்கு எதிரே வந்தபோது, உள்ளூர் மேளம் விலகி, செட்டு மேளம் அதிர்ந்தது. நாதஸ்வரம் உச்சத்திற்குப் போனது. கற்பூர ஒளி வட்டத்தோடு கீழே இறக்கப்பட்ட அரவான் தலைக்குத் தயாராய் வைக்கப்பட்ட மரக்கால்கள், மரக்கைகள் உட்பட அத்தனை உறுப்புக்களும் பொருத்தப்பட்டன. அவருக்கு மடிசார் வேட்டியும், மஞ்சள் கலர் சட்டையும் உடுத்தப் பட்டன. மரக்கையில் ஒரு இரும்பு திரிசூலம் பொறுத்தப்பட்டது. அவர் உள்ளே கருவறைக்குக் கொண்டு போகப் பட்டார். அங்கே இருந்து ஒரே ஒரு கருப்புப் பூசாரி நூற்றுக்கணக்கான மஞ்சள் துண்டுக் கயிறுகளோடு

வெளியே வந்தார். கீழே உட்கார்ந்து அவரும் நான்கைந்து சேலா பூசாரிகளும் கயிறுகளில் மஞ்சள் துண்டுகளைக் கட்டிக்கொண்டிருந்தார்கள். உடனே 'அவள்கள்' நாலா பக்கமும் இருந்து குவிந்தார்கள். சின்னக் கருவறைக்குள் இடம் போதவில்லை. இதற்குள் உள்ளூர் மீனவ தர்மகர்த்தாக்கள் ஒவ்வொருத்தியையும் அவள் மினுக்கத்திற்கு ஏற்ப குரல் போட்டார்கள். நகைக் காரிகளுக்கு ஒரு யாசக சத்தம், பட்டுப் புடவைக்காரிக்கு ஒரு தடவல், வாயில் புடவைக்கு ஒரு அதட்டல். கூரைப்புடவைக்கு ஒரு குத்து.

நூற்றுக்கணக்கான மொந்தைப் பூக்கள் ஆயிரக் கணக்கான கோணத்தில் சுயமாய் ஆடுவது போன்ற தோற்றம். ஆயிரமாயிரம் மனிதத் தலைகள், ஒரே ஒரு உருவம் பெற்றது போன்ற நெரிசல்; ஆனாலும் எப்படியோ வரிசை விரிவானது. உள்ளேயும் ஒரு பூஜாரி. புகைமூட்டத்திற்குள் புகைந்து போனவர். கருவறைக்குள் வந்த அலிகளுக்கு, மஞ்சள் துண்டு கொண்ட மஞ்சள் கயிற்றைக் கட்டிவிட்டார். உள்ளே தாலி போட்டவள்கள் வெளியே நின்ற வெறுங்கழுத்துகளை ஏளனமாய்ப் பார்த்தன.

சிறிது ஒதுங்கி நின்ற மேகலையைச் சுட்டிக்காட்டி, ஜமாத்தலைவி சுந்தரம்மா மூத்த தர்மகர்த்தா ஒருவரிடம் ஏதோ சொன்னாள். அவள், கார் வைத்திருப்பதை வார்த்தையாலும் சொல்லி, இரண்டு கைகளையும் ஸ்டியரிங் மாதிரி வைத்து அங்கேயே கார் ஓட்டுவது போலக் காட்டி, படம் போட்டுக் கதை சொல்வதுபோல் சொன்னாள். உடனே அந்த தர்மகர்த்தா மேகலை மீது ஒரு வி.ஐ.பி. பார்வை போட்டார். நாற்பது வயது சுந்தரம்மாவே, பெண்ணுக்குத் தோழியாக உள்ளே போனாள். உருண்டு திரண்ட கம்பத்து ஆண்டவராய் உள்ள உற்சவமூர்த்தி கூத்தாண்டவரையும் அதே மாதிரி கற்சிலையாய் ஆனவரையும் அவள் உற்றுப்பார்த்தாள். அப்போது பூசாரி, தேங்காய் உடைத்த கையோடு, அவள் கழுத்தை லேசாய் வளைத்து தாலி கட்டினார். பட்டுப் புடவையோடும், பகட்டும் நகைகளோடும் தோன்றிய அவள், வித்தியாசப்பட்டவள் என்பதை உணர்ந்ததுபோல் மூன்று முடிச்சுக்களையும் ஆற அமர முழுமையாகவும் வித்தியாசமாகவும் கட்டினார். பிறகு சுந்தரம்மாவுக்கு ஒப்புக்குக் கட்டுவதுபோல் ஒரு இழுப்பு இழுத்தால் அவிழ்ந்துவிடுவது மாதிரி, தாலி.

கருவறையிலிருந்து வெளியே வந்த மேகலை, கூத்தாண்டவரையே வெறித்துப் பார்த்தாள். அங்கே, அதே

மர உருவம் மனிதனாகிறது. கையில் பிடித்துள்ள சூலாயுதம் ஸ்டெதாஸ்கோப்பாகிறது. டேவிட்... அவளைப் பார்த்துச் சிரிக்கிறான். மேகலை கழுத்தில் தொங்கிய மஞ்சள் துண்டு தாலியை, கண்களுக்குக் கொண்டு போய் ஒற்றிக் கொண்டாள். மனதிற்குள் டேவிட்.டேவிட் என்றாள். அவளை ஆச்சரியமாய் பார்த்த சுந்தரம்மாவிடம் பட்டும் படாமலும் கேட்டாள்.

"கடலூர்ல டேவிட்டுன்னு யாராவது டாக்டர் இருக்காங்களா?"

"டேவிட்டோ எட்வர்டோ... பிள்ள கழிக்கறதுல ஒன்னாம் நம்பர்."

"நான் சொல்றவரு நல்ல மனுஷன்."

"எங்க பார்த்தாலும் டாக்டரு... டாக்டர் ஜனத்தொகை பெருத்துப் போச்சு. யார் கண்டா டேவிட்டை."

"சரி, இதுக்குமேல என்ன நடக்கும்?"

"எல்லாருக்கும் தாலி கட்டுன பிறகு கூத்தாண்டவர் புறப்படுவார். நாமும் நம்ம புருஷன் பின்னால ஆடிப் பாடணும். அப்புறம் அவரை காளிக்கு பலி கொடுப்பாங்க. நாம் தாலியறுக்கணும். இவ்வளவும் முடிய நாளைக்கு பகல் பன்னிரண்டு மணி ஆயிடும். நீ இப்பத்தான் மொதல் தடவை வாறியா?"

"ஆமாம்."

"அரவான் சாமி கதை தெரியுமா?"

"ஒரு காரியம் செய்யலாமா? காரு ரெடியா இருக்குது. கடலூர் ஒரு சுற்றுச் சுற்றிட்டு சிதம்பரத்துக்கும் போயிட்டு வந்துடுவோமா."

"நாம் போறதுக்குள்ள கோயிலை மூடிடுவாங்களோ!"

'கோயில மூடலாம். ஆனால், கோபுரத்தை மூட முடியுமா? எட்டி நின்று பார்த்துட்டால், அதுவே எனக்கு பெரிசு."

40

மேகலையும் சுந்தரம்மாவும் காரைத் தேடிப் போனார்கள். ஒரே ஒரு கார்தான். கண்டுபிடிப்பதில் சிரமமில்லை. சுந்தரம்மா, தன்னுடைய சேலா அலிகளைக் கண்டுக்காமல் போனாள். தரையில் கால் பாவாமல் நடந்தாள். மேகலை, அங்கே கூடிய தனது கோஷ்டிக்கு தாலி கட்டிக்கொள்ளும்படிச் சொல்லிவிட்டு, காரில் ஏறிக்கொண்டாள். ஜமாத்தலைவியையும் ஏற்றிகொண்டாள்.

கடலூருக்குள் கார் பஜார் பஜாராய்ச் சுற்றியது. அவள் கண்கள் ஒவ்வொரு டாக்டர் போர்டாய் பார்த்தது. சுந்தரம்மா, அதைப்பற்றிக் கவலைப்படாமல், அர்ச்சுனனுக்கும் நாககன்னிகைக்கும் பிறந்த அரவான் கூத்தாண்டவராய் மாறிய புராணத்தை நீட்டி முழக்கிச் சொல்லிக்கொண்டே இருந்தாள். மகாபாரதப் போரில், பாண்டவர் வெல்ல வேண்டுமானால், அத்தனை சாமுத்திரிகா லட்சணங்களையும் கொண்ட ஒருவனைப் பலியிட வேண்டுமென்று சகாதேவன் ஜாதகமாக சொல்லிவிட்டான். இந்த லட்சணங்களைக் கொண்டவர்கள் மூவர். அர்ச்சுனன், கிருஷ்ணன், அரவான். இவர்களில் இளிச்சவாயன் கடைசி ஆள். சம்மதித்தான். ஆனால் ஒரு நிபந்தனை போட்டான். காளிக்குப் பலியாகும் முன்பு, கலியாணம் செய்து வைக்க வேண்டும் என்றான். எந்தப் பெண்ணும் இணங்கவில்லை. இறுதியில், கிருஷ்ணனே ஒரு அலியாகி, அவனைக் கட்டிக்கொண்டார். போரில் காளிக்கு அரவான் படைக்கப்பட்டான். ஆனால், காளியாத்தா, மனமிரங்கி அரவானை ஒற்றைத்தலை உருவமாக்கி அதற்கு உயிரூட்டினாள். அவருக்குப் பேர்தான் கூத்தாண்டவர். ஆகையால் எல்லா அலிகளுமே கிருஷ்ண அவதாரங்கள்."

இந்தக் கதையை கருத்தோடு சொன்ன சுந்தரம்மா, பிறகு சலிப்போடு சொந்தக் கருத்தைச் சொன்னாள். இந்தக் கொள்ளயில போற அரவானுக்கு என்ன வந்திட்டுது... அவனுக்குத்தான் புத்தியில்லன்னா, இந்த கிருஷ்ணனுக்குமா... கிருஷ்ணன், ஒரு நாள் கூத்துக்கு மீசையை எடுத்துட்டு அலியானான். இந்த அரவானும் ஒரு ராத்திரி ஆசைய தீர்த்துக்கிட்டான். கடைசியில நாமதான் அம்போன்னு ஆயிட்டோம்."

மேகலை, ஏற்கெனவே தெரிந்து வைத்திருந்த அந்தக் கதையை நயத்தகு நாகரிகம் கருதிப் புதிதாய்க் கேட்பது போல் தலையாட்டிக் கேட்டாள். பிறகு வெறுப்போடு சொன்னாள்:

"கிருஷ்ணன் கிடக்கான் விடு. அவனுக்கென்ன பழையபடியும் ஆணாய், மாறிட்டான். டிரைவர், சிதம்பரத்துக்கு வண்டிய விடுப்பா..."

அந்தக் கார், சிதம்பரத்தை நோக்கி விரைந்தது. நான்கு கால் பாய்ச்சலில் பாய்ந்தது. சாலை ஓரமாக இருந்த பல்கலைக் கழகத்தின் பக்கம் அது வந்தபோது, அவள் காரை, நிற்கச்

சொன்னாள். சிறிது தூரம் நடந்தாள். கூட நடக்கபோன திடீர்த் தோழியைக் கையாட்டித் தடுத்தபடியே நடந்தாள். அசைவற்று நின்றாள். தோழிக்காரி போய்த்தான் அவளை உசுப்பி விட்டாள். காருக்குள் ஏறி ‘கோவில் கோவில்’ என்றாள். கோவிலுக்குப் போனதும், கோபுரத்தை, ஒப்புக்கு கும்பிட்டுவிட்டு, காரை வீதி வீதியாய் விடச் சொன்னாள். போர்ட் போர்டாய்ப் பார்த்தாள். டேவிட் அந்தக் காலத்தில் சுட்டிக் காட்டிய ‘செமினார் புகழ்’ சைக்யாட்ரிஸ்ட் கிடைப்பாரா என்று பார்த்தாள். அங்கே ஒரு பெட்டிக் கடை இருந்தது. அவள் சளைக்கவில்லை. அதே மருந்துக் கடைக்குப் போனாள். டேவிட்டைப் பற்றி நேரடியாய் விசாரித்தபோது, அப்படி ஒருத்தன் இல்லை என்பதும் ‘இப்படிப்பட்ட’ ஒருத்தி, விசாரிக்கிற அளவுக்கு ஒருத்தன் இருந்தால் அவன் பிரிஸ்கிரிப்ஷன்களுக்கு மருந்து கொடுக்கப் போவதில்லை என்பது மாதிரியும் அதே பழைய கடைக்காரர், பழைய சுயம்புவைத் தெரியாமல் பேசினார்.

அந்தக் கார், வெறுமையோடு, கூத்தாண்டவர் கோயிலை நோக்கி வந்தது. வழியில் மேகலை தனது வரலாற்றையும், டேவிட் உள்ளிட்ட கதை மாந்தர்களையும் சொன்னாள். கோயிலருகே வந்ததும் இருவரும் கூத்தாண்டவரின் தேரைப் பார்த்து ஓடினார்கள். மேகலை கடல் மண்ணில் ஓட முடியாமல், செருப்பைக் கையில் பிடித்தபடியே ஓடினாள். இருவரும் அந்த மனிதக் கடலில் இரு துளிகளாகி - ஒரு குமுழியாகி மறைந்துபோனார்கள்.

மேகலை தேரிலிருக்கும் கூத்தாண்டவரைப் பார்த்தாள். டேவிட்டாகத் தோன்றிய ஒரு உருவத்தை வலுக்கட்டாயமாக விலக்கினாள். தேருக்கு முன்னால் நடக்கும் ‘திருப்போரைப்’ பார்த்தாள். காளி வேஷம் போட்டவரும், அரவான் வேஷம் போட்டவரும், கத்தியும், வாளுமாக, வேலும் வில்லுமாக போரிடுகிறார்கள். துள்ளித் துள்ளித், தள்ளித் தள்ளி, தாம் தூம் என்று குதிக்கிறார்கள். அரவான், காளியின் வாளுக்கு பலியாகாமல், லாவகமாக தலையை வளைக்கிறான். காளியைக்கூட அவன் கொல்ல போவது போன்ற நிலை. உடனே, எல்லா அலிப் பெண்டாட்டிகளும், கொண்டை யிலுள்ள பூக்களை எடுத்து, அரவான்மேல் பூப்பூவாய் வீசுகிறார்கள். சபாஷ் போடுகிறார்கள். விசிலடிக்கிறார்கள். விநயமாக ஆடுகிறார்கள். அந்தக் காலத்து, ஆகாய அம்புகள்

போல், வாணவேடிக்கைகள். இந்தக் காலத்து அணு ஆயுதங்கள் போல் சிவகாசி வெடிகள். அலிகளின் நாட்டியங்கள்... உருமி மேளம். உள்ளூர் அலிகளின் டேப்புகள். வெளியூர் நீலிமாவின் டோலக். ஒரே சங்கீதக் கூச்சல். அரவானுக்கு வக்காலத்து. காளிக்கும் - காளியாடிக்கும் திட்டுக்கள்.

அரவான் சாமியாடி வலுவானவர். ஆனாலும் புராணத் தீர்ப்புக்குக் கட்டுப்பட்டு தலையை நீட்டுகிறார். ஒரு 'பாவலா' அரிவாள் வெட்டு... அப்படியே தரையில் சாய்கிறார். சாராய வாய் கோணுகிறது. அந்தச் சமயத்தில் தேரிலிருந்து அரவான் தலை வெட்டப்படுகிறது. அத்தனை அலிகளும் -

அழுது புலம்புகிறார்கள். புருஷனின் தலை துண்டாகி விட்டதைக் கண்டு, உடம்பே துண்டாப் போவதுபோல், மாரடிக்கிறார்கள். கைகளை ஒன்றோடு ஒன்று உரசி வளையல்களை உடைத்துக் கொள்கிறார்கள். கொண்டை விரித்து, மலர்ச்சரங்களைப் பிய்த்துப் பிய்த்துக் கசக்கி எரிகிறார்கள். சிலர் ஒருவர் கழுத்தை ஒருவர் பிடித்து அழுகிறார்கள்... சொந்தப் புருஷனைப் பறிகொடுத்த ஒரு பத்தினிகூட இப்படி அழமாட்டாள். கணவன் போனதால் அனைத்தும் போன ஒரு திக்கற்ற பெண்கூட இப்படி புலம்பமாட்டாள். ஒப்புக்கான ஒப்பாரியில்லை. உப்பில்லாப் பண்டமாய்ப் போனதற்கான அழுகை... உடம்பில் பட்ட சூடுகளையும், மனத்தில் பட்ட இழிவுகளையும் நினைத்து நினைத்து ஆற்றாமையில் அழும் அழுகை. கூட்டம் கூட்டமாய் நின்றாலும், தனிமைப்பட்டது போன்ற தாங்கொண்ணாத் துயரத்தில் அழுகிறார்கள். பொட்டழித்துப் பூவழித்து தன்னை அழித்துக்கொள்வது போன்ற தலையடிகள்... மாரடைப்பு வருவது போன்ற மாரடிப்புக்கள்...

அந்தத் தேர் உருக்குலைந்த அரவானோடு பகல் பதினொருமணி அளவில், 'பந்தலடிப்' பக்கம் போகிறது. அங்கே ஒரு கம்பம். அந்தக் கம்பத்தின் கம்பம்போல் எந்தவித சலனமும் இல்லாமல் ஒரு பூசாரி நிற்கிறார். ஒவ்வொரு அலியும் அவர் முன்னால் போய் நிற்கிறது. அந்த நிச மனிதர் இந்த பொய்ப் பெண்களின் தாலிகளை அறுத்து எறிகிறார். கொஞ்ச நஞ்சமுள்ள பூக்களையும் பறிக்கிறார். மிச்ச மீதியான பொட்டுக்களை வேர்வைக் கையால் அழித்துவிடுகிறார். மஞ்சள் துண்டு பறிகொடுத்த ஒரு இருபது வயதுக்காரி கம்பத்தின்

பக்கம் போனாள். கூரைப் புடவைக்காரி அந்தக் கம்பத்திலேயே தலையை முட்டி முட்டி ஒப்பாரி வைத்தாள்.

“காகிதப் பூவுன்னு கண்மூடிப்
போனீரோ - என்ராசாவே
வாடாமல்லின்னு பேசாமல்
போனீரோ... நானும்
அப்பனுக்கு வேப்பங்காய்,
அண்ணனுக்கு எட்டிக்காய்.
ஊருக்கு திருஷ்டிக்காய்,
ஒனக்குக்கூட ஊமத்தங்காய்.”

அதுவரை அந்த நிகழ்ச்சிகளை ஒப்புக்கென்று நினைத்து சோகத்தோடும் கம்பீரம் கலையாமலும் நடந்த மேகலை, பூசாரி தாலியைப் பிடிக்கும்போது கையிலேயே மஞ்சள் துண்டைப் பொத்திக் கொண்டு சத்தம் போட்டே ‘டேவிட், டேவிட்’ என்றாள். எவளோ ஒருத்தி, இவள் கைவிரல்களைப் பலவந்தமாகப் பிரித்து, மஞ்சள் கயிற்றைத் தூக்கிக் காட்டியபோது, அரிவாள் அதைத் துண்டு படுத்தியது. மேகலை, வெறிபிடித்தவளாய் எழுந்தாள். பக்கத்தில் கம்பத்தைப் பிடித்து கட்டியழுத கூரைப் புடவைக்காரியை இவளும் கட்டிப் பிடித்துக் கொண்டாள். அவளை அறியாமலே ஓலமிட்டாள். தாளநயத்தோடு ஒப்பாரி போட்டாள். பாடல்கள் அவளைத் தேடிவந்தன.

“செடியாய் முளைச்சிருந்தால்...
பூவாய் மலர்ந்திருப்பேன்.
கொடியாய் வளர்ந்திருந்தால்...
கொம்புலே படர்ந்திருப்பேன்.
நதியாய்ப் பிறந்திருந்தால்...
கடலிலே சேர்ந்திருப்பேன்.
நண்டாய்ப் பிறந்தாலும்...
வளையிலே வாழ்ந்திருப்பேன்.
இரண்டாய்ப் பிறந்ததாலே
துண்டுபட்டு நிக்கேனே!
சூடுபட்ட மனசும்
சொன்னாலும் கேட்கலியே...
வீடுபோக வேணுமுன்னு
வெறிபிடித்து துடிக்குதய்யோ...”

அசந்துபோன, சுந்தரம்மா மேகலையைத் தூக்கி விட்டாள். அவளைச் சுற்றியும் பற்றியும் புலம்பிய டெல்லிக்காரிகளுக்கு ஆறுதல் சொன்னாள்.

“கவலைப்படாதீங்கடி... மனசுல நீண்ட நாளா அடைச்சு வச்சிருந்தது இப்ப உடைச்சிட்டு வந்திட்டு. இதுவும் ஒரு வகையில நல்லதுக்குத்தான். இனிமேல் ஒவ்வொரு வருஷமும், கூட்டி வாங்க... இல்லேன்னா இவளோட இருதயம் பலூன் மாதிரி வெடிச்சுடும்...”

“நேற்று வந்ததும் வராததுமா சிலர் அன்னதானம் நடத்துறதப் பார்த்துட்டு அடுத்த வருஷம் நாமும் அப்படி நடத்தணும்னு சொன்னவளா இப்படி அழுகிறது...”

“அழுகிறவள் தாண்டி மனுஷி. இல்லாட்டி அமுக்கடி கள்ளி. அவள் கதைய என்கிட்டவும் சொன்னாள். சொந்த ஊருக்கு அவளக் கூட்டிட்டுப் போங்க. அக்காவைப் பார்த்தால், பித்தம் தெளியும்...”

ஒப்பாரியை விட்டுவிட்டு லேசாய் ஆசுவாசப்பட்டுக் கொண்டிருந்த மேகலை அவர்களைப் பார்த்துக் கூரைப் புடவைக்காரியின் பாட்டையே மீண்டும் ஒப்பாரியாக்கினாள். சிறிது மாற்றி, ஓலமிட்டாள்.

“அப்பனுக்கு வேப்பங்காய்...
அண்ணனுக்கு எட்டிக்காய்;
தமைக்கைக்கு விஷக்காய்...
தங்கைக்கோ சுண்டைக்காய்...”

அவள், புலம்பலைப் பார்த்துவிட்டு, அத்தனை அலிகளும் புலம்பினார்கள். ஒட்டுமொத்தமாய் ஒப்பாரி வைத்தார்கள்.

41

மேகலை, வேட்டி சட்டையோடு, சுயம்புவானான்.

சுமார் பத்து ஆண்டுகளுக்கு முன்பு, அந்தக் கருவேலங்காட்டைத் தன்னை விழுங்கப் போவதுபோல் பயந்த அதே சுயம்பு, இப்போது அந்தக் காட்டையே விழுங்கப் போவதுபோல் பார்த்தான். அந்தக்காடு அவனை விழுங்கக் கூடிய வகையிலும் இல்லை. பாதிப் பொட்டல். கருவேல மரங்களின் வம்சாவழிகள் ஆங்காங்கே சிறுபான்மையாகக் கிடந்தன. ஆகாய நிலா பாதியாகி ஒளிபரப்பிக் கொண்

டிருந்தது. அந்தக் காட்டைக் கண்போல் காத்த வாட்ச்மேன் வீரபாண்டியை விட்டு வைத்திருக்கிறார்களோ அல்லது அவனையும் மரமாய் வெட்டி மண்ணில் சாய்த்தார்களோ...

சுயசிந்தனையிலிருந்து வெளிப்பட்ட சுயம்பு, அருகே நின்ற வெள்ளைக் காரில் வெளியே தென்பட்ட வளையல் கைகளைப் பிடித்துக்கொண்டு கீழே குனிந்து ஏதோ சொன்னான். திறக்கப்படப்போன, பின் கதவை இவனே வலுக்கட்டாயமாகச் சாத்திவிட்டு அந்தக் கார் திரும்புவது வரைக்கும் நின்றான். அது ஓடாமல் தயங்கித் தயங்கி நடந்தபோது, இவன் ஓடிப்போய் ஏதோ சொல்ல, அது ஓடத் துவங்கியது.

சுயம்பு பழைய பாதையிலேயே நடந்தான். ஆதி திராவிட குடியிருப்பு வழியாக நடந்து, செருப்பையும் மீறி, காலில் துளைத்த முள்ளை எடுப்பதற்காக நின்றான். அப்போது இருந்த தொகுப்பு வீடுகளே இப்போது மக்கடித்துக் கிடந்தன. ஆனால் அந்தப் புளியமரக் குடிசைகள் பெருகியிருப்பதுபோல் தோன்றின. சுயம்பு அங்கிருந்து தாவி, அதே மணல்வாரி ஓடை வழியாகப் போய், மேற்குப் பக்கமாய்ச் சுற்றி வளைத்தே நடந்தான். முன்பு மாதிரி பயந்தல்ல... மனதின் நினைவுகளை அசைபோட்டுப் பார்ப்பதற்கு, நடந்தவழியே நல்லதாகப் பட்டது. அதோடு, வீட்டில் என்ன நிலமையோ என்ற பயம்... அதை எதிர்கொள்ள ஒரு தயக்கம்.

சுயம்பு இப்போது வேகித்து நடந்தான். ஆங்காங்கே தோன்றிய புதுப் பணக்கார வீடுகளை பட்டும் படாமலும் பார்த்தபடியே நடந்தான். குடும்பத்துக்கு ஏற்கெனவே ஏற்பட்ட அதிர்ச்சியை, புதுப்பிக்கக்கூடாது என்ற நோக்கத்தோடு வேஷத்தையும் மாற்றிக் கொண்டான். கடலூரில் வாங்கிய, வேட்டி சட்டை. ஒருவேளை புடவையோடு போனால் நிராகரிக்கப்படுவோமோ என்ற பயத்தால் வாங்கிப் போட்டது. அதோடு, தன்னைத் தானே இப்போது புரிந்துகொண்டதால், 'அவனுக்கு' அந்த வேட்டி சட்டையும் விகற்பமாகத் தெரியவில்லை. கொண்டைதான் ஒரு மாதிரி தெரிந்தது. பரவாயில்லை. அவன் தாத்தா வைத்திருந்த கொண்டைதான். அடிக்கடி முடியைக் கத்தரித்து, இதற்கென்றே வரும் 'முடிக்காரனுக்கு அப்போதே ஒரு ரூபாய்க்கு விற்பாராம்.

சுயம்பு வீட்டை நெருங்க நெருங்க வேகப்பட்டான். இப்போது ஒவ்வொரு அடியும் ஒரு கிலோ மீட்டர் தாரமாகத் தோன்றியது. ஓடிப்பார்த்தான். அப்படியும் தூரம்

குறையாதது போன்ற உளைச்சல்... இன்னும் எவ்வளவு தூரம் என்பதுபோல் ஒரு ‘குத்து’ மதிப்புப் போட்டான். இன்னும் அவ்வளவு தூரமா என்பதுபோல் ஓடி ஓடி நடந்தான். ஆனாலும் அந்த வேப்பமரத்தடிக்கு வந்தபோது, கால்கள் உடம்புக்கு நங்கூரமாயின. இப்படி துடித்த தான், இவ்வளவு நாளும், எப்படித்தான் இருந்தோம் என்று தன்னைத்தானே வியந்துகொண்டு நடந்தவன், இப்போது அந்த வேப்ப மரத்தடியில் நின்று தனது கேள்விக்கே விடை கண்டது போல் நிலைகுலைந்து வெந்து நின்றான். அந்த வீட்டை ஒன்றையே குறியாக வைத்து புதிய நாகரிகச் சுவடுகள் எதையும் கவனிக்காமல் நடந்தவன், திடீரென்று முடவனானான். அந்த வேப்பமரத்தைத் தோழமையோடு பார்த்தான். கிளைகள் அதிகமாக இல்லை. ஆங்காங்கே வெறும் குச்சிகளைக் காட்டிக் கொண்டிருந்தது. அதன் தூர்கூடச் சொத்தை சொத்தையாய் தோன்றியது. பட்டைகள் தொட்ட உடனே கீழே விழுந்தன. ஆனாலும், அது அவனுக்கு ஒரு உயிர்தோழன் மாதிரி உறவாடுவது போலிருந்தது. காற்றில் அவன் தோளில் விழுந்த ஒரு வேப்பம்பழம் அவனைச் சாப்பிடுகிறாயா என்று கேட்பது போலிருந்தது. அவனும், அதைக் குசலம் விசாரிப்பது போல் அதன் அடிவாரத்தைச் செல்லமாகத் தட்டினான். தூரைக் கட்டிப்பிடித்து நின்றான்.

உடனடியாக, ஒரு நாய்ச் சத்தம், அவனைக் கடித்துக் காயப்படுத்த வந்த பெரிய நாய். அவனுக்கும் லேசாய் பயம் பிடித்தது. அந்த வேப்ப மரத்தில் ஏறலாமா என்றுகூட குதிகாலில் நின்றான். கைகளை மேல் நோக்கி எக்கினான். இதற்குள், வெள்ளையும் சொள்ளையுமான அந்த நாய் அவனைப் பார்த்து வாலை ஆட்டியது. முகத்தைக் குழைத்தது. அதன் வால் வயோதிகத்தில் தானாய் ஆடுவது போலிருந்தது. அவனைப் பொய்க்கடியாகவும் கடித்தது. பத்தாண்டுகளுக்கு முன் இருந்த அதே குட்டி நாய். அவன், அதைக் கண்டுபிடிக்கும் முன்பே அது கண்டுவிட்டது. வீட்டு வாசலை நோக்கி சிரமப்பட்டுக் குறைத்தது. வயோதிகம் அந்தக் குலைச்சலிலேயே தெரிந்தது. அவன் அதன் தலையை வருடிவிட்டபோது அந்த அந்திம நாய், குலைப்பதைக்கூட நிறுத்தியது.

திடீரென்று முன்வாசல் திறக்கப்படுகிறது. அதில் ஒடுங்கிப்போன ஒரு உருவம். யார் இது... அன்றுபோல்

அக்காவா... இல்லை. அண்ணன்... கூடப்பிறந்த அண்ணன்... அய்யோ... இது என்ன கோலம்... கமலைக்கல் மாதிரி இருந்த அண்ணன்... இப்படி ஏன் உருவிழந்து போய்விட்டான்... சாட்டைக் கம்பு மாதிரி வீரியப்பட்ட அவன் கைகளும் கால்களும் இப்படி ஏன் முருங்கைக் கம்பாய் ஆயின...

ஆறுமுகப்பாண்டி தம்பியையே பார்த்தான். கையோ காலோ வெட்டுப்படும்போது, சில விநாடிகள் வலியோ, ரத்தமோ தெரியாமல் வெள்ளையாய்த் தெரியுமே, அப்படிப்பட்ட உணர்வற்ற பார்வை. அப்புறம் அதில் பீறிடும் ரத்தம் போன்ற வேகம். பிராணனைப் பிய்த்தெறியும் வலி. பாசவலி.

அண்ணன், பாட்டரி லைட்டை தூக்கி எறிந்துவிட்டு, தம்பியின் பக்கம் ஓடினான். தம்பி சூட்கேஸைத் தூக்கிப் போட்டுவிட்டு, அண்ணனை நோக்கி ஓடினான். இருவரும் மோதிக்கொண்டார்கள். முட்டிக்கொண்டார்கள். இருவருக்கும் இடையே எந்த சப்தமும் வரவில்லை. ஒட்டிக்கொண்டவர்களைப் பிரிக்க முடியாது என்பது போன்ற நெருக்கம். இடைவெளியே இல்லாத அணைப்பு. காற்றுக்கூட உட்புக முடியாத பாசத் தழுவல், அண்ணன், தம்பியை நிமிர்த்துகிறான். பிறகு அப்படியே அழுது அவன் தலையில் முகம் போட்டு மருவுகிறான். தம்பி, அண்ணனை நிமிர்ந்து பார்க்க முயற்சிக்கிறான். அந்த முயற்சி தோற்று கண்கள் அண்ணனின் மார்பை நனைக்கின்றன. அண்ணன் தம்பிமேல் போட்ட பிடியை விடாமலே புலம்புகிறான்.

“தம்பி... எங்கள மறந்துட்டியேடா! ஒன்ன எங்கெல்லாம் தேடினோம்! யாரை மறந்தாலும், இந்த அண்ணனை மறக்கலாமாடா... மறக்கக்கூடிய அண்ணனாடா நான்... என் உடன்பிறப்பே, ஒன் அண்ணி கேட்ட ஒரு சொல்லாலேயே நான் இன்னும் தவிச்சுக்கிட்டிருக்கேன்... ஒரு கோடி சொல்லாலயும் விளக்க முடியாத ஒன் நிலமைய நெனைச்சு எப்படிப் புலம்பறியோ... எங்கெல்லாம் சுத்துனியோ? ஒனக்கு நாங்க செய்த கொடுமையை மறந்துடுடா. அதுக்கு கடவுள் நல்லாவே கூலி கொடுத்துட்டார்டா... அன்றைக்கு என் காலடியிலேயே இருப்பேன்னு சொன்னியே! அப்படிச் சொன்ன என் ஆசத் தம்பியை காலால உதறிட்டேனே, தம்பி... என் உடன்பிறப்பே, பத்தாண்டுக்குப் பிறகு பழையபடி கிடைச்ச என் செல்வமே... ஒன்னை விட மாட்டேண்டா... இனிமேல் விடவே மாட்டேண்டா...”

முட்டி மோதி அழுத அண்ணனுக்கு, அவனே ஆறுதல் சொல்ல வேண்டியதாயிற்று. இப்போதுதான் அவன் தவிர மற்றவர்களும் இருக்கிறார்கள் என்ற ஒரு எண்ணம் உள்ளோடியது. அந்த அளவிற்கு அண்ணன் அழுதழுது அவனை அழச் செய்யாத நிலைக்குக் கொண்டுபோய் விட்டுவிட்டான். சுயம்பு தட்டுத் தடுமாறிக் கேட்டான். கேட்கும்போதே அழுகை.

"வீட்ல... வீட்ல... எல்லாரும்..."

"வாடா... உள்ள வந்து நீயே பாருடா, யாரும் சாகலை."

"அக்கா... அவளோட கலியாணம்."

"அவள் மட்டும் நல்லபடியாய் போயிட்டாள். நிம்மதியாய் இருக்காள்."

அந்த வாசலில், அன்று போல் இன்று வேறு எவரும் வெளிப்படவில்லை. சுயம்புவுக்கு, அதுவே வேர்த்துக் கொட்ட வைத்தது. அண்ணனை ஆதரவாகப் பிடித்தபடியே வாசலைத் தாண்டி உள்ளே போனான். அந்த 'இரண்டு பத்தி' வீட்டின் திண்ணையில் நார் நாராய் ஒரு உருவம். கட்டிலில் கிடந்தாலும் கட்டில்தான் தெரிந்ததே தவிர, அந்த உருவம் தெரியவில்லை. அதற்கு எதிர்ப்புறம் பாயில் ஒரு உருவம். ஊற வைத்த சேலைபோல், ஒடுங்கிக் கிடந்தது.

ஆறுமுகப்பாண்டி, மின்விளக்கைப் போட்டான். கட்டிலின் அருகே போய் 'எப்பா எழுந்திரிங்க... யாரு வந்திருக்கான்னு பாரும்' என்றான். அதே சத்தத்தில், 'எம்மா உன்னையுந்தான்' என்றான். ஆனாலும் அந்த உருவங்கள் அசையவில்லை. பக்கத்துக்கு ஒன்றாக உள்ள இரண்டு அறைக் கதவுகள்தான் திறந்தன. ஒன்றில் மோகனா வெளிப்பட்டாள். இன்னொன்றில் கோமளம். தோள்வரை வளர்ந்த ஒரு, பாவாடை தாவணி ஜாக்கெட் பெண்ணைக் காட்டி நின்றாள். அவள் காதில் ஏதோ கிசுகிசுத்தாள்.

சுயம்பு அவர்களைப் பார்க்காமல் நார்க்கட்டிலின் பக்கம் குனிந்தான். அப்பாவின் காலைத் தொட்டுக் கும்பிட்டான். இதற்குள் தட்டுத்தடுமாறி வந்த அம்மாவின் கழுத்தைத் தோளோடு சேர்த்துப் போட்டுக்கொண்டே 'எப்பா... எப்பா... நீங்க பெத்த பிள்ள வந்திருக்கேம்பா. ஒங்க பிள்ளைப்பா' என்று அழுதான்.

ஆயிரம் ஆயிரம் ஒலி பெருக்கிச் சத்தங்களாலும், மாடுகளின் கத்தலாலும் கோழிகளின் கூவலாலும் தெருச் சண்டைகளின்

ஓலங்களாலும் எழுப்ப முடியாத அந்த உருவம், இந்தச் சின்னச் சத்தத்தைக் கேட்டுக் கண்ணைத் திறந்தது. அந்தக் கம்பீரமான முகம், இப்போது பட்டுக் கிடந்தது. வாய் கண்போல் சிறுத்தும், கண்கள் வாய் போல் பெருத்தும் குழிகளாக - பள்ளங்களாகிக் கிடந்தன. ஆனாலும், அந்த உருவத்திற்குள் ஒரு வேகம். உத்திரச் சட்டம் மாதிரியான கைகள் இப்போது ஒருவிரல் தடியில் கிடந்தன. ஆனாலும் அது சுயம்புவின் தோளைப் பற்றுகிறது. அவன் தலையில் போட்டுக்கொள்கிறது. அவன், அதற்குள், அந்த உருவத்தைத் தூக்கி நிறுத்தி மார்போடு அணைக்கிறான். அந்த உருவம் அவனை நரம்புக் கயிறாய் இழுக்கிறது. 'என் செல்வமே, என் செல்வமே' என்று புலம்புகிறது. மேற்கொண்டு பேசமுடியாமல் தலையை ஆட்டுகிறது. உடனே ஆறுமுகப்பாண்டி வந்து அப்பாவைச் சுவரோடுச் சாத்துகிறான். ஆனாலும், அவனை மீறி அந்த உருவத்தின் முகம் சுயம்புவின் முன் கவிழ்கிறது. உமிழ்நீரால் ஒரு முத்தம். கண்ணீரால் மறுமுத்தம். இடையிடையே அழுகை ஒலி; அதைத் தடுக்கும் இருமல்கள்.

சுயம்பு தன் பிடரியில் இன்னொரு முத்தம் கிடைப்பதைப் பார்த்து அப்போதுதான் அம்மாவை உன்னிப்பாய் பார்க்கிறான். அவனால் அலட்சியப் படுத்தப்பட்ட அவன் அம்மா... மதர்ப்போடும் வீராங்கனை போலவும் இருந்த அம்மா, குறுகிப் போயிருக்கிறாள். ஆனாலும் இப்போது அவனை முன்னிலும் அதிகமாய் இறுகப் பற்றுகிறாள். அவன் எலும்புகள் நொறுங்கப் போவதுபோல் இழுத்துப் போட்டுக்கொள்கிறாள். அவன் முதுகில் முகத்தைப் புரட்டுகிறாள். ஈன முனங்கலாய் முனங்குகிறாள். 'ராசா... ராசா... பாத்தியாடா ஒன் அப்பாவோட கோலத்தை, அண்ணனோட அவலத்தை' என்று மேற்கொண்டு பேசப் போனவளை ஆறுமுகப்பாண்டி ஒரு அதட்டலோடு பார்க்கிறான். அவளைத் தோளோடு தோளாய் சேர்த்துப் பிடித்து 'அதான் வந்துட்டானே... ராமர்கூட பதினாலு வருஷம் வனவாசம் போகலியா? இதுக்குமேல நாம் அழுதா... அவன் இங்க வந்ததுல நமக்கு இஷ்டமில்லன்னு அர்த்தம்' என்று சொல்லிவிட்டு, அம்மாவைத் தரையில் உட்கார வைத்து, வன்னிமரத் தூணில் சாய வைத்தார்.

கோமளம், சுயம்பு தன் பக்கமாயும் முகம் காட்டி ஒரு அழுகை அழவேண்டும் என்பதுபோல் தனது கண்களைத்

துடைக்கிறாள். அடியோடு மாறியவள் இவள்தான். அடியற்றுப் போனவளும் இவள்தான். வட்டமுகம், நீண்டுவிட்டது. கன்னங்கள் குழிகளாகி, மோவாயைத் தனித்துக்காட்டி, ஒருவித பரிதாபத்தையும் பயங்கரத்தையும் ஒரு சேரக் கொடுத்தது. அவள் தன் பக்கத்தில் நின்ற பத்து வயது மகளை, சுயம்பு பக்கம் தள்ளிவிட்டாள். ஆனால் அந்தப் பெண்ணோ முற்றவிட்ட முருங்கைக்காய் மாதிரியான அம்மாவின் கைக்குள் மீண்டும் ஒடுங்குகிறாள். அப்போது ஒரு பதினாறு பதினேழு வயதுப் பயல் உள்ளே இருந்து வருகிறான். ஆறுமுகப்பாண்டியின் முதல் பதிப்பு. அவனைப் போலவே, உருவமும், உள்ளடக்கமும். சுயம்புவை, உன்னிப்பாய்ப் பார்த்தான். மோகனா ஒரு அச்சடி சேலையோடு சின்ன அண்ணனை அமங்கலமாய்ப் பார்த்தாள். அவள் முகத்தில் சிற்சில காய்ப்புக்கள். வாட விட்ட பூக்களைச் சுமக்கும் வதங்கிய கொடி மாதிரியான தோரணை.

சுயம்பு அவர்களையும் பார்த்தான். அவர்களும் தனக்குத் தெரியும் என்பதுபோல் தலையாட்டிவிட்டுக் கேட்டான்.

"அக்காவை... அக்காவை எந்த ஊர்ல கொடுத்திருக்கு? எத்தனை குழந்தை இருக்குது?"

இப்போது எல்லோரும் சேர்ந்து புலம்புகிறார்கள். ஆறுமுகப்பாண்டி அடக்க முடியாமல் தம்பியைக் கட்டிப் பிடித்து ஓலமிடுகிறார். பிள்ளையார் பேச முடியாமல் விக்குகிறார். வெள்ளையம்மாவின் கை பாதி தலையிலும், பாதி அந்தத் தூணிலும் அடித்துக் கொள்கிறது. மோகனா, தலையைத் தாழ்த்திக் கொள்கிறாள். கோமளம் மகளைப் பற்றுக்கோலாகப் பிடித்துக்கொண்டே 'போயிட்டாளே. நம்மையெல்லாம் விட்டுட்டுப் போயிட்டாளே, போகக்கூடாத இடத்துக்குப் போயிட்டாளே' என்று புலம்புகிறாள். இதுவரை எந்தச் சலனமும் இல்லாமல் நின்ற அந்த விடலைப்பயல் அம்மாவை ஆசுவாசப்படுத்துகிறான்.

சுயம்பு அவசர அவசரமாய்க் கேட்டான்.

"எங்கக்கா எங்கே போயிட்டாள்? அய்யோ சொல்லுங்க! என் உயிரு போகுமுன்னால் சொல்லுங்க!"

ஆறுமுகப்பாண்டி, நிதானப்படுகிறார். பத்தாண்டு காலத்திற்குப் பிறகு வாராது போல் வந்த மாமணித் தம்பியை அதற்குமேல் அழவிடக்கூடாது என்ற உறுதியுடன் யார்

வீட்டிலேயோ யாருக்கோ நடந்தது போல் பேசப்போகிறார். முடியவில்லை. இறுதியில் குரலே குற்றுயிராக, வார்த்தைகள் கொலைபட்டு, கொலைபட்டு சுயம்புவிற்கு கொலைவாளாகும் படிச் சொல்கிறார்.

“நீ போன ஒரு வருஷத்துக்குள்ளேயே தூக்குப் போட்டுச் செத்துட்டாடா! செத்து முடிஞ்சு சிவலோகம் போயிட்டாடா. தம்பி... தம்பி... ஏண்டா பேசமாட்டேங்க. தம்பி... தம்பி... பேசுடா.. பேசுடா... ஏடா பெரியவன், சித்தப்பா, நெஞ்சத் தடவி விடுடா. சுக்கை எடுடா. சீக்கிரமா கொண்டு வாடா...”

சுயம்பு குப்புறக் கிடக்கிறான். மூச்சு முட்டித் தவிக்கிறான். கால்கள் அங்குமிங்குமாய் ஆடின. பிள்ளையார் மகனிடம் வர அல்லாடுகிறார். வெள்ளையம்மா மகன் பக்கம் தவழ்கிறாள். கோமளம் ஒரு சுக்கை எடுத்து தரையில் போட்டு ஒரே கையால் குத்திச் சுக்கல் சுக்கலாக்கி மைத்துனனின் தலையை நிமிர்த்தி வாய்க்குள் கொண்டு போகிறாள். மகன் கொண்டுவந்த தண்ணீரை அவன் வாய்க்குள் ஊற்றுகிறான். ஆறுமுகப்பாண்டி தம்பியை மடியில் கிடத்துகிறார். கட்டிலில் துடிக்கும் அப்பாவைப் பார்த்து அபயம் கொடுக்கும் முருகன் கையைப் போல ஆக்கிக் காட்டுகிறார். மோகனா கொண்டுவந்த இன்னொரு செம்புத் தண்ணீரை எடுத்துத் தம்பியின் முகத்தில் அடிக்கிறார். அவன் லேசாய்க் கண் விரித்தபோது, தம்பியை அம்மாவின் மடியில் போட்டு விட்டு உள்ளே ஓடுகிறார்.

அவர் ஓடிய அறைக்குள் தட்டுமுட்டுச் சாமான்கள் கீழே விழும் சத்தம் கேட்கிறது. பூனை பயந்து போய் ‘மியாவ்’ போடுகிறது. அடைகாக்கும் கோழி கூக்குரலிடுகிறது. பத்து நிமிடம் கழித்து வெளியே இருப்பவர்கள், அவரும், மரகதமாய் ஆகப்போகிறாரோ என்று பயந்து உள்ளே போகப் போனபோது, ஆறுமுகப்பாண்டி கையில் ஒரு கசங்கிய தாளோடு வெளியே வந்தார். இதற்குள் அம்மாவின் மடியிலேயே தலையை உருட்டிக்கொண்டிருந்த சுயம்பு மெல்ல எழுந்தான். அண்ணன் அந்தத் தாளை, அவனிடம் நீட்டினார். பிறகு முகத்தைக் கையால் மறைத்துக் கொண்டு கேவினார்.

சுயம்பு, அந்தக் காகிதத்தை உற்று உற்றுப் பார்த்தான். எட்டாம் கிளாஸ் எழுத்து.... அக்காவின் அதே கையெழுத்து.

“தம்பி... என் ஆசைத் தம்பியே...

“இன்னும் கொஞ்ச நேரத்துல... அக்கா சாகப் போறேண்டா... நீ வருவே வருவேன்னு, ஒரு வருஷமா வழி பார்த்து காத்துக் கிடந்தேண்டா... ராத்திரியில் நாய் குலைக்கும் போதெல்லாம்... நீதான் வந்துட்டேன்னு, அக்கா பல தடவ ஓடோடி வந்து கதவத் திறந்தேண்டா... கண் நோகப் பார்த்தேண்டா... நீ வரலியேடா... இன்னைக்கு வராட்டால், நாளைக்கு வருவேன்னு இது வரைக்கும் பிடிச்சு வச்ச மூச்ச இன்னைக்கு ஒரேயடியாய் விடப் போறேண்டா... நானும் செத்து ஆவியாகி ஆகாயத்துல பறந்து உன்னைப் பார்க்க முடியுமான்னு யோசிக் கேண்டா... எனக்கு ஆவின்னு இருந்தால், அது ஒன்னத் தாண்டா சுத்தி வரும்.

“தம்பி... என் ராசாதி... ராசா. ஒன்ன விரட்டுன இந்த அக்காவ மன்னிச்சுடுடா... சத்தியமாச் சொல்றேண்டா... ஊரு ஒலகத்துல... நான் கலியாணம் நின்ன கவலையில தூக்கு போட்டு செத்ததாய் சொன்னாலும் சொல்லுவாங்க... எலும்பில்லா நாக்கு எப்படி வேணுமுன்னாலும் பேசட்டும். என் மனசு எனக்குத்தான் தெரியும்... என் உடன்பிறப்பே... ஒன்னப் பார்க்க முடியாத ஏக்கத்துல தாண்டா அக்கா சாகப்போறேன்... ஒன்ன நெனைச்ச நெஞ்சுக்கு எந்தக் கலியாணமும் கால்தூசிடா... இப்போ தூக்குக் கயிற எடுக்கபோற இந்த சமயத்துலகூட நீ எப்பவாவது வருவேன்னு என் மனசுல பட்டால், இந்த உயிரு போகாதுடா... ஆனாலும் நீ வரமாட்டியே... அப்பாவ மாதிரி ஒனக்கும் வைராக்கியம் உண்டே... எப்பவாவது இந்தப் பக்கம் வந்தால்... இந்தத் தாளையே, நானா நினைச்சு வச்சுக்கடா... அக்கா போறேண்டா! ஒன்ன ஆவிரூபத்திலே தேடி வர்றேண்டா!”

சுயம்பு சூனியமானான். அப்படியே நிலைகுலைந்து கிடந்தான். அண்ணன் முதுகை உலுக்கியதும் அவனுக்கு லேசாய் உணர்வு. கண்ணீரால் நனையப்போன அந்தக் கடிதத்தை அண்ணனிடம் கொடுத்து அதை மடித்துத் தரும்படி சைகை செய்தான். அண்ணன் அந்தக் கடிதத்தை அவன் சொன்னபடியே மடித்து அவன் பைக்குள் போட்ட போது, சுயம்பு அந்தக் கையையும் பையையும் ஒரு சேரப் பிடித்தபடியே அண்ணனின் முழங்கையில், முகம் போட்டு தேய்த்தான்.

எல்லோரும் ஆளுக்கொரு பக்கமாக விசும்பினார்கள். பிள்ளையார்தான் தட்டுத் தடுமாறி “என் தம்பிய கூப்பிடுங்க... சந்தோஷப்படுவான்...” என்றார். ஆறுமுகப் பாண்டி, “நீ சேல வேணும்னாலும் கட்டிக்கடா... ஆனால்... இனிமேல் நீ

என்கூடத்தாண்டா இருக்கணும்...” என்றார். வெள்ளையம்மாள் இப்போது மெலிந்த குரலில் ஒரு விவரம் சொன்னாள்.

“எப்பா சுயம்பு... ஒங்க அண்ணனும்... மயினியும் நீ போன நாளுல இருந்து ஒருத்தருக்கு ஒருத்தர் பேசுறது இல்லப்பா... அவங்களுக்குள்ள என்ன நடந்துதோ... ஏது நடந்துதோ. சண்டையுமில்ல... சமாதானமுமில்ல... நேருக்கு நேரா பார்க்கிறதும் இல்ல... நீயாவது புத்தி சொல்லி...”

கோமளம் அப்படியே உட்கார்ந்து முகத்தைக் கைகளில் மறைத்துக்கொண்டு விம்மினாள். சுயம்புவுக்கோ அக்காவின் தாக்கம் இன்னும் போகவில்லை. ஆனாலும் அண்ணனைக் கேள்வியாய்ப் பார்த்தான். ஆறுமுகப்பாண்டி சலிப்போடு சொன்னார்.

“சாகும்போது, சங்கரா, சங்கரான்னு சொல்லி என்னடா பிரயோசனம், ஒடம்புல போட்ட சூட்டை மறந்துடலாம்... ஆனா மனசுல போட்ட சூடு... அந்த சூடு இன்னும் எரிச்சுக்கிட்டுத்தான் இருக்கும்... காதுல ஈட்டி மாதிரி குத்து... நான் செத்தபிறகு என் நெஞ்சு வெந்தாலும் வேகும். அந்த சொல்லு வேகாதுடா... சரி சரி... இப்போ எதுக்கு அந்தப் பேச்சு... பிள்ளிய தலையெடுத்துட்டால், அதுவே போதும். நம்ம தங்கச்சிய கரையேத்திட்டால், அந்த சந்தோஷம் ஒண்ணே போதும்...”

ஆறுமுகப்பாண்டி பேசி முடித்ததும், கால் மணி நேரம் கொடூர மௌனம். பிள்ளையாரின் இருமலையும் வெள்ளையம்மாவின் தும்மலையும் தவிர வேறு எந்தச் சத்தமும் இல்லை.

சுயம்பு அண்ணன் மகனையே நோட்டமிட்டு அவனுக்காகவே மௌனம் கலைத்தான்.

“நீ என்ன ராசா படிக்கே...;”

“பிளஸ் டூ முடிச்சுட்டேன் சித்தப்பா... ஒங்கள மாதிரியே நல்ல மார்க் வாங்கியிருக்கேன்... இடம் கெடச்சிட்டு... ஒங்கள மாதிரியே மெரிட்ல கிடைச்சது. பணம் கட்ட முடியல. கட்டுறதுக்கும் வசதி இல்ல. ஒங்கள மாதிரியே...”

“என்ன மாதிரியேன்னு சொன்னே பிச்சுடுவேன் படுவா... நீ நல்லா இருக்கணும்.. என்னை மாதிரி ஆகாமல் பெரிய என்ஜினியரா மாறணும். அதுக்கு நான் இருக்கேன். மோகனாவுக்கு மாப்பிள்ளை தேடலியா அண்ணாச்சி...”

“எந்த எடமும் குதிரமாட்டேங்குடா... வயசு வேற ஆயிட்டது... நீ போன துக்கத்துல அவளும் ஒரு வருஷம் பித்துப் பிடிச்சு எதையோ பறிகொடுத்தவள் மாதிரி இருந்தாள்... அப்புறம் சரியாயிட்டாள். ஒரு முப்பது வயசு மாப்பிள்ள இருக்கு... நல்ல உத்தியோகம். ஐம்பதாயிரம் ‘சுருள்’ கேக்காங்க... அந்த ரொக்கத்தைக் கொடுத்துட்டா போதும்... அக்காளுக்குச்

செய்த நகை இருக்கு... வயல் விக்கலாம்னா இந்த வீட்டக் கெடுக்கணும்னே வந்தவள் விடமாட்டேங்கா..."

"நீயே சொல்லு சுயம்பு... வயல வித்துட்டு எம் பிள்ள தெருவில நிக்கணுமா... ஒருத்தர் வாழறதுக்கு ரெண்டு பேரைக் காவு கொடுக்கணுமா..."

"பொறுங்க அண்ணி... அப்பாவ... ஏண்ணா இப்படி கவனிக்காம விட்டுட்டே..."

"வாதத்துக்கு மருந்து உண்டு. பிடிவாதத்துக்கு மருந்து உண்டா... சோறு போடும்போதெல்லாம் 'என் மகன் சுயம்பு சாப்பிட்டானோ இல்லையோ'ன்னு சாப்பாட்டுத் தட்டை எடுத்து வீசுவாரு... அரைப்பட்டினி. முக்கால் பட்டினி. இதனாலய டி.பி.வந்துட்டு. வில்லாததையெல்லாம் வித்துப் பாத்துட்டேன். மருந்தே வேண்டாம்னு சொல்றாரு... நீ வந்துட்ட இல்ல... இனிம சரியாயிடும்" ஏதாவது சாப்புடுடா... இந்த வீட்ல எவளும் கேட்கமாட்டாளே..."

கோமளம், சமையலறைக்குள் போனபோது, சுயம்பு, "நில்லுங்க அண்ணி, இவ்வளவு நடந்த பிறகும் என் வயித்துல எதுவும் இறங்குமா..." என்றான். பிறகு சிறிது இடைவெளி கொடுத்துப் பேசினான்.

"நாளைக்கு டவுன்ல...ஒன் பேரு என்னடா...மோகனா...சட்டுனு ஞாபகம் வரல... நாளைக்கு நீ என் கூட கோணச்சத்திரத்துக்கு வா... ஒன்பேர்ல பாங்க்ல ஒரு அக்கவுண்ட் போடணும். 'கோல்ட்' கார்டு வச்சிருக்கேன்... உன்பேர்ல ஐம்பதாயிரம் ரூபாய் கட்டிடுறேன். அந்த வட்டியில நீ படிக்கணும்... மற்ற செலவுக்கு நான் மாதா மாதம் அனுப்புறேன். நீ என் கண்ணு முன்னாலய என்ஜினியராகணும்... அப்புறம் அண்ணாச்சி அப்பாவ நாளைக்கே டவுன்ல ஆஸ்பத்திரியில சேர்க்கணும்... எவ்வளவு செலவானாலும் சரி... மோகனா கலியாணத்துக்கு எவ்வளவு கேட்டாலும் சரின்னு சொல்லுங்க... டெல்லிக்குப் போனதும் பணம் அனுப்பி வைக்கேன்... மோகன்... இங்க வாடா... என் மருமகளே நீயும் இவனும் இப்படித்தான் தோராயமா இருப்பீங்கன்னு உங்களுக்கு டிரஸ் எடுத்துட்டு வந்திருக்கேன்..."

பிள்ளையார், இப்போது கொஞ்சம் தெளிவாகப் பேசினார்.

"நாங்களும் ஒன்ன படாதபாடு படுத்திட்டோம்... அப்புறம் டாக்டருக்கு படிக்கிற பையன் டேவிட் சொன்னப்புறம்தான் எனக்கே புரிஞ்சுது... நீ தனிப் பிறவியாம்... நீ போன வேகத்துலய

சேலையக் கட்டிட்டு வந்திருந்தாக்கூட சேர்த்திருப்பேன். நீ எந்தத் திசையில போனேன்னுகூட தெரியாம போச்சே. ஒரு லட்டர் போடக்கூடாதாடா? இவ்வளவு பணமும் ஏதுடா..."

"நான் ஒங்க ரத்தம்பா, கட்டுக்குத்தகைக்கு எடுக்கிற நிலத்து வெள்ளாமையில கால்படிகூட அதிகம் எடுக்காதவருக்குப் பிறந்தவன். ஒரு பைசாகூட தப்பான வழியில சம்பாதிக்கல... இப்போ டேவிட் எங்க இருக்கார். அந்த 'ஆம்பளப் பசங்க' எப்படி இருக்காங்க."

"டேவிட் ஆரம்பத்துல வந்தான்... என்னமோ இங்க யாரும் முகம் கொடுத்து பேசுறதில்ல. அந்தப் பயல்களும் ரெண்டு மூணு தடவை வந்தாங்க. அதோட சரி."

"மலர் எப்படி இருக்காள் மோகனா..."

"எவனோ இழுத்துட்டுப் போயி அலக்கழிச்சு பிள்ளையும் வயிறுமா விட்டுட்டான். என்ஜினியர்னு நம்புனாள். புளியமரத்தைப் பிடிச்சேன்னாள். கடைசியல அதுல தூக்குப் போடாம ஓடி வந்துட்டாள்."

சுயம்பு எழுந்தான். அக்காள் இருந்த அறையைப் பார்த்து நடந்தான். அந்த அறையைச் சுற்றிச் சுற்றிப் பார்த்தான். அந்த இடத்திலேயே பீரோ; தூசி படிந்து கிடந்தது. அக்காளின் படம் வாடிப் போன மாலையோடு தொங்கியது. அவன் தனித்திருக்க, அந்தக் கதவைச் சாத்தப் போனபோது, கோமளமும், மோகனாவும் கைகளைப் பிசைந்தபடி அங்கே வந்தார்கள். அவன் ஒருத்தருக்குப் பேசுவது இன்னொருத் தருக்கு அர்த்தம் புரியாததுபோல், பொதுப்படையாகச் சொன்னான்.

"கவலைப்படாதீங்க... நீங்க ரெண்டுபேரும் செய்த காரியங்களைப்பற்றி நான் யாருகிட்டயும் மூச்சுவிடமாட்டேன். என் மனசுல கூட திருப்பி வரவழைச்சு யோசிக்கமாட்டேன். இப்பவாவது ஒரு உதவி செய்யுங்க. எனக்குத் தாயாகிப்போன என் அக்கா அறையில என்னத் தனியா விடுறீங்களா..."

சுயம்பு கண்ணீரும் கம்பலைமாய்க் கதவைச் சாத்தினான்.

42

அந்தச் சேரியின் சேரிக்கு ஒரு காலத்தில் வெறுங்காலோடு நடந்த சுயம்பு இப்போது மேகலையாய் காரோடு போனான்.

அதே அந்த வெள்ளைக் கார், வெளியே உள்ள பிரதான சாலையின் ஓரத்தில் நின்றபடியே, குறுகலான

அந்தச் சேரிப்பாதைக்குள் போக முடியுமா என்பதுபோல் அங்குமிங்குமாய் பாவலாப் போட்டு பதுங்கிப் பதுங்கி முன்னாலும் பின்னாலும் நகர்ந்தது. இப்போது, அப்போதைய தேநீர்க்கடையை ஹோட்டலாக்கிக் கொண்டவர், தற்செயலாக வெளியே வந்தார். அந்தக் காரின் கவர்ச்சிக்கு உட்பட்டு "உள்ளே போகாதுங்க..." என்றார்.

அந்தக் கார் அங்கேயே ஓரம் கட்டப்பட்டது. முன்னாலிருந்து நீலிமாவும் மார்க்கிரெட்டும், பின்னாலிருந்து குஞ்சம்மாவும் லட்சுமியும் ஆளுக்கு ஒரு வழியாக இறங்கினார்கள். பிறகு உள்ளே எட்டிப்பார்த்து இருவருமே கையை நீட்டினார்கள். மேகலை நஸிமாவுடன் வெளியே வந்தாள். கூத்தாண்டவர் கோவிலில் உடைத்த - உடைபட்ட வளையல்களுக்குப் பதிலாக, வெள்ளையும் மஞ்சளும் கலந்த பிளாஸ்டிக் வளையல்களைப் போட்டிருந்தார்கள். மற்றவள்களைப் போலவே கொண்டை நிறையப் பூக்குவியல், அதே வெளிர் மஞ்சள் புடவை, பட்டுச்சேலை தான்.

அவர்களைப் பார்த்ததும் 'லேடி லயன்கள்' என்று நினைத்தவர்கள், வேட்டிகளை இழுத்துப் போட்டு, முகங்களை நிமிர்த்தி, தங்களின் வேண்டுகோள்படி, அவர்கள் அங்கே வந்திருப்பதாக ஒரு அனுமானம் காட்டினார்கள். மேகலை, ஆவலை அடக்க முடியாமல் 'குருவக்கா - பச்சையம்மா இருக்காங்களா' என்று கேட்டாள். கூடியவர்களின் முகம் சுண்டியது. ஹோட்டல் காரர், அந்தக் கொண்டை முகத்திற்குள்ளும், சேலை உடம்பிற்குள்ளும் லுங்கி கட்டிய சுயம்புவை அடையாளம் கண்டு இளக்காரமாய்ச் சிரித்தார். மற்றவர்களைப் பார்த்துக் கண் சிமிட்டினார். அப்போதுதான், எல்லோரும் உற்றுப் பார்த்தார்கள். இப்போது வேட்டி களையும் லுங்கிகளையும் டவுசர்கள் தெரியும்படி மடித்துக் கட்டினார்கள். காட்டினார்கள். அடே... இதுகளா...

அந்த அறுவரும், சேர்ந்தாற்போல் நடந்தார்கள். அந்தப் பாதையிலிருந்து ஒரு ஒற்றைப் பாதை பிரியப் போன இடத்தில் மேகலை லேசாய் நின்றாள். அப்போது "ஒம்போதுகடா... எல்லாம் கில்ட் நகைடா" என்ற பேச்சு... அந்த ஏரியாவுக்கு முன்பு சம்பந்தப்படாதவர்கள் மாதிரியான நாகரிக உடைக்காரர்கள். லட்சுமி திட்டப் போனபோது சிரிப்பாய் சிரித்தவர்களை எரித்துப் பார்த்தபடியே, மேகலை, அவள் உள்ளங்கையை

அழுத்தினாள்- லட்சுமியின் வாயை ஆன் செய்யவும் ஆப் செய்யவும் அது தான் ஸ்விட்ச் என்பதுபோல் மேகலை, நல்ல சாலை போடப்பட்ட அந்தப் பகுதியை நின்று கவனித்தாள். மளிகைக்கடை, இப்போது பல்பொருள் அங்காடியாய் மாறிவிட்டது. அதே கடைக்காரர்தான். உடையில் மாற்றமில்லை. ஆனால் தோரணையில் ஒரு துரைத்தனம். தொலைவில் தெரிந்த அப்போதைய பளிங்குக் கட்டிடம். இப்போது அக்கம் பக்கமும் கிளைவிட்டு ஒரு குட்டி நகரமாகத் தோன்றியது.

மேகலை, அந்தச் சேரியின் சேரிக்கான வளைவுப் பாதைக்குள் திரும்பினாள். உதட்டைச் சப்புக் கொட்டினாள். மாற்றம் ஏதுமிருந்தால், அது மோசமான மாற்றம். அதே குட்டை. அநேகமாக அப்போதைய தண்ணீர்தான். பல மடங்கு நாற்றம் கொசுக்களின் தொகையும் மக்கள் தொகையைப்போல் பெருகியிருந்தது. அதே எலிவளைப் பொந்துகள், அதே கோழிக்கதவுக் குடிசைகள், அதே தகர டப்பா சுவர்கள்.

சிறிது பின்வாங்கிய தோழிகளை இழுத்துப் பிடித்தபடியே, மேகலை, ஊரில், வீட்டுக்குப் போன வேகத்தைப் போல் ஒரு வேகத்துடன் நடந்தாள். அங்கிருந்த எல்லா அலிகளும், கும்பல் கும்பலாய் ஓடி வந்தார்கள். மேகலை, முதலில், தெரிந்த மேட்டுக் குடிசைக்குள் எட்டிப் பார்த்தாள். புடவையின் உட்பக்கத்தை வெளிப்பக்கமாக்கி, ‘புதுச்சேலை’ கட்டிக்கொண்டிருந்த குருவக்கா, சிறிது அசந்து நின்றாள். பிறகு புடவை முனையை அப்படியே விட்டுவிட்டு “அடியே என் ராசாத்தி” என்று கட்டிப் பிடித்துக் கொண்டாள். அந்த அணைப்பின் சுகத்தோடு, மேகலை, அவள் தோளில் கிடந்தபோது, அவள் தோழிகள் கொசுக்கடித்த கால்களை ஒன்றோடொன்று தேய்த்தார்கள். நீலிமா தன்னை இம்சை செய்த கொசுக்களை டோலக்கை அடித்து அடித்துத், துரத்தப் போனாள்.

மேகலை, குருவக்காவின் தோளிலிருந்து விடுபட்டு லேசாய்க் கேட்டாள்.

“எங்கம்மா... எப்படி இருக்காள்?”

“ஏதோ இருக்காள்.”

“எப்படிக்கா என்னை அடையாளம் கண்டே...”

“நாங்க நெனைச்சாக்கூட ஒன்ன மறக்க முடியாதுடி. நாங்கதான் ஒன்ன கடத்துனோம்னு போலீஸ்காரங்க எங்களப்

படுத்தன பாடு... அடிச்ச அடி... அவனுவ வீட்லயும் ஒரு பொட்டை விழ... இப்போகூட பழைய கேஸ் இருக்குதுன்னு புதுப் போலீஸ்காரன் கூட கேப்பான். அவங்களே ஒன்ன அடிச்சுக் கொன்னுருப்பாங்களோன்னு எங்களுக்கும் பயம். அந்தப் பயத்தை பயந்துகிட்டே சொன்ன பிறகுதான் போலீஸ்காரன் எங்கள விட்டு வச்சான்."

"ஒங்கள ரொம்ப சிரமப்படுத்திட்டேன். என்ன மன்னிச்சிடுங்க..."

"நீதான் எங்கள மன்னிக்கணும். ஒரு தடவ ஒன்ன டில்லியில் காருக்குள்ள பார்த்ததாய் பத்தாவது வகுப்புக் காரி பாத்திமா சொன்னாள். டில்லியில டி.வி.யிலயும் பார்த்ததா சொன்னாள். நான் நம்பலை."

"அவள் எங்கே இருக்காள் குருவக்கா?"

"அஞ்சு வருஷத்துக்கு முன்னால பம்பாய் போனாள். ஒன்ன மாதிரி நல்லா ஆனாளோ, இல்ல எங்களமாதிரி பீச்சு பீச்சா திரிஞ்சுட்டு அலையுறாளோ... அக்காளால இப்ப முடியலைடி... நம்மளுல ஒன்ன மாதிரி ஆயிரத்துல ஒன்றுதானே கரையேறுது... அந்த வகையில எனக்கு ரொம்ப ரொம்ப சந்தோஷம். இப்படிச் சந்தோஷப் பட்டது, ஒரு தடவ எங்கம்மா இங்க வந்து என்ன பார்த்துவிட்டுப் போனபோதுதான் இப்போ என் மகள் வந்திருக்காள்."

மேகலை, குருவக்காவின் தலையை நிமிர்த்தினாள். நகத்தைக் கடித்துக்கொண்டிருந்த தோழிகளைப் பார்க்காமலே, அவள் நெற்றியில் முத்தமிட்டாள். முகம் மேடுபள்ளமாகிவிட்டது. பழைய அழகு கலைந்து போனது. புருவங்களுக்குக் கீழே கருப்புத் திட்டுகள். அசத்தலான கண்கள் இருந்த இடத்தில், வெறும் குழிகள். முர்கே மாதா பழைய குருவக்கா எங்கே போனாள்... உடம்பைக் குலுக்காமலே பேசுவாளே... இப்போது அந்தப் பேச்சிக் வேகம் தாங்காமல், உடம்பு தானாய் குலுங்குதே. அதே அந்த சிரட்டைப் பொட்டு முகம். எப்படி சில்லு சில்லாய்ப் போனது...

குருவக்கா மேகலையை வழிநடத்தினாள். கூடவே, அந்த டில்லிக்காரிகளும் போனார்கள். அவர்களுக்குப் பின்னால் ஒரு அலிப்பட்டாளம். நீலிமா அங்குமிங்குமாய் பொறுக்கிய தமிழ் வார்த்தைகளை அவர்கள் காதுகளில் போட்டுப் போட்டுக் காட்டினாள். "என்னடி... ஒம்மாள... கபிரீச்சிங்களா..."

மேகலை கிழிந்த சேலைகளில் உடம்பே கிழிபட்டது போல் தோன்றிய அந்தப் பஞ்சைப் பராரிகளைப் பார்க்க மனமிருந்தும், முகம் அதற்கான திராணியை இழந்தது போல் நடந்தாள். அந்தக் குடிசை வாசலுக்குள் நின்று முர்கே தேவியின் படத்துக்கு முன்னால் காலும் தலையும் ஒன்றை ஒன்று தொட, முடங்கிக் கிடந்தவளைப் பார்த்து -

"எம்மா... எம்மா..."

முடங்கிக்கிடந்த உருவம் கூப்பிட்ட குரல்காரியின் முகத்தைப் பார்க்காமலே 'சுயம்பு...சுயம்பு' என் மவளே என்று வாரிச்சுருட்டி எழுந்தது. மேகலையின் உடையையும் நகை நட்டுக்களையும் பக்கத்தில் நின்ற தோழிகளின் மிடுக்கையும் பார்த்து அணைக்கப்போன கைகளை அப்படியே வைத்துக்கொண்டது. அதற்குள் மேகலை 'அம்மா அம்மா' என்று அடிவயிற்றிலிருந்து குரலெழுப்பி, அவளை அணைத்துக்கொண்டாள். சிக்கெனப் பிடித்துக் கொண்டாள். சிறுகச் சிறுக அழுகை. பதில் அழுகை. பச்சையம்மா மேகலையின் முகத்தை நிமிர்த்தி, மாறிமாறி முத்தமிட்டாள். அவள் கையைத் தனது கையில் பிடித்துக் கொண்டே 'பாருங்கடி என் மவளை' என்பது மாதிரி வெளியே பார்த்தாள். பச்சையம்மாவின் லட்சணக் கருப்பு முகமும், இப்போது மேக மூட்டமாய்த் தெரிந்தது. நாட்டுக்கட்டை உடம்பு சீக்குக் கட்டையாய் மாறி விட்டது.

இதற்குள் 'குட்டி' அலிகள், அங்குமிங்குமாய் ஓடி, நாற்காலிகளைக் கொண்டு வந்தன. மூன்றே மூன்று நாற்காலிகள்தான் கிடைத்தன. அதுவும் 'சராசரி' சேரிக் காரர்களின் வீடுகளில் கிடைத்தவை. நீலிமாவும், நஸிமாவும் அதில் உட்காரப் போனபோது, மேகலை அவர்களைக் கொஞ்சலாகவும் கெஞ்சலாகவும் பார்த்து விட்டு, குருவக்காவையும், பச்சையம்மாவையும், அவற்றில் பலவந்தமாக உட்கார வைத்தாள். பச்சையம்மா ஒப்பாரி போல் குரலிட்டாள்.

"நீ இப்படிச் சொல்லாம கொள்ளமாப் போகலாமா மகளே... இந்தப் பாவிய போலீஸ் வந்து ஒன்ன ஒப்படைக்கும்படி கேட்டுது. அதுல ரெண்டு பல்லு போயிட்டு... ஒரு காலு ஊனமாயிட்டு... இப்போ ஒன்னரைக் காலுலதான் நடக்கேன். நானாவது குற்றவாளி. குருவக்கா என்ன செய்தாள், மூணு மாசம் ஆஸ்பத்திரியில கெடந்தாள். 'அதுல' மிதிச்ச மிதில இப்போ அவளுக்கு 'ஒண்ணுக்கு' சரியா போகமாட்டக்கு... அவஸ்தைப் படறாள்."

"பழைய கதை எதுக்கு பச்சம்மா... நமக்கு சந்தோஷம் என்கிறதே ரொம்பக் குறைச்சல். அதைவேற மேலும் குறைக்கணுமா... சுயம்பு... எப்படி இருக்கே... நீ நல்லா இருக்கது நாங்க நல்லா இருக்கது மாதிரி இருக்குடி."

"ரெண்டுபேரும் என்கூட டில்லிக்கு வந்துடுங்க."

"வேண்டாண்டி... நான் இங்க இல்லாட்டா... இவளுவள போலீஸூம், பொறுக்கிங்களும், சீரழிச்சுடுவாங்க. நான் இருக்கக்கண்டிதான் அவங்க கையில காலுல விழுந்து இவளுவ வயித்துல அடிபடாம பார்த்துக்கறேன்."

"அப்போ எங்கம்மாவ மட்டுமாவது கூட்டிட்டுப் போறேன்."

"எனக்குக் கை ஒடிஞ்சதுமாதிரி இருக்கும். இருந்தாலும் கூட்டிட்டுப் போ. இவ்வளவு நாளும் ஒன்னத் தான் நெனைச்சுட்டிருந்த அப்பாவி... ஒன் பக்கத்துல இருந்தாத்தான் இன்னும் கொஞ்ச நாளைக்காவது உயிரோட இருப்பாள்."

பச்சையம்மா, எழுந்தாள். மேகலையைக் கட்டிப் பிடித்துக்கொண்டு "மவளே, மவளே... நீ என்ன மறக்கலை மகளே... அந்த ஆஸ்பத்திரியில பார்த்த அதே மகளாத் தான் இருக்கே மகளே! என்று பழைய பச்சையம்மாவாய் அதே மாதிரி அரற்றியபோது -

"ஆம்புள கெடைக்காம இப்போ பொட்டைக்கு பொட்டையே கட்டிப் பிடிக்கீங்களா?"

எல்லோரும் எதிர்த்திசையைப் பார்த்தார்கள்.

ஏழெட்டு போலீஸ்காரர்கள், அவர்கள் மத்தியில் இடுப்பில் துப்பாக்கி வைத்த இன்ஸ்பெக்டரோ சப் இன்ஸ்பெக்டரோ... எஞ்சியவர்கள் கையில், லத்திக் கம்புகள் 'மிஞ்சின'. அவர்களின் கனமான பூட்ஸ் கால்கள் ஆங்காங்கே பள்ளங்களை ஏற்படுத்தின. துப்பாக்கி அதிகாரி, லத்திக்கம்பை அங்குமிங்குமாய் ஆட்டியபடியே குருவக்காவைப் பார்த்துக் கேட்டார்.

"இந்தப் பொட்டைங்கள எப்போடா இறக்குமதி செய்தே... இந்தத் தொழிலுக்கு ஆளு பத்தலையா?"

குருவக்காவும், பச்சையம்மாவும் பதறிப்போய் எழுந்தார்கள். "உட்காருங்க சார்... உட்காருங்க சார்." என்று தங்களது நாற்காலிகளை அவர்கள் பக்கமாய் இழுத்துப் போட்டார்கள். துப்பாக்கிக்காரர் மேகலையை ஏற இறங்கப் பார்த்தார். அவள்,

தன்னையோ, தனது துப்பாக்கியையோ அங்கீகரிக்காததில் ஒரு ஏமாற்றம், கர்வபங்கம்.

"அந்தப் பொட்டப்பயல் எழுந்திருக்க மாட்டானோ! எதுவும் எக்ஸ்ட்ராவா மொளச்சிருக்கோ... டேய், பொட்டை! வாடா இங்கே!"

மேகலை, நிதானமாக எழுந்தாள். அவளைப் பிடித்திழுத்த டில்லிக்காரிகளை உதறித் தள்ளிவிட்டு, அவர் முன்னால் ஓடிப் போய் நின்றாள். இடுப்பில் கை வைத்த படியே ஒரு சந்தேகம் கேட்டாள்.

"நீங்க போலீஸ்தானே! இந்த காக்கி யூனிபாரம் உங்கதுதானே!"

துப்பாக்கிக்காரர் கோபத்தை அடக்கிக்கொண்டு, மேகலையைப் பேசவிட்டார். சரிந்து போகப்போன லத்திக் கம்புகளை கையமர்த்தினார்.

"எதுக்குக் கேட்டேமுன்னால், போலீஸ்காரங்களை 'உங்கள் நண்பன்'னு சொல்லுவாங்க... ஒரு குடிமகனையோ, மகளையோ ரெண்டுமே இல்லாமப்போன எங்களையோ மரியாதைபோட்டு பேசணுமுன்னு சட்டம் சொல்லாமச் சொல்லுது. அதனால்தான் கேட்டேன்! நீங்க போலீஸ்காரங்களா தெரியலை; ஒருவேளை போலீஸ்ல இருந்து காக்கி யூனிபாரத்தை திருடுன பொறுக்கிப் பசங்களாய்..."

மேகலையால் மேற்கொண்டு பேச முடியவில்லை. கீழே விழுந்து கிடந்தாள். வாயில் ரத்தம். துப்பாக்கிக்காரரின் பூட்ஸ்கால் இன்னும் காலைத் தூக்கிய நிலையிலேயே தாண்டவத்திற்குத் தயாராகியபோது, அவரது வாய் வார்த்தைகளால் சுட்டன.

"என்னடா நெனச்சே பொட்டப்பயலே... வெள்ளைக் கார்ல கஞ்சா கடத்தினா விட்டுடுவோமா... ஒவ்வொரு பொட்ட வீடா சோதனை போடுங்கப்பா. எத்தனை கிலோடா கொண்டு வந்தே... ஒன்ன 'பாலோ' செய்துக்கிட்டுத்தான் இருக்கோம்! காலையிலேயே வந்து இந்த பச்சையம்மாகிட்டே காதுல மந்திரம் போடுறியா...

சப் - இன்ஸ்பெக்டர் ஓங்கிய காலை, மேகலையின் முகத்துக்கெதிராய் கொண்டு போகப்போனபோது-

"டேய் போலீஸ் பொறுக்கி... ஒன் வீட்லயும் பொட்டை விழும்டா, கூசாம பொய் சொல்றியே... இதுக்கே நீயும் ஒரு பொட்டையாப் போவே... எங்கே என் ராசாத்தி மேல கால் வை பார்க்கலாம்..."

சப் - இன்ஸ்பெக்டர் அசந்தார். தன்னை ஒரு பொட்டப்பயல் - அதுவும் பச்சையம்மா, அப்படிக் கேட்டதில் அதிர்ந்துபோன அந்தத் துப்பாக்கி, குருவக்காவை ஆறுதலாகப் பார்த்தது. அவளும் ஆவேசப்பட்டாள்.

"இப்படித் தராதரம் தெரியாமல் குதிக்கீங்களே... நீங்க உருப்படுவீங்களா. போன மாசம் மாமுல் கட்டுனோம். இந்த மாசம் இன்னும் கட்டலன்னு இப்படியா குதிக்கது. பிச்சக்காச நேராய் கேளேய்யா!"

குருவக்காவும் கீழே விழுந்தாள். ஆனால் மேகலை எழுந்தாள். இதற்குள், பித்து பிடித்து நின்ற, நீலிமா, சப் - இன்ஸ்பெக்டர் கையைப் பிடித்து இழுத்தாள். லட்சுமி 'என்னைச் சுடுடா' என்று முந்தானையைக் கீழே போட்டு விட்டு, மார்பைக் காட்டினாள். அதே சமயம், ஆறு போலீஸ்காரர்களும் அந்த அலிக் குடிசைகளை சிதைத்து சின்னா பின்னம் செய்துகொண்டிருந்தார்கள். பல மொட்டையாயின. சில கட்டையாயின. மண் பானைகள் சில்லு சில்லாய் நொறுங்கின. ஈயப் பானைகள் அந்தப் பழைய குட்டையில் விழுந்தன. குடிசைகளைக் காப்பாற்ற ஓடிய பல அலிகள், திரௌபதிகளாக நின்றனர். இதற்குள் நீலிமா குரல் கொடுத்தாள்.

"போலீஸ் மர்தாபாத்... போலீஸ் மர்தாபாத்."

அந்த 'மர்தாபாத்' என்ற வார்த்தையின் பொருள் புரியாது அத்தனை பேரையும் அந்த வார்த்தை எப்படியோ பற்ற வைத்தது. ஒவ்வொரு உடம்புக்குள்ளும் ஒரு நெருப்பு ஜ்வாலை எரிந்தது. அடிபட்டு நோகும் அத்தனை அலிகளும் கிலி விட்டுப்போனதுபோல் போலீஸாரை சூழ்ந்தார்கள். ரத்த சாட்சியோடு கத்தினார்கள். இதற்குள் அந்தக் காட்டுத் தீயின் உஷ்ணத்தால் சூடு வந்தவர்கள் ஒன்று சேர்ந்தார்கள். அந்தச் சேரியிலுள்ள சராசரிகளும், இப்போது அசாதாரணங்களாத் திரண்டனர். தடியடிக் கம்புகளைத் தாவிப் பிடித்தார்கள். எங்கிருந்தெல்லாமோ ஓடி வந்தார்கள். வெளிமன அவமானச் சுவடுகளும் அவற்றின் எச்சங்களான அச்சங்களும் அடிமனக் கோபாவேசத்திற்கு வழிவிட்டன, தெரு நாய்கள், வேட்டை

நாய்களாயின. வீட்டுப்பூனைகள் காட்டுப் பூனைகளாயின. உள்ளேயும், வெளியேயும் ஒரே சத்தம்.

தொலைவிலிருந்து கல்வீச்சு... அருகிலிருந்து எழுத்தில் கொண்டுவர முடியாத இதயம் பதித்த வசவுகள். சிலர் ஆவேசப்பட்டு உடைகளைத் தூக்கியதும் உண்மைதான். அந்தச் சேரியே பற்றி எரிவது போலிருந்தது. வயிற்றில் எரிந்தது, அந்த வளாகத்தையே எரிப்பதுபோல் தோன்றியது. சரமாரியான கல்வீச்சு... கதவடைப்பு... அந்தப் போலீஸ் அதிகாரி துப்பாக்கிப் பக்கம் கையைக் கொண்டு போனார். மேகலை அந்தத் துப்பாக்கியின் குழாயைத் தனது கைகளால் மூடினாள். உடனே டில்லிக்காரிகள் அவளையும் அந்தத் துப்பாக்கிக்காரரையும் அங்குமிங்குமாய் தள்ளினார்கள். கூச்சல் போட்டார்கள். குமுறிக் குமுறி முழங்கினார்கள்... ஏச்சுக்கள், அந்த ஏரியாவின் எல்லையைத் தாண்டின.

அந்த போலீஸ் ஆசாமி, அதிர்ச்சியடைந்தார். ஆழம் தெரியாமல் காலை விட்ட கவலை. துப்பாக்கியால் சுட்டால் எத்தனைபேர் சாவார்கள்? எஞ்சியவரை என்ன செய்யமுடியும்? ஆறே ஆறு லத்திக்கம்புகள் என்ன செய்ய முடியும்? அவர் பின்வாங்கப் போனார். 'இரவில் ரதகஜ துரக பதாதிகளோடு' வரலாம் என்றால், ஒரு வழியடைப்பு. போதாக்குறைக்கு, பென்சிலும் குறிப்பு நோட்டுமாய் ஏழெட்டுப்பேர். செகரட்டேரியட் பிரஸ்மென்... வீட்டுக்குத் திரும்பியவர்கள், சத்தம் கேட்டு வந்ததுபோல் தெரிந்தது. ஜோல்னாப் பையை ஒரு கையால் தடவி மறுகையால் மோவாயைத் தடவி அங்குமிங்குமாய் சூழ்ந்தார்கள். மேகலையிடம் ஒரு பேட்டி, நீலிமாவிடம் ஒரு பேச்சு. பச்சையம்மாவிடம் ஒரு கிசுகிசுப்பு. துப்பாக்கிக்காரரிடம் ஒரு குறுக்கு விசாரணை.

இதற்குள், ஒரு அஸிஸ்டெண்ட் கமிஷனர் ஒரு பெரும் படையோடு வந்தார். எந்த டெலிபோன் சொன்னதோ... அங்கே நின்ற செய்தியாளர்களைப் பார்த்ததும் அவரது இரும்புமுகம், கரும்பு முகமானது. தடியடிக்கு ஆணையிடப் போனவர். தடியடி பட்டவர்போல் தவித்தார். பத்திரிகைக்காரர்களையே உற்றுப் பார்த்தார். 'இந்து' ரவி, 'எக்ஸ்பிரஸ்' கோபால், 'தினத்தந்தி' சுகுமார், 'தினமலர்' நூருல்லா, 'பிடிஐ' வெங்கடேஷ் 'யுஎன்ஐ ரமேஷன், 'மாலைமுரசு' மோகன்ராஜ், 'தினத்தூது'

கனகராஜ், 'தினமணி' ஜெகன்னாதன் இந்த மாதிரி செய்திகளை மருந்துக்கும் போடாத 'வானொலி' செய்தி ஆசிரியர் சமுத்திரம்.

அந்த நட்சத்திர அஸிஸ்டெண்ட் கமிஷனர் மேகலைப் பக்கம் போனார்.

"என்னம்மா நடந்தது?"

"நீங்களே என்ன நடந்திருக்குமுன்னு தெரிஞ்சுக்கலாம். அந்தக் குட்டையில கிடக்கிற பாத்திரங்களைப் பாருங்க. மண்ணுல சரிஞ்ச குடிசையைப் பாருங்க. என் வாயில வழியற ரத்தத்தைப் பாருங்க. குறுக்கே பேசாத லட்சுமிக்கா... இந்தாங்க சார் என் விசிட்டிங் கார்டு... இதையும் வச்சுக்குங்க... இது என்னோட பிதாஜி கார்டு... அவரு வீட்லயும் ஒரு ஐ.பி.எஸ். இருக்கார்."

"ஸாரி... நீங்க யாருன்னு தெரியாமல்..."

"இங்கதான் ஸார் எல்லாருமே தப்பு செய்யுறோம்... யாருன்னு தெரியாமல் அடிக்கிறத பொறுத்துக்கலாம். தெரிஞ்சுக்கிட்டே அடிக்கிறத எப்படி சார் பொறுத்துக்க முடியும்? இந்த அலி ஜீவராசிகளுக்கு என்ன சார் இருக்குது? அரசாங்கத்துலயும் வேலை கிடையாது. கடைகண்ணியிலயும் சேர்த்தியில்ல... யாருக்கெல்லாமோ கருணை காட்டுறதாய் சொல்ற தமிழ்நாடு அரசு, இவங்க பக்கம் கண்ணைக் காட்டல... இவ்வளவுக்கும் அமைச்சருங்க போகிற சாலைப் பக்கம்தான் இவங்க அலையுறாங்க... நடக்கிறாங்க."

"இதெல்லாம் எங்க அதிகாரத்துக்கு அப்பாற்பட்ட விஷயம்... நடந்ததைச் சொல்லுங்க."

"ஏ.ஸி.ஸார்... ஒங்களுக்கு சொல்லாட்டாலும் பிரஸுக்கு சொன்னதாய் நெனச்சு சும்மா இருங்க... இந்தாம்மா, ஒங்களப் பத்திச் சொல்லுங்க."

மேகலை, போலீஸ்காரர்களைப் பொருட்படுத்தாது செய்தியாளர்களிடம் தன்னைப் பற்றிச் சுருக்கமாகவும், அங்கே நடந்தவற்றை விவரமாகவும் சொன்னாள். அஸிஸ்டெண்ட் கமிஷனர் புன்னகைத்துப் பேசினார்.

"இந்தாப்பா... எல்லாப் போலீஸும் வெளியில போங்க... நாளைக்கு என்ன ஆபீஸ்ல பாரும்மா... இதுதான் என் கார்டு..."

"போகாதக்கா... அடி அடின்னு அடிப்பாங்க... எனக்கு கிடைச்சது மாதிரியே கிடைக்கும்."

ஒரு லுங்கிப் பெண், அசல் பெண் தோற்றக் குரலில் பேசியபோது எல்லோரும் சிரித்தார்கள். அப்புறம் சிரித்தது தப்பு என்பதுபோல் வாயை மூடினார்கள். ஆங்காங்கே சூழ்ந்து நின்ற கும்பல்கள் இப்போது கூட்டங்களாகி, குழைந்து நின்றன. ஏ.சி.யும் பிரஸ்மென்னும் 'ஆழமாகப்' பேசிக்கொண்டார்கள்.

"வாங்களேன். உங்கள நானே டிராப் செய்யுறேன். மூணு ஜீப் இருக்குது..."

"வேண்டாம் சார்... ஸ்கூட்டர் இருக்குது... பஸ் ஸ்டாண்டும் பக்கத்துல இருக்குது."

"என்ன பண்றது... நான் இல்லாட்டால் துப்பாக்கிப் பிரயோகம் அளவுக்குப் போயிருக்கும். சேதி கேட்டு ஓடி வாறேன்... சி.எம். செக்யூரிட்டுக்குப் போகணும்...

"நீங்க போங்க ஸார்..."

"பார்த்துப் போடுங்க..."

"நடக்கிறதத்தான் பார்க்கோமே..."

அந்த அஸிஸ்டெண்ட் கமிஷனர், தனது பரிவாரங்களோடு தயங்கித் தயங்கிப் போனார். நாளைக் காலை வரை உயிரைக் கையில் பிடிக்கவேண்டிய நிலை. எதுக்கும் கமிஷனருக்கு... டெப்டி கமிஷனர் தாளிச்சிடுவார்...'டி.சி' கிட்ட சொல்லிடலாம். அவர் பாடு... கமிஷனர் பாடு... கமிஷனர் பாடு... டி.ஜி.பி. பாடு...

போலீஸ் அகன்றதும், மேகலை செய்தியாளர்களைக் கையெடுத்துக் கும்பிட்டாள்.

"தயவுசெய்து எங்கள கவர்ச்சிப் பொருளாய் செய்தி போடாதீங்க... நாங்க படுற பாட்டையெல்லாம் சொல்லிட்டோம்... ஒங்க வீட்லயும்... எங்கள மாதிரி ஒரு பொட்டைவிழலாம்... அத நெனைச்சு ஆண்மையா செய்தி போடுங்க... விளம்பரம் கட்டாயிடுமேன்னு பயப்படாதீங்க... இந்த சேரிப்பக்கமும்... ஒங்க பேனா... மனிதாபி மானத்தோடு திரும்பட்டும்..."

செய்தியாளர்கள் அசந்து போனார்கள். அவர்களே அந்தச் சேரியின் சேரியை அப்போதுதான் பார்ப்பது போல் முகம் சுளித்தார்கள். இதற்குள் அதே லுங்கிப் பெண், மேகலையிடம் ஒரு போடு போட்டாள்.

"ஒங்களுக்கென்ன... நீங்க பாட்டுக்கு டெல்லிக்கோ பம்பாய்க்கோ போயிடுவீங்க... ஒரு வாரம் கழிச்சு போன

போலீஸ் மச்சான் திரும்பி வருவான் லத்திக் கம்போட... அப்போ யாரு வருவா தொணைக்கு...”

மேகலை அந்த லுங்கிக்காரியையே பார்த்தாள். அவளும் ஒரு முடிவுக்கு வந்தாள்.

43

ஆண், பெண், அலி என்ற அத்தனை தன்மைகளையும் தாண்டிப் போனவள்போல், மேகலா அக்காவின் படத்தைப் பார்த்த விதத்தைப் பார்த்தான், பார்த்தாள், பார்த்தது - என்றுகூடச் சொல்லமுடியாது. இதற்கும் மேலான ஒரு வார்த்தையை இனிமேல்தான் தேட வேண்டும். கண்டுபிடிக்க வேண்டும்.

வீட்டிலிருந்து கொண்டுவந்த, அக்காவின் படத்தைச் சிறிது பெரிதாக்கி கங்காதேவியின் புகைப்படத்திற்கு அருகே மாட்டிவிட்டாள். அக்கா எழுதிய அந்தக் கசங்கிய ‘எட்டு வயதுக்’ காகிதத்தை அதைவிடப் பெரிய கலர்த் தாளில் ஒட்டிவிட்டாள். அதையும் பிரேம் செய்து அக்காவின் படத்திற்குக் கீழே மாட்டிவிட்டாள். அந்தக் கடிதத்தை டில்லிக்குத் திரும்பிய பிறகு, இந்த ஒரு மாத காலத்தில் ஐநூறு தடவைக்குமேல் படித்திருப்பாள். அக்காவுக்குச் செலுத்தப்போகும் லட்சார்ச்சனை போல், இன்னும் படித்துக்கொண்டே இருக்கிறாள். அவளுக்கு அது ஒரு திருக்குறள். படிக்கப் படிக்க மீண்டும் படிக்கத் தூண்டும் பாசக்குறள். அந்தக் குறளில் அக்காவின் குரலும் ஒலித்தது...

மெத்தை நாற்காலியில் உட்கார்ந்தபடியே, அக்காவின் படத்தையும், கோவில்களில் வைத்திருப்பது போன்ற மந்திரத் தகடாய் அக்கா படத்திற்குக் கீழே சாத்தி வைக்கப்பட்ட அந்தக் கடிதமிருக்கும் கண்ணாடிச் சட்டத்தையும் உற்றுப் பார்த்தவள், அக்காவும் தானும் உறவாடிய ஊருக்கு மீண்டும் போகப் போகிற மகிழ்ச்சியை நினைத்தபடியே எழுந்தாள். இதற்குள், நீலிமா இரண்டு சூட்கேஸ்களை ஒன்றன்மேல் ஒன்றாய் அடுக்கி வைத்து விட்டு, போர்வைகளை மடித்து, ஒயர்க் கூடைக்குள் திணித்தபடியே, “ஜல்தி, ஜல்தி” என்றாள். பிறகு மேகலையின் முன்னால் போய், தனது கடிகாரம் கொண்ட கையைத் தூக்கிக் காட்டினாள்.

மேகலை அவசர அவசரமாக எந்தப் புடவையைக் கட்டலாம் என்பதுபோல் யோசித்தாள். காலத்தின் கோபத்தையும்

கருணையையும் நினைத்தபடி வெளிர் மஞ்சள் புடவையை எடுத்து உடம்பில் சுற்றியபடியே உள்ளத்தைச் சுற்றவிட்டாள். அண்ணனின் கடிதம் முந்தா நாள் கிடைத்தது. பதினைந்து நாட்களுக்கு முன்பு கலியாண அழைப்பிதழுடன் அவன் அனுப்பிய கடிதம். தேதி நன்றாகவே தெரிகிறது. தபால் முத்திரையும் அப்படியே. ஆனால் தபால்துறை, இதர சகோதரத் துறைகளைப் போல் பின்வாங்குவதில் முன்னேறிக் கொண்டுதான் இருக்கிறது. இதே நிலை நீடித்தால், சம்பந்தப்பட்ட பெண்ணுக்குக் குழந்தை பிறந்த பிறகுகூட கலியாண அழைப்பிதழ் கிடைக்கலாம். கிடைக்குமே... அதுவே பெரிசு.

மேகலை இவ்வாறு தனக்குள் பேசியதைத் தானே ரசித்து, மெல்லச் சிரித்தாள். அண்ணனின் கடிதத்தையும், மீண்டும் மனதுக்குள் வாசித்தாள். அண்ணன் மகன் மோகன் என்ஜினியரிங் காலேஜில் சேர்ந்துவிட்டானாம். போன மாதம் அனுப்பியதைபோல் அவனுக்குக் கண்டபடி பணம் அனுப்பிச் 'செல்லம்' கொடுக்கக் கூடாதாம். தங்கையின் கலியாணத்திற்கு இதுவரை அனுப்பிய பணத்தில் நிறைய மிச்சமிருக்கிறதாம். 'ஆபீஸ்கார' மாப்பிள்ளைக்கு, அளவுக்கு மீறிச் செய்து அவன் ஆசையை பேராசையாக்கக் கூடாதாம். வீட்டுக்கு மனம் போன போக்கில் வாங்கிக்கொண்டு வரக்கூடாதாம். அப்பாவுக்கு பெருமளவு சுகமாகி, இப்போது கம்பை ஊன்றி நடக்கிறாராம். பழைய 'ஸ்டைலில்' பேசத் துவங்கி விட்டாராம். அம்மாதான் இன்னும் சரியான உடல் நிலைக்கோ, அல்லது மனநிலைக்கோ திரும்பவில்லையாம்.

மேகலை யோசித்தாள். அண்ணியைப் பற்றி ஒரு வார்த்தை இல்லை. ஏதாவது செய்ய வேண்டும். அம்மாவையும் இங்கே கூட்டி வரவேண்டும். வீட்டில் இருக்கும்போது, கூப்பிட்டதற்கு, மோகனாவுக்குத் தலைப் பிரசவம் பார்த்துவிட்டுத்தான் வருவேன் என்று சொல்லி விட்டாள். அந்தக் கடிதத்தில், அண்ணன் இன்னொரு தகவலும் எழுதியிருந்தது நினைவுக்கு வந்தது. ஊரில் பெருமையாய்ப் பேசுகிறார்களாம். சின்ன வயதில் வந்த கோளாறு இடையிலேயே வந்து இடையிலேயே போய் விட்டதாக நினைக்கிறார்களாம். ஆகையால் ஒரு நாலு நாளைக்கு வேட்டி சட்டை உடுத்தி அதைப் பல்லைக் கடித்தாவது பொறுத்துக் கொள்ள வேண்டுமாம். இதுகூடப்

பெரிதாகத் தெரியவில்லை. - ‘இப்படிக்குப் புத்தி சொல்ல யோக்கியதை இல்லாத அண்ணன் ஆறுமுகப்பாண்டி’ என்ற முடிவுரை அவளை ஒரு கலக்குக் கலக்கி விட்டது.

மேகலை அந்தக் கலியாண அழைப்பிதழை மூக்கில் வைத்து ஆட்டியபடியே டேவிட்டை நினைத்தாள். இதற்குள் அண்ணனின் வேண்டுகோள் நினைவுக்கு வந்தது. அவசர அவசரமாய் எழுந்தாள். புடவையைக் களைந்து விட்டாள். அத்தனைப் பெண் உடைகளையும் கழற்றி விட்டு, வேட்டியை உடுத்திக் கொண்டாள். சட்டையைப் போட்டுக்கொண்டாள். இப்போதே பழகிக் கொள்ளலாம்.

மேகலை, சுயம்புவானான்.

இதற்குள் உள்ளே ஓடி வந்த லட்சுமி, குஞ்சம்மா வகையறாக்கள், அவளை ஆச்சரியத்தோடு பார்த்தாலும் அதிர்ச்சியாகப் பார்க்கவில்லை. அந்தக் கடித விவரம், அவர்களுக்கும் தெரியும். வீட்டிலிருக்கும் போது வாயில் புடவையைக் கட்டிக் கொண்டிருக்கும் பச்சையம்மா, மகள் வாங்கிக் கொண்டுத்த ஒரு பட்டுச் சேலையைக் கட்டியபடியே மேகலையை ஒரு மாதிரி பார்த்தாள். அவள் முகத்தில் இன்னும் மினுக்கம் இல்லையென்றாலும், கிறக்கமும் இல்லை. அவள் பார்வையைப் புரிந்து கொண்ட மேகலை சிறிது கண்டிப்போடே பேசினாள்.

“பேசாமல் இங்கேயே இரும்மா. ஏகப்பட்ட நோய்... இன்னும் ஊசி போடவேண்டியிருக்கு... இந்த டாக்டர் மாதிரி எந்த டாக்டரும் வராது. இன்னும் ஒனக்கு மெட்ராஸ் வாடை போகலியா... பட்டது போதாதா... குருவக்கா அங்க இருக்க வேண்டியதால இருக்க வச்சிருக்கேன்... லட்சுமிக்காவக்கூட கூட்டிட்டுப் போகலை... இந்த நீலிமாவை அவளுக்காகவே கூட்டிட்டுப் போறேன். அம்மா இறந்துட்டான்னு கல்கத்தாப் பக்கம் சொந்த ஊருக்குப் போனவளை அண்ணன் தம்பிங்க கழுத்தைப் பிடிச்சு வெளியில தள்ளிட்டாங்க. அவளால, மானபங்கம் என்கிறதைவிட, சொத்து பங்கம் வந்துடுமோன்னு பயம். அதனாலயே இவள் பித்துப் பிடிச்சுக் கிடக்கிறாள். லட்சுமிக்கா! அதோ காந்தி, காரல்மார்க்ஸ், ஹெலன் கெல்லர், படம் போட்ட புத்தகங்கள் இருக்கு பாரு... எல்லாவற்றையும் எடுத்து பெட்டிக்குள்ள வைக்கா... ஏன் அப்படிப் பார்க்கே...”

“உன்னப் புரிஞ்சுக்கவே முடியலைடி... கூத்தாண்டவர் கோயிலுல குழந்தையா மாறி அப்படி லூட்டி அடிச்சே. மெட்ராஸ்ல என்னடான்னா சப் - இன்ஸ்பெக்டருக்கு சஸ்பெண்ட் வாங்கிக் கொடுத்தே. எல்லா தமிழ்ப் பத்திரிகைகளையும் நம்ம பிரச்சினையைப் பத்தி பெரிசா செய்தி போட வச்சே... ஆனாலும், நம்ம ஊருக்காரங்க எச்சிக்கலை புத்தி அவங்கள விட்டுப் போகாது. ஒரு பேப்பர்ல ‘அலி அழகிகளின் ஆர்ப்பாட்டம்’ படு தமாஷ்னு போட்டான் பாரு... நம்ம பிரச்சினையைவிட அவனுக்கு நம்ம நெளிவு சுழிவுதான் பெரிசாப் போச்சு... அவன் வீட்ல ஒரு பொட்டை விழ. ஆனாலும் கூட்டிக் கழிச்சுப் பார்த்தால், தமிழ்ப் பத்திரிகைங்க நம்ம தலை நிமிர வச்சிட்டு.”

குஞ்சம்மாவினால் சும்மா இருக்க முடியவில்லை. பி.டி.ஐ., யு.என்.ஐ. ஏஜென்ஸிகளால் நாடு முழுக்க இந்தச் செய்தி எப்படியோ ஒருவிதத்தில் வந்தது அவளுக்குத் தெரியாது. ஆனால், மலையாளத்தில் வந்தது நல்லாவே தெரியும். என்ன நெனெச்சுக்கிட்டாள் இந்த லட்சுமி...

“ஏடீ... பிராந்தி... தமிழ்நாடு, மாத்ரம் ஆனோ... பத்திரிக்கை உள்ளன்னு விஜாரிக்கலே... எங்கட... மலையாளத்துல... கூடியும் வந்துட்டுண்டு.”

மேகலை, அந்தக் காகிதப் புலிகளைக் கையாட்டித் தடுத்தபோது, பச்சையம்மா, தான், அவளோடு போக வேண்டியதன் அவசியத்தைக் கடைசி நிமிட முயற்சியாகச் சொன்னாள்.

“ஊருக்காக இப்பவே வேட்டி சட்டையில நிக்கே... கொண்டைய எப்படி மறைக்க முடியும். இந்த நீலிமாவுக்கு என்ன தெரியும்? நான் கூட வந்தால், தலைக்கு முண்டாசு கட்டிவிடுவேன்... நீலிமாவ என் மகள்னு சொல்லி, ஒனக்கு அந்த நாலு நாளைக்கும் மாமியார் மாதிரி நடிப்பேன். யோசிச்சுப் பாரு...”

“யோசிக்கிறதுக்கு எதுவுமில்ல பச்சை. ஒரு பெரிய டோபாவ வாங்கி கொண்டைய உள்ளுக்குள்ள திணிச்சிடலாம்.”

“லட்சுமிக்கா... அம்மாவ பொட்டையா கூப்பிடாதே. நீ சொல்ற டோபாவோ... அக்கா சொல்ற முண்டாசோ தேவையில்ல. என் தங்கைக்கு நல்ல இடத்தில முடிஞ்சால்

மொட்டை போடுறதாய், பழனி மொட்டையாண்டி கிட்ட வேண்டிக்கிட்டேன். போகும்போதே மொட்டை போட்டுக் கிட்டுத்தான் போகப்போறேன்!"

"என்னடி இது அக்கிரமம்... யாரக் கேட்டு இப்படி நேர்ந்தே... கண்ணாடி முன்னால ஒவ்வொரு முடியா, நீவி ரசிப்பியே... இன்னும் விட்டால், தலையைக் கூட வெட்டிக்கிறேன்னு வேண்டுவே போலிருக்கே..."

மேகலை, லட்சமியக்காவைப் பார்த்து மீண்டும் சிரித்தாள். எல்லோரும் அவளை பிரமித்துப் பார்த்தபோது, அவள் தன்னை ஒரு சாதாரண மனுஷியாக காட்டிக்கொள்ள நினைத்து, தலையை சிறிது குனிந்தாள். அவள் படித்த ஒரு காந்தியப் புத்தகத்தில், 'ஒருத்தர்' பிறரிடம் தன்னைப்பற்றி எந்த பிரமிப்பையும் ஏற்படுத்தும் வகையில் நடந்துகொள்ளக்கூடாது. தோழமை உணர்வே மேலோங்கி நிற்கணும். அவர்களும், நம்மைபோல் ஆக முடியும் என்ற நம்பிக்கையை ஏற்படுத்த வேண்டும் என்று எழுதப்பட்டிருந்தது. அடிக்கடி நினைவுக்கு வருவது போல் இப்போதும் வந்தது. லட்சுமியக்காவின் தோளில் ஒரு கையும், மார்க்கிரெட்டின் தோளில் இன்னொரு கையும் போட்டபடி பொதுப்படையாகச் சொன்னாள்.

"வீட்ட பத்திரமா பாத்துக்குங்க... இந்திரபுரி வீட்டு வாடகைய முதல் தேதியே வாங்கிடுங்க... யாராவது உதவிக்கு வந்தால், கையில இருக்கத கொடுங்க. ஒங்களயும் இவ்வளவு பெரிய வீட்டையும் விட்டுட்டுப் போக சங்கடமாத்தான் இருக்கு..."

"இதுக்குத்தான் நீயும் ஒரு மகள சுவீகாரம் செய்யணும் என்கிறது..."

"தேவையில்ல அம்மா. எனக்கு என் அலித்தன்மையே மகள்... அந்த அலித்தன்மை யார் யாரிடமெல்லாம் ஊடுருவி நிற்கோ, அவங்க எல்லாமே என் வாரிசுகள்தான். சரி, சரி, பிதாஜி கார் வந்திட்டு. நீலிமா ஒன் முகத்துக்கு எத்தனை தடவை பெயிண்டடிப்பே..."

"ஆமா, நீலிமாவுக்கு அங்க போயி பாண்ட் சர்ட் கொடுக்கப் போறியா..."

"இல்ல... இப்படியேதான் வருவாள். பார்க்கிறவங்க அவள என் 'ஃபாரின் பெண்டாட்டின்னு நினைச்சுட்டுப் போகட்டுமேடி"

எல்லோரும் சிரித்தார்கள். நீலிமா, தனது மேக்கப்பைத்தான் அவர்கள் கிண்டல் செய்கிறார்கள் என்று உதட்டில் ஓவராய்ப்

போன லிப்ஸ்டிக்கைத் துடைக்கப் போனாள். மேகலை, அவசரப்பட்டு, அவசரப் படுத்தினாள். "ஜல்தி, நீலிமா... ஜல்தி. நாம் போகப்போறது பட்பட் வண்டி இல்ல. ட்ரெயின்..."

நீலிமா, சூட்கேஸ்களைத் தூக்கிக்கொண்டு மேகலையுடன் புறப்படப் போனபோது -

தபால்காரர் ஒரு கத்தை காகிதங்களைப் போட்டு விட்டுப் போனார். பெரும்பாலானவை பத்திரிகைகள். குரு அலிகளின் விழா நிகழ்ச்சிகள்... அதற்குள்ளே ஒரு இன்லண்ட் கவர். எடுத்துப் பார்த்தால் மோகனா பெயர். படித்துப் பார்த்தாலோ-

"என் அன்புள்ள அண்ணன் அல்லது அக்காவுக்கு,

மோகனாவின் வணக்கம்.

நீங்கள் என்னிடம் காட்டிய கருணைக்கு, நான் வாழ்நாள் முழுவதும் கடமைப்பட்டிருக்கிறேன். உங்கள் உதவி மட்டும் இல்லையானால், மொட்டை மரமாய் முடிந்திருப்பேன். ஒருவேளை நமது அக்காவின் நிலமை எனக்கும் வந்திருக்கலாம். எப்படியோ எல்லாம் நல்லபடியாய் முடியப்போகிறது. என்னடா ஊருக்கு வரப்போகிற தனக்குத் தங்கை இப்படி ஒரு கடிதம் எழுதுகிறாளே என்று நீங்கள் நினைக்கலாம்... அதற்குக் காரணமும் இருக்கிறது.

"அண்ணன் உங்களை எப்படியாவது கலியாணத்திற்கு வரவழைக்க வேண்டும் என்று ஒற்றைக் காலில் நிற்கிறான். அவன் படிக்காதவன். அறிவிலி. ஆனால் நீங்கள் படித்தவர், பண்பாளர், என்னதான் வேட்டி சட்டையோடு வந்தாலும், உங்கள் பேச்சும் நடையும் 'அவர்களுக்குக்' காட்டிக் கொடுத்துவிடலாம். என் வாழ்க்கை மரகதக்காவாக முடியலாம். அப்புறம் உங்கள் இஷ்டம். என்னை எப்படி பஸ் நிலைய சமாச்சாரத்தில் காட்டிக் கொடுக்கவில்லையோ, அப்படி இந்த கடித விஷயத்திலும் காட்டிக்கொடுக்க மாட்டீர்கள் என்பது எனக்கு நன்றாகவே தெரியும்.

"என் வாழ்வு நீங்கள் போட்ட பிச்சை. இந்தப் பிச்சைக்காரியை 'எங்கிருந்தாலும் வாழ்க என்று அங்கு இருந்தபடியே வாழ்த்தியருளும்படி பணிவன்புடன் கேட்டுக்கொள்கிறேன்.

உங்களின் உயிருக்கு உயிரான சகோதரி

மோகனா."

மேகலை, அந்தக் கடிதத்தை மீண்டும் ஒரு தடவை படித்துவிட்டு, தலையை அங்குமிங்கும் ஆட்டினாள். லட்சுமி அதைப் படித்துவிட்டு, மற்றவர்களுக்கு அதன் விபரத்தைச் சொல்லிக் கொண்டிருக்கும்போது மேகலை, அக்காவின் படத்தையே பார்த்தாள். பார்க்கப் பார்க்க அழுகை! கொட்டக் கொட்டக் கண்ணீர்! நீர்வார் முகத்தோடு, தனக்குள்ளே சிறிது முனங்கிக் கொண்டாள். பிறகு கண்ணீரைச் சுண்டிவிட்டு, சர்வ சாதாரணமாய்ப் பேச முயற்சித்தாள்.

"நீலிமா அதே கார்ல போய்... நம்ம டிக்கெட்ட கான்ஸல் செய்துட்டு வந்துடு... இன்னும் வெயிட்டிங் லிஸ்ட்ல பெயர் இருக்கிறதால முழுப்பணமும் கிடைக்கலாம். ஜல்தி. குயிக்..."

மேகலை, தன்னைத் தவித்துப் பார்த்தவர்களுக்கு பட்டும் படாமலும் பதிலளித்தாள். 'மகளே மகளே... நானிருக்கேன் மகளே... நாங்க இருக்கோம் மகளே' என்று புலம்பிய பச்சையம்மாவின் முதுகைத் தட்டிவிட்டு கோபத்தில் கால்களைப் போட்டுத் தரையில் மிதிக்க விட்ட நீலிமாவை இழுத்துப் பிடித்துக்கொண்டு, மேகலை அழுகைச் சிரிப்போடு சொன்னாள்.

"என் செல்லத் தங்கச்சி, என்னை நான் காட்டிக் கொடுத்துவிடுவேன்னு தன்னைத்தானே காட்டிக் கொடுத்துட்டாள். அவள் பயமும் நியாயமானதுதான். பெரும்பாலானவங்க தங்கள மையமா வச்சுத்தான் மத்தவங்களை நினைக்காங்க. நல்லவேளை. அவள் ஒருத்தி மட்டும் எனக்கு சகோதரி இல்லே... நீங்கெல்லாம் யாராம்! நீலிமா... ஜல்திம்மா..."

நீலிமா புறப்படப் போனாள். இதற்குள் 'கூரியரில்' ஒரு கடிதம். குருவக்கா கடிதம். நீலிமாவை லேசாய் கையமர்த்திவிட்டு அந்தக் கடிதத்தின் மீது ஒட்டு மொத்தமான பார்வையைப் போட்ட மேகலை, இப்போது ஒவ்வொரு வரியாகப் படித்தாள்.

"என் கூடப் பிறக்காத பிறப்பே!

"சொகமா இருக்கியா? பச்சையம்மா சௌக்கியமா... ஒன் தோழிகள் சுகமா...

"நீ நம்ம சனங்கள, கூப்பிட்டு வச்சு பேசுனதில் எல்லோருக்கும் சந்தோஷம். நாம், ரெண்டுபேரும் பேட்டை பேட்டையாய் போய் பேசிவிட்டு, அப்புறம் ஒரே இடத்துல கூடி, சில முடிவு எடுத்தோமே, அது சீரா நடந்துக் கிட்டிருக்கு... நாதியில்லாமப்

போன, நமக்கு நீ ஜோதியாய் வந்திருக்கேன்னு எல்லாப் பேட்டையிலயும், நம்ம ஆட்கள் பேசறாங்க. நம்ம சங்கத்துக்கு நிலமும் பார்த்துட்டோம். இப்போதைக்கு அதுல ஒரு நல்ல குடிசையா போட்டுக்கலாம். அதோட சங்கத்தை நீதான் திறந்து வைக்கணும் என்கிறது நம்ம ஜமாவோட தீர்ப்பு. நமக்கும், சர்க்கார்ல வேலைக்கு இடம் ஒதுக்கணும்... குடியிருப்பு தரணும்... உதவித் தொகை வழங்கணும். எல்லாவற்றுக்கும் மேல போலீஸ் பொய்க்கேசு முடிவுக்கு வரணும்னு நீ பேசுனது நம்ம ஆட்கள் எல்லோருடைய காதிலயும் இன்னும் கேட்டுக்கிட்டே இருக்கு...

"ஆனாலும் - நம்ம ஜனங்ககிட்ட கொஞ்சம் தடுமாற்றம். அலித்தன்மை மாதிரி - அது உடம்போட ஒட்டுனது. இந்தப் பயம் அனுபவத்தோட ஒட்டுனது. போலீஸ் கமிஷனரே, நேர்ல வந்து விசாரிச்சுட்டுப் போனார். பயப்பட வேண்டாம்னு எல்லாப் போலீஸ் அதிகாரிகளையும் பக்கத்துல வச்சுக்கிட்டே சொன்னார். ஆனாலும், ஒரு வாரத்துலேயே போலீஸ் 'புத்தியக்' காட்டிட்டு... சப் - இன்ஸ்பெக்டர் மாறிட்டார். ஆனா, சவடால்தனம் போகலை. ஒன்கிட்ட பயந்து பயந்து பேசினாள் பாரு, லுங்கிக்காரி, அவள நேற்று போலீஸ் வந்து அடிஅடின்னு அடிச்சு இழுத்துக்கிட்டுப் போயிட்டாங்க... கஞ்சா கடத்துனாள்னு திட்டு. அவளுக்குக் கஞ்சியைத் தவிர கஞ்சா தெரியாது. இப்போ எங்க வச்சிருக் காங்கன்னும் தெரியலை. நான் போனாலும், பழைய பகையில என்னையும் ஏதாவது செய்யலாம். இப்படி போலீஸ் பொய் வழக்கு ஒரு பக்கம்... கோர்ட்லகூட எடுத்த எடுப்புலேயே இவ்வளவு ரூபா அபராதம்னு சொல்றாங்களே தவிர தீர விசாரிக்கிறதில்ல... நமக்கு ரெண்டு பக்கமும் அடி....

"நீ சொன்னது மாதிரி இது தனியாச் செய்யுற காரியம் இல்ல. ஒரு சங்கம் செய்யவேண்டிய காரியம். அதனால, நீ உடனே வரணும். இல்லாட்டால், நாங்க கூண்டோட கைலாசம்தான். கால் விலங்கோட கை விலங்கும் சேர்ந்துடும்..."

"ராசாத்தி மாதிரி வாழ்கிற ஒன்னை, இந்த மாதிரி சிக்கலுல சிக்க வைக்கிறதுக்கு மனசுக்கே கஷ்டமாக இருக்குது. அதே சமயம் ஒன் மனசும் எனக்குத் தெரியும்."

சுயம்பு, மேகலையானாள்.

வேட்டியையும் சட்டையையும் வீசிப் போட்டு விட்டு பெண்ணாடைகளைக் கட்டிக்கொண்டாள். உடம்பைச்

சுற்றிய புடவை வெளிர் மஞ்சளா அல்லது துளிர் பச்சையா என்பதைக் கண்டுபிடிப்பத்தில், அவளுக்கு அக்கறையில்லை. குருவக்காவின் கடிதத்தை ஜாக்கெட்டுக்குள் திணிக்கிறாள். அழுத்தம் திருத்தமாகச் சொல்கிறாள்.

“டிக்கட்ட கான்ஸல் செய்ய வேண்டிய அசியமில்ல நீலிமா... கார்ல சூட்கேஸ்களையும் தட்டுமுட்டுச் சாமான்களையும் எடுத்து வை. மெட்ராஸ்ல நிறைய வேலை இருக்கு. ஜல்தி நீலிமா... ஜல்தி...”

எல்லோரும் திகைத்துப் பார்க்கிறார்கள். மூடு மந்திரமாய் பேசிய மேகலை ஆத்திரம் கொடி கட்டிப் பறக்க, ஆவேசம், கனல் கட்டிக் கொதிக்கக் கொதிக்கச் சொல்கிறாள்.

“நாங்க திரும்பிவர ஒருவாரம் ஆகலாம். ஒரு வருஷம் கூட ஆகலாம். எங்கே இருக்கப்போறோம்னு எங்களுக்கே தெரியாது. சீக்கிரமாய் திரும்பி வந்தாலும் அடிக்கடி மெட்ராஸ் போக வேண்டியிருக்கும்... நஸிமா... பராக்குப் பார்க்காதே! மார்க்கிரெட் ஜாக்கிரதை... லட்சுமிக்கா, குஞ்சம்மா கவலைப்படாதீங்க... எம்மா... இவளுங்க ஒனக்கு என்னைமாதிரி மகளுக... பிதாஜிகிட்ட விவரத்தை சொல்லுங்க. நான் சந்திக்கப்போற பிரச்சினைக்கு, அவர் மூலம் மத்திய அரசாங்கத்தோட உதவியும் தேவைப்படலாம்... நீலிமா குயிக்...”

“டிரைவர் சாப்... தில்லியில ரயில பிடிக்க முடியாட்டாலும் பரிதாபாத்லயாவது பிடிக்கணும்... எப்படியும் பிடிச்சாகணும்... விடப்படாது...”

டிரைவர், அந்த அழகான காரை உறும விடுகிறார். சிங்கம்போல் கர்ஜிக்க விடுகிறார்.

○○○

எமது வெளியீடுகள்

1. கருணாமிர்த சாகரம் (சுருக்கத் திறனாய்வு உரை) - அமுதா பாண்டியன் ரூ. 250
2. மானுடமும் மண்டியிடுதலும்: மாறிவரும் சினிமாவும் மாறாத அகத்தேடலும் - சொர்ணவேல் ஈஸ்வரன் ரூ. 270
3. காந்தியின் ஸநாதந அரசியல் - கோ. ரகுபதி ரூ. 120
4. பாப்லோ நெரூதா கவிதைகள் - தமிழில்: சுகுமாரன் ரூ. 270
5. பண்டைத் தமிழ்ச் சமூகத்தில் கல்வி பேரா. சேவியர் தனிநாயகம் அடிகள் மொழியாக்கம்: ந. மனோகரன் ரூ. 75
6. பன்முக ஆளுமை: மு. அருணாசலம் - ஜெ. சுடர்விழி ரூ. 280
7. தமிழ்ப் பெரியார்கள் - வ. ரா ரூ.100
8. சங்க இலக்கியம்: ஒரு ஃபிராய்டிய உளப்பகுப்பாய்வு வாசிப்பு அரங்க. நலங்கிள்ளி ரூ. 300
9. தமிழ்ச் சிறுகதைகளும் மனிதப் பெருவெளியும் (திறனாய்வுக் கட்டுரைகள்) - முனைவர் க. பஞ்சாங்கம் ரூ. 150
10. பதுங்குகுழி நாட்கள் / அம்மை - பா. அகிலன் ரூ. 170
11. வெட்டப்பட்ட எனது கட்டைவிரல் - பாரதி கவிதாஞ்சன் ரூ. 130
12. ஒரு சிறிய இடைவேளைக்குப் பிறகு - பாரதி கவிதாஞ்சன் ரூ. 120
13. குமரப்பாவிடம் கேட்போம் - ஜே.சி. குமரப்பா மொழியாக்கம்: அமரந்த்தா ரூ. 100
14. காந்தி ராமசாமியும் பெரியார் ராமசாமியும் - ப. திருமாவேலன் ரூ. 140
15. தமிழ் - மலையாள உறவு - எஸ்.பி. ராமகிருஷ்ணன் ரூ. 280
16. கரைந்த காலத்தின் கனத்த சாட்சிகள் - ப. திருமாவேலன் ரூ. 200

17. காந்திய அரசியல் - வ. கீதா — ரூ. 100
18. தொல்காப்பியம் -- பன்முக வாசிப்பு - பா. இளமாறன் — ரூ. 250
19. பஞ்சமனா பஞ்சயனா - ஆ. சிவசுப்பிரமணியன் — ரூ. 130
20. கோபுரத் தற்கொலைகள் - ஆ. சிவசுப்பிரமணியன் — ரூ. 100
21. இரவு உணவு - தமிழில்: புதுமைப்பித்தன், க.நா.சு, சி. மோகன் — ரூ. 120
22. மிதக்கும் உலகம் - பா. இரவிக்குமார், ப. கல்பனா — ரூ. 350
23. பத்ம வியூகம் - தொகுப்பாசிரியர்: சுப்ரமணி ரமேஷ் — ரூ. 200
24. இசையின் அதிகார முகங்கள் - இ. முத்தையா — ரூ. 180
25. தமிழகம் தந்த மகாகவி - நூல் வடிவப் பொறுப்பாளர்: சீனி.விசுவநாதன் — ரூ. 280
26. திருக்குறள் பன்முக வாசிப்பு - பதிப்பாசிரியர்: வெ. பிரகாஷ் — ரூ. 300
27. சிமொன் தெ பொவ்வார் - நாகரத்தினம் கிருஷ்ணா — ரூ. 150
28. மாத்தா ஹரி - நாகரத்தினம் கிருஷ்ணா — ரூ. 350
29. என்னுடைய பெயர் அடைக்கலம் நாடியா டுஃபோர் ஆன்றோ தமிழில்: வ. ஆன்றோ — ரூ. 280
30. நீதிநெறி விளக்கம் - சி.வை. தாமோதரம் பிள்ளை — ரூ. 130
31. ஆபிகாரம் பண்டிதர் வாழ்க்கை வரலாறு - து.ஆ. தனபாண்டியன் — ரூ. 120
32. பேரலையாய் ஒரு மென் ஷட்ஜம் - லலிதாராம் — ரூ. 200
33. வம்சமணி தீபிகை - இளசை மணியன் — ரூ. 230
34. ஒளியில் எழுதுதல் - செழியன் — ரூ. 150
35. சந்திரகிரி ஆற்றங்கரையில் - சாரா அபுபக்கர் தி.சு. சதாசிவம் — ரூ. 100
36. மார்க்சியமும் இலக்கியமும் சில நோக்குகள் - ஏ.ஜே.கனகரட்ணா — ரூ. 60
37. காமராஜர் வாழ்க்கை வரலாறு- - டி.எஸ். சொக்கலிங்கம் — ரூ. 100

38. இறையனார் களவியல் உரை களவியல் காட்டும் அகமரபும் உரை மரபும் - இரா. ஜானகி ரூ. 130
39. இறையனார் களவியல் உரை முன்னிறுத்தும் சமயமும் அரசியலும் - இரா. ஜானகி ரூ. 160
40. எழுத்து கவிதைகள் (1959 ஜன - ஏப் 1960) - வி. கலாவதி ரூ. 120
41. சந்நியாசமும் தீண்டாமையும்ச் - ராமாநுஜம் ரூ. 200
42. நடைவழிக் குறிப்புகள் - சி. மோகன் ரூ. 150
43. அறியப்படாத தமிழ் வானொலி வரலாறு - கு. பிரகாஷ் ரூ. 500
44. நாடோடிகள் வாய்மொழி வரலாறும் உலகக் கண்ணோட்டமும் - ஆ. தனஞ்செயன் ரூ. 260
45. பருக்கை - வீரபாண்டியன் ரூ. 250
46. பாசிசம் - எம்.என். ராய் ரூ. 180
47. மலர்கள் விட்டுச்சென்ற வெற்றிடத்தில் (கொரியக் கவிதைகள்) - தமிழில்: பா. ரவிக்குமார் ப. கல்பனா ரூ. 150
48. உதிர்ந்த இலைகளின் பாடல் (சீனக் கவிதைகள்) - தமிழில் ப. கல்பனா ரூ. 150
49. கதாசாகரம் - சா. தேவதாஸ் ரூ. 230
50. தமிழ்ப் பெரியார் - வ.உ.சி. தொகுப்பு. ஆ. அறிவழகன் ரூ. 150
51. நாட்டார் வழக்காற்றியல் அரசியல் - ஆ. சிவசுப்பிரமணியன் ரூ. 90
52. மறக்கப்பட்ட விடுதலைப் போராளி சாவித்திரி பாய் பூலேவின் வாழ்வும் போராட்டமும் - தமிழில்: வெ. கோவிந்தசாமி ரூ. 120
53. வளமான சொற்களைத் தேடி - பா.ரா. சுப்பிரமணியன் ரூ. 110
54. காந்தியைச் சுமப்பவர்கள் - தொகுப்பாசிரியர் சுனில் கிருஷ்ணன் ரூ. 300
55. திருமூலர் மனவிடுதலையின் குரல் - திருமூலர் முருகன் ரூ. 150
56. வீரத்தெலுங்கானா சொல்லும் கதைகள் - தமிழில்: சாந்தா தத் ரூ. 230

57. சிதைந்த சிற்பங்கள் - கே. வேணுகோபால்
 தமிழில்: குறிஞ்சி வேலன் ரூ. 190
58. முனைப்பு - கே. வேணுகோபால்
 தமிழில்: குறிஞ்சி வேலன் ரூ. 220
59. இவர்கள் இல்லாமல் - நவீன அறிவியலின்
 சிற்பிகள் - பீ. கலீல்அகமது ரூ. 150
60. 1084ன் அம்மா - மகாஸ்வேதா தேவி ரூ. 150
61. வ.ரா. வாசகம் - ரூ. 200
62. பசி - நட்ஹாம்சன் தமிழில்: க.நா.சு. ரூ. 190
63. பசி - க.நா.சுப்ரமண்யம் ரூ. 140
64. கார்டு வெல்லின் திராவிட அல்லது
 தென்னிந்திய குடும்ப மொழிகளின்
 ஒப்பிலக்கணப் பதிப்புகள் -
 பா. ரா. சுப்பிரமணியன் ரூ. 20
65. தலித்துகள் பெண்கள் தமிழர்கள்
 - க. பஞ்சாங்கம் ரூ. 425
66. கோதைத் தீவு - வ.ரா. ரூ. 100
67. சங்க இலக்கியச் சொற்கள் -
 எளிமையும் வலிமையும் - பா. இளமாறன் ரூ. 120
68. மண்ணின் குரல் - வீர.வேலுச்சாமி படைப்புகள்
 தொகுப்பாசிரியர்: பா. செயப்பிரகாசம் ரூ. 250
69. திணை உணர்வும் பொருளும் - பிரகாஷ்.வெ ரூ. 90
70. பதேர் பாஞ்சாலி - விபூதிபூஷண் பந்த்யோபாத்யாய்
 தமிழில்: ஆர். சண்முகசுந்தரம் ரூ. 325
71. புதுக்குரல்கள் - சி.சு. செல்லப்பா ரூ. 140
72. தெற்கு வாசல் - கடல் நடுவே ஒரு களம்- பிரமிள்
 தொகுப்பாசிரியர்: காலசுப்பிரமணியம் ரூ. 350
73. இடைவெளி - எஸ். சம்பத் ரூ. 130
74. உட்பகை உணரும் தருணம் - அழகரசன் ரூ. 170
75. எழுதுதல் அவளின் சுதந்திரம் - ஜெ. சுடர்விழி ரூ. 120
76. காலத்தை வரையும் ஆளுமைகள் - ப. கல்பனா ரூ. 120
77. சிதம்பரம் இராமலிங்கம் எனும் வள்ளலார்
 - பன்முக வாசிப்பு - வி. தேவேந்திரன் ரூ. 220
78. தொல்காப்பியம் சிக்கல்களும் தீர்வுகளும்
 - ந. இரஞ்சன் ரூ. 360

○○○